மனதின் வார்த்தைகள் புரியாதோ -பாகம்-1

தீபா செண்பகம்

ISBN 979-888606921-1

பொருளடக்கம்

முன்னுரை

சமர்ப்பணம்

எழுத்தை அறியச் செய்த ஆண்டவனை வணங்கி, அரிச்சுவடி சொல்லித்-தந்த ஆசிரியருக்கும், பேணி வளர்த்த பெற்றவர்க்கும் ,என் வளர்ச்சியைப் பெருமிதமாய் பார்த்து நின்ற உற்றவர்களுக்கும், எனது அனைத்து முயற்சி-களுக்கும் தோள் கொடுக்கும் கணவர் மற்றும் பிள்ளைகளுக்கும் என் முதல் கதையைச் சமர்ப்பிக்கிறேன்.

என்னுரை

மனதின் வார்த்தைகள் புரியாதோ , எனது முதல் தொடர் கதை. 80 அத்தி-யாயங்களில் எழுதப்பட்ட பெரிய நாவல். தமிழ், ராஜஸ்தானி கலாச்சாரங்கள் , கொண்ட இரண்டு குடும்பங்களை மையமாக வைத்து எழுதப்பட்ட புனைவு கதை. அதனால் ஹிந்தி, ராஜஸ்தானி வார்த்தைகளும் இடம் பெற்று இருக்-கின்றன.

நீண்ட கதை அதனால், 1-32 அத்தியாயங்கள்,பாகம்-1 ஆகவும், 33-60 வரை அத்தியாயங்கள் , பாகம்-2 ஆகவும் , 61- 80 வரை அத்தியாயங்கள் பாகம் -3 ஆகவும், மூன்று பகுதியாகப் பதிப்பிக்கப் படுகிறது.

தமிழ்நாட்டில் சிறுமலையில் வசிக்கும், சிவ குடும்பத்திற்கும், மும்பையில் வசிக்கும் ராஜஸ்தானிகளான ராத்தோட் குடும்பத்திற்கு மிடையில் உள்ள திருமணம், உறவுச் சிக்கலைப் பற்றிக் கதைப்பதே ,மனதின் வார்த்தைகள் புரியாதோ.

வாசித்து விமர்சனம் தாருங்கள்.

தீபா செண்பகம்.
deepasenbagamnovels@gmail.com.

மனதின் வார்த்தைகள் புரியாதோ - பாகம்-1

மனதின் வார்த்தை -1

அந்த ரயில் நிலையத்தின் நடைபாதையில் விடிந்தும் விடியாமல் இருக்கும் அதிகாலைப் பொழுதில் ,தன் கையில் இருக்கும் அலைபேசியில் தான் செல்ல வேண்டிய இடத்தைப் பகிர்ந்து தனக்கான கால் டேக்சி வரும் வழியை அதன் வண்டி நம்பரை உற்றுப் பார்த்துக் கொண்டே ஒவ்வொரு வாகனத்தையும் கண்களால் கடந்து கொண்டு இருந்தாள் மையூரி.

ஆம் மையூரி, பெயருக்கேற்ற அழகிய மயில் போல் அழகு உடையவள். மாணின் மருண்ட விழிகளை நினைவூட்டும் நீண்ட கண்கள்,கோதுமை நிறம் கத்தி போன்ற கூர் நாசி, அதற்கேற்ற அழகிய உதடு,அதில் எப்போதும் உறைந்திருக்கும் இருக்கம்.மெல்லிய உடல்வாகு.

முதுகு வரை சற்றே நீளமாக வெட்டப்பட்ட தன் அடர்த்தியான கருங் கூந்தலைப் பாதியாக மடித்துச் சற்றே தூக்கி வளைத்து நமது ஊறு சோம்பேறி கொண்டையைக் கொஞ்சம் மாடலாகக் கேட்ச் கிளிப் கொண்டு போட்டிருந்-தாள்.குர்தி,ஜெக்கின்ஸ், ஓவர் கோர்ட் சகிதமாய்,பிரயாண களைப்பு சற்றே குறைந்து ,சற்று முன் குடித்த சுமாரான காபி தந்த தெம்பில் கண்களில் தேடலோடும் ,அவளைக் காணும் யாரையும் இரு அடி தள்ளி நின்றே புரு-வம் உயர்த்திப் பார்க்க வைக்கும் நிமிர்வுடன் நின்று கொண்டிருந்தாள்.

அவள் கைப்பேசியில் கொடுக்கப்பட்ட எண் கொண்ட டாக்சி வரவும் கோட் நம்பர் சொல்லி தன் லகேஜை டிக்கியில் வைக்க முயன்ற போது,

"பிரகாஷ் நீ போகலாம், அவர்களை நான் பிக்கப் பண்ணிக்கிறேன்" என டாக்சி ஓட்டுநரின் பாக்கெட்டில் பணத்தை வைத்து அமர்த்தலாகச் சொன்ன-வனின் குரலில் ," ஹவ் டேர் யூ “எனக் கோபமாக முறைத்துக் கொண்டே திரும்பினாள் மையூரி

அமர்த்தலான அந்தக் குரலுக்கான அவன், மாநிறத்திற்கும் சற்று கூடுத-லான புது நிறத்தில்,அடர்த்தியான சிகையும் கூர்நாசி,சிறிய துளைக்கும் கண்-கள், அழுத்தமான அதே சமயம் மென்னகையோ,இல்லையோ என யோசிக்-கத் தோன்றும் அதரங்களுக்குச் சொந்தக்காரன், உடற்பயிற்சியில் தேறிய கற்சிலை போன்ற உறுதியான ஆறடி ஆணழகன். ஜீன்ஸ் ,டிசர்ட் மற்றும் ஜெர்கின் சகிதமாய் மழித்த கன்னத்தில் அளவான மீசையுடன் அவளை நோக்கி நின்றிருந்தான்.

அவன் கட்டளைப்படி "சரிங்க சார்" என மரியாதையுடன் ஓட்டுநர் தன் ட்ரிப்பை கேன்சல் செய்து விடை பெற...முறைத்துக் கொண்டே திரும்பிய மையூரி அவன் முகத்தின் சாயல் பரிச்சயமான ஒன்றாக இருக்கவும், புருவ

முடிச்சுகளுடன் யார் நீ என்பது போல் தன் கழுத்தை உயர்த்தி அவனை ஏறிட்டாள்.

"வெல்கம் மிஸ் ஸ்வர்னமயூரி ராத்தோட் .ஐ ஆம் அமுதன்" எனத் தன்னை அறிமுகப்படுத்திக் கொண்டான். அவள் இன்னமும் தெளிவடையா முடிச்சுடன் இருக்கச் சிவகுரு நாதன் அனுப்பி வைத்தாக ss gardens என்ற அடையாளஅட்டையைக் காண்பித்தான்.

"ஓ எஸ் எஸ்"என அவள் ஆமோதிக்க "ஹாங் எஸ் எஸ்" என அவனும் சிறு நகையுடன் திருப்பிச் சொன்னான். "போகலாமா" என அவள் சூட்கேசை இழுத்தான்.

"நான் எடுத்துட்டு வரான்" என உடைந்த தமிழில் சொன்னாள். அவள் தமிழில் விரிந்த புன்னகையுடன் கண்கள் இடுங்க ஒரு சிரிப்பைச் சிரித்தவன்,அவள் முறைத்த பார்வையில் சிரிப்பை அடக்கினான்.

"நோ நோ, நான் எடுத்துட்டு வரான்" எனக் குறும்புடன் அவள் வார்த்தையைத் திருப்பிப் படித்தான். அவன் கேலியை உணர்ந்த அவள், மீண்டும் கண்களில் மின்னல் வெட்டும் பார்வை பார்க்க ,நம் நாயகன் அவள் விழிகளில் தன்னைத் தொலைத்தான்

மின்னல் வெட்டில் சமாளித்து ஒரு எஸ்க்யூஸ் ஐ கண்களால் பேசி முன்னால் செல்லுமாறு கைகளால் சைகை செய்ய ,மிடுக்கான ஓர் நடையுடன் அவனோடு சேர்ந்து எட்டுகள் வைத்து அவன் காரினை சென்று அடைந்தாள்.

லகேஜை ,டிக்கியில் வைத்து அவளுக்கு முன் புற கதவைத் திறந்து விட அவனை ஏறிட்டவளை,"லுக், ஐ ஆம்நாட் யுவர் டிரைவர்" என்றான்.

" எஸ் ஐ நோ" என்றவள், பர்தமீஸ் கைக்கா (வேறென்ன மரியாதையற்றவன் தான்) எனத் தன் வாய்க்குள் முணுமுணுத்த படி ஏறிக்கொண்டாள்.

"ஏதாவது சொன்னியா" என அவன் சுற்றி வந்து டரைவர் சீட்டில் அமர்ந்த படி கேட்டான் ." நத்திங்" என்றாள். தான் சீட் பெல்ட் அணிந்து அவள் புறமும் சரிந்து அவளுக்குச் சீட் பெல்ட்டை மாட்டி விட அருகில் தெரிந்த அவன் முகமும் ஆப்டர் சேவ் லோசனும் அவளைத் திகைக்க வைத்து மயங்கச் செய்தது.சமாளித்துக் கொண்டாள்.

பள்ளம் ,மேடு எனப் பல்லாங்குழி ரோட்டில் லாவகமாக அவன் காரை செலுத்த சாலையில் வழுக்கிக்கொண்டு சென்றது அந்த வெளி நாட்டு வாகனம்.

திண்டுக்கல் 20கிலோ மீட்டர் தொலைவில் உள்ளது சிறுமலை. மதுரையிலிருந்து 40 கிலோமீட்டர் தொலைவு இன்றைய நாளில் தொலைதூரம் என்பதே பொருள் படைத்தவரின் அகராதியில் பொருள், மாறிவிட்டது எனும் போது சிறுமலையிலும் அவர்களுக்குத் தேவையான வசதிகள் வந்து விட்டது.

சமதளப் பாதையிலிருந்து பிரிந்து மலைப் பாதையில் அவர்கள் வாகனம் பயணிக்க ஆரம்பித்தது. சாலையின் இரு மருங்கிலும் பசுமை பட்டாடை

உடுத்தி இருக்கக் கண்களுக்குக் குளுமை கூட்டிய காட்சிகளும் வாகனத்தின் ஏசிக் குளிரும் கலந்த ஓர் அருமை சுகம் தர அமுதன் அவ்விடங்களைப் பற்றிச் சில தகவல்களைத் தந்தபடி அந்தப் பயணத்தை மேலும் ஸ்வாரஸ்ய-மாக்கினான் அமுதன்.

காரின் வேகம் குறைந்து ஒரு வீட்டின் வாயிலில் கேட் திறப்பதற்கு ஹாரனுடன் நின்றது.ஹாரன் ஒலியில் சின்னவர் வந்து விட்டதை அறிந்த மருதன் ஓடிவந்து கதவைத் திறந்தான். மயூரியும் ,அமுதனும் அந்த வீட்டிற்குள் நுழையும் முன் அவ்வீட்டில் இருப்பவர்கள் விவரத்தைப் பார்த்து விடுவோம்.

வீட்டின் மூத்த தலைமுறை சிவபரங்கிரி ஐயாவும், சிவகாமி அம்மாவும் சதாபிஷேகம் காண இருக்கும் ஜோடி. அவர்களின் மகன் சிவகுரு நாதன், அவரின் கரம் பிடித்த காதல் மனைவி ஸ்வர்ன ராகினி, ஐம்பதின் பின் வரிசையில் இருப்பவர்கள். அவர்கள் பிள்ளைகள் மூத்தவன் சிவகுக அமுதன் , இளையவள் ஜானகி தேவி.

சிவ பரங்கிரியின் இளைய மகன் சண்முகநாதன் அவர் மனைவி தெய்வா. இவர்கள் மகன்கள் சிவபாலன்,சிவ கனேஸ்.சிவபரங்கிரியின் மூத்த மகள் சுந்தர வள்ளி அவர் கணவர் முருகானந்தம், இவர்கள் மகன்கள் இருவர் ஒரு மகள் அமிர்த வள்ளி.

சிவபரங்கிரி, சிவகாமி தம்பதியும் அவர்கள் மகன்கள் இருவரும் குடும்பத்துடன் இந்த வீட்டில் வசிக்கின்றனர். மருதன் கேட் கதவைத் திறந்து விடவும் அமுதனது கார் அந்த மாளிகையின் வீட்டின் முன் சென்று நின்றது. கார் கதவைத் திறந்த தரையில் இறங்கிய மயூரி சுற்றிலும் ஓர் பார்வை இட்டாள்.

இறக்கி விட்ட கார் பக்க வாட்டுப் பார்கிங் ஏரியா சென்று விட,நேர்த்தியாகப் பராமரிக்கப்பட்ட வீட்டின் முன் புறத் தோட்டம் கலை அழகுடன் திகழ்ந்தது. பசும் போர்வை போர்த்திய லானில் கற்களால் செதுக்கப்பட்ட இருக்கைகள் வட்ட வடிவில் சிறிய இடைவெளியில் போடப்பட்டு நடுவில் ஒரு ஸ்டோன் பென்சும் வழுவழுப்போடு மின்னிக் கொண்டு இருந்தன.

சுற்றுச்சுவரின் ஓரத்தில் பூச்செடிகள் வளர்க்கப்பட்டு இருந்தது, ஒரு புறம் ரோஜா பூக்கள் சிரித்தன. சவுக்கு மரப் புற்கள் கொண்டு ஓர் அரை வட்டம் பிரிக்கப்பட்டு ஊஞ்சல் அமைக்கப்பட்டு இருந்தது.

மற்றொரு புறம் வெள்ளை மார்பில் ஏஞ்சல் சிலைகள் நிற்க அதில் நீர் வீழ்ச்சி போல் அமைத்திருந்தார்கள்.ஓர் சுற்றுப் பார்வையில் மயூரிக்கு தன் பூர்வீக வீட்டின் நினைவு வந்தது. அதன் ஒற்றுமை கண்டு வியந்து நின்றாள். அவள் முகத்தைப் பார்த்த அமுதன் அவை யாவும் தன் அன்னையின் வடிவமைப்பு எனப் பெருமையுடன் சொன்னான்.

வீட்டின் நுழைவாயில் மிகுந்த கலை அழகுடன் இருந்தது.முன் புற வராண்டாவில் தேக்குத் தூண்கள் வரிசையில் தாங்கி நிற்க அதிலிருந்து

இறங்கி வரும் ஐந்து படிகள் முறம் போல் மேலிருந்து கீழே அகன்று வந்தன. அதன் கைபிடி சுவரில் யானை முகமும் அதிலிருந்து நீண்ட தும்பிக்கை போல் வடிவமைக்கப் பட்டு இருந்தது.

வீட்டின் அழகை ரசித்ததை விட ஏதோ ஒற்றுமையை யோசித்தபடியே படியைக் கவனிக்காமல் கால் வைத்துத் தடுமாறி விழும் முன், அவள் இடையில் ஒரு கை பதித்து வலது கையை இருக்கப் பற்றி அவள் விழாமல் பிடித்தான் அமுதன். அவள் விழிகளில் நவரச பாவங்களும் ஒன்றன்பின் ஒன்றென அரங்கேற அதை இமைக்காமல் பார்த்து நின்றான் நம் நாயகன்.

வெளிப்புறம் இந்த நயனபாஷை நடந்தேறும் நேரம் வீட்டின் உள்ளே சிவபாலன் தன் பெரியப்பா, பெரியம்மாவிடம் வழக்கத்துக்கு மாறாய் சீக்கிரம் எழுந்து அவர்கள் நடைப் பயணம் தொடங்க விடாமல் வளவழத்துக் கொண்டிருந்தான். தன் தம்பி மகனை அதிசயத்துப் பேச்சில் வாரிக்கொண்டு இருந்தார் சிவகுரு.

மயூரி தன்னைச் சமாளித்துக் கொண்டு," ஐ ஆம் ஓகே ,லீவ் மீ "எனப் படபடத்தாள். அவள் பேச்சில் நடப்பிற்கு வந்தவன், நல்லதுக்கே காலமில்லை எனச் சிடுசிடுத்தான். அவள் திரும்பி க்யா (என்ன) என வினவ,"நத்திங்"என முடித்தான்.

அமுதன் வேகமாகப் படியில் ஏறி வராண்டா கடந்து வாசல் கதவைத் திறக்க, உள்ளே அவன் தாய், தந்தை மற்றும் தம்பி ட்ராக் சூட்டுடன் நின்றிருந்தார்கள். வெளியே இருந்து உள்ளே வரும் மகனை ஏறிட்டவர்கள்,

அவன் பின்னால் பதுமை போல் வந்த மயூரியை கண்டு அதிர்வுற்றனர். கண்களில் கேள்வியோடு சிவகுரு நாதன் நோக்க, கண்கலங்கி உணர்ச்சி வயப்பட்டு நின்றார் ராகினி.ராகினியின் சிறு வயது பிரதிபிம்பமாய் நின்ற மயூரியையும்,ராகினியையும் மாற்றி மாற்றிப் பார்த்து அதிசயித்தான் சிவபாலன்.

அதே நேரம் ஹாலுக்கு வந்த சண்முகநாதன், சிவகாமி காபியுடன் வந்த தெய்வா என அனைவரும் இவர்களைப் பார்த்து நின்றார்கள். உள்ளே வந்த மயூரியை ,அமுதன் "இவள் ஜானகியின் தோழி ,நமது இடத்துக்கு ப்ராஜக்ட் விசயமாக வந்திருக்கிறாள்"எனச் சொல்ல, மயூரி தலை வணங்களுடன் ஓர் வணக்கம் சொன்னாள்.

பழுத்தப் பழமாக நின்ற சிவகாமி பாட்டி, பின் ஐம்பதுகளில் அமுதன் சாயலில் கனிவுடன் நின்ற அவன் தந்தை, அவரினும் இளையவராய் அவன் சித்தப்பா, அமுதனின் வயதில் குறைந்த தம்பி, நாற்பதின் கடைசி வயதில் நின்ற பெண்மணி என வரிசையாகப் பார்த்தவள் பார்வை தன்னைப் போன்ற பிரதி உருவம் கொண்ட அந்தப் பெண்மணியிடம் வந்து நின்றது.

ராகினி ,தன் இளமைப் பருவ உருவமாய் நின்ற சின்னவளைப் பார்த்து உன் முழுப் பெயர் என்ன எனக் கேட்க ஸ்வர்ன மயூரி ராதோட் என்றாள். அந்தப் பெயரில் தன்னை இழந்தவர் அவளை வாரி அனைத்து உச்சி முகந்-

தார்.

மனதின் வார்த்தை -2

ராகினி தனக்கு முன்நின்ற தன் பிரதிபிம்பம் தன் சகோதரனின் மகள் என்பதை அறிந்து கொண்டார்,ஆனாலும் இவள் யாருடைய மகள் இங்கே எப்படி வந்தாள் என்பதில் அவருக்குக் குழப்பம் இருந்தது, அவை யாவையும் தாண்டி, இவள் என் பிறந்தகத்தைச் சேர்ந்தவள் என்பதில் மகிழ்ந்து பூரித்து இருந்தார்.

தன்னைக் கண்டதும் மகிழ்ந்து உச்சி முகர்ந்த பெண்மணியின் தழுவலில் தனதான ஒரு உணர்வை உணர்ந்தாள் மயூரி,இவர் ஏதோ தனக்கு வேண்டியவர் என உணர்ந்தவள், அவருடைய முழு அறிமுகத்தை எதிர்நோக்கி நின்றாள்.

அப்போது அமுதன் தங்கள் வீட்டின் அங்கத்தினர்களை அவளுக்கு அறிமுகம் செய்தான், பாட்டி சிவகாமி , தாய் ,தந்தையர் ,சிவகுரு நாதன் -ஸ்வர்ண ராகினி ,சிற்றப்பா-சிறிய தாயார் சண்முகநாதன்-தெய்வா ,அவர்கள் மகன் சிவபாலன்.

தாத்தா சிவபரங்கிரி அவர்கள் அங்கே வந்து தன் துணைவியார் பக்கம் அமரவும், அவரை எங்கள் எஸ்.எஸ்.கார்டன்ஸ் ஸ்தாபகர், எஸ்.எஸ்.கோன்ஸ்ட்ரக்ஷன்ஸ் அப்பாவின் உழைப்பு, எஸ்.எஸ்.ரிசார்ட்ஸ் சித்தப்பா,எஸ்.எஸ்.இன்டர்நேஷனல் ஸ்கூல் அம்மா, எங்க வீடு மொத்தமும் எங்க தெய்வா அம்மாவின் கட்டுப்பாடு என அறிமுகம் செய்தான்.

தாத்தா, பாட்டி கால்களைத் தொட்டு வணங்கினாள் மயூரி"மகராசியா இரு," என வாழ்த்த மற்ற இரு தம்பதியும் அதே ஆசிகளைச் சொன்னார்கள். ஆனாலும் அவள் மனதில் ஒரு நெருடல் இருந்தது.

ராகினியை நோக்கி," நான் உங்கள் முழு அறிமுகத்தையும் தெரிந்துக் கொள்ளலாமா, ஏதோ இன்னும் சில விஷயங்கள்தெரியவேண்டியுள்ளது " என ஆங்கிலத்தில் வினவி ராகினியி முழுப் பரிச்சயத்தையும் கேட்டாள் .

ராகினியும் சிறிதும் அசராமல்,சிறு புன்னகையுடன்,"நான் திருமதி ஸ்வர்ண ராகினி சிவகுரு நாதன், சிவகுக அமுதன்,ஜானகி தேவியின் அம்மா, வீரேந்தர் சிங் ரத்தோட் ,மயூராதேவி ரத்தோடின் மகள்." எனத் தனது அறிமுகத்தை முடித்தார்.

இதைக் கேட்டு அதிர்ந்த மயூரி " ஆப் மேரி புவாஷா ஹை " எனத் தன் தந்தை வழி அத்தையை வினவினாள் , நீ உன் முழு அறிமுகம் சொல் நான் நம்முடைய உறவை சொல்கிறேன் என்றார் ராகினி.

"நான் ஸ்வர்ன மயூரி ரத்தோட் ,அமரேந்திர சிங்ரத்தோட்,பூனம் சிங் ரத்தோட் அவர்களின் மகள்" என்றாள் . தனது தம்பி மகள் என மகிழ்ந்து ,ஆவலாய் அவளிடம் , "ஆம் நான் உன் புவாஷா ,நீ என் பதிஜி" என-

றார்.

பிறந்தது முதல் தான் காணாத தன் அத்தையைக் கண்ட நெகிழ்ச்சி இருந்த போதும், தன் பாட்டி மற்றும் அப்பா,பெரியப்பா மார்களின் மனதை வருத்தியவர் என்ற உண்மை அவள் உணர ஒரு கனம் கண் மூடி திறந்து அவள் தன் கரங்களைக் குவித்து வணங்கி ,தனக்கு இந்த வீட்டில் ஒன்றும் வேலை இல்லை, திரும்புகிறேன் என ஹிந்தியில் உரைத்து வாசலை நோக்கித் திரும்பினாள்.

அவளின் இந்தச் செயலில் அதிர்ந்து மனம் துடித்து நின்றார் ராகினி, அத்தை மருமகள் இருவரின் சம்பாஷணைகளையும் நிமிர்வையும் பார்த்து அதிசயித்து நின்றனர் மற்றவர்.

அமுதன் அவள் வழியில் மறைத்து நின்று "அது எப்படி நீ போவாய்" என முறைத்து நிற்க, அவனைத் தன் பார்வையால் சுட்டு வாசலை நோக்கி முன்னேறினாள்.

பாட்டியும்,தெய்வாவும் ராகினியின் நிலையை எண்ணி,அவளை எப்படியாகினும் இங்கே நிறுத்த வேண்டும் எனப் பிரயத்தனப் பட்டனர். பாட்டியும் தேவாவும் மட்டுமே ஹிந்தியில் பேசத் தெரியாதவர்கள்.அதிலும் தெய்வா நேரில் பேசும் போது புரிந்துக் கொள்வார்.திருப்பி பேச வராது.எனவே மயூரியுடன் மற்றவர் ஹிந்தியில் உரையாடினார்.

சிவகுரு நாதன் தன் மனைவின் நிலை உணர்ந்து, தன் குரலை செருமி "எதுவாயினும் பேசி ஓர் முடிவு எடுக்கலாம் ,முதலில் நீண்ட பிரயாணம் இளைப்பாறு அம்மா" எனச் சொன்னார்.

அவர் குரலில் திரும்பியவள்,"என்னைச் சமாதானம் செய்பவர்கள் முன்னமே என் வீட்டினரை ஏன் சமாதானம் செய்யவில்லை, இன்றும் என் தாதிமா இவர்களுக்காகக் கண்ணீர் சிந்துகிறார்கள். நாள் கிழமைகளில் முழுச் சந்தோசம் என்பதே இல்லை, ஏதோ ஒரு குறையுடன் எங்கள் வீட்டுப் பெரியவர்கள் மனத்தங்களில் உள்ளனர். சிறியவர் முன் மகிழ்ந்தாலும் மறைவாய் சென்று வருந்துவார்கள்" என்றாள் .

அவள் பேச்சைக் கேட்ட ராகினி தாரை தாரையாய் கண்ணீர் வடிக்க, அதனைக் கண்ட அமுதன்,"இனி ஒரு வார்த்தை பேசாதே, என் அம்மாவைப் புண்படுத்த உனக்கு உரிமை இல்லை" என்றான்.

அதற்குள் ஜானகியிடம் அலைபேசி வாயிலாக அனைத்தையும் பகிர்ந்த சிவபாலன், அவள் சொன்னபடி, தன் மொபைலை மயூரியிடம் நீட்டி "ஜானகி பேசவேண்டுமாம்" எனச் சொல்ல, அவனை ஒரு பார்வை பார்த்து ஜானகியையும் புறக்கணித்தாள்.அவள் தன் லக்கஜ் வேண்டும் என அமுதனிடம் பிடிவாதம் பிடிக்க,அனைவரும் செய்வதறியாது நின்றனர்.

நிசப்தமான அந்தச் சூழலில் தாத்தா சிவபரங்கிரி அவளின் அருகில் வந்தார்,

"அம்மா நீ ஒரு பக்கம் பார்த்ததை வைத்துக் கோவபடுகிறாய் ,உன் அத்தையின் தரப்பும் இருக்கும் தானே,அதை எப்போது கேட்பாய்",என வினவினார்.

"உன் தாதிமா வருத்த பட்டால் அப்படியே இருக்கட்டும் என விடுவாயா, அதைப் போக்க என்ன செய்யப் போகிறாய்" என அவளை யோசிக்கத் தூண்டினார்.

அவள் குழப்பமாய் நோக்க, "எல்லாம் சரி நீ எதற்கு இங்கே வந்தாய் ,உன் படிப்பிற்காகத் தானே,இப்போது பின் வாங்கினால் என்ன செய்வது, நான் அறிந்தவரை ,உன் பரம்பரை முன் வைத்த காலை பின் வைப்பவர்கள் இல்லை, உறவையும் ,வியாபாரத்தையும் வைத்துக் குழப்புபவர்களும் இல்லை.நீ வந்த காரியத்தை முடிக்க வேண்டாமா, நாளை உன் தொழிலிலும் இதைத் தான் செய்வாயா" என வினவினார்.

புருவ முடிச்சுகளுடன் இதனைக் கேட்டுக் கொண்டிருந்தவள் ,பெரியவரின் வார்த்தைகளை ஆலோசிக்க ஆரம்பித்தாள் .

அவள் யோசிப்பைப் பார்த்து," தெளிவான பிள்ளையாகத்தான் தெரிகிறாய் ,வந்த காரியத்தைச் செய், அதோடு உன் சினேகிதத்துக்கும் மதிப்பு கொடுக்க வேண்டும் தானே, ஜானகியிடம் அத்தை மக்கள் என்றா பழகினாய்" எனக் கேட்டார்.

கொஞ்சம் யோசித்து, "அப்போது நான் வெளியே தங்கிக் கொள்கிறேன், ஒன்லி ப்ரொபஷனல் ரிலேஷன் இருக்கட்டும்" என்றாள்.

இது என்னடா மறுபடியும் முருங்கை மரம் ஏறுகிறது எனப் பாட்டி நினைத்து ,

"ஏம்மா எங்கப் பேத்தி வயசு ஸ்நேகிதப் பிள்ளையை,வெளியே எப்படித் தங்க விடுவோம், அதெல்லாம் முடியாது, ஏ மருது! பாப்பாவோட சாமானத்தை விருந்தினர் அறையில் வையி" எனத் தமிழில் பொரிந்துத் தள்ளிய சிவகாமி பாட்டி மயூரி பேச வாய்ப்புக் கொடுக்காமல் கூற,சரிம்மா என மருதன் சென்றான்,

"ஏத்தா மருமக்கமாரு ,வீடு வேலை எல்லாம் அப்படியே கிடக்கு ,என்ன வேடிக்கை பார்க்குறீங்க,போங்கத்தா ,வராமல் வந்த புள்ளைக்கு வாய்க்கு ருசியா செய்யச் சொல்லுங்க" என அவர்களையும் விரட்டினார்.

"ஏப்பா அமுதா நீ என்ன இப்படி நிக்க, விருந்தாடியை இப்படித்தான் நிக்க வைக்கிறதா, அந்தப் புள்ளைய கூட்டிகிட்டு போய் ரூம்பக் காமி, பாலா நீயும் கூடப் போ" என அனைவரையும் ஏவி, கூட்டத்தைக் கலைத்து ,மயூரிக்கு பேசும் வாய்ப்பும் தராமல் ,பிரச்சனைக்குத் தீர்வு கண்டார்.

அமுதன் முன்னே செல்ல,மயூரி யோசனையோடு தன் அத்தையைப் பார்த்துக் கொண்டே மாடிப் படி ஏறினாள்.பின்னால் சென்ற சிவபாலன் , மயூரி அறியாமல் தன பாட்டிக்கு ஒரு ஹைபை கொடுக்க , பாட்டியும் சத்தமில்லாமல் சைகை செய்தார். தன் மனைவியின் சாதுரியத்தை மெச்சி மூத்த

சிவம் பார்வை பார்க்க,மருமகள் மாமியாரை நன்றியுடன் கண்களால் பேசினார்.

இப்போதைக்குக் கொதித்த உலையை மூடி வைத்துள்ளார் சிவகாமி அம்மாள்,இன்னும் என்ன என்ன பொங்கும் எனப் பார்ப்போம்.

ஜானகி தேவி ,நம் கதையின் மற்றொரு நாயகி அவளின் ஆட்டுவித்தலில் நடந்ததே இந்தக் கதை ஓட்டம், இவள் சிவகுரு நாதன் ராகினியின் செல்ல மகள்.

சண்முகம்,தெய்வாவிற்கும் இவளே மகள் ஆதலால் இந்த வீட்டின் இளவரசி.

அப்பத்தா சிவகாமிக்கு,தாத்தா சிவபரங்கிரிக்கும் எல்லாம் அவள் தான்,

அவளது சுறுசுறுப்பு, குறும்புத்தனம்,பாசம்,அழகு,அதிகாரம்,அறிவு எல்லாவற்றுக்கும் இவர்கள் அடிமை, சொல்லப் போனால் இவர்களது வளர்ப்பே இன்று அவளது அனைத்து துணிச்சலுக்கும் காரணம்.

அண்ணன்கள் இருவர் தம்பி ஒருவன் என மூவருடனும், மல்லுக்கட்டி நின்று அவள் காரியத்தைச் சாதித்துக் கொள்வாள்.வீட்டில் ஒரே பெண் ஆதலால் செல்லம் ஒருபுறம் இருந்தாலும், அன்னையைப் போல் எதிலும் தைரியமாகச் செயல் படுவாள், தெய்வாவின் வளர்ப்பு என்பதால் பெண்மைக்கு உரிய எல்லையைத் தாண்டவும் அவளுக்கு அதிகாரம் கொடுக்கப் படவில்லை. படிப்பில் படு சுட்டி,ஆனால் அதில் தேர்ச்சி பெறுவதும் கோட்டை விடுவதும் அவள் விருப்பமே, யாரும் கட்டாயப் படுத்தி எதையும் செய்ய வைக்க முடியாது.

இவர்கள் ஊருக்கு அருகில் உள்ள நத்தம் பகுதியில் ஒரு பெரிய விவசாயக் குடுப்பத்தில் முருகானந்தம் என்பவருக்கு வாக்கப்பட்டவர் இவள் அத்தை சுந்தரவள்ளி அவர்கள் இரு மகன்களும் விவசாயம் தான் தொழில்.அவர்கள் இருவரும் தன் மாமன் மகள்களை விடப் பத்து வருடம் மூத்தவர்கள், அதனால் அவர்களுக்குத் திருமணம் ஆகி இரண்டு குழந்தைகளும் உண்டு.

அத்தை வீட்டில் இவள் வயதுக்குத் தோதாக ஒரு பெண் உண்டு, சுந்தரவள்ளிக்குப் பலவருடங்கள் கழித்துப் பிறந்த பெண் குழந்தை, அமிர்தவள்ளி அவள் தான் நம் ஜானகிக்குத் துணை,தோழி எல்லாமும் .

இருவருக்கும் இடையே எந்த வேறுபாடும்,ஒளிவு மறைவும் இருக்காது, நாள் சென்று பிறந்த பிள்ளை என்பதால் அவளுக்கும் செல்லம் அதிகம், அவளும் தன் மாமான்கள் வீட்டில் ஜானகியுடன் தான் வளர்ந்தாள் ,இருவரும் பள்ளிப் படிப்பு முதல் இன்றுவரை ஒன்றாகவே படிக்கின்றனர்.

இந்தப் பெண்மக்கள் இருவரும் அவள் தாயின் பள்ளியிலேயே பள்ளிப் படிப்பை முடித்தனர், இங்கேயே இருந்தால் வெளி உலகம் தெரியாது என இளங்கலை படிப்பைச் சென்னையில் இருக்கும் ஓர் புகழ் பெற்ற கல்லூரியில் சேர்த்து விட்டனர்.

விடுதி சாப்பாடு இவர்களுக்கு ஆகாது என இவர்கள், தாத்தா அப்பத்தா இவர்களின் சென்னை வீட்டில் வைத்து தாமும் துணைக்கு இருந்து படிக்க வைத்தார்கள்.இவர்களுக்குப் பாய்ச்சிய நீர் தம்பிக்கும் கிடைத்தது,

அவன் தற்போது மூன்றாம் ஆண்டுச் சென்னையில் படிக்கிறான், அதே வீட்டில் இங்கிருந்த சில நண்பர்களும் சேர்த்து அந்த வீட்டில் தங்கிப் படிக்கி-றான் பேத்திகள் படிப்பை முடித்தவுடன்,பெரியவர்கள் இருவரும் தங்கள் வீட்-டுக்குத் திரும்பி விட்டனர்.

இளங்கலை BBA படித்தவர்கள்,சென்னைக்கு அடுத்து பெங்களூரு செல்வதாகச் சொல்லத் தாத்தாவும்,அப்பத்தாவும் தாங்களும் வருவதாகச் சொல்ல, பேத்திகள் இருவரும் சத்தியாகிரகம் செய்து அவர்களை நிறுத்தி-னார்கள்."ஏய் செல்லக்குட்டி, ஏண்டாமா எங்களைக் கழட்டி விடுற ,ஏதா-வது திட்டம் போடுறியா" எனக் கேட்ட தாத்தாவை,உங்களுக்குத் தெரியாமல் ஏதாவது செய்வேனா என ஐஸ் வைத்துச் சமாளித்தாள்.

பெங்களூருவில் இருக்கும் போது MBA ,வகுப்பில் அறிமுகமானவள் தான் மயூரி, முதல் பார்வையிலேயே அவள் தன தாயைப் போல் இருக்கி-றாள் எனப் பாசம் வைத்தவள் அவளோடு பழகினாள்.

அவர்களுக்கு விடுதி பிடிக்காமல் போக, ஜானகி,அமிர்தா ,மயூரி அவள் தோழி மஞ்சரி என நால்வரும் ஒரு அடுக்குமாடிக்குடியிருப்பு வீட்டில் தாங்-கினார், பல கட்ட ஆலோசனைக்குப் பின்,இரு வீட்டினரும் அவர்கள் வசதி, பாதுகாப்பு என அத்தனையும் உறுதி செய்த பின்பு அவர்களுக்குச் சமை-யல்,வேலைகளுக்கு ஆள் ஏற்பாடு செய்து அங்கே தங்க வைத்திருந்தனர்.

கடைசிப் பருவம் ப்ராஜெக்ட் செய்ய வேண்டிய தருணத்தில், அவரவர் அப்பாக்களின் நிறுவனத்தில் செய்யாமல், மாற்றிச் செய்வோம் என ஜானகி யோசனை சொல்ல,அதுவும் சரியென புதுச் சூழல் மனிதர்கள் புது அனுப-வங்களுக்காக இதனைச் சரி என்றனர்.

இதில் மயூரியின் பாடு அவள் அண்ணனிடம் அனுமதி வாங்கும் முன் பரிதவித்துப் போனாள்.அவ்வளவு கேள்வி,சந்தேகம் என எல்லாம் கேட்டு,ஜானகி,அமிர்தாவுடனும் போனில் பேசி விசாரணை நடத்தி, மயூரி பாதுகாப்புக்குத் தான் பொறுப்பு ஜானகியம், அவள் அண்ணன் அமுதனும், மயூரியின் அண்ணனிடம் பேசிய பின்னே ,ஜானகியும் அவனிடம் வேலை செய்யச் செல்வதனால் அனைவரையும் பாடாய்ப் படுத்தி அரை மனதுடன் சரி என்றான்.

இதில் மயூரியை பார்த்தவுடன் ஓர் பாசம் வந்தாலும், ப்ராஜெக்ட் சமயம் வரும் முன் ஒரு மாதம் முன்னால் தான் அவள் தன் உறவு என்பது தெரிய வந்தது.

மயூரியுடன் பேசிப் பார்த்ததில் அவள் குடும்ப வரலாறும், தன் அன்னை மேல் அவர்கள் வைத்திருந்த வெறுப்பும் தெரிய வர, வெறுப்புக்கும்,அன்-பிற்கும் நூல் அளவே இடைவெளி, என்ற தாரக மந்திரத்தைப் பிடித்துக்

கொண்டு, இதில் இரண்டு புறமும் இன்னும் சில இளைய தலைமுறை உறுப்பினர்களைச் சேர்த்து "ராகினி -ராத்தோட் " இணைப்பு மிஷனில் இறங்கினாள் .

இதற்கு ஆர் ஆர் மிஷன் எனப் பெயர் கூட வைத்து விட்டாள் , இதில் பிரதான உறுப்பினர்கள் ஜானகி, அமிர்தா,அமுதன், சிவபாலன், மயூரி வீட்டில் மஞ்சரி,மற்றும் அவளின் இளைய அண்ணன் ராஜ்வீர்.

இதில் ராஜ்வீரும்,அமுதனும் ,லண்டனில் ஒன்றாகப் பிசினெஸ் கோர்ஸ் முடித்தவர்கள், அவர்கள் சந்திப்பில் சில உண்மைகள்தெரியவர, மயூரியையம் ஜானகியையும் ஒரே வகுப்பில் சேர்த்தவர்களும் அவர்கள் தான். அண்ணன்களின் ரகசியம் ஜானகிக்குத் தெரிந்த பின்னே, மிஷன் உருவாகி வேகம் எடுத்தது,இவர்களுக்கு வாட்ஸ் அப் க்ரூப் கூட உண்டு.அந்த மிஷனின் ஒரு பகுதி மயூரி ,அதனைச் செயல் படுத்த அமுதன்,பாலன்,மஞ்சரி, அவள் அடுத்தச் சில நாட்களில் மயூரியுடன் இணைவாள் .

அடுத்தப் பகுதி ரத்தோட் சாம்ராஜ்யத்தில் ஜானகியின் தடாலடி என்ட்ரி.

மனதின் வார்த்தை -3

மும்பை விமான நிலையம், பரபரப்பான அந்த மாலைப் பொழுதில் பெங்களூரிலிருந்து தரையிறங்கிய விமானத்தில் வந்து இறங்கினாள் நம் பெண்ணரசி, ஜானகி தேவி. மும்பை மண்ணை மிதிக்கும் போதே, தன் அன்னையை,அவர் பிறந்த வீட்டு உறவுகளுடன் எவ்வாறு சேர்த்து வைப்பது எனும் சிந்தனையில் வந்தாள். ப்ராஜக்ட் அவளுக்கு இரண்டாம் பட்சமே. அமைதியான மலையில் வாழ்ந்தவள் ,இந்த இயந்திர கதி ஊரைப் பார்த்துத் திகைத்து நின்றாள்.

ஜீன்ஸ் பேண்ட ,காட்டன்டாப்ஸ், தூக்கிப் போட்ட குதிரைவால் ,ஹைஹீல்ஸ் சகிதம் சின்ன ஹேண்ட் பேக் இடது கையில் மாட்டிய படி ,உள்ளங்கையில் மொபைல் பிடித்து,லகேஜ் ட்ராலியை தள்ளியபடி ,பக்கத்தில் தன் அத்தைமகள் அமிர்தாவுடன் இணைந்து வாயிலை நோக்கி நடந்து கொண்டிருந்தாள்.

ஜானகி,தன் தாய்,தந்தையரின் சரி பாதிக் கலவை. தாய் போல் கூர் மூக்கு , உதடு, உடல்வாகு. தகப்பனை போல் சிரிக்கும் கண்கள், வட்டமுகம் கருமையான முடி, மற்றும் முக அமைப்பு,சந்தனம் நிறம். புருவங்கள் திருத்தப்பட்டு வேல் விழியால்,முதல் முறை பார்ப்போர் திரும்பிப் பார்க்க வைக்கும் காந்தசக்தி உடையவள்.

தங்களை அழைத்துச் செல்ல வண்டி ஏற்பாடு செய்வதாக மயூரி சொல்லி இருந்தாள், ஆனால் காலை முதல் தன் தோழி உண்மையை மறைத்த கோபத்தில் இவளிடம் பேசவே இல்லை

"ஜானி, நாம தங்கும் இடம் தெரியும் தானே, டாக்சி புக் பண்ணலாமா?" எனக் கேட்டாள் அமிர்தா.

"பொறுடி,அதெல்லாம் கட்டாயம் ஏற்பாடு பண்ணியிருப்பா வெளியே யாராவது பெயர் பலகையோடு நிப்பாங்க" என்றாள் ஜானகி .

அவர்கள் பார்வையாளர் பகுதியைப் பார்வையால் அலசிக் கொண்டே வந்தனர்." ட்ராபிக்கில் மாட்டிக் கொண்டேன், அரை மணி நேரத்தில் வந்துவிடுவேன்.சாரி பார் தி இன்கன்வீனியன்ஸ் " என ராஜ்வீரிடமிருந்து ஜானகிக்கு மெஸேஜ் வந்தது.

வெயிடிங் அறையில் இருந்த இருக்கையில் அமர்ந்தனர். மாலை வெயில் இன்னும் அடங்கவில்லை. ஒரு காபி குடிக்கலாம் என்றாள் அமிர்தா, பக்கத்தில் ஐஸ்கிரீம் கடையைப் பார்க்கவும், ஜானகி ஐஸ்கிரீம் சாப்பிடலாம் என்றாள் இருவருக்கும் வாக்குவாதம் நடக்க,வழக்கம் போல் ஜானகி சொல்லியது தான் நடந்தது.

அமிர்தாவிடம் லகேஜை கொடுத்து விட்டு ஐஸ்கிரீம் கடை நோக்கிச் சென்றாள் ஜானகி. தனக்கு ஒரு பட்டர்ஸ்காட்ச் கோன்,அமிர்தாவுக்கு ஸ்ட்ராபெரி கோன் ஐஸ் வாங்கிக்கொண்டு ,கையில் மொபைல்,சில்லறை ரூபாய், ஹேண்ட்பேக் என அனைத்தையும் வைத்துச் சர்கஸ் செய்து கொண்டிருந்தாள். கவனம் கையிலிருந்ததால் பாதையில் கவனம் இல்லை.

இவை அனைத்தையும் பிடித்தவாறு ,ஒரு திருப்பத்தில் கோன் உருகிவிடும் அவசரத்தில் வந்தவள், எதிரே மொபைலில் பேசியவாறு வந்த இளைஞனைப் பார்க்காமல் ,அவன் மீதே மோதி விழப்போனாள்.

மோதிய வேகத்தில் இருவர் கைகளிலும் இருந்த பொருட்கள் சிதற, அவன் ,இவள் தோள்பட்டையை இடித்து, ஓர் சுற்று சுற்றி இருவர் கைகளும் தன்னிச்சையாக பற்றி விழப்போன, அவளை இடை வளைத்து அணைத்துத் தாங்கியது அவன் வலிமையான கரம் .

தான் விழப்போவதை உணர்ந்து கண் மூடி அடிப்படப் போவதை அவள் நினைத்திருக்க, யாரோ ஒருவரின் அணைப்பிலிருந்தாள். வாயில் பட்டர்ஸ்காட்ச் ருசி தெரிய ,குழப்பத்துடன் மெல்ல அவள் கண் திறந்து பார்க்க அவளை அணைத்திருந்த வாலிபன் முகம் முழுவதும் ஐஸ்கிரீம் அபிஷேகம் ஆகி இருந்தது ,அவன் முகத்தில் கொட்டிய மீதி இவள் வாயில் விழுந்திருந்தது.

அதிர்ச்சியில் இருவரும் சிலை போல் இருக்க, சுற்றியிருந்த மக்கள் வேடிக்கை பார்த்தனர். அவன் முதலில் சமாளித்து அவளை நேராக நிறுத்தி அவள் கண்களைப் பார்த்து முறைத்து,"வாட் தே ஹெல் "என அவன் உறுமலும் "சாரி" என்ற இவளின் கதறலும் ஒரு சேர வந்தது.

தூரத்தில் இதைப் பார்த்துக் கொண்டிருந்த அமிர்தா அதிர்ந்து ஓடி வந்தாள். வேகமாக வந்தவள் ஜானகியின் ஹேண்ட் பேகை கண்டெடுத்து,அதிலிருந்து வெட் டிஸ்யூகளை எடுத்து ,தோழிக்காகப் பல சாரிகள் சொல்லி

அவனிடம் நீட்டினாள். அதை வாங்கித் தன் முகத்தைச் சுத்தம் செய்தான் அந்த இளைஞன். கண்கள் மட்டும் ஜானகியிடம் அனல் கக்கிக் கொண்டிருந்தது.

இதற்கெல்லாம் பயந்தவளா என்ன நம் நாயகி , சோகமாக முகத்தை வைத்து வடிவேல் பாணியில்(வட போச்சே!) ஐஸ்கிரீம் போச்சே ! என்றாள்.இந்த களேபரத்திலும் தன் தோழியின் ஹ்யூமர் சென்ஸை நினைத்து வந்த சிரிப்பை மறைத்து அவளைப் பார்த்து முறைத்தாள்.

எதிரில் நின்ற வாலிபன் இந்தப் பிடி சாபம் எனத் தரும் துர்வாச முனிவர் போல் நின்று கொண்டிருந்தான். அமிர்தாவின் முக மாறுதல் மற்றும் ஜானகியின் ஆட்டிடிடியூடில் இருந்து அவள் ஏதோ கேலி செய்கிறார்கள் என அறிந்து கோபத்தோடு நின்றான்.

தன் முன்னே முறைத்து நின்றவனை ஏறெடுத்துப் பார்த்தாள் ஜானகி. ஆறடி உயரம், உடற்பயிற்சியால் செதுக்கப்பட்ட உடல், செவ்வக வடிவ முகம், அடர்த்தியான புருவம் ,துளைக்கும் கண்கள் அழுத்தமான உதடுகள்,மீசை,தாடி இல்லாமல் மழிக்கப்பட்ட கன்னங்கள் என அக்மார்க் நார்த் இண்டியன். ஆனால் சாயல் அறிந்ததாக இருந்தது, இதற்கு முன் எங்கோ பார்த்த நினைவு யோசனையோடு பார்த்து நின்றாள்.

அவளின் ஆராய்ச்சி பார்வையைப் பார்த்து அடக்கப்பட்ட கோபத்துடன்... "ஹோகய்"(ஆச்சா)என்றான்.

அப்போதுதான் அவனைப் பட்டிக்காட்டான் மிட்டாய்க் கடையைப் பார்ப்பது போல் தான் பார்ப்பது அறிந்து தன் பார்வையை மாற்றினாள். “கண்ணை மூடிக்கொண்டு வருவாயா, மூளையென்ற ஒன்னு இருக்கா இல்லையா” என ஹிந்தி மற்றும் ஆங்கிலத்தில் மாற்றி மாற்றி வசை பாட ஜானகி தன் பொறுமையை இழந்து கொண்டிருந்தாள். அமிர்தா தான் இவளும் ஆரம்பித்தால் எப்படிச் சமாளிப்போம் எனப் பயந்து நின்றாள்.

சத்ரபதி சிவாஜி சர்வதேச விமான நிலையம், ஒரு நாளில் சராசரியாக 940 விமானச் சேவைகள் இருக்குமாம்.பயன்பாட்டாளர், பயணிகளின் எண்ணிக்கை லட்சங்களில் இருக்குமாம். விமானங்களுக்கு 3டெர்மினல்ஸ், பயணிகளுக்கு 2 டெர்மினல்ஸ் நுழை வாயில் என இருக்குமாம்.

எல்லா நாடுகளிலிருந்தும் ,இந்த மும்பை மாநகருக்கு வந்திறங்கியவர்கள் எல்லாம் ஒழுங்காகச் சென்று கொண்டிருக்க இந்த ஜானகி மட்டும் எப்படித் தான் வம்பை விலைக்கு வாங்குவாளோ என நொந்த படி , சிதறிக் கிடந்த இருவரின் அலை பேசிகளையும் சேகரித்துக் கொண்டு இருந்தாள் அமிர்தா.

எதிரே நின்ற வளர்ந்தவன், ஜானகியைக் கோபமான சொற்களால் வருத்து எடுத்துக்கொண்டிருந்தான்,ஜானகி இடையில் குறுக்கிட்டுப் பேச முயல ,அவன் விட்டால் தானே. பொறுத்துப் பொறுத்துப் பார்த்தவள், முடியாமல் ,

தன் கையை அவனுக்கு நேரே உயர்த்தி, "ஸ்டாப் இட், என்ன விட்டா போய்க் கிட்டே இருகீங்க , பஹூத் ஹோகயா, ஔர் ஏக் சப்த நஹி". என ஹிந்தி , இங்கலீஸ் இரண்டிலும் குரல் உயர்த்தி கட்டளை இட்டாள்.

"தப்பு இரண்டு பக்கமும் இருக்கு மறந்துடாதீங்க , நீங்க சத்தமா பேசிட்டா எல்லாம் சரி ஆகிடுமா?" என்ற அவள் குரலில் ஏதோ ஒன்று இருக்க , தன்னை இந்தச் சின்னப் பெண் அடக்குகிறாள் என்ற கோபம், வியப்பு எல்லாம் சேர்ந்து முறைத்து நின்றான். அதற்குள் ஏர்போர்ட் அதிகாரி ஒருவர் ஆர்டரின் பேரில் பணியாளர்கள் வந்து அந்த இடத்தைச் சுத்த படுத்தினர்.

அமிர்தா சிதறிய அவன் மொபைலை ஒன்றிணைத்து ஒரு மன்னிப்பைக் கண்களில் இறைஞ்சி ,சமாதானமாய் அந்த மொபைலையும் அவன் முன் நீட்டினாள்.உங்களுக்காக விட்டுச் செல்கிறேன் என அமிர்தாவிடம் சமாதா-னமாகவும், ஜானகியுடன் முறைப்புடன் " உன்னைத் திருப்பி என் வாழ்வில் சந்திக்கக் கூடாது என வேண்டுகிறேன்" எனக் கோபத்தை உமிழ்ந்து அவ்-விடம் விட்டு நகர்ந்தான்.

இந்த இடம் வாஸ்து சரியில்லை என்பது போல்,வளர்ந்தவன் மேல் இருந்த கோபம் குறையாமல் ,அவன் போன திசையை வெறித்து நின்ற தன் தோழியை கையைப் பிடித்து அழைத்த சென்றாள் அமிர்தா.

தங்கள் லகேஜ் அனாதையாகக் கிடக்க அதனை எடுத்து வைத்துக்-கொண்டு ஜானகியைச் சமாதானம் செய்து கொண்டு இருந்தாள் அமிர்தா.

அமிர்தாவின் அலைப்பேசி ஏழு ஸ்வரங்களுக்குள் எத்தனை ராகங்-கள்.(அவள் வாணி ஜெயராம் ரசிகை)என இசைக்க ,அவள் அழைப்பை ஏற்றுப் பதில் கூறினாள்.

ராஜ்வீர் தான் அழைத்தான் , அவர்களைச் சஹாரா நுழைவாயில் பகு-திக்கு வெளியே வரச்சொன்னான்.அமிர்தா உர்ர்...என முகத்தை வைத்துக் கொண்டிருந்த ஜானகியை ,சில சேஷ்டைகள் செய்து சிரிக்க வைத்து வெளியே அழைத்துச் சென்றாள். வாயில் பகுதிக்கு வரும் போதே,ஜானகி தன்னைச் சமன் படுத்திக் கொண்டாள். புதிய சொந்தமான ராஜ்வீரை மிகுந்த ஆவலுடன் எதிர் கொண்டாள்.

பார்கிங் ஏரியாவிற்கு வந்து தோழிகள் தேட, ராஜ்வீர் வாட்ட சாட்டமாக , ஜீன்ஸ்,டீசர்ட்,கூலர்ஸ் என ஹிந்தி படக் கதாநாயகன் போல் நின்றி-ருந்தான், அவன் அருகில் அவனை விடக் குட்டையாக,பால் வண்ணம், குட்டை முடி , செல்லுலாய்ட் பொம்மை போல், அவன் தோளில் தொங்கிக் கொண்டு, அவனைப் பிரிய மனம் இல்லாமல் அவனோடு நின்றாள் ஒரு பெண்.

பக்கத்தில் சென்ற பின், தோழிகள் இருவரும் மஞ்சரி என அழைக்க , அவன் தோளை விடுத்து, "ஹாய் ஜானி, அம்ரூ "என இவர்களைக் கட்டிக் கொண்டாள்.

ராஜ்வீரும் இவர்களைப் பார்த்து புன்னகைத்து,"இந்த மும்பை மாநகருக்கு அழகிய தேவதைகளை வரவேற்கிறேன்" என ஒரு ஹக் கொடுத்தான், இவர்கள் கலாச்சாரத்தில் அதிர்ந்தாலும், சமாளித்துப் பதிலுக்குப் புன்னகைத்தனர்.

ஜானகிக்கு தன் தாய் வழி மாமன் மகனைப் பார்த்ததில் உணர்ச்சி வயப்பட்டு நின்றாள்" ஹாய் சில் யா, உன்னை சந்தித்ததில் மிகுந்த சந்தோசம் " என அவள் கைகளைப் பிடித்தான். அமிர்தா",கைசே ஹை பாய்." என நலம் விசாரித்தாள். Fine சோட்டி (தங்கை)எனத் தன் சகோதர முறையைக் கொண்டாடினான்.

மஞ்சரிக்கு நேரம் ஆனது , அவள் இன்று சென்னை சென்று, காலையில் மதுரை சென்று விடுவாள் , சிவ பாலன் அவளை அழைத்துச் செல்வதாக ஏற்பாடு. மஞ்சரி ,மயூரியோடு செல்வதாக இருந்தது அவள் அம்மா பம்மி அழைத்ததால் அவள் பெரியப்பா மகள் நிச்சய விழாவிற்கு வந்து செல்கிறாள். நான்கு நாட்கள் முன் மும்பை வந்தவள் இன்று திரும்புகிறாள். ராஜ்வீரும், மஞ்சரியும் பால்ய விவாகம் ஆனவர்கள் . ராஜ்வீர் அண்ணன் ரகுவீருக்குத் திருமணம் முடித்த பின் இவர்களுக்குச் செய்யலாம் எனப் பெரியவர்கள் பேசி உள்ளனர்.

மஞ்சரி மீண்டும் ஒரு முறை மூவரையும் ஹக் செய்து ,"நான் உன் ஆளைப் பார்த்துக்கோ, நீ என் புருசனைப் பார்த்துக்கோ "என அமிர்தாவிடம் கண் சிமிட்டி சொல்லவும், “மஞ்சி, நீ கவலைப் படாமல் போயிட்டு வா, நான் ராஜை பார்த்துக்கறேன்” என்றாள் ஜானகி.

“நோ, நீ , பார்த்துக்க வேணாம் தாயே, அதுக்காகத் தான் அம்ரூ ஹிட்டாகி சொன்னேன், அவள் ராக்கி கட்டி, அவளுடைய ராஜ் பய்யாவை நல்லா பார்த்துக்குவா, உன் கூட சௌத்தன் ஜக்கடா (சக்காளத்தி சண்டை) எல்லாம் போட முடியாது” என்றவள் ,”ஜானி, ஒரு ஹெல்ப் , நீ வேணா படே பய்யா , ராஜோட அண்ணனை கரெக்ட் பண்ணேன், என் ரூட்டாவது கிளியர் ஆகும்” என வேண்டுகோள் விடுத்தாள் மஞ்சரி.

“போடி, நான் என் மாதாஜிக்காகத் தான் மும்பைக்கே வந்தேன், மீசை இல்லாதவனை கட்டிக்கிட்டு, ரொட்டி தின்னு எல்லாம் என்னால காலத்தை ஓட்ட முடியாது. அதுனால உன் ராஜூம் பாதுகாப்பா இருப்பான், போயிட்டுவா “ என மஞ்சரியை அனுப்பி வைத்தாள் ஜானகி தேவி.

ஆனால் வலிய விதியின் முன் ஜானகி தேவி மட்டும் தப்பிக்க முடியுமா என்ன. ராத்தோட் களின் மாளிகையில் இவர்களது வரவேற்பு எப்படி இருக்கும், அம்மாவின் சொந்தங்களை ஜானகி எப்படி எதிர் கொள்வாள் ,பொறுத்திருந்துப் பாப்போம்.

மனதின் வார்த்தை-4

ராஜ்வீர், ஜானகி ,அமிர்தா மூவரிடமும் சொல்லிக் கொண்டு விடை பெற்றாள் மஞ்சரி. தோழிகளின் லகேஜை டிக்கியில் ஏற்றி விட்டு ,அவர்களுக்காகப் பின் கதவைத் திறந்து "ப்ளீஸ் கெட் இன்". என நாடக பாணியில் சொன்னான் ராஜ். அவன் ட்ராமாவைப் பார்த்து நகைத்த படி ஏறி அமர்ந்தனர்.

(இனி வரும் சம்பாசனைகள் ஹிந்தியில் இருக்கும், ஜானவி,அமிர்தா இருவரும் ராகினியின் வளர்ப்பு ஆதலால் மொழி அவர்களுக்குப் பிரச்சனை இல்லை, எனவே நான் மேஜர் சுந்தர் ராஜன் போல் மொழி பெயர்பு வேலையைச் செய்யாமல் , தமிழ் நாவல் என்பதால் ,என் ஹிந்தி மொழிப் புலமையையும் அடக்கிக் கொண்டு தமிழில் தொடர்வோம்.)

"எப்படி இருக்கிறது எங்கள் ஊர்,பிரயாணம் சுகமா?" என ஒரு வார்த்தைக்குக் கேட்டான்.

"ஊரெல்லாம் இனி தான் பார்க்கனும், ட்ராவல் நல்லாவே இருந்தது, ஆனால் ஏர்போர்ட்ல ஒருத்தனைப் பார்த்தேன், பார்த்தேன் எங்க இடிச்சுகிட்டேன், இங்கே பார் ராஜ், நாமெல்லாம் யாரையாவது இடிச்சா சாரி சொல்லுவோம் தானே, ஆனால் அந்த வளர்ந்த குரங்கு என்ன செய்தது தெரியுமா?" என்றாள் ஜானகி ,

"என்ன ? யார்?"எனக் கதை கேட்டான் ராஜ், "அதான் என்னை இடிச்சவன் , கண் இருக்கா,மூளை இருக்கானு திட்ட ஆரம்பிச்சுட்டான், இவனுக்கு மூளை இருக்கா கடுவன் பூனை,செங்குரங்கு" என ஜானகி வசைபாடினாள்.

"ஜானி இப்படி எல்லாம் முன்னைப் பின்ன யாருன்னே தெரியாதவரை திட்டாதடி சொல்லப் போனால் அவர் உன்னைக் கீழே விழாமல் காப்பாற்றினார்" என்றாள் அமிர்தா.

"நீ சும்மா இருடி ,பெரிசா வந்துட்டான்,வளர்ந்து கெட்டவன், அவன் இடிச்சதுல எனக்குச் சோல்டரெல்லாம் ஒரே வலி தெரியுமா? "என ஜானகி தோள்பட்டையைத் தேய்த்து கொண்டாள்.

"வலிக்குத்தாடி"என உண்மையான வருத்தத்துடன் கேட்டாள் அமிர்தா, "ஹாஸ்பிடல் போகலாமா ஜானி" என வினவினான் ராஜ்.

"இல்லப்பா நீ போ , ஒன்னுமில்லை பார்த்துக்கொள்ளலாம்"என்றாள் ஜானகி.

இதற்குள் பார்கிங்ல் இருந்து சற்றுத் தூரம் வந்திருக்க, மற்றொரு நுழைவாயில் நோக்கி காரை செலுத்தினான் ராஜ். "என்ன யோசனை?" எனக் கேட்டாள் ஜானி, அதற்கு ராஜ்,

"பய்யா வருகிற டெல்லி பிளைட்டும் இதே நேரம் தான், நானே பிக்கப் செய்கிறேன் எனச் சொல்லி, இன்னோர் காரை வேண்டாம் எனச் சொல்லி

விட்டேன். அதான் அவரைத் தேடுகிறேன்" என்றான்.

"அப்போது போன் செய் "என்றாள்,

"போன் செய்தேன் ஸ்விட்ச் ஆப்...என வருகிறது" என்றான் ராஜ்.

ஏதோ ஞாபகம் வந்தவளாக ,ஜானகி நானும் மொபைல் ஆன் செய்கிறேன் அம்மா கூப்பிடுவார்கள் என ஆன் செய்தாள். இவள் போனை ஆன் செய்ய முயன்ற போது,

அப்போது ஒரு புது நம்பரிலிருந்து ராஜிற்கு அழைப்பு வந்தது.

"ஹலோ" என்றது எதிர் முனை.தன் பய்யா குரலை புது நம்பரிலிருந்து கேட்கவும் குழப்பமாகப் "பய்யா, என்ன வேற நம்பரிலிருந்து call செய்யறீங்க" எனக் கேள்வி கேட்டான்.

'அதெல்லாம் அப்பறம் சொல்கிறேன், நீ எங்க இருக்க" என்றான், இவன் சொல்ல "இடதுப் பக்கம் ஸ்லோவ் பண்ணு. நான் வர்றேன்"என்றான் ரகுவீர்.காரை ஓரமாகப் பார்க் செய்தான் ராஜவீர்.

ஜானகி ,இவன் உரையாடலைக் கேட்டு, மூத்த மாமன் மகனைப் பார்க்க ஆவலாகக் காத்திருந்தாள். அவள் கையிலிருந்த மொபைல் நழுவி சீட்டுக்கு அடியில் விழ ,அதனை எடுக்க ஜானகி கீழே குனிந்தாள்.அவள் சிரமப்படுவதைப் பார்த்து அமிர்தாவும் கீழே குனிந்தாள். இதற்குள் ராஜின் பய்யா அவர்கள் இருந்த இடத்திற்கு வந்து காரில் ஏறினான்.

"பய்யா ,இது என்ன பெர்ஃபூம் யூஸ் பண்ணறீங்க, வித்தியாசமா இருக்கிறது" என்றான் ராஜ்.

"பட்டர் ஸ்காட்ச் அண்ட ஸ்ட்ராபெரி மிக்ஸ்டு ஃப்லேவர்" என்றான், ராஜவீரின் அண்ணனான ரகுவீர்.

ஆம் ,சாட்சாத் நம்ம ஜானகியின் அர்ச்சனைகளுக்கும், ஐஸ்கிரீம் அபிஷேகத்திற்கும் ஆளான அதே வளர்ந்து கெட்டவன் தான் ராஜின் அண்ணன் ரகுவீர் சிங் ராத்தோட் .

"புரியவில்லை" என்றான் ராஜ். அவளை நினைத்தவுடன் ப்ரெஷர் லெவல் ஜாஸ்தியாகி, "அது ஒரு ஜங்லி பில்லி, பத்மாஷ் கைகி, வாயாடி,பாகல் கைகி அவளால் தான் எல்லாம். என்ன ஒரு திமிறு,ஆட்டிட்யூட். என் மேல் ஐஸ்கிரீம் கொட்டுனதும் இல்லாமல் என்னையவே எதிர்த்து நிற்க்கிறா".எனப் பொரிந்து தள்ளினான் ரகுவீர்.

தன் சகோதரன் தானா எனச் சந்தேகம் வந்தது ராஜ்வீருக்கு. சாதாரணமாக அதிகம் பேசாதவன் ரகுவீர் , எதுவானாலும் ஆக்சன் தான். இப்படிப்பட்ட தன் அண்ணனை இப்படிப் புலம்ப வைத்தது யார் என அதிசயித்தான்.

இதற்குள் குனிந்து மொபைலைத் தேடிய தோழிகள், புதிதாக வந்தவனின் குரல் பரிச்சயமாக இருக்க, அதிர்ச்சியுடன் நிமிர்ந்தனர். முன்னால் உட்கார்ந்திருந்த ரகுவீர் கண்ணாடி வழியே , பின்சீட்டில் இந்தத் தோழிகளைப் பார்த்துக் கத்தவே ஆரம்பித்து விட்டான்.

"ராஜ் , வண்டியை நிறுத்து இதுங்க தான் அந்த பொண்ணுங்க, இல்லை இல்லை, ஒன்னு தான் பொண்ணு, இன்னொன்னு பைத்தியம், உனக்கு என்ன தைரியம் இருந்தால் என் வண்டியில் ஏறுவ, இன்னொரு தரம் உன்னைய பார்க்கக் கூடாதுன்னு ,சொன்னேனா இல்லையா,வம்பு பண்ணனும்னே இதில் ஏறினியா?" .என்றவன் தொடர்ந்து ராஜிடம் ,

"ராஜ், வண்டியை போலீஸ் ஸ்டேஷனுக்கு விடு உன்னை ஏமாற்றி ஏறினாங்களா, இல்லை உனக்கே தெரியாமல் குஸ் பைடி ஹோகி, எனக் கோபமாகத் திட்டினான் "

"ஹலோ, நீ யாரு மேன், எங்களை ஃபாலோ பண்ணி இங்க வந்தியா? என்ன சொன்ன உன் மொகரக்கட்டைய பார்க்க எங்களுக்கு ரொம்ப ஆசை பாரு! போலீஸ் ஸ்டேஷன் போறாராம், நான் தான் இவன் மேல வெர்பல் ஹராஸ்மென்ட் கேஸ் போடணும்,ராஜ் வண்டியை போலீஸ் ஸ்டேஷனுக்கு விடு ."என அவன் பாணியில் சொன்னாள் ஜானகி.

"யூ ஆர் க்ராசிங் யுவர் லிமிட், என்னை யாரென்று தெரியாமல் மோதாத" என்றான் ரகுவீர்.

"ஆமாம் இவரு என் முறைப் பையன் பாரு, குலம், கோத்திரம்,ஜாதகம் எல்லாம் பார்த்துப் பேச" என்றாள் ஜானகி. நடுவே இவர்கள் சண்டைக்குள் நுழைந்து பேச முயன்று தோற்றான் ராஜ்.

"ஏ சும்மா இருடி" என்ற அமிர்தாவிடம்."முறைப்பையன் என்ன அர்த்தம் " என வினவினான் ரகுவீர்.

"பியான்ஸி " என்று இவளைப் பார்த்து முறைத்த ஜானகியைப் பார்த்துக் கொண்டே தயங்கி பதில் சொன்னாள் அமிர்தா.

"என்ன பியான்ஸியா ,உன்னைய மாதிரி ஒருத்தி வந்தால் நான் தற்கொலை பண்ணிக்குவேன், இல்ல சன்னியாசம் போவேன்.உன்னையெல்லாம் ஒரு நிமிஷம் கூடச் சகிக்க முடியாது" என்றான் ரகுவீர்.

ராஜ் ,"அடுத்த டாக்ஸி ஸ்டாண்டில் இவங்களை இறக்கி விடு" என்றான்.

"பய்யா,அது முடியாது' என்றான். "ஏன் அவள் உன்னைய மிரட்டினாளா" எனக் கண்களில் பொறி பறக்கக் கேட்டான்.

'பய்யா,ப்ளீஸ் அவங்க இரண்டு பேரும் மயூரியின் ஃப்ரெண்ட்ஸ், பெங்களூரில் இருந்து நம்ம கம்பெனியில் ப்ராஜெக்ட் பண்ண வந்திருக்காங்க' என்றான் ராஜவீர்.. ஜானகி தேவி அண்ட அமிர்தவள்ளி என்ற பெயரைச் சிரமப்பட்டுச் சொல்லி முடித்தான்.

"ஜானி, இவர் என் படேபய்யா, ரகுவீர் சிங் ராத்தோட் , ராத்தோட் குரூப் ஆப் கம்பெனிஸ் MD". என்று அறிமுகப்படுத்தினான்.

ரகுவீர், ஜானகி இருவரும் முறைத்தபடி அமைதியாக இருந்தனர்.

அமிர்தா தான் மௌனத்தைக் களைத்தாள்.

"ஹலோ சார்,மயூரி உங்களைப் பற்றி நிறையச் சொல்லி இருக்கா. இப்படி ஒரு இக்கட்டான சூழ்நிலையில் சந்திக்க நேரிடும் நினைக்கவில்லை,

நான் அமிர்தா , இவள் ஜானகி " என அறிமுகம் செய்து கொண்டு வணக்கம் சொன்னாள். ஜானகியையும் கண்களால் ஜாடைக் காட்டினாள்.

அமிர்தா பேசியதைக் கேட்டு தலை அசைத்து ஏற்றவன்."ஆனால் உங்கள் ஃப்ரெண்டு அப்படி நினைக்கவில்லை போல என்றான்", கண்களில் அலட்சியத்துடன்.

"இவர் தான் ரகுவீர்ன்னு நான் எப்படி நம்பறது" என அசராமல் கேட்டவளை பார்த்து ராஜ்,அமிர்தா கொஞ்சம் கூட பயம் இல்லையே என அதிர்ந்தனர்,

‘எல்லாம் திமிர் , வாடி ,வா, அதை அடக்குகிறது தான் என் முதல் வேலை’ என மனசுக்குள் கருவி, அலட்சிய பார்வைப் பார்த்தான் ரகுவீர்.

"வாடா மச்சான் வா, இந்த ஜானகி கிட்டையேவா உன்னோட ஆட்டிட்யூட், உன்னை மட்டும் இல்லை உன் டோட்டல் குடும்பத்தையும் மாற்றிக் காட்டலை சிவகாமி பேத்தி ஜானகி தேவி இல்ல நான்‘ என மனதிற்குள் சவால் விட்டாள் ஜானகி.

புயல் அடித்து ஓய்ந்த அமைதி இருந்தது. மௌனமாக மும்பை நகர் சாலையில் வண்டி ஓட, இருவர் உள்ளத்திலும் மற்றொரு புயல் உருவாகிக் கொண்டு இருந்தது.

ஜானகி தேவி இந்தக் கொங்கணக் கரையில் வந்திறங்கிய தினத்தின் காலைப் பொழுதில் தான் ஸ்வர்ன மயூரி சிறுமலை சென்றடைந்தாள்.

சிவகாமிப் பாட்டி சாமர்த்தியமாகத் தன் மருமகளின் மருமகளை வீட்டில் தங்க வைக்க, அமுதன் அவளை மேல் தளத்துக்கு அழைத்துச் சென்றான்.

சிறுமலைப் பகுதியிலிருந்த இவர்கள் வீட்டிற்குச் சிவ மாளிகை எனப் பெயர் சூட்டி இருந்தனர்.

ஒன்றரை ஏக்கர் பரப்பளவில் விஸ்தாரமாய் அமைந்தது இவர்கள் வீடு. மலைப் பகுதி ஆதலால் இரண்டு அடுக்குடன் நின்றது வீடு.

கிழக்கு நோக்கிய வீட்டில் முகப்பிலிருந்து வீட்டைச் சுற்றி தாழ்வாரம் உண்டு. வீட்டின் நான்கு புறமும் வாயில் கதவு உண்டு. உள்ளே நுழைந்தவுடன் ஒரு பெரிய ஹால் , ஹாலின் மூன்றாம் கட்டிலிருந்து மாடிப்படி அகலமாக ஒன்றாக ஆரம்பித்து இரண்டாகப் பிரியும்.

ஹாலின் இடப்புறம் அடுப்படி அக்னி மூலையிலும் , ஸ்டோர் ரூம், யுடிலிட்டி ஏரியா எனப் பிரிக்கப்பட்டு இருக்கும். இடதுபுறம் நீண்ட மேஜைகளைக் கொண்ட டைனிங் ஹாலும் உண்டு , அதிலிருந்து தாழ்வார வாசல் இருக்கும்.

இந்த டைனிங் நேர் எதிரே பூஜை அறையும் அதை ஒட்டி தாத்தா பாட்டி அறை இருக்கும். ஹாலின் வலது புறம் மூன்று சூட்டுகள் உண்டு. அவை அண்ணன் தம்பி இருவருக்கும் மீதம் ஒன்று விருந்தினருக்கு.

ஒவ்வொரு சூட்டும் ஒரு சிறிய ஹால் , அதிலிருந்து உள்ளே படுக்கையறை , அதற்குள் ஒரு கதவைத் திறந்தால் ஒரு புறம் ட்ரெஸிங் ரூம்,மறுபுறம்

மாடர்ன் குளியலறை எனச் சகல வசதியுடன் இருக்கும். இது அல்லாமல், கீழ் தளத்தில் வீட்டிலிருந்து சில வேலைகளைப் பார்க்கும் வசதியுடன் ஒரு அலுவலகம் அறையும் இருக்கும். இந்தப் பக்க வாசல் கார் பார்கிங்கிற்குச் செல்லும்.

மாடிப்படிக்கு அடியில் உள்ள பகுதியில் ஷோபா போடப்பட்டு இருக்கும் ,அதன் நேரே வெளியேறும் பின்புற வாசல் , வீட்டின் பின்புறத்தில் , அவுட் ஹவுஸ், ஜிம், டென்னிஸ் கோர்ட் எல்லாம் உண்டு.இங்கும் கலைநயம் மிக்க ஸ்டோன் பென்ச் ஓரங்களில் போடப்பட்டிருக்கும்.

மேல் தளத்தில் 6 சூட்டுகள், கீழே இருப்பதைவிடப் பெரியதாக இருக்கும். பின் புறத் தாழ்வாரத்திலிருந்து மாடிக்கும், அதற்கு மேல் மாடிக்கும் படி உண்டு.

இரண்டாம் தளத்தில் இரண்டு விருந்தினர் சூட்டுகளும் ஒரு ஹால் , மீதி பாதி ரூஃப் கார்டன் ஆக மாற்றியிருந்தார்கள்.

முதல் தளத்தில் உள்ள வலது பக்க முதல் அறை அமுதன் உடையது, இரண்டாவது ஜானகியுடையது. மூன்றாவது அறையைத் தான் மயூரியும், மஞ்சரியும் தங்குவதற்கு ஒதுக்கி உள்ளனர். இடது புறம் உள்ள அறைகள் சிவ பாலன் , மற்றும் சிவ கணேஷ் உடையது. பெயருக்குத் தான் தனித்தனி அறை ,ஆனால் அவர்கள் இருவரும் தங்குவது ,தூங்குவது எல்லாம் அமுதன் அறையில் தான்.

தனக்காக ஒதுக்கப்பட்ட அறைக்கு வந்த மயூரிக்கு தான் என்ன செய்வது என்றே புரியவில்லை. ஜானகி மேல் மிகுந்த கோபத்திலிருந்தாள்.அதனால் அவள் அழைப்பை ஏற்கவில்லை, அமிர்தா நம்பரிலிருந்தும் கூப்பிடுவாள் என அவள் அழைப்பையும் தவிர்த்தாள்.

தன் அத்தை வீடு ,இது என்பதில் அதிர்ச்சி. ஜானகியின் தாத்தாவின் வார்த்தைகள், அவள் மனதில் ஆழமாய்ப் பதிந்திருந்தது.மயூரி ரகுவீரை ஃபாலோ செய்பவள், எனவே தன் அத்தை பற்றிய விசயத்தை மயூரியிடம் , மறைத்து அனுப்பி வைத்தான் ராஜ்வீர்.

இங்கு வந்து, நேரில் புவாஷாவைப் பார்த்த பிறகு மனம் மாறுவாள், என நம்பிக்கை வைத்து மற்றவர்களுக்கும் (மிஷன் RR) நம்பிக்கை தந்தான்.அதே போல், பெரியவர்களின் வார்த்தையில் சமாதானம் ஆனாள். குளித்துத் தயாராகி நின்றவளுக்கு ரகுவீரிடமிருந்து அழைப்பைக் கொண்டு வந்தது பேசி.

"ஹே மேரி சோட்டி, மேரி லாடு கைசி ஹோ. அங்கே நல்லபடியா போய் சேர்ந்திட்டியா, நஹி தோ லௌட் ஆவ் மேரி லாடு "என்றான் ரகுவீர்.(சின்னவளே எப்படி இருக்க என் செல்லம்.ஏதாவது பிரச்சனைனா திரும்பி விடு)

தன் அண்ணன் குரல் கேட்டு மகிழ்ந்தவள், அவன் சாதாரணமாய்க் கேட்டதில் அதிர்ந்து,பின் சிணுங்கலுடன் சமாளித்தாள். "பய்யா, நீங்க எப்பவுமே இப்படித்தான் நான் எங்க வந்தாலும், இப்படியே சொல்லுவீர்கள், தீ

க்ரேட் ராதோட் ஃபேமலி வீரமங்கை, வந்த காரியத்தை முடிக்காமல் வந்தால் நம்ம பெருமைக்கு என்ன ஆகிறது, இங்கே எல்லாமே பைன். ஜானி ஃபே-மலி ரொம்ப நல்லா பார்த்துகிறாங்க, நீங்க கவலைப் படாதீங்க."என்றாள்.

இன்னும் சில பேச்சுக்கள், விசாரிப்புகள் என மொத்த குடும்பத்தையும் கான்ஃப்ரன்ஸ் காலில் ஸ்பீக்கரில் பேச வைத்து போனைக் கட் செய்தான்.

மயூரியை அழைக்க வந்த அமுதனுக்குக் கதவைத் திறந்த நேரம் ரகுவீர் அழைப்பு வந்தது .தன் பய்யாவின் குரலைக் கேட்டதும் அமுதனை மறந்து, அவள் திரும்பி நின்று பேசிக் கொண்டிருந்தாள்.

அமுதன், வாசலில் தன் கையைக் கட்டிக் கொண்டு அவள் பேசுவதை வேடிக்கை பார்த்துக் கொண்டிருந்தான்.அவள் மேல் ஒரு நல்ல மதிப்பு தோன்றியது.

அலைபேசியில் பேசி முடித்த மயூரி,யாரோ தன்னைக் கூர்ந்து நோக்கு-வதை உணர்ந்து திரும்பினாள். தன்னை வைத்த கண் வாங்காமல் பார்த்துக் கொண்டு இருந்த அமுதனைப் பார்த்து அதிர்ந்தவள்,

"உங்களுக்கு மேனர்ஸே கிடையாதா? ஒரு பெண்ணின் அறைக்கு வரும்-போது கதவைத் தட்டணும்னு தெரியாதா?" என்றாள் மயூரி.

"பாசமலர்கள் பேசினா, சுத்தி நடக்கிற எதுவுமே தெரியாதோ?

நான் கதவைத் தட்டாமல் தான் நீங்க திறந்திங்களோ?" என்றான் அமு-தன்.

"அதென்ன பாசமலர் அதுக்கு என்ன அர்த்தம், நீங்க என்னை கிண்டல் பண்றீங்களா ?"என்றாள்.

"ஒன்றுமில்லை அப்பத்தா,ஐ மீன் என் தாதிமா, சாப்பிட கூட்டிட்டு,வர சொன்னார்கள்". என்றான் அமுதன்.

"நான் கேட்டதுக்கு நீங்க பதிலே சொல்லலை".என்றாள். "ம்ம்ம் சொல்-லுவோம் " என்றபடி முன்னே நடந்தான்.

"ஹலோ, எனக்குப் பதில் வேனும்"என்றாள்

அவன் காதில் வாங்காமல் கீழிறங்கிச் செல்ல, அவனோடு சண்டை-யிட்டவாறே டைனிங் வரை வந்திருந்தனர். டைனிங் மேசையில் ஏற்கனவே மொத்த குடும்பமும் இவர்களுக்காகக் காத்திருந்தனர். மயூரி தயங்கி நிற்க,

"வா ஆத்தா, மயூரி கண்ணு, உன் அத்தை மார் உனக்காகச் சமைத்தி-ருக்கிறார்கள், வந்து சாப்டு வா" எனத் தமிழில் பேசினார் சிவகாமிப் பாட்டி.

மயூரிக்கு, பாட்டி பாசமாக அழைக்கிறார் என்பது வரை புரிந்தது.

அனைவரின் கவனமும் மயூரி மீதே இருந்தது. எல்லாரையும் ஒரு பார்வை பார்த்தவளின் பார்வை,தன் அத்தை ராகினியிடம் வந்து நின்-றது.அவர் முகம் வாடியிருப்பதைக் கண்டு மயூரிக்கும் சங்கடமாக இருந்தது.

டைனிங் டேபிளில் அனைவருடனும் சேர்ந்து சாப்பிட்டாள்.அதில் சில நார்த் இன்டியன் டிஸ்சஸும் இருக்க ,அதன் சுவை தங்கள் வீட்டின் சுவை போல் ருசித்ததில் அது தன் புவாஷாவின் கைபக்குவம் எனப் புரிந்து

கொண்டாள்.

சாப்பிட்ட பின், அவள் தன் ப்ராஜெட் மற்றும் அலுவலகம் செல்வது பற்றிக் கேட்க, "இன்று ஒரு நாள், ரெஸ்ட் எடுமா, நாளை உன் ஃப்ரண்டும் வந்த பிறகு வேலையை ஆரம்பிக்கலாம்" என்றார் சிவ குரு நாதன்.

"ஓகே அங்கிள்' என்றாள் மயூரி. அன்றைய தினம் மயூரிக்கு, புது இடம்,மொழி அறியாத ஊர்,சில சங்கடங்கள் இருந்தாலும், தனக்கும், இக்-குடும்பத்திற்குமான ஓர் பினைப்பு இருப்பதையும் உணர்ந்தாள்.

மயூரிக்காக, அன்றைய தினம் தன் வேலைகளை ஒதுக்கி அவளோடே கழித்தான் சிவபாலன். கொஞ்ச நேரம் பேசியதில் இருவருக்கும் ஓர் தோழமை ஏற்பட்டு இருந்தது.

"எங்க உன் பிக்பாஸ் காணோம்?" எனக் கண்களைச் சுழற்றி தேடினாள்.

"தாத்தாவையா,பெரியப்பாவையா யாரை கேட்கிறீங்க" என்றான்.

" உன் ப்ரோ, வச்ச கண் வாங்காம பார்த்துட்டே இருப்பாரே! கேமரா ஐ" என்றாள்.

அதே நேரம், மாடிப் படியில் இறங்கியவன், டக்கின் சர்ட், ஃபார்மல் பேண்ட்,ஷூ சகிதம் இறங்கி வந்தான் அமுதன். எளிமையாகவும்,அதே சமயம், ஓர் ஆளுமையுடன் வந்தவனைக் கேள்வியோடு பார்த்தாள். பாலன் அவள் சொன்ன பிக்பாஸ், டைடிலில் சிரிக்க.

"என்னன்னு சொன்னா ,நானும் சிரிப்பேன் தம்பி " என்றான் அமுதன்.

"நத்திங் ஆபிஸ்க்கு, கோட்,சூட் போட வேண்டாமா? பார்மல் ட்ரெஸ்ஸில் இல்லையே."எனப் பேச்சை மாற்றினாள் மயூரி.

" இங்க இதே ஃபார்மல் தான், இங்க இருக்கும் வெயிலுக்கு நாங்க சூட் அணிவதில்லை. But, சிரிச்சதுக்கு என்ன காரணம் ?" என்றான்.

"அண்ணன்,அது வந்து" எனப் பாலன் ஆரம்பிக்க.

" பாலா அது நமக்குள்ள ஃப்ரண்ட்ஸ் பர்சனல்,வெளிய சொல்லாதே" என்றாள் மயூரி.கூர்மையான பார்வையுடன் என்கிட்டையேவா என நினைத்து,

"நீங்க என்னை கிண்டல் பண்றீங்களா" என்றான் அமுதன் ,அவள் பாணியில்.

அவன் பார்வையைப் பார்த்து, மயூரி கண்களால் சைகை காட்ட பாலன் விழுந்து விழுந்து சிரித்தான்.அதே நேரம் சிவகுரு நாதன், "போகலாமா அமுதா.".. என்றபடி கிளம்பி வந்தார்.

"சரிப்பா,இதோ" என அவளை உறுத்துப் பார்த்தான். அதற்குள், ராகினி தஹிசீனி- தயிரில் சீனி கலந்தது, எடுத்து வந்தார். இன்று ஒரு முக்கியமான டீல், முடிக்கப் போகிறார்கள், அப்பாவும்,மகனும் அதற்காக செண்டிமெண்ட்.

இதுவும் அவர்கள் குடும்பத்தில் பின்பற்றுவது, அவள் தாதிமா, முக்கிய-மான டீல் முடிக்கும் போது,இதைக் கட்டாயம் கொடுத்து அனுப்புவார். தன் புவாஷா இங்கும் இதைப் பின்பற்றுவதில் அவளுக்கு மகிழ்ச்சி.

பாட்டி பூஜை முடித்துத் திருநீறு அணிவித்தார். தெய்வா தண்ணீர் கொடுக்க , அதை வாங்கி ஒரு மடக்கு குடித்தனர். பிறகு எல்லாரும் வாழ்த்-துக் கூற, இவளும். "குட் லக் அங்கிள் " என்றவள் அமுதனிடம் கட்டை-விரல் உயர்த்தி "ஆல் தே பெஸ்ட் “ என்றாள்.

சிவகுரு நாதன், "சந்தோஷம்மா, ஒரு பொண்ணு இருந்தால் வீடே அழகு தான், ஜானகி இல்லாத குறையைத் தீர்த்துட்ட " என அவள் தலை மீது கை வைத்து வாஞ்சையாகப் பார்த்தார். அதில் சொல்ல இயலாத ஒரு பாசத்தை அனுபவித்தாள் மயூரி.

சண்முகநாதன், வெளியே கிளம்பிக் கொண்டிருக்க, "அங்கிள் உங்கள் ரிசார்ட் ,இங்க பக்கம் தானே போய்ப் பார்க்கலாமா" எனக் கேட்டாள்.

"வாமா, கட்டாயம் போகலாம். நீ ரெஸ்ட் எடுக்க வேண்டாமா" என்றார்.

"இல்லஅங்கிள்,ஐயம் ஓகே நான் மதியம் ரெஸ்ட் எடுத்துக்கிறேன்." என்-றாள்.

"சரிமா, பாலா நீயும் கூட வா, மருமகள் பார்த்து முடிக்கவும் வீட்டுக்கு கூட்டிட்டு வந்திரு" என்றார். "சரிப்பா "என்றான். தன் அத்தையுடன் பேசு-வதைத் தவிர்த்து எல்லாரிடமும் ஓர் தலை அசைவுடன் கிளம்பினாள் மயூரி.

மயூரி, ராகினி உறவு எப்படிச் சீராகும். நம் நாயகி ஜானகி எப்படி ராத்-தோட் குடும்பத்தை எதிர் கொள்வாள்..

மனதின் வார்த்தை -5

வார்த்தை போர், வாக்குவாதம் எல்லாம் கடந்து , இருவரையும் சமாளித்து , மும்பை மாநகர் சாலையில் போக்குவரத்துக்கும் ஈடு கொடுத்து, பொறுமை-யாகக் காரை செலுத்திக் கொண்டு இருந்தான் ராஜ்வீர

ராத்தோட் மேன்சனில் இவர்கள் நுழையும் முன் அவர்கள் குடும்பத்தைப் பார்த்து விடுவோம்.

இவர்கள் , ராஜஸ்தான் மாநிலம், உதய்பூரைப் பூர்வீகமாகக் கொண்ட மார்வாரிகள். இன்றும் அவர்கள் ஹவேலி-அரண்மனை, அங்கு உள்ளது.

இந்தக் குடும்பத்தில் மூத்த தலைமுறை,ராகினியின்தாத்தா, இராஜேந்தர் சிங் ராத்தோட் , மும்பை வந்து தொழில் தொடங்கியவர். அவரது மனைவி ஸ்வர்ன மஹாலக்ஷ்மி தேவி,மஹாலக்ஷ்மி அவதாரமாகச் செல்வச் செழிப்பு மிக்கவர், இவரது தாய் வழி மேவாட் ராஜவம்சத்து பெண்வழிப் பரம்பரை.தந்-தைக்கு ஆண் வாரிசு இல்லாததால், தன் அனைத்து சொத்துக்களையும் இவருக்குக் கொடுத்து, 80ஆண்டுகளுக்கு முன்பே மும்பையில் தொழில் தொடங்கினார்.

மார்பில், கிரானைட் தொழில் ஆரம்பித்து, ஸ்வர்னி டெக்டைல்ஸ் மில்ஸ் என ஆரம்பித்துப் பின்னர்ப் பாட்டி மாவின் ஆசைஜுவல்லரி&டைமண்ட் இறங்கினார்கள்.அதோடு நிறைய முதலீடுகள்.எனப் பரந்த சாம்ராஜ்யம்

இவர்களது.

இராஜேந்தர் சிங் ராத்தோட்-ஸ்வர்ன மஹாலக்ஷ்மி இவர்களுக்கு ஒரு மகன்,மகள்.இவர்கள் மகன் வீரேந்தர் சிங் ராத்தோட், மனைவி மயூரா தேவி,

இந்தத் தம்பதிக்கு, மூன்று மகன் , ஒரு மகள்.

மூத்த மகன்....இராஜேந்தர் சிங்(தாத்தாவின் பெயரே வைக்கப்பட்டது) இவர் மனைவி ஷப்னம்.

இரண்டாவது மகள் ஸ்வர்ன ராகினி, காதல் திருமணம் சிவகுரு நாதன் உடன்.

மூன்றாவது மகன் கஜேந்தர் சிங் ராத்தோட், மனைவி ஸர்குன்.

நான்காவது மகன் அமரேந்தர் சிங் ராத்தோட் மனைவி பூனம்.

முத்த மகன் ராஜேந்தர் சிங்-ஷப்னம் இவர்களுக்கு , ஸ்வர்ன ஹரிணி என்ற பெண் அவளுக்கு அமர்சிங் டாகூர் என்பவருடன் , திருமணம் ஆகி ஒரு மகன்,மகள் உள்ளனர். இவர்களின் இரண்டாவது மகன் ரகுவீர் சிங் ராத்தோட், நம் நாயகன். இப்போது வரை சிங்கில். ஒரு பெரிய குடும்பத்-துப் பெண் வீட்டார் சம்பந்தம் பேசி வருகின்றனர், இவன் பிடி கொடுக்காமல் இருக்கிறான்.

கஜேந்தர் சிங்-ஸர்குன், இவர்களுக்கு இரண்டு ஆண் பிள்ளைகள், ராஜ்-வீர்,மற்றும் ரன்வீர்.

அமரேந்தர் சிங்-பூனம், இவர்களின் ஒரே மகள் தான் ஸ்வர்ன மயூரி.

ராகினியின் அத்தையம்மா ஸ்வரூப் ராணியை ,ராஜஸ்தானில், ஜெய்ப்பூ-ரில் ஒரு பெயர் பெற்ற செகாவத் குடும்பத்தில் பைரவ் சிங் செகாவத் என்ப-வருக்கு கொடுத்தார்கள். அவர்களுக்குத் தன் அண்ணன் மகளையும் இங்கு மணமுடித்து வைத்துக் கொள்ள ஆசைப்பட்டார்.அது நடக்கவில்லை, இவர்-களுக்கு குழந்தை இல்லை. தனது தம்பி மக்களை தன மக்களாக வளர்த்-தனர்.சர்குன் இவர்களது வம்சத்துப் பெண். மஞ்சரியின் தகப்பன் ஹேமந்தும் பைரவின் தம்பி மகன் தான்.

விமான நிலையத்திலிருந்து மலபார் ஹில்ஸ், நோக்கி வந்து கொண்-டிருந்தனர். மலபார் ஹில்ஸ், மும்பையின் உயர் வகுப்புக் குடியிருப்பு பகுதி.இங்கு தான் ஆளுநர் மாளிகை மற்றும் பல முக்கியப் புள்ளிகள் வசிக்-கும் இடம். இங்குள்ள தொங்கும் தோட்டம், கமலா நேரு பார்க், பிரசித்தம்.

இங்குத் தான் ராத்தோட் குடும்பம் தங்கள் ஸ்வர்ன மாளிகையை, கட்டி உள்ளனர். தாத்தா காலத்தில் வாங்கிய இடத்தில், தற்போதைய தேவைக்கு ஏற்ப சகல வசதிகளும் கொண்ட ,அடுக்கு மாடி ஆடம்பர மாளிகையைக் கட்டி உள்ளனர்.ராத்தோட்'ஸ் "ஸ்வர்ன மஹல்",11 தளங்களைக் கொண்ட மாளிகை.

கீழ் தளம் வரவேற்பு அலுவலகம், செக்யுரிடி அலுவலகம் மற்றும் வாகன நிறுத்துமிடம் இருக்கும்.முதல் தளம், பார்ட்டி ஹால்.இரண்டாம் தளம், ஒரு ஹால்,கிட்சன் மற்றும் இரண்டு விருந்தினர் அறை இருக்கும்.முதல் இரண்டு

தளம் வரை ஒரு லிப்ட் உண்டு.அங்கே ஒரு கதவு மறைவில் இரண்டு லிப்ட் உண்டு.இந்த லிப்ட் கள் 11மாடிக்கும் செல்லும்.

மூன்றாவது தளத்தில், பூஜை அறை,கிட்சன், டைனிங் மற்றும் ஹால், இது தான் அனைவரும் கூடும் இடம்.இந்த பகுதியில் தான் வீட்டினர் பெரும்பாலும் இருப்பார்கள். தாதா, தாதி தங்குவதற்கான சூட் மற்றுமொரு சூட்இதில் உண்டு .இதிலிருந்து மாடிப்படியும், ஒரு விசிபல் கிளாஸ் லிப்டும் உண்டு.

நான்காவது தளம் ராஜேந்தர் ,ஹரிணி ,கஜேந்தர், அமரேந்தர் பகிர்ந்தனர்.

ஐந்தாவது தளம் ரகுவீர், ராஜ்வீர்,ரன்வீர்மற்றும் மயூரி பகிர்ந்தனர்.

ஆறாவது,ஏழாவது தளத்தில், இவர்களின் உபயோகிக்கத் தேவையான, ஜிம், டேபிள் டென்னிஸ் கோர்ட் என இருக்கும், சில தளங்களில் கெஸ்ட் சூடகளும், ஒரு தியேட்டர் ஒரு தளத்தில், ரூஃப் கார்டன் எனப் பார்த்துக் கட்டி வைத்துள்ளனர்.

மலபார் ஹில்ஸ் வரும் வரை, ரகுவீர்,ஜானகி இருவரும் வாய்ப்பு கிடைக்கும் போதெல்லாம் கவுண்டர் கொடுத்துக் கொண்டும்,அனல் தெரிக்க முறைத்துக் கொண்டும் வந்தனர்.கேட் திறப்பதற்காக நிறுத்தப்பட்ட இடத்திலிருந்து , ஸ்வர்ன மஹாலைப் பார்த்த தோழிகள், அதன் நிமிர்வையும்,செல்வ செழிப்பையும் பார்த்து, பிரமித்து நின்றனர்.

வாகனத்திலிருந்து இறங்கிய சகோதரர்கள், தோழிகள் இருவரையும் இறங்கச் சொன்னார்கள். அவர்கள் லகேஜை எடுக்க முனைய

"ஜானி,அம்ரூ ,கமான், இட் வில் ரீச் யூ, டோன்ட் வொரி, கம் வித் மீ" என்றான் ராஜ்வீர். ரகுவீரிடம்,திரும்பி "ஃபார்மலிடீஸ் நான் முடிச்சு கூட்டிட்டு வரேன், நீங்க போங்க பய்யா" என்றான்.

ரகுவீர் ஒரு தலை அசைப்புடன், செல்ல திரும்பியவன் , ஏதோ நினைவு வந்தவனாக....

"வெல்கம் டூ ராத்தோட்ஸ் ஸ்வர்ன மஹல் ஸ்வீட்& மிர்ச்சி கேல்ஸ், வெல்கம் டூ யுவர் ஃப்ரண்ட்ஸ் ஹவுஸ்" என்றான். ஸ்வீட் எனும் போது அம்ரூவையும்,மிர்ச்சி எனும் போது ஜானகியையும் பார்த்து வெறுப்பேற்றினான்.

அம்ரூ மட்டும் தலை அசைத்தாள், ஜானகி உதட்டைச் சுளித்து வக்கணை காட்டினாள், அம்ரூ இவள் கையைக் கிள்ள, ஈயென இளித்து,

"தாங்ஸ், மிஸ்டர் கட்வா கரோலா" (பாகற்காய்)என்றாள்.

அவள்,வாயாடலில் ,எதிர் பார்த்த கவுண்டர் வந்த திருப்தியில்,அடக்கப்பட்ட புன்னகையுடன், “சீ யூ லேட்டர் “என விடை பெற்றான்.

‘லார்ட், லபக் தாஸ்... திமிரப் பாரு, மிர்ச்சியாம், மிர்ச்சி. காட்ரேன் மிர்ச்சி வேலையை’என மனதில் கறுவினாள் ஜானகி தேவி.

ராஜ்வீர், செக்யூரிடி வழிமுறைகளை இருவருக்கும் செய்வித்தான். ஏனெனில் அவர்கள் வீட்டின் கதவுகள், சென்சார்ட், இவர்கள் ரேகை அதில் பதி-

யப் பட்டு , வீட்டினர் ok செய்த பின்னரே உள்ளே வர முடியும்.இரண்டு தளம் வரை குடும்ப உறுப்பினர்கள் யாரும் ஒப்பம் தரலாம், மேல் தளங்க-ளுக்குச் செல்ல ரகுவீர் ஒப்பம் வேண்டும்.

ரகுவீர் மொபைலில், சார்ஜ் இல்லாததால், மேலே சென்று விட்டான், அவன் ஒப்பம் வரும் வரை இவர்களை இரண்டாம் தளத்தில் தங்க வைக்கச் சொல்லிச் சென்றான். ஜானகியும்,அம்ருதாவும் , ராத்தோட்களின், பாதுகாப்பு அமைப்பு பார்த்து மிரண்டனர்.ராஜ்வீர்,அதற்கான அவசியத்தைச் சொல்லிப் புரிய வைத்தான்.

ஒருவழியாக, எல்லா ஃபார்மாலிடீசும் முடித்து, இவர்களை இரண்டாம் தளத்தில் உள்ள ,விருந்தினர் அறையில் தங்க வைத்து, மாலை காபி,ஸ்னேக்ஸ் சாப்பிட வைத்து,

" ஹேய், ப்யூட்டிஸ், நீங்க ரெஸ்ட் எடுங்கள், நான் 8.30 போல உங்-களை டின்னருக்கு கூட்டிட்டுப் போகிறேன்" என்றான் ராஜ்வீர்.

" நான், நானா, நாணியைப் பார்க்கவேண்டும்" என்றாள் ஜானகி.

"ஜானி, ஆர்வத்தை அடக்கு , நான் கூட்டிட்டுப் போகிறேன், கவனம் டோன்ட் பீ எமோசனல்" என்றான்.

இத்தனை நேரமும் தன் மொபைல் ஆன் பண்ணாததைக் கவனித்து,காரில் ஆன செய்யும் நேரம் தான் மொபைல் நழுவியது. எனவே தன் அன்னையிடம் பேசலாம் என ஆன் செய்தாள்.

மொபைல் டிஸ்ப்ளே, வேறு மாதிரி இருக்கிறதே என யோசிக்கும் முன், மயூரியின் அழைப்பு வர, அழைப்பை ஏற்று,

"என்னடியம்மா உன் கோபமெல்லாம் ஸ்டாக் அவுட்டா? எத்தனை முறை கூப்டேன் , எடுத்தியா? வைடி போனை" என அவளுக்குப் பேசும் வாய்ப்பு இல்லாமல் அடுக்கிக் கொண்டே போனாள்.

"ஏய்,லூசு,உனக்கு எங்கடி பண்ணேன், பய்யாவுக்குத் தான் போட்டேன், பய்யா எங்கடி? உன்கிட்ட மொபைல் எப்படி வந்தது" என மயூரி கேட்டாள்.

"ஏய்,ஏய்,ஏய்,நீ நம்பரை மாத்தி போட்டுட்டு , என்னை சொல்றியா? அப்புறம் என்ன கேட்ட ,உன் பய்யா எங்கயா? நான் என்ன ,என் முந்தியில் முடிஞ்சா வச்சிருக்கேன்? அந்தக் கட்வா கரேலா எங்க போய் முட்டிகிட்டு நிற்கிறதோ!" எனச் சொல்ல

"அடியே, நான் எங்க படே பய்யாவப் பத்தி பேசுறேன். அவங்கள பத்-தியே இப்படிப் பேசுற, அவங்கள பார்த்தியா" எனக் கேட்க.

"பார்த்தேன், பார்த்தேன், ஏண்டி, இது என்ன வீடா,ஜெயிலா? வந்தோன கைரேகை எல்லாம் எடுக்கிறீங்க"

"ஏய்,அது செக்யூரிட்டி பர்பஸ் டீ" என மயூரி சொன்னாள்.

" என்னவோ சொல்லு, எங்கேயோ வந்து மாட்டின மாதிரி இருக்கு. அது சரி , நீ அட்ஜஸ்ட் ஆகிட்டயா?" எனக் கேட்டாள் ஜானகி.

தன்னுடைய மொபைல் டயல் நம்பரைப் பார்த்து உறுதிப் படுத்திக் கொண்டு, "ஜானி ,இது பய்யா உடைய மொபைல் தான், எங்க யோ மாறி இருக்கு. அவங்க மொபைல் நிறையக் கான்டாக்ட் &செக்யூரிட்டி உடையது , விளையாடாமல் ராஜ் அண்ணா கிட்ட சொல்லு, நானும் சொல்றேன்.மறுபடி உன் மொபைலுக்கு கால் பண்றேன் "என வைத்தாள்.

அவள் போனை வைக்கவும், ரகு வீர் கோபத்தோடு முறைத்து நிற்கவும் சரியாக இருந்தது.வந்துட்டானா... என்பது போல் பார்த்தாள் ஜானகி.

மொபைல் மாறியிருப்பதை அறியாத ரகுவீர், அதனைச் சார்ஜ் செய்து, ஆன் செய்தான். பின் தன்னுடைய முகத்தைக் காண்பித்து , அன்லாக் செய்ய முயற்சி செய்த நேரம்,

திடீரென்று சந்திரமுகி ஜோதிகா போல் ஒரு உருவம் வந்து, "என் மொபைலையா திருடப் பார்க்கிறாய், உன்னை என்ன செய்கிறேன் பார்.....லகலகலக...." எனச் சொல்லி, கையில் வைத்திருந்த அருவாளை எடுத்து, மொபைலைப் பார்த்துக்கொண்டு இருப்பவரின், கழுத்தில் ஒரே போடு , வெட்டுவது போலவும், ரத்தம் சந்திரமுகி முகத்தில் தெறிக்க, அதனால் ஹே..ஹே...ஹே... எனச் சிரிப்பது போலவும் ,ஒரு வீடியோ கிளிப்-பிங் ஓடியது. இதில் ஹைலைட்...அந்த சந்திரமுகி, வேறு யாரும் இல்லை, சாட்சாத் நம்ம ஜானகி தேவி தான்.

இதைப் பார்த்த ரகுவீரே ,ஒரு நிமிடம் கழுத்தைத் தொட்டு பார்த்துக் கொண்டான்.அதன் பிறகு அதிர்ச்சி கலைந்து, அடக்கமாட்டாமல் சிரிப்பு வந்தது வயிற்றைப் பிடித்துக்கொண்டு சிரித்தான்.

“சுடைல்....(பேய்),இதையெல்லாம்,பெத்தாங்களா,செஞ்சாங்களான்னு தெரியலை, சரியான பிசாசு, எங்க இருந்துடி வந்த .என்னையவே, இந்தப் பாடு படுத்துற...இருக்கு உனக்கு" என வாய் விட்டே புலம்பினான்.

இது ஜானகி மொபைல், அப்ப என்னுடையது என ஒரு நிமிடம் யோசித்தவன், அமிர்தா தான் இருவர் மொபைலயும் , திருப்பித் தந்தாள் அப்போது தான் மாறியிருக்கும் என ஜானகியை நோக்கி வந்தான்.

ஜானகியின் வேடிக்கை சிரிப்பைத் தந்தாலும், அவன் சிரிப்பது தெரிந்-தால், இன்னும் ஆடுவாள் என வலுக்கட்டாயமாக்க ஒரு கோபத்தைப் பிடித்து வைத்துக் கொண்டு, வந்தவன், ஜானகி-மயூரி போனில் பேசியதைக் கேட்டு முறைத்து நின்றான்.

இதற்குள் மயூரி,ராஜ் வீருக்கும் மொபைல் விவகாரம் சொல்ல, அவனும் அடித்துப்பிடித்து ஓடிவந்தான். " ஏன் சார் இவ்வளவு பெரிய பிஸ்னஸ் மேன், ஒரு போனை பத்திரமா வச்சுக்கத் தெரியாது. ஏதோ என் கிட்ட மாறுனது-னால, இப்படி முறைச்சு கிட்டு நிற்கிறீங்க, வேற யாராவது எடுத்திருந்தால் என்ன பண்ணுவீர்கள்? ஒரே சின்னபுள்ள தனமா இருக்கு. இனிமேலாவது கவனமா இருங்க" என்றாள் ஜானகி.

"யாரு ,நான் கவனமாக இருக்கனும், இத நீ சொல்லற ? மொபைல் மாறினதே உன்னால் தான்."என ரகுவீர் குற்றப்பத்திரிகை வாசிக்க.

இதற்குள், அங்கே டென்ஷன் ஆன மயூரி மீண்டும் தன் படே பய்யா மொபைலுக்கே கூப்பிட்டாள். ஜானகியின் விஷேச குணம் அப்படி அதனால்.

ஜானகி,தன் கையிலிருந்த மொபைலை ரகுவீரிடம் நீட்டினாள். அவன் மொபைலை ஆன் செய்து ஸ்பீக்கரில் போட்டான்.

"சோட்டி , நீ நல்லா இருக்கியா, ஸப் டீக்ஹை " என்றான்.

"பய்யா ,உங்கள் மொபைல் ,ஜானகி கிட்ட எப்படிப் போச்சு"என்றாள் பதட்டமாக.

"ம்ம்.. எல்லாம், இங்க உன் செல்ல சகோதரி இந்த அமிர்தானால் தான் டீ" என்றாள் ஜானி, ரகுவீரை முந்திக் கொண்டு. "பய்யா, பய்யா "என மயூரி அழைக்க,

"ஒன்னும் இல்லை மா ஸ்பீக்கரில் இருக்கு ,ராஜ்,அம்ரூ எல்லாரும் இருக்கோம் என்றான் ரகுவீர். "அம்ரூ, நீ ஏண்டி மாத்தின" என்றாள் மயூரி.

" அது ஒரு கன்ஃபியூசன்ல மாறிடிச்சுடி, இரண்டு பேர் மொபைலும்,ஒரே நேரம் கீழே விழுந்தது ஏர்போர்ட்ல, நான் தான் அசம்பல் பண்ணி-னேன்.அப்ப மாறிடிச்சு," "சாரி பய்யா"என்றாள் அம்ரூ போனில் பேசிக்-கொண்டே , நேரில் ரகுவீரிடமும்.அவனும் கண்ணால் பரவாயில்லை என்பது போல், சமிக்ஞை செய்தான்.

" புரியலை " என்ற மயூரியிடம்.

"ஏய்,நீ வேற விசாரணை கமிஷன் வைக்காதேடி, ஏற்கனவே இங்க அனல் பறக்குது. உன் பய்யா போன் அவர் கையில் ,ஓகே வா" எனப் பிரச்சனையை முடிக்கப் பார்த்தாள் ஜானகி.

" நோ,நோ, சோட்டி ,நீ உன் ஃப்ரண்டு பண்ணுனது எல்லாம் தெரிஞ்-சுக்கோ, உன் பய்யா உனக்காக என்னவெல்லாம் பேஸ் பண்ணேன்னு தெரிஞ்சுக்கோ"

எனச் சொன்னவன்,அவள் ஐஸ்கிரீம் கொட்டியது முதல் , எல்லாம் சொல்லி முடித்தான் ரகுவீர்.

"அடியே ஜானி, என்னடி இதெல்லாம்... " என மயூரி கேட்க.

"ரொம்ப , வாயை பொழக்காத டி, மயூ,சொல்லப் போனால், உங்க பய்யா எனக்குத் தாங்ஸ் சொல்லனும்" என்றாள் ஜானி

"ஏண்டி, மும்பை வெயிலில் மண்டை குழம்பிட்டியா, எதுக்குடி ,தாங்ஸ்,ஐஸ்கிரீம் கொட்டுனதுக்கா?" என மயூரி வாய் விட்டே கேட்க, மற்ற மூவரும் மனதில் நினைத்தனர்.

"ஐஸ்கிரீம் கொட்டுனதுக்கு இல்லடி,காபி கொட்டாமல் இருந்ததுக்கு" என்றாள் பீடிகையுடன்.

"நீ கையில், ஐஸ்கிரீம் தானே வச்சிருந்த" என ராஜ்வீர் குழப்பமாகக் கேட்க.

"அதான் ராஜ், நான் அடம் பிடிச்சதுனால தான், ஐஸ்கிரீம் வாங்கி-னோம், உன் அம்ரூ சிஸ்டர் பேச்சைக் கேட்டிருந்தால்காபி தான் வாங்கி இருப்பேன், இப்ப சொல்லு, வெயிலுக்கு இதமா ஐஸ்கிரீம் அபிஷேகம் தான் ஆச்சு. ஹாட் காபி அபிஷேகத்தில் இருந்து தப்பிச்சாரா இல்லையா?அப்ப உங்க பய்யா எனக்குத் தாங்ஸ் தான சொல்லனும்?" எனக் கேட்டு அனை-வரையும் அதிர விட்டாள் ஜானகி தேவி.

"ஏ,சோட்டி, டோண்ட் வொரி, எவ்வளவு டெரரா இருந்தாலும் சமாளிப்-போம் இந்த ராத்தோட்ஸ். இந்த மிர்ச்சி எல்லாம் ஒரு மேட்டரே இல்லை. யூ டே கேர் பை, குட் நைட்" எனப் போனைக் கட் செய்தான் ரகுவீர்.

திரும்பி நடக்கப் போனவன், ஞாபகம் வந்தவனாக , "ராஜ், இந்தா, இது ஜானகி தேவி உடையது தானான்னு செக் பண்ணி குடு" என அங்கேயே நின்றான், மொபைலை ராஜிடம் நீட்டியபடி.

ராஜ் அதை வாங்கி, அன்லாக் செய்ய முயல, ஜானகி வேகமாகத் தடுக்கும் முன்.... லக,லக,லக.....எனச் சந்திரமுகி ஜானகி வந்தாள்,அதைப் பார்த்து விட்டு ஒரு நிமிஷம், அதிர்ச்சியில் அலறிய ராஜ், மொபைலை தவற விடப் போக, அதை எதிர்பார்த்து கேட்ச் பிடித்து , ஜானகி கையில் திணித்து "சுடைல்" என்று விட்டுச் சென்றான்.

ஆசுவாசம் அடைந்த ராஜ், தன்னைத் திடப்படுத்திக் கொண்டு, ஜானகி-யிடம் " ஜானி, உன் நாணி எல்லாம் நாளைக்கு மீட் பண்ணலாம், அவர்கள் கோயிலுக்குப் போயிருக்காங்க, நான் வரேன்"என ஓடி மறைந்தான்.

அந்தப் பயம் இருக்கட்டும், இப்ப என்ன சொன்னான் கரேலா.....சுடைல். நோட் பண்ணு , ஜானு பேபி.... எல்லாத்தையும் அந்த மச்சானுக்குத் திருப்-பிக் கொடுக்கனும். என மனதில் சொல்லிக் கொண்டாள் ஜானகி.

தன் மொபைலை ஆன் செய்து தன் குடும்பத்துடன் பேசினாள்.

"மாதாஜி, ஹவ் ஆர் யூ?, என்ன மருமகளைக் கொஞ்சிட்டிங்களா? எங்-களையெல்லாம் ,மறந்து போயிருப்பீங்களே?" என்றாள் ஜானகி.

"போடி, வாயாடி, நீ இப்ப எங்க இருக்க? இரண்டு பேரும் மும்பை போய்ட்டிங்களா"எனக் கேட்க.

"வந்துட்டேன் மம்மி, நான் ப்ராஜெக்ட் பண்ற கம்பெனி பிக்கப் பண்-ணிக்கிட்டாங்க.அப்பறம், உங்க மருமகள் என்ன சொல்றாங்க?" என்றாள்.

"நல்ல பாசமான பொண்ணு,அவளைப் பார்த்ததில் ரொம்பச் சந்தோஷம்," என்றார்.

"ஏம்மா, டல்லா சொல்றீங்க, உங்களோட டூ-காய், விட்டுட்டாளா?" என அம்மாவின் வாடிய குரல் உணர்ந்து கேட்டாள் ஜானகி.

"டேய், அதெல்லாம் ஒன்னும் இல்லை, நல்லா பேசுறா, புது இடமில்-லையா, அதான். இன்னும் ஒரு குட் நியூஸ்,அமுதன், எதிர்பார்த்த, அந்தக் காலேஜ் ப்ராஜெக்ட் கிடைச்சிருக்கு" என்றார்.

"ஓ!ஸூப்பர் மம்மி! அண்ணன் பக்கத்தில் இருக்கா?" என்றாள்.

"இல்லை, இந்தா அப்பாட்ட பேசு"என மொபைலைக் கொடுக்க,

"ஜானகிமா, எப்படிடா இருக்க? பயணம் சுகமா, தங்கும் இடம் நல்லா இருக்கா? புது ஊரு, பார்த்து பக்குவமா இருக்கனும்டா,"-என்றார்.

"அப்பா ஜான்,, நானே அடுத்தவங்களைப் பேச விடமாட்டேன், நீங்க என்னையவே பேச விடாமல், கேள்வியா அடுக்குறீங்க."எனக் குறைபட்டாள்.

"நான்,யார் அப்பாஜான் இல்ல ?"என்றார் "இங்குக் கம்பெனி கெஸ்ட் ஹவுஸ் வந்திட்டோம்பா, கம்பெனி வண்டியே வரும். ஃபுல் செக்யூரிட்டி,பயப்படாதீங்க. அண்ணனுக்கு ப்ராஜெக்ட் கிடைச்சுதாம்ல, சூப்பர்பா".என்றாள்.

இப்படியே, வீட்டில் அனைவருடனும் ஒரு வார்த்தை பேசி, அமிர்தாவையும் பேச வைத்துப் போனை கட் செய்தாள். இவள்போனை வைக்கவும், அமுதனிடம் இருந்து போன் வந்தது.

"டேய் அண்ணா, வாழ்த்துக்கள், காலேஜ் கான்ட்ரேக்ட் கிடைச்சிருச்சாம் என்ன?எல்லாம் அண்ணி வந்த நேரமா? "எனக் கலாய்க்க.

"ஆமாடி, நீதான் புதுசா கண்டு பிடிச்ச, ஆறு மாசமா லோலோன்னு அலைந்தது நானு. க்ரடிட் அவளுக்கா? அதை விடு, ஏண்டி பெரிய அத்தானைப் பாடா படுத்துறியாம், ராஜ் சொல்லி, சொல்லிச் சிரிக்கிறான்." எனக் கேட்டான்.

இப்படியே தங்கள் நாள் கழிந்த விதத்தைப் பேசினார்கள். பின் மயூரி , காலையில் பாலனோடு ரிசாரட்டுக்கு, சென்று வந்தது பற்றியும் சொன்னான்.

நாளைக்கு மஞ்சரி வருவாள், மறக்காமல் பிக்கப் பண்ணச் சொன்னாள்.

மனதின் வார்த்தை-6

அது ,ஒரு மார்கழி மாதத்தின் அதிகாலைப்பொழுது,சிவ பாலன் தங்களுடைய ஹை எண்ட் வாகனத்தில் திண்டுக்கல்,மதுரை நான்கு வழிச் சாலையில்,140km ஸ்பீடில் பறந்து கொண்டிருந்தான், ஒரு மணிநேரப் பயணத்தில் ,மதுரை விமானநிலையம் வந்தடைந்தான்.

மஞ்சரி வந்திறங்கும், விமானம் இன்னும் வந்தபாடு இல்லை.அதற்குள் ராஜ்வீர் 20வது முறையாகப் போன் அடித்து விட்டான். இவர்கள் இருவருக்கும் சிவபாலன்,மஞ்சரியையும், ராஜ் அமிர்தாவையும் கண்ணும் கருத்துமாக, பாசமலர்களாகப் பார்த்துக் கொள்வது என்று எழுதப்படாத ஒப்பந்தம் உள்ளது,

பாலன் ஒரு காபி அருந்தியபடி காத்துக் கொண்டிருந்தான். அவன் அதை அருந்தி முடிக்கவும், மஞ்சரி விமானம் தரையிறங்கவும் சரியாக இருந்தது. மஞ்சரி ஃபார்மாலிடீஸ் முடித்து வெளியே வந்து, " ஹே சோட்டே பய்யா", என அவனை ,ஒரு ஹக் செய்து கொண்டாள்.பின்னர் "நீங்க அம்ருவுக்கு சரியான பொருத்தம். உங்க ஜோடிப் பொருத்தம், ஆவ்ஸம் " என்றாள்.

பாலனுக்குச் சிறிது வெக்கம் வர,அதை மறைத்து"நீ எப்பமா எங்களைச் சேர்த்துப் பார்த்த?"என்றான்.

"போட்டோல, அம்ரூவோட மொபைல்ல பார்த்தேன். அந்த போட்டோக்குப் பின்னாடி இருக்கக் கதையும் தெரியும் bro ,ஜானி உபயம்" எனக் கண் சிமிட்ட.

"அப்பா,உங்க எல்லாத்தையும் வச்சு அந்தக் காலேஜ்காரன் எப்படித் தான் சமாளிச்சானோ?தெரியலை" என்றான்.

"ஏ ,ப்ரோ நானும்,ஜானியும் தான் இப்படி. மயூரியும் ,அம்ரூவும் சோ சாப்ட் "

" தாங் காட், எங்க அம்மாக்கள் தப்பிச்சாங்க".என்றான்.

"உங்க அம்மா,ஓகே. உன் படீமா,பத்தி நீ எப்படிச் சொல்லுவ? அவங்களுக்கு வருகிற மருமகள் எப்படியோ?"என்றாள்.

"நீதானே இப்ப,சாப்ட் ன்னு சொன்ன"என்றான் பூடகமாக.

"ஏய்,என்ன சொல்றீங்க பூனம் ஆண்டி கொன்னுடும் " என்றாள் அவளும் பூடகமாக.

"நடக்கிறது,நடக்கட்டும்,சரி வா போகலாம் " என்றபடி காரில் ஏறி, அடுத்த ஒரு மணி நேரத்தில் சிறுமலையிலிருந்தனர்.வழி நெடுக, மஞ்சரி வாய் ஓயாமல் பேசிக் கொண்டே வந்தாள், பாலனுக்குத் தலையை ஆட்ட மட்டுமே முடிந்தது, மற்ற எல்லா வார்த்தைகளுக்கும் மஞ்சரியே சொந்தக்காரி.மஞ்சரி எக்ஸைட்மெண்ட்டின் உச்சத்திலிருந்தாள். சிறுமலையின் குளுமை, மலையேற்றம் இவற்றை மிகவும் ரசித்தாள்.

சிவ மாளிகையில், அமுதன் தனக்கு பெரிய ப்ராஜெக்ட் கிடைத்த மகிழ்ச்சியை, முந்தைய நாள் பாலனுடனும், மயூரியுடனும் பகிர்ந்த கனத்தை நினைவு கூர்ந்தான். ஜாக்கிங் செல்ல மயூரி தயாராகிக் கொண்டு இருக்கிறாள்.

முதல் நாள் மதியம் சண்முகநாதனுடன் சென்று உல்லாச விடுதியைப் பார்த்து விட்டு வந்து பேசிக் கொண்டு இருந்தவர்களிடம்,அமுதன் வந்து விசயத்தைச் சொன்னான்.

" உனக்குத் தான் கட்டாயம் கிடைக்குமென்று தெரியும் அண்ணே, அதான் , உனக்கு ட்ரீட். "எனப் பாலன் பெரிய சாக்லேட் பாரை நீட்ட, ஹே என வாங்கிக் கொண்டான் அமுதன்.

அதைப் பிரித்து ஆவலுடன் ஒரு பைட் தான் கடித்து, மீதியைத் தம்பிக்கு நீட்ட, அவன் கடித்து இவனிடம் தந்தான். மாறி மாறி, சாக்கலேட்டை கடித்தவர்கள், "ஜானகி வர்றதுக்குள்ள முடிக்கவேண்டும்",என வாய்க் கொள்ளாமல் சாப்பிட்டவர்களை ,விழி விரித்துப் பார்த்த மயூரி " ஹேய் என்ன நடக்குது இங்க" எனக் கேட்டவுடன் தான்,சூழல் உணர்ந்தனர்.

.

சின்னப் பசங்க போல்,முழித்து "ஜானகி இங்கே இல்லைலடா" என்றனர். அவர்கள் ஜானகி மேல் வைத்திருந்த பாசத்தின் ஏக்கத்தைப் பார்த்தாள் மயூரி .அமுதன் கையிலிருந்த சாக்லேட் பாரை ,அவன் கையிலிருந்தபடியே, தன் பக்கம் திருப்பி , ஒரு பைட் எடுத்துக் கொண்டாள். "சந்தோசமா "என்றாள்.

காலையில், முறைத்து நின்றவள், இப்போது தன் சந்தோசத்தில் பங்கெடுத்த விதம் பார்த்து, அவள் மேல் விழி பதித்து பாசமாகப் பார்த்திருந்தான் அமுதன்.

மயூரி,பாலனிடம் நயன பாஷையில் பார்த்து , வாயசைவில் big boss எனக்கூற, அவனும் ஆமோதித்துச் சிரித்தான்.அவன் சிரிப்பில் அமுதன் சுய நினைவுக்கு வந்தான். என்ன என வினவ, மயூரியை பார்த்து,வினவினான்.

" சாக்லேட் வேணும்னா தர்றோம் ,ஆனால் சிஸ்டர் ஃபீல்லாம் கிடையாது, முறைத்துப் பார்க்கும் முறைப் பெண்ணாகவே இரு,ஓகே." என்று சொன்னான் பாலன்' அமுதனிடம் "என்ன ,அண்ணா ,நான் சொன்னது சரிதானே" என்றான்.

"சரி தான் தம்பி, ஆனால் இந்த வள்ளியம்மை என்கிட்ட பாசமா, பெரியத்தான் ஒரு உதவி.அப்டீன்னு கேட்டுட்டு போனாள்போன் போடவா? எனக் கேட்டான்.

பெரிய வணக்கம் போட்ட பாலன், "அண்ணேன்,குதூகலமா இருக்கக் குடும்பத்தில் கும்மி அடிச்சு விட்டுட்டு போய்டாதீங்க. உங்க ரூட்ட கிளியர் பண்ற வேலையை மட்டும் பாருங்க" என்றான்.

இவர்கள் செயலில் சிரித்த மயூரி,மொழிபெயர்த்துக் கேட்ட பின்பு , இன்னும் கலகலத்துச் சிரித்தாள்.

" அண்ணே!ஒரு உதவி செய்யட்டுமா, நான் வேணா மயூரியை அத்தாச்சி, மதனி, அண்ணி,இல்லையென்றால் அவர்கள் பாஷையில் பாபி.இதில் ஏதாவது சொல்லிக் கூப்பிடட்டுமா? உங்களுக்கும் புண்ணியமா போகும்" என்றான் பாலன்.

மயூரிக்குக் கடைசியில் சொன்ன பாபி புரிய, மற்றதை யூகித்து , பாலனை முறைத்தாள். "அவ்வளவோ பயமா? அமுதன் என்னப் பெயர் சொன்னீங்க .வ..".என யோசித்தாள்."வள்ளியம்மை" என்றான் அமுதன்.

"யார் அது"எனக்கேட்டாள் மயூரி."ஏங்க,அத்தாச்சி நல்லா கேட்டிங்க போங்க, அதுதான்ங்க எங்க அமிர்தவள்ளி, உங்க அம்ரூ" என்றான் பாலன்.

" அமுதன், இவன் ஏன் வேற மாதிரி மாத்தி கூப்பிடுகிறான் என்னை" என மயூரிப் புரியாமல் கேட்க."அது, நம்ம அம்ரூ கிட்ட இவனைப் பத்தி சொல்லாமல் இருக்க உன்னை பாபின்னு மரியாதையா கூப்பிடுகிறான்" என அவளுக்கு விளக்கம் சொல்ல.

"பயப்படாத பாலா, நீ என்னைய மயூரினே கூப்பிடு. நான் அவகிட்ட ஒன்னும் சொல்ல மாட்டேன்" எனச் சமாதானம் சொன்னாள். அங்கே தெய்வா இவர்களைச் சாப்பிட அழைக்க வர,"அம்மா,மயூரியை நான் அத்-

தாச்சி ன்னு கூப்பிடலாம்ல முறை சரிதானே"எனத் தெரியாதவன் போல் கேடக.

"ஆமா, முறை சொன்னா தான உறவு ராகினி அக்கா, தம்பி மகள் -மயூரி ,அப்ப எனக்கும் மருமகள் தானே நீ அத்தாச்சின்னே கூப்பிடு தம்பி" என்றார் தெய்வாவும்.

"ஏத்தா, தெய்வா, பிள்ளைகளுக்குச் சாப்பாடு போடு, சாப்பிட்டுப் பேத்தியா கொஞ்சம் ஓய்வு எடுக்கட்டும் " என்றார் அங்கே வந்த சிவகாமிப் பாட்டி.

இப்படியாக, ஒரே நாளில், மயூரி தன் அத்தையைத் தவிர மற்றவர்களிடம் கொஞ்சம் நெருங்கி இருந்தாள்.

இரவு உணவுக்குப் பின் மூவரும், மாடி ஹாலில் பேசிக் கொண்டிருக்கும் போது,ஜானகியின் மும்பை விஜயம்,ரகுவீர் பட்ட பாடு எல்லாம் சொல்லிச் சிரித்துக் கொண்டு இருந்தனர்.

காலையில் ஜாகிங் போக அமுதன்,மயூரிக்கு அழைப்பு விடுக்கச் சம்மதம் சொல்லி , குட்நைட்டுடன் படுக்கச் சென்றனர்.(flash back over)

இப்போது அமுதன்,மயூரியின் அறைக் கதவைத் தட்டும் முன் வெளியே ட்ராக் சூட்டுடன் வந்தாள். ஒரு புன்னகையுடனும், காலை வணக்கத்துடனும் அந்த நாளை ஜாக்கிங் உடன் துவக்கினர்.

அந்தச் சிறுமலைப் பகுதியில், இயற்கையுடன் இனைந்து ,ஓடும் அந்தப் பொழுதை மிகவும் ரசித்தாள் மயூரி. அமுதனும்,தான் பழகிய இடம் என்பதால் சாலையின் வளைவு,சுழிவு பார்த்து இயல்பாக ஓடியவன், மயூரியை கவனமாகவும், பாதுகாப்பாகவும் ஓட வைத்தான். சுவாரஸ்யமான பேச்சால் , அவள் புத்துணர்வோடு ஓடிக் கொண்டும் இருந்தாள்.

இவர்கள் ஜாக்கிங் சென்று திரும்பவும், பாலன் கார் வந்து நிற்கவும் சரியாக இருந்தது. மஞ்சரி, மயூரியைப் பார்க்கவும் "ஸ்வரூ" எனக் கட்டிக் கொண்டாள்.

"என்னடி,இந்த ஊருகாரியா மாறிட்டியா? கபில்ஸ் ஜாக்கிங்லாம் கலக்கிற" என இடித்தாள் மஞ்சரி."சுப்,சுப், வாயைப் பாரு, அவங்க நம்மைப் பற்றி என்ன நினைப்பார்கள்,"என்றாள் மயூரி.

"ஆகா,எவ்வளவு நல்ல பஹன் வந்து சேர்ந்துருக்குன்னு நினைப்பார்கள் இல்லை ப்ரோ " எனச் சொல்லி,ஒரு ஹக் செய்தாள். "இங்க இந்த ஹக் எல்லாம் பழக்கம் இல்லடி, அடக்கி வாசி" எனக் காதைக் கடித்தாள்.

"எங்க ப்ரோ 'S அதெல்லாம் தப்பா எடுக்க மாட்டார்கள்" எனச்சொல்லி , "என்ட்ரன்ஸ் பிரமாதம் ப்ரோ" எனச் சிலாகித்து உள்ள போகலாம் பசிக்கிறது.என்றாள்.

வீட்டின் உள்ளே, ஹாலில் அவரவர் காலைக் கடன் முடித்து, வீட்டுப் பெரியவர்கள், அங்கங்கே அமர்த்திருக்க.வெங்கலக் கடைக்குள் யானைப் புகுந்தது போல் , கலக்கினாள் மஞ்சரி.

ராகினி எதிரே நிற்க" மாஸிஷா.கைசிஹை ஆப்? " எனக் கட்டிக் கொண்டாள்.

ராகினி ,ஒன்றும் புரியாமல் முழிக்க." நான் யாருன்னு சொல்லுங்கப் பார்ப்போம்" என்றாள். அவள் சாயலைக் கண்டு யோசனையாய்."பம்மி கீ பேடி ஹை க்யா" (பம்மியின் மகளா)எனக் கேட்க, கரெக்ட் என ராகினியின் கன்னத்தில் மாற்றி, மாற்றி முத்தம் கொடுத்து, "யஹ்,மேரி தரஹ்,ஔர் யஹ் மேரி மா கீ தரஹ் ஸே " (இது நான் கொடுக்கும் முத்தம், மற்றொன்று அம்மா கொடுக்கச் சொன்னது)என்றாள்.

ராகினி உணர்ச்சி வசப்பட்டு அவளை உச்சி முகர்ந்து கொஞ்சிக் கொண்டிருக்க, தன் தோழியாகவே இருந்த போதும், மஞ்சரியை தன் புவாஷா வுடன் இவ்வளவு அன்யோன்யமாகப் பார்த்து, மனதில் பொறுமிக் கொண்டு இருந்தாள்.

"நமஸ்தே மாஸாஷா" எனச் சிவகுரு நாதன் கால்களில் விழுந்து எழுந்தாள். அவரும் "Mr.mrs.செகாவத் , சவுக்கியமா "எனக் கேட்டார். இவள் அதிர்ச்சியாகப் பார்க்க, "என்னுடைய தோஸ்த் " என்றார்.அவளும் எல்லாரும் நலம் என்று விட்டு மற்றவரிடம் தன்னை அறிமுகம் செய்ய நகர்ந்தாள்.

"தாதாஷா,தாதிஷா நமஸ்தே" எனஆசீர்வாதம் வாங்கினாள்

அவர்களும் இவளை வாழ்த்தி, "சீக்கிரம் கல்யாணம் நடக்கட்டும்" என வாழ்த்தினர். " நானும் ,இதையே தான் தாதி ஆசைபடுறேன், ரூட் கிளியர் ஆகமாட்டிகிது" என்றாள் சோகமாக.

(இங்கு மொழிப் பெயர்ப்பு வேலையை,ராகினி செய்தார்).

சண்முகநாதன், தெய்வாவின் காலைத் தொட்டவள், "சித்திமா...எனக்கு ரொம்பப் பசிக்கிறது, ஏர்போர்ட்ல வேகாததைத் தின்னது, எனக்கு இப்போதைக்கு ஒரு கப் காபி குடுங்க (எனக் கையை ஒரு முழத்துக்கு நீட்டினாள்).குளிச்சிட்டு வந்து சுடச் சுட,உங்கள் ஆசைக்குச் செஞ்சு போடுங்கள், ஜானி இல்லாத குறையப் போக்கி, எல்லாத்தையும் கதம் பண்ணுகிறேன் " என்றாள்.

அவர்கள் சிரித்துக் கொண்டே பார்க்க, "இங்க வரும் முன்னே, ஜானிட்ட ஆல் டீடைல்ஸ், கலக்டெட், ப்ளீஸ் சித்திமா.க்விக்" என்றாள். அவள் பேசி முடிக்கும் முன், மணக்க,மணக்கக் காபியை நீட்டினார் தெய்வா.

"So sweet " எனத் தெய்வாவுக்கு ஒரு கிஸ் கொடுத்து, காபியைக் குடிக்க உட்கார்ந்தாள்.

இதை எல்லாம் வீடியோ காலில்,, பார்த்து அங்கே ஒருவன் புகைந்து கொண்டிருந்தான்.நம்ம ராஜ்வீர் தான், பாலனின் மொபைலில் ,வீடியோசாட் செய்து கொண்டிருந்தான்.எல்லோரும், காலை காபி முடித்து, பேசி முடித்து, புன்னகையுடன் அவரவர் அறைக்குச் சென்றனர்.

வாழ்க்கையில் நடக்கும் ஓரிரு நாள் சம்பவங்கள் சில, பல எபிஷோடுகளை எழுத வைக்கும், பல நாட்களோ, ஒரே வரியில் கடந்து செல்லும்.

இப்படியான சில சம்பவங்களே பல நாட்களுக்கும் கூட்டிச் செல்லும்.

அது போன்ற ஓரிரு நாட்களின் முக்கியமான நாளில் நம் ஜானகி, இன்று இருக்கின்றாள். ஒவ்வொரு மனிதனுக்கும் தான், வித்தாய் வந்த தன் பூர்வ குடிகளைப் பற்றி அரியும் ஆர்வம் இருக்கும்.அவள் தன் தாய் வழியினைத் தேடி, அவள் அம்மா தொலைத்த சுகத்தைத் திருப்பித் தரும் ஆவலுடன் ராத்தோட் குடும்பத்தைச் சந்திக்கக் காத்திருக்கிறாள்.

அவளுக்குமே அன்னை குடியிருந்த வீட்டில் பிரவேசம் செய்தவளுக்கு உணர்ச்சி வயப்படாமல் அவர்கள் சொந்தங்களை எதிர் கொள்ள மனதில் ஒத்திகைப் பார்க்க வேண்டியது இருந்தது. ஆனால் எந்த ஒத்திகையும் அவளுக்குத் தேவைப் படாமல் வேறொன்றை விதி அரங்கேற்றப் போவதை அவள் அறிந்தால் இல்லை.

காலையில் குளித்து முடித்து தயாராகி ஒரு சல்வாரில் வந்து நின்றாள். அமிர்தாவும் ஜானகியும் தயாராக இருக்க, ராஜ்வீர் இருவரையும் அழைத்துச் செல்ல வந்தான்.

மலர்ந்த புன்னகையுடன்,பெண்மக்கள் இருவருக்கும் டென்ஷன் இல்லாமல் இருக்க அவர்கள் தோழி ,மஞ்சரி அவர்கள் வீட்டில் செய்த அலம்பலை காணொளியாகக் காண்பித்தான்.

அதனைக் கண்டு சிரித்து, வாங்க உங்கள் என்ரி எப்படியென்று பார்க்கலாம். " ராத்தோட் குடும்பத்தில் உன் வலது கால் எடுத்து வைத்துக் கிரகபிரவேஷ் செய்ய அழைக்கிறேன் தோழியே" என்றான் ராஜ்வீர்.

இவன் இப்போது அழைத்துச் செல்லும், லிப்ட் வந்து நிற்கும் இடத்தில் ஒரு காரிடர் இருக்கும்,அதில் ஒரு அழகிய சிற்பம் வைக்கப்பட்டு இருந்தது.அங்கிருந்து வீட்டுக்குள் போகும் கதவு இருக்கும்.

இதன் பக்கத்தில் இருக்கும் லிப்ட் ,வீட்டினர் உபயோகத்திற்காக வீட்டுக்குள் இருக்கும்.அது ஸீத்ரூ க்ளாஸ் கொண்டு அமைந்திருக்கும்.

கதவைத் திறந்து, ராஜ்வீர் அமிர்தாவை அழைத்து உள்ளே சென்று விட ஒரு நிமிடம் உணர்ச்சிவயம் ஆகத் தன் கட்சூவை கழற்றி விட்டு வலது காலை உள்ளே வைக்க, பக்கத்து லிப்டில் இருந்து ரகுவீர் இறங்கி வந்தான்.

அவன் வந்த வேகத்தில் பூஜைக்காக வைத்திருந்த உதிரிப் பூக்கள், மஞ்சள், குங்கும் ஆகியவற்றை உள்ளடக்கிய தட்டை எடுத்துக் கொண்டு, ஜுகுனு என்ற வேலையால் நேரமாகி விட்டது என்ற தாதிஷாவின்குரலில் பதட்டமாக வந்தான்.

அவர்கள் வீட்டின் மந்திர்.பூஜையறை வாசல் பகுதியிலிருந்து, வலது பறம் இருந்தது.ராஜ் வீரை எதிர் புறம் கடந்த ஜுகுனு, வேகமாக வரவும், ஜானகியும்,ரகுவீரும் ஒரே நேரம் உள்ளே வரவும், பூஜையறைக்கு, செல்ல திரும்பிய ஜுகுனுவின் கையிலிருந்த தட்டுகள், ரகுவீரால் மோதப்பட்டு மேலே பறந்தன.

சின்ன முதலாளியுடன் மோதிய ஜகுனு, பின்தங்கி வாயைப் பொத்தி நிற்க, அதே சமயம் உள்ளே வந்த ஜானகி ரகுவீருடன் மோதி விழப்போனாள்.

நொடிப் பொழுதில் சுதாரித்த ரகுவீர் ,இடது கையால் அவள் இடையை வளைத்துப் பிடித்து தன் வலது கையால் அவள் தோளைப் பற்றி ஜானகி கீழே விழாமல் தாங்கினான்.மேலே தூக்கி வீசப்பட்ட மலர்கள், மஞ்சள், குங்குமம், அபிஷேக மழை போல், அவர்கள் மேல் பொழிந்தது.அதே நேரம் , பூஜை அறையில்,

"ராம, ராம ஜெய ராஜா ராம்,ராம, ராம ஜெய சீதா ராம்." எனப் பஜனைப் பாடல் பாடியது.கீழே விழுந்த தட்டின் சத்தத்தில், வீட்டிலிருந்த அனைவரும் இவர்களை நோக்க, தாதிஷா, ஆரத்தித் தட்டுடன் இவர்கள் இருக்குமிடம் வந்தார்.

அதிர்ச்சியில் பேச்சிழந்து ஜானகி சிலை போல் நிற்க, அவள் விரிந்த கண்களின் பாவம் கண்டு ,ரகுவீரும் கட்டுண்டு நின்றான். எல்லோரும் அவ்விடம் கூடும் வரை அவர்கள் போஸ் தொடர்ந்து.

"ஜானகி உள்ள வா" என்ற அமிர்தாவின் குரலில் தன்னிலை அடைந்தவள்,அவன் கையை விடுத்து, நிலைத்து நின்று உள்ளே நடக்க, கீழே சிந்திய குங்குமம், அவள் கால்களின் தடமாக மாறியது. அவள் நெற்றி வகிட்டில் குங்குமம் விழுந்திருக்க, பூக்கள் அவள் சிகையை அலங்கரித்தன.

தாதிமா வலதுபுறம் இருந்து வருவதைப் பார்த்தவள் கால்கள், நேரே அவரிடம் வந்து நிற்க, உணர்ச்சி மிகுதியில் அவர் கால்களைத் தொட்டாள்.ஆரத்தி தட்டுடன் நின்ற தாதிஷா, அவள் இருந்த கோலம் கண்டு,"தீர்க்க சுமங்கலி பவ" என வாழ்த்தி அவள்,தலையில் கை வைத்து ஆசீர்வாதம் செய்தார்.

இதை எல்லாம் பார்த்த ரகுவீர், சுயநிலைப் பெற்று ,ஜகுனுவை முறைத்தான்."மாஃப் கீஜியே பய்யாஷா,கல்தீ ஹோகய்" என மன்னிப்புக் கோரினான்.

"இதைச் சுத்தம் செய்",எனத் தரையைக் காட்டி சொல்லிதன் மேல் சிந்தியதையும் துடைக்கப் பார்த்தான். தாதி நின்ற இடத்திற்கு வந்த ராஜ்வீர்,

"இவங்க இரண்டு பேரும் ,ஸ்வரூவுடைய ஃபிரண்ட்ஸ்,நம்ம கம்பெனியில் ப்ராஜெக்ட்காக பெங்களூரிலிருந்து வந்திருக்கிறார்கள் இவள் ஜானகி தேவி, இவள் அமிர்தா " என அறிமுகப் படுத்தினான்.

அதற்குள் அங்கு தாதாஷாவும் வந்து சேர, "இவர்கள் எங்கள் அப்பாவின் அப்பா,அம்மா" எனத் தோழிகளுக்கும் அறிமுகப்படுத்தினான். தோழிகள் இருவரும் ,அவர்கள் கால்களில் வணங்கி எழ,"சௌபாக்கியவதி பவ" என வாழ்த்தினார்கள்.

ஜானகியை வாஞ்சையுடன் பார்த்தவர்கள்,ஏதோ நினைவுடன், "நீ மதராசியா, உன் அப்பா,அம்மா பெயர் என்ன? " எனக் கேட்டுக் கண் கலங்கினர்.

ஜானகியும் உணர்ச்சிப் பெருக்கில் கண் கலங்கி வார்த்தை வராமல் தவித்-தாள்.அமிர்தா அவளைச் சமாதானம் செய்ய,ராஜ்வீர் சூழலைச் சமாளித்-தான்.

" தாதிஷா, இவர்கள் பெங்களூரில் இருந்து வராங்க " சென்னை இல்லை எனச் சமாளித்தான்.அதற்குள் அங்கே வந்த ,ஷப்னம்,பூனம் இரு-வரும்

"வாங்கப் பசங்களா,உங்களைப் பத்தி ஸ்வரூ சொல்லியிருக்கா, வாங்க" என்றனர். "நமதே ஆண்டி " எனக் கை குவித்தனர்.

ஸப்னம்,ரகுவிர் அம்மா டிசைனர் சாரி,ஆன்டிக் ஜ்வல்லரியில், பழமை,புதுமை கலந்த கலவையாக இருந்தார்.பூனம், மயூரியின் தாய், ஸல்-வாரில், ஃப்ரி ஹேர் ,ஹை ஸ்டைல் என, மயூரியின் அக்கா போல் இருந்-தார்.

தாதிஷா,தாதாஷா இருவரும் மெல்லப் பேரன்கள் கை பிடித்து வந்து, ஸோபாவில் அமர்ந்தனர். அப்போதுதான் ,மாடிப்படியில் (கதவின் இடதுபுறம் இருக்கும்) இருந்து இறங்கிய ராஜேந்தர், சிவப்பு கால் தடத்தைப் பார்த்து,

"ஷபூ, இங்க யாருக்குக் கிரகபிரவேஸ் ஆனது, உன் மருமகள் வந்துட்-டாளா? ஷாதியை தட்டிக்கொண்டே இருந்தானே, ரகுவீ யாருடா உன் கிட்ட மாட்டின அப்பாவி,எங்கே என் பஹூராணி" என அடுக்கிக் கொண்டே வந்-தார்.

ராஜேந்தர்,ஆறடி உருவத்தில் வயதான ரகுவீர் போல் இருந்தார், ஆனால், தன் அன்னையிடம் காணப்பட்ட சாந்தம் இருந்தது.

அவர் நீண்ட கேள்வியில் ரகுவீர் முறைக்க, ராஜ்வீர் வாய்க்குள் தன் புன்னகையை அடக்கி,'பட்டே பாப்பா,நீங்க உண்மையில் தீர்க்க தரிசித் தான்'என மனதில் நினைத்தான்.

"ஸுனியே, மூச்சு விட்டுக் கேள்வி கேளுங்கள் " என்றார் ஸப்னம்.

இந்த நேரம் வீட்டு லிப்ட் திறந்து, கஜேந்தர்,ஸர்குன் வந்தனர்.

கஜேந்தர்,அதே கம்பீரம்,ஆனால் ரகுவீர் போன்ற அழுத்தமும், சிரிப்பு என்ன விலை என்பது போல் இருந்தார். ஸர்குன் ஜிகுஜிகு பார்டர் சேலை, கணமான நகை சகிதம்,பெரிய பொட்டு என டீவித் தொடர் மாமியார் கெட்-டப்பில் இருந்தார்.

ஜீகுனு அவர்கள் வரும் நேரம் தான், குங்குமம் சிந்தியதைத் துடைத்-துக் கொண்டிருந்தான்.

"ஜீகுனு, இவ்வளவு நேரம் இந்த வேலையைச் செய்யாமல், என்ன செய்த, ஏன் தாமதம் “என அதட்டினார் ஸர்குன்.

" தவறி விழுந்து விட்டது,இப்போதே சுத்தம் பண்றேன் மேம்ஷா "என்-றான்.

எல்லாரும் அறைக்கு வந்து சேர, மங்களகரமாக நின்ற ரகுவீர், ஜான-கியைப் பார்த்து, விழி உயர்த்த ராஜ் வீர், நடந்ததை விளக்கி ஜானகி,

அமிர்தாவை அறிமுகம் செய்தான். இவர்களும் பதிலுக்கு வணக்கம் சொல்ல டைனிங் நோக்கிச் சென்றனர்.

தாதா,தாதி, ராஜேந்தர் அங்கேயே நிற்க, ஜானகி தன் நிலை கண்டு தயங்கி நின்றாள்.ஜானகியை பார்த்த மூவரும், கண்களால் பேசிக் கொள்ள, அவர்கள் பார்வையில் சொந்தம் தோன்ற தாதியிடம் சென்று காலடியில் மண்டியிட்டு அமர்ந்து.

"உங்கள் கிட்ட ஒன்று கேட்கட்டுமா?" என அனுமதி வாங்கித் தயங்கி, தயங்கி..." நான் உங்களை நானாஷா,நானிஷான்னு கூப்பிடட்டுமா, நான் எங்க அம்மாவின் அம்மா,அப்பாவைப் பார்த்ததே இல்லை" என்றாள்.

" அடிப்பாவி வந்தவுடனே ஆரம்பிச்சுட்டாளே" என ராஜ்வீரும்,அமிர்தா-வும் மனதில் அலற.மீண்டும் குளித்து வருவதற்காக,திரும்பிய ரகுவீர், "No, ஜானகி, அவர்களை நீ, அப்படிக் கூப்பிடக் கூடாது " எனக் கடுமையான குரலில் , சத்தமாகவும், கராராகவும் கூடாது என எச்சரித்தான்.

அதே கோபத்தோடு கஜேந்தர் முறைத்து நிற்க, ராஜேந்தர் எதை நினைத்தோ தோய்ந்து அமர்ந்தார்.தாதா,தாதி கண்ணீர் சிந்த, மற்றவர் விக்-கித்து நின்றனர்.

ஜானகியிடம் அழுத்தமான காலடிகளுடன் வந்த, ரகுவீர், "எதைப் பேசும் முன்பும் யோசித்துப் பேசு. இந்த வார்த்தை சொந்தங்கள், ராத்தோட்களின் ஸ்வர்ண மஹலுக்குள் வரக்கூடாது" என அவள் கண்ணை ஊடுருவிப் பார்த்து உதிர்த்து விட்டுச் சென்றான்.

"நீயும் போய்,குளித்துத் தயாராகு அரை மணி நேரத்தில் அலுவலகம் கிளம்பவேண்டும் " என்றான்.

மனதின் வார்த்தை-7

ரகுவீர், ஜானகியிடம் கடுமையாக எச்சரித்து விட்டு தன் தளத்துக்குச் சென்-றான்.அவனின் இந்தக் கோபத்தைக் கண்டு வெளியே பயந்தாலும்,

உள்ளே 'இதற்கெல்லாம் பயந்தால் ஆகுமா? கடவா கரேலா, இனி நீ கோவபட்டுக்கிட்டே தாண்டா மச்சான் இருப்ப, என்னைய மிர்ச்சின்னா சொன்ன, பாரு உன் அன்னக்கிளி என்ன பாடுப் படுத்துறேன்னு, என நினைத்துக் கொண்டாள்'.

தன் நினைவில்,சுய உணர்வு வந்தவள், 'ஐயோ என அலறினாள், (அது-வும் மனதில் தான்) முருகா, என் நினைப்ப உன் வேல் கொண்டு அழிச்சுடு, அவன் என் மச்சானும் இல்லை, நான் அவன் அன்னக்கிளியும் இல்லை.

என் தங்கமான குணத்துக்கும், அவன் தகரடப்பா குணத்துக்கும் ஒத்தே வராது.

இன்றைக்கு, இந்த வீட்டில் நடந்ததெல்லாம் வைத்து, நீ கணக்கு பண்ணி விட்டுறாதப்பா,பழனியாண்டி, உனக்குப் புண்ணியமா போகும்.

என்னைய இந்தக் கட்வா கரேலா கிட்ட இருந்து தள்ளியே வை, நான் எங்க அம்மாவை, அவர்கள் அம்மாவோட சேர்த்து வச்சுட்டு, உன்னையா மாதிரியே ஆண்டி கோலத்தில் உன்ன தேடி வாரேன் முருகா!' எனக் கண்டபடி லார்ட் முருகனையும் படுத்திக் கொண்டிருந்தாள், ஜானகி.

தாதிஷாவுக்கு பேரனின் கோபத்தைப் பற்றித் தெரியும்,அதன் காரணமும் தெரியும், அதனால் ஜானகியை அவன் கடுமையாகப் பேசியபோது ஒன்றும் சொல்லாமல், அவன் தலை மறைந்ததும்,ஜானகியின் தலையைத் தடவி,

"நீ பயப்படாத பேட்டா, அவன் கோவத்தில் அப்படிச் சொல்லிட்டு போகிறான் . நீயும் என் பேத்தி தான், பெயரச் சொல்லிக் கூடக் கூப்பிடு" எனச் சமாதானம் செய்யதார்.

" தாதாஷா, ஒன்றுமே சொல்லலையே" எனச் சோகமாக முகத்தை வைத்தாள்.

"அரே,பேட்டா, எங்கேயாவது மனைவி சொல்லுக்கு மீறி கணவன் நடப்பானா? அதுவும் பல் போன பிறகு? அவள் சொல் தான் என்னுடையதும்"என்றார்.

"நீங்க எப்பவுமே தாதிஷா பேச்சை மீறினது இல்லையா,தாதாஷா" என அவள், ஓர் அமர்ந்த குரலில் கேட்க,கண் கலங்கிய தாதாஷா "ஒருமுறை கேட்காததால் தான்,இன்றைக்கும் வேதனை அனுபவிக்கிறேன்" என அவர் ஆத்மார்த்தமாக வருத்தப்பட, அதைக் காணச் சகிக்காமல் பேச்சை மாற்றினாள் ஜானகி.

"உங்கள் இரண்டு பேரையும் மத்தவங்க மாதிரி கூப்பிட முடியாது, நான் ஸ்பெஷல் பேத்தி அதனால் ஆச்சி, தாத்தா ன்னு கூப்பிடவா?" என ஏதோ புதிதாய் கண்டு பிடித்த வார்த்தை போல் கேட்டாள்.

அவர்களும் சரி எனத் தலை ஆட்டினார்கள்.பேசிக் கொண்டு இருந்ததில் நேரம் கடக்க, "ஓ காட் , உங்கள் பேரன்கரேலா ,கண்ணாலேயே என்ன எரிச்சுடுவார், நான் போய் மறுபடியும் குளிக்கிறேன். பை தாத்தா, பை ஆச்சி" என அவர்களுக்கு முத்தம் கொடுத்து விட்டுப் பறந்தாள்.

அதற்குள் அமிர்தா ராஜ்வீருடன் சென்று தான் சாப்பிட்டு விட்டு, ஜானகிக்கு டப்பாவில் எடுத்து வந்தாள்.வாடிப் போகலாம் எனக் கதவு வரை சென்றனர். கதவில் கை வைத்துத் தள்ள, அது திறக்கவில்லை. அதற்குள் ராஜ்வீர் வந்து அவர்களை இரண்டாம் தளம் வரை வந்து,அறைக் கதவையும் திறந்து விட்டான்.

ரகுவீர், குளியலறையில் ஷவர் முன் நின்றவன், சற்று முன் நடந்ததை நினைத்துக் கொண்டிருந்தான். அவள் கண்கள் விரித்துப் பார்த்தப் பார்வை அவனை ஏதோ செய்தது.ஷவரை இன்னும் வேகமாக்கினான்.

'இந்த மிர்ச்சி வந்ததில் இருந்து, என்னோடையே மோதுகிறாளே, கொஞ்சம் மிரட்டி வைக்கனும்',என நினைத்தபடி வெளியே வந்தவன்,

ராஜ்வீர்க்கு,போன் செய்து, "நீ அமிர்தாவை கூட்டிட்டுக் கிளம்பு, நான் ஜானகியை கூட்டிட்டு வருகிறேன் " என்றான்.

கண்ணாடியில் தன் தலையைப் பார்த்தவன், ஓ,காட் ஹேர்கலர் செய்தது போல இருக்கிறது என, மீண்டும் ஒரு ஷாம்பு வாஷ் செய்தான்.

அறைக்கு வந்த ஜானகி, வேகமாகக் குளியலறை நோக்கிச் சென்றாள்.

"அமிர்து, என் ட்ரஸ்ஸை எடுத்துட்டு வாடி",எனச் சொல்லிக் கொண்டே போனாள் .அவள் குரல் அமிர்தாவிற்குக் கேட்கவே இல்லை. ராஜ்வீர் அவளை நிறுத்தி, "அம்ரூ, நீ என்னோடு வா,ஜானியை பய்யா, பிக்கப் பண்ணுவார்", எனக் கூறினான். ஒரு நிமிஷம் என, ஜானகிக்குக் குரல் கொடுத்துக் கொண்டே, தன்னைச் சீர் செய்து , ஃபார்மலாக ஆபீஸ் கிளம்பினாள் அமிர்தா.

ஜானகி இருந்த நிலையும்,தண்ணீர் சத்தமும் சேர்த்து, அமிர்தாவின் குரல் அவளுக்குக் கேட்கவே இல்லை. ஷாம்பூ போட்டு , அலசிய பின்னும் குங்குமக் கறை போகவில்லை. நீண்ட நேர முயற்சிக்குப் பின், தொப்பலாக நனைந்தபடி அமிர்தாவை அழைத்தாள்.அவள் வராது போக, அமித்து எங்கடி போன என, ஒரு பெரிய டவலால் உடலில் சுற்றியும்,மற்றொன்றால் தலையைக் கட்டியபடி வந்தாள்.

அங்கு ரகுவீர் கதவைத் திறந்து கொண்டு வர, அவள் இருந்த நிலை கண்டு,அவசரமாக அவளுக்கு முதுகு காட்டி நின்றான்.

அவளும் பதறி,திரும்பி நின்று கொண்டு, "அமிர்தா எங்கே"எனக் கேட்டாள்

"அவள் ராஜ்வீருடன் போய் விட்டாள்".என்றவன்,"கதவு லாக் செக்யூரிட்டி இன்னும், இம்பிளிமென்ட் ஆகலை, அதனால் தான் கூப்பிட வந்தேன். சாரி" என்றான்.

"நான் முன் அறையில்வெயிட் பண்றேன், கதவ முழுசா சாத்தாத, ஸ்டாப் லாக் போட்டுக் கொஞ்சம் இடைவெளி இருக்கட்டும், நீ என்னை நம்பலாம், வெளியே காவலுக்கு நிற்கிறேன்" எனச் சென்றான் ரகுவீர்.

ஐய்யோ, இவனும் போய்டா நான் எப்படி ட்ரஸ் எடுப்பேன் என நினைத்தவள்.

கட்வா எனக் கூப்பிடப் போனவள், இவனை இப்படிக் கூப்பிட்டா, கோவத்தில் போய்விடுவான் என நினைத்து, "ஸுனியே, என் பெட்டி வெளியே இருக்கிறது அதை எடுத்துகுடுங்க, பிங்க பெட்டி" என்றாள்.

இங்கு, ஸுனியே என்பது, மனைவி, கணவனைக் கூப்பிடும் சொல். அவள் அப்படிச் சொல்லவும், தட்டமாட்டாமல், அவளுக்குத் தேவையானதை எடுத்துக் கொடுத்து, "நீ உள்ள மாத்திட்டு வா, கதவை ஸ்டாப் லாக் போட்டுட்டுப் போகிறேன்" எனக் கதவை ஒருக்களித்துச் சிறிது இடைவெளி விட்டுச் சாத்திச் சென்றான்.

அவன் பேச்சில் நம்பிக்கை வைத்து, உடை மாற்றி வந்தவள், தலை முடியை ட்ரையர் போட்டுக் காய வைத்து, ஓரளவு செட் செய்து, வேகமாகத் தயாராகி வந்து,"போகலாமா? "வேறு பக்கம் பார்த்தபடி கேட்டாள் ஜானகி.

இவள் லேட்டாகத் தான் வருவாள் என நினைத்தவன்,அவள் சீக்கிரமே வரவும், தன்னைப் பார்ப்பதை, தவிர்த்த அவள்பார்வையில், சங்கடமாய் உணர்ந்தவன்,"சாரி"என்றான் ஒற்றை வார்த்தையில்.

அவன் சாரி சொன்னதில், தயக்கம் மறைந்து,கண்ணை மூடி திறந்து,தன்னை சமன்படுத்திக் கொண்டு" சரி , வாங்கப் போகலாம்"என்றாள்.

அவள் முன்னே ஓர் எட்டு வைத்து நடந்தவன்,பாதியில் திரும்பி,அமிர்தா ஜானகிக்கு விட்டுப் போன டிபன் பாக்ஸை எடுத்துக் கொடுத்தான்.

" வச்சிக்கோ, கார்ல போகும் போது சாப்பிடு " என்றான்.

அவளும் தலையாட்டிய படியே ,'இந்தக் கட்வாக்கு,இப்படி யோசிக்கவும் தெரியுமா?' என மனதில் வியந்தாள்.

அங்கு வந்து நின்ற கருப்பு நிற ஆடிக் காரை ட்ரைவர் கொண்டு வந்து நிறுத்தி, கார் கதவைத் திறந்து ரகுவீர் ஏற வசதியாக ,கதவைப் பிடித்து நின்றார். ரகுவீர் ட்ரைவர் இருக்கையில் உட்கார, "ஜானகி,சீக்கிரம் ஏறு " என்றான்.அவள் எங்கே உட்கார என யோசித்துக் கொண்டு ,மனதில் இங்கி/ பிங்கி போட்டுக் கொண்டிருந்தாள்.

அவன் முன் பக்க கதவை உள்ளிருந்த படி திறந்து விட்டு, கண்ணால் அழைத்தான்.இதற்கு ஒன்னும் குறைச்சல் இல்லை, என மனதில் நொடித்துக் கொண்டே முன்னால் ஏறினாள்."சீட் பெல்ட் போடு" எனரகுவீர் சொன்னான்.

இதே போல் சொன்ன தன் அண்ணனிடம், "நாங்கல்லாம்,அரைபாடி வண்டியிலேயே எதையும் பிடிக்காமல் வருவமாக்கும்" என வடிவேல் டயலாக் அடிக்க,

"நீங்க தைரியசாலி தான், நாங்கள் கொஞ்சம் பயந்தாங்கோலி, சீட் பெல்ட் பேட்டுக்கங்க தாயீ" என அவன் பவ்யமாகப் பேசி கலாய்த்து, மண்டையில் கொட்டி, அவனே இவள் புறம் சீட் பெல்ட்டை போட்டு விட்டான்.

ஜானகி "தலையில் கொட்டாத அண்ணா,வளரும்பிள்ளை நான், குட்டையா போய்டுவேன்,அப்பறம் வளர்ந்த மாப்பிள்ளை வந்து, என்னையைத் தான் கட்டுவேன்னு ,சொன்னா என்ன பண்ணுவ" என்றாள்.

"தங்கத்தில் ஸ்டூல் வாங்கித் தரேன்டி என் செல்லம்" என்றான் அமுதன்.

அண்ணன் நினைவில் ,பாசமலர் தங்கை லயித்திருக்க, இவளைக் கூப்பிட்டுப் பார்த்து, முடியாமல் தானே அவள் சீட் பெல்ட்டையும் போட்டு விட்டான் ரகுவீர். இது எதையுமே அவள் உணரவில்லை.

கார்,140km வேகத்தில், கடற்கரைச் சாலையில் லாவகமாகப் பறந்து கொண்டிருந்தது. ஓரிடத்தில் அடித்த சடன் ப்ரேக்கில் சுயநினைவு பெற்றவள் முழித்தாள்.தன்னை அழைக்கத் தான் அந்த ப்ரேக் என உணர்ந்தவள் அவனை முறைக்க,அவன் கூலாக அவள் முன்,டிபன் பாக்ஸை நீட்டினான்.

அதைப் பார்த்த பின்பே அவளுக்குப் பசி தெரிந்தது. அவசரமாகப் பிரித்தவள், பூரி கிழங்கைப் பார்த்துச் சோகமாகச் சாப்பிட ஆரம்பித்தாள்.

ஒரு வாய் சாப்பிடும் முன்," நீங்க சாப்பிட்டீங்களா" எனக்கேட்க, இல்லை எனத் தலையாட்டியவன், ஆபிஸ்ல பார்த்துப்பேன் என்றான்.

ஒன்றும் பேசாமல் அவன் ரோட்டைப் பார்த்து வண்டி ஓட்ட,அவன் வாயருகே பூரியை நீட்டினாள். அவன் அதிர்ந்து பார்த்தான்.

"முதல் விசயம் ,நான் மட்டும், உங்களைப் பார்க்க வச்சு சாப்பிடா எனக்கு வயிறு வலிக்கும். இரண்டாவது, நீங்க மட்டும் போய் ஆபீஸ்ல சுட-சுட கொட்டிக்கிட்டீங்க,என் சாபம் உங்களைச் சும்மா விடாது.சோ, வின்,வின் ஸ்ட்ரடஜி." எனச் சொல்லிக் கொண்டே அவன் மறுத்தும் விடாமல், அவனுக்கு ஊட்டிக் கொண்டு அவளும் சாப்பிட்டாள்.

அவன் பேச வாய் திறக்க, இவள் பூரியால் அவன் வாயை அடைத்தாள். சாப்பிட்டு முடிக்கவும், டிஸ்யூவை எடுத்துக் கொடுத்தாள்.

"பை த வே ,mr.ராத்தோட் , இதெல்லாம் நான் ஒரு சக பயணியா, ஒரே இடத்திலிருந்து வரோமேன்னு தான் செய்யறேன்,இதை நீங்க,அட்வான்டேஜ் எடுத்துக்கிட்டு, எங்கிட்ட எதுவும் எதிர் பார்காதீங்க. ஆபீஸ்ல நீங்க என் பாஸ், நான் ஒரு ப்ராஜக்ட் ட்ரைனீ அவ்வளவு தான், காட் இட் " எனக் கெத்தாகச் சொன்னாள்.

"ஏய், மிர்ச்சி, நீ சரியான லூசு தான், இதைச் சொல்லத்தான் உன்னைய கூட்டிட்டே வந்தேன், நீ எனக்கே சொல்லுறியா? என்றான் ரகுவீர்.

"ஹலோ,வண்டியை ஸ்பீடா ஓட்டி என்னைய பயமுறுத்தி, இந்த டயலாக் அடிக்கத்தான், என்னைய கூட்டிட்டு வந்தீங்கன்னு எனக்குத் தெரியும். இன்னும் கொஞ்சம் பெட்டரா ட்ரை பண்ணுங்கள் பாஸ்.நான் மறத்தமிழச்சி, இதற்கெல்லாம் பயப்பட மாட்டேன்."என்றவள்.

"உங்கள் ஆபீஸுக்குக் கொஞ்சம் முன்னாடியே நிறுத்துங்க, எந்தச் சிபாரிசும் இல்லாமல் ,உங்கள் ஆபீஸ்ல ஜாயின் பண்ணிக்குவேன்." என்றாள்.

அவள் சொன்னபடியே அவளை இறக்கி விட்டுச் சென்றான்.

ராத்தோட் க்ரூப் ஆப் இன்டஸ்ட்ரீஸ் என்ற பெயர் தாங்கிய கட்டிடம், ஓங்கி உயர்ந்து நின்றது.அதன் முகப்பில், அவர்கள் கம்பெனியின் பெயர்கள், பொறிக்கப்பட்ட நேம் போர்ட்கள், ஒரு மாடி உயரத்திற்கு இருந்தது.

ஒரு வளைவின் முன்னே,இறங்கிக் கொண்ட ஜானகி, நடந்து வந்து கட்டிடத்தை அடைந்தாள். அண்ணாந்து கட்டிடத்தையும் பெயர்ப் பலகைகளையும் பார்த்தவளுக்கு, அப்பா,கழுத்து சுளுக்கிக்கும் போலயே, என நினைத்துக் கொண்டாள்.

இத்தனை கம்பெனியும் , மேனேஜ் பண்ணும் போது, கரேலா -கட்வாவ இருக்கிறதில் தப்பே இல்லை என ரகுவீருக்காகவும், அவளது மனம் வக்கீல் வேலை பார்த்தது.

ராத்தோட் இன்டஸ்ட்ரீஸ் அலுவலகக் கட்டிடத்தில் நுழைந்த, ஜானகி, அதனை வேடிக்கைப் பார்த்தாள், தரை தளம் அழகாக வடிவமைக்கப் பட்டு இருந்து.

இடது புறம், வரவேற்பு ஏரியா அதில் பெண்கள்,மேக்கப் உதவியால் செல்லுலாய்ட் சிலை போல், உதட்டில் சாயமும் இன்ஸ்டன்ட் புன்னகையுமாக இருந்தனர்.

வலது புறத்தில், அழகிய ஷோபாக்களும், சுவரில் ராஜஸ்தானி ஓவியங்களும், வேலைப்பாட்டுடன் கூடிய தூண்கள், கதவுகள், சித்திர விதானங்கள் என, ராஜஸ்தானி அரண்மனைகள் போல் மிரட்டின.

வரவேற்பைத் தாண்டி, மாடிப்படி கலை அழகுடன் செல்ல, அருகில் இரண்டு லிப்டுகள் இருந்தன. ஒளி அமைப்பு,கண்ணை உறுத்தாமல், தேவையான அளவிலிருந்தது. ஒவ்வொரு இடமாக, பார்த்துக் கொண்டே, அதற்கு ஏற்ப மனதில், பாராட்டு, திருத்தம் எனச் சொல்லிக் கொண்டே, தனது முகத்தில் அந்தப் பாவங்களைக் காண்பித்துக் கொண்டும் வந்தாள் ஜானகி.

வரவேற்பிலிருந்த பெண்களிடம், தான் வந்த நோக்கத்தைச் சொல்ல, முதல் தளத்தில் பிரதான அலுவலகம் உள்ளது, அங்கு ரிபோர்ட் செய்ங்க, அவர்கள் உங்களை டைரக்ட் செய்வார்கள் என்றனர்.

இவள் நன்றி உரைத்து சில அடிகள் நகர, "இன்னைக்கு MD உள்ள வரும் போது பார்த்தியா, பேஸ், ப்ரைட்டா,ஸ்மைலோட வந்தார்." என்றாள் ஒருத்தி.

"சிரித்தாரா"என ஆச்சரியம் அடுத்தவளுக்கு.

"அவர் என்னைக்குச் சிரிச்சாரு, டென்ஷன் ஃப்ரீயா இருந்த மாதிரி இருந்தது, ஹண்டசம்மா இருந்தார் "என்றாள்.

"கொஞ்சம் பொறு டெரர் பேஸ்,ஆங்ரிமேன் கொஞ்ச நேரத்தில் வரும்" என்றாள் மற்றவள்.இவர்கள் யாரைப் பற்றிப் பேசுகிறார்கள் எனப் புரியாமல், கடந்து சென்றாள் ஜானகி.

முதல் தளத்தில் போய், தன்னை அறிமுகம் செய்ய,"கொஞ்சம் பொறுங்கள் , உங்களை அழைப்போம் "என ஓர் இடத்தைக் காட்டினர். அங்கே ஏற்கனவே அமிர்தா இருக்க, அவளோடு சேர்ந்துக் கொண்டாள்.

"ஜானகி,வந்துட்டியா,ராஜ்அண்ணா அவசரப் படுத்தவும் வந்துட்டேன்டி,நீ யார் கூட வந்த? ரகுவீர் அண்ணா வந்துட்டாங்க, உன்னைக் காணாமேன்னு பார்த்தேன்" என்றாள் அமிர்தா.

"அமித்து,நானா தான், ஆபீஸ்க்கு முன்னாலையே இறங்கிட்டேன். நம்ம ட்ரைனியாவே இருப்போம், இல்லைன்னா கூட வேலை செய்பவர்கள் ,நம்ம கிட்ட நல்லா பழகமாட்டார்கள்" என்றாள்.

"ஆமாடி, நானும் சொல்லனும்னு நினைச்சேன்".எனத் தோழிகள் பேசிக் கொண்டிருக்க, இவர்களை மேலாளர் கூப்பிடுவதாகச் சொன்னார்கள்.

இருவரும் மேலாளர் கேபினுக்குச் சென்றனர். அங்கே அறுபது வயதை நெருங்கிய ஒரு பெரியவர் இருந்தார்.அலோ குப்தா எனப் பெயர்ப் பலகையிலிருந்தது.கேபினுக்குள் சென்ற இருவரும்,"குட்மார்னிங் ஸார் "என்றனர்.

அவரும் கண்ணாடியைச் சரி செய்த படி, இருவரையும் பார்த்து, "குட்மார்னிங்" ப்ராஜெக்ட் ட்ரைனீஸா என்றார்.

பின்னர், பக்கத்தில் மற்றொரு கேபினைக் காட்டி, "இங்கே இருக்கும் கணிப்பொறியில்,ராத்தோட் க்ரூப் டீடைல்ஸ் இருக்கும். முழுசா பாருங்கள். இது தான் உங்க ஃபஸ்ட் டூட்டி "என்றார்.

"ஓகே சார் " என அதற்குள் நுழைந்தனர். சற்று நேரத்தில், யூகி என ஒருவன் வந்து, இவர்கள் செய்ய வேண்டிய வேலையைச் சொன்னான்.

இப்படியே மதியம் வரை கடந்தது. அமிர்தா வேலையில் மூழ்கி இருக்க, ஜானகிக்குப் பசித்தது."அமித்து வாடி,எனக்கு பசிக்குது, கேன்டீன் இருக்கான்னு பார்க்கலாம்" என்றாள்.

"பசி,வந்துட்டா நீ,நீயா இருக்க மாட்ட"என விளம்பர பாணியில் சொன்னாள் அமிர்தா.வழி விசாரித்து, கேன்டீன் வரை சென்றவர்கள், அங்கே நார்த் இன்டியன் டிஷ் பார்த்துச் சோகமாக நின்றனர்.

"அமித்து, இந்த ரொட்டி தின்னே செத்துருவேன் போலடி" என்றாள் அழமாட்டாமல்.

"இப்ப இதைச் சாப்பிடுவோம், பிறகு பார்ப்போம் என்ன செய்யலாம் னு" எனச் சமாதானம் செய்தாள் அமிர்தா.

"இரண்டு தடியனுங்க நம்மளை கூட்டிட்டு வந்தானுங்களே, என்னனு கேட்டானுங்களாடி, அமுதன் அண்ணன்னா, இப்படி இருப்பானா,இன்னேரம் மயூவையும்,மஞ்சுவையும் தாங்கிகிட்டு இருப்பான்" என்றாள்.

"ஏண்டி,அங்க இருந்தால், பெரியத்தானோட சண்டை கட்டி ஏறுவ, இங்க வந்து, எங்க அண்ணேன், அண்ணேன்னு பாட்டா பாடுற "என்றாள்.

போடி, என்றபடி அமுதனுக்குப் போன் செய்தாள்.அவன் எடுக்கவும், "அண்ணா, நீ என்ன பண்ற, சாப்டியா, என்னடா சாப்பிடுகிற"என மரியாதையா ஆரம்பித்து, அதைக் கெடுத்து முடித்தாள்.

அவன், கடகடவெனச் சிரித்து, "என்னடி செல்லம், பெருங்குடல், சிறுகுடலை தின்னுதா?"என்றான். "ஆமாம்,தெய்வாம்மா,லன்சுக்கு என்ன செய்தார்கள்,"என்றாள்.

"தெரியலடா,ஆபீஸ்ல இருக்கிறேன், ஹோட்டல தான் இன்னைக்கு, அம்மாட்ட வேண்டாம் னு சொல்லிட்டு வந்துட்டேன்"என்றான்.

"வயித்துக்குச் சாப்பிடுவதை விட என்ன,பெரிய வேலை,அதுக்குத் தான் சம்பாதிக்கிறதே, முதல்ல வீட்டுக்கு போ, எந்த முக்கியமான வேலையா இருந்தாலும் அப்பறம் வந்து செய்" என அதிகாரம் செய்தாள்.

"சரிங்க மகாராணி,உங்கள் உத்தரவு எனச் சிரித்துப் போனை கட் செய்தான்.

அருகிலிருந்த மயூரிஅமுதனிடம் கேள்வியாக நோக்க, "ஜானகிக்குப் பசி வந்தால்,அவள்,அவளா இருக்க மாட்டா, அவளுக்குப் பசி எடுக்கும் நேரம், அவளுக்குப் பிடிச்சதா இல்லைனா, இப்படித் தான் கோவப்படுவா."என்றவன்.

"உங்கள் ஊரில் அவளுக்குப் பிடிச்ச சாப்பாடு கிடைத்திருக்காது, அது தான், எங்கிட்ட பாயிறா.பெரியவங்க கிட்ட இந்த நேரம் பேச மாட்டா, அவங்க மனசு கஷ்டப்படுமென்று. நானோ,பாலனோ தான் இந்த நேரம் மாட்டுவோம்" எனத் தன் தங்கையைப் பற்றிப் பேசினான்.

"நானும் இரண்டு வருசமா இருக்கிறேன்,கவனித்ததே இல்லையே" என்றாள் மயூரி.

"அங்க கிட்சன் இருந்தது, இரண்டும்,அதாவது நார்த்,சௌத் டிஷ்,செய்யத் தெரிந்த குக், அதனால் உனக்குத் தெரியலை. அதை விட அவ உங்ககுடும்பத்தைச் சந்தித்ததில்,எங்களை மிஸ் பண்ணியிருப்பா" என்றான்.

"மீதி வேலையை நாளைக்குப் பார்க்கலாம், ஜானகி தேவி ஆணை இருக்கிறது, அம்மா இரண்டு பேரும், மாற்றி,மாற்றிப் போன் பண்ணிட்டாங்க போகலாம்"என்றான்.

மஞ்சரி தான் ,இன்றுதான் வந்திருப்பதாகச் சொல்லி டிமிக்கி கொடுக்க, மயூரி அமுதனுடன் கிளம்பினாள்.

திண்டுக்கல்லில் ஒரு ஆபீஸ் உள்ளது, மதுரையில் ஒன்று.திண்டுக்கல் ஆபீஸ் மூன்று தளங்களுடன், கன்ஸ்ட்ரக்ஸன் ஆபீஸ் மற்றும் பழங்கள், மூலிகைகள் ஏற்றுமதி நிறுவனம் .

அங்கிருந்து சரியாக இருபது நிமிடத்தில் அமுதன் வீட்டிலிருந்தான். அங்கே வீட்டில், பெரியவர்கள் மற்றும் மஞ்சரி ஏற்கனவே டைனிங் டேபிளில் ஆஜர்."சீக்கிரம் வாங்க ப்ரோ ,ஸ்வரூ ,பசிக்கிறது, சாப்பாடு வாசம் வேற சூப்பர். உங்களுக்காக வெயிட்டிங் டியர்ஸ்,கம் க்விக்"என்றாள்.

அவர்கள், கை கழுவி வந்தனர், வடக்கும்,தெற்கும் சங்கமம் ஆன,ஒரு விருந்தே இருந்தது. ராகினியின் கை வண்ணத்தில் இராஜஸ்தானியும், தெய்வாவின் கை பக்குவத்தில் நம்மூர் சாப்பாடும் தயாராகி இருந்தது.

மயூரி, மஞ்சுவை பார்த்துச் சிரித்துக் கொண்டே வந்து அமர்ந்தாள். ஒரு வாய் வைக்கும் முன்னே, "ஜானகி தான் பாவம்" என்றாள்.

"அது அரை மணி நேரம் முன்னாடி, இப்ப அவளும் நம்மள மாதிரி கொட்டிக்கிட்டு இருப்பாள்" என்றாள் மஞ்சரி.

"எப்படி , ராஜ்பய்யா ஆர்டர் பண்ணாங்களா"என்றாள் மயூரி.

"உன் பய்யா தான், ஆனால் ராஜ் இல்லை, படே பய்யா" என்றாள் மஞ்சரி.

"இஸ் இட், "என்றவளுக்குப் புரை ஏறியது. ராகினி அவள்,தலையில் தட்டி, முதுகில் தடவி தண்ணீர் அருந்த வைத்தார். மயூரிக்குக் கண்கள் கலங்கி இருந்தது. இரண்டு பேரும் சாப்பிடும் போது பேசாமல் சாப்பிடுங்கள் என அன்பாக மிரட்டினார் தெய்வா.

அங்கே மும்பையில் நடந்தது என்ன வென்று பார்ப்போம்.

அமுதனை மிரட்டிச் சாப்பிட அனுப்பி, போனை ஜானகி கட் செய்ய, ஒரு அன்நோன் நம்பரிலிருந்து கால் வந்தது. ஏற்கனவே பசியிலிருந்தவள் ஹலோ என எரிச்சலாகப் பதில் கூற. "ஜானகி போத் ஆப் யூ கம் இன் டூ மை கேபின்" என்றான் ரகுவீர்.

ஜானகிக்கு யார் குரல் எனப் புரிந்த போதும்,ராத்தோட்ஸ் மேல் உள்ள கடுப்பில்"யார் பேசுறது" எனக் கோபமாகக் கேட்டாள்.

"உன் பாஸ், ரகுவீர் சிங் ராத்தோட், Md, ராத்தோட் க்ருப் ஆப் கம்பெனிஸ், அறிமுகம் போதுமா, இப்ப வரலாம் தானே" என்றான்.

"வரலாம்,வந்து தானே ஆகனும், ஆனால் எங்க வர,நீங்க எங்க இருக்கீங்க " என்றாள்,குரலில் தெம்பே இல்லாமல்.

"ஐந்தாவது தளத்துக்கு வா" என்றான்."அமித்து வாடி கட்வா கூப்பிடுது" என இழுத்துச் சென்றாள்.

ஐந்தாவது தளத்தை அடைந்து அவன் பெயர் தாங்கிய கேபின் முன் நின்று, "மே ஐ கம் இன் சார் " என்றாள். ரகுவீரே வந்து கதவைத் திறந்தான், உள்ளே நுழைய இவள் முன்னேற அவன் எதிரே வர மீண்டும் மோதல், இந்த முறை ஒருவரை ஒருவர் பிடித்துச் சமாளித்தனர்.

"ஜாயின் வித் அஸ் இன் லன்ஞ்" என்றான்ரகுவீர்."இவன் காஞ்ச ரோட்டிய திங்க இன்விடேசன் வேற" என வாய்க்குள் புலம்பியவள், அவன் என்ன எனக் கேட்க,

"புதுசா வருகிற ட்ரைனீசுக்கு,MD ,லன்ச் கொடுக்குற ப்ரோட்டோகால் இருக்கா சார்" என ஒன்றும் அறியாதவள் போல் கேட்டாள் ஜானகி.

"ஆமாம்,என்னோடு வா" என்றவன் கையைப் பிடித்து, அடுத்து இருந்த டைனிங் அறைக்கு இழுத்துச் சென்றான்.

அங்கே இருந்த பாத்திரங்களைத் திறந்து காண்பிக்க, ஜானகிக்கு சொர்கத்தைப் பார்ப்பது போல் இருந்தது. சாதம்,குழம்பு, காய்,வறுவல், ரசம், மோர் என நம்ம ஊர் சாப்பாடு.அதைப் பார்த்தவள் நம்ப இயலாமல், ரகுவீரை கிள்ளினாள், அவன் ஆ..எனக் கையை உதறினான்.

"சாரி,சாரி,சாரி,நான் கனவுன்னு நினைச்சேன் என அவன் கையைப் பிடித்து குலுக்கி விட்டு ஒரு ஹக் மற்றும் எம்பி நின்று ஒட்டி ஒட்டாமல் தன் இதழை அவன் கன்னத்தில் ஒற்றி எடுத்து விட்டு ,தாங்க்யூ என டேபிளுக்கு ஓடினாள். சாப்பாட்டுத் தட்டில் சாதத்தைப் போட்டு உட்கார்ந்தாள்.

ஜானகி கேபினுக்குள் நுழையும் போது, ராஜ் அம்ரூ என அழைத்த படி வர, அமிர்தா காரிடரில் நின்றாள். அந்த நேரம் சரியாக மஞ்சரி போன் வந்தது, ராஜிற்கு ,அவன் பேசி முடிக்கட்டும் என அமிர்தா கூடவே நின்றாள்."ஹாய்,பேபி, சாப்ட்டியா?"என்றான்ராஜ் போனில்.

"இல்லை ராஜ், டைனிங் டேபிளில் வெயிடிங், உன் ப்யாரி பஹனாக்காக, நீ சாப்டியா" என்றாள் மஞ்சரி.

"இதோ போறேன், பய்யா,நார்த் &சௌத் ஃபுட் ஆர்டர் போட்டு வந்து-டுச்சு பய்யா கேபினுக்கு சாப்பிட போகிறேன்" என்றான்.

"ஓகே குட் சாப்பிடு, உன் சோட்டி வந்துட்டாள். இங்க சாப்பாடு வாசம், மூக்க தொலைக்கிறது. மாஸிஷா,இராஜஸ்தானியும், சித்திமா சௌத்தும் பண்-ணியிருக்கிறார்கள் பை" என்றாள்.

"ஏய்,பேபி,பேபி" எனராஜ் அழைத்துக் கொண்டே இருக்க அவள் சாப்-பாட்டில் பிசியானாள்.

இங்கு ஜானகி கொடுத்த அதிர்ச்சியில் ரகுவீர் அதிர்ந்து நின்றான், நடந்தது கனவா நினைவா என்று. "பய்யா" எனராஜ்வீர் உலுப்ப, அவன் கையைக் கிள்ளி பார்த்தான்,ரகுவீர். ராஜ்வீர் ஆ..வென அலற,என்ன பய்யா இது என்றான்.

"நிஜம் தான் "என்றான் ரகுவீர்.

அமிர்தா ராஜ்வீருன் வந்தவள்,"ஆத்தா, அன்னபூரணி இன்னும் மூணு பேரு சாப்பிடாமல் இருக்கிறோம்.கடைக்கண் காட்டுங்கள்"என்றாள் ஜானகி-யிடம்.

வாயில் சாதம் இருக்க. உட்காருங்கள் எல்லாரும் என, சோற்றுமொழி பேசினாள் ஜானகி.

"யாரோ ஒரு மானஸ்தி ட்ரைனிக்கு MD லஞ்ச் கொடுக்கிற ப்ரோட்-டோகால் இருக்கான்னு கேட்டாங்க"என்றான் ரகுவீர்.

"ஆமாம்.இன்னைக்கு இருந்து ரூல், அமலுக்கு வருதுன்னு சொன்னார் MD" என்றாள் ஜானகி.

"காலையில் யாரோ ஜாபோட டெக்கோரம் மெயிடன் பண்ணணும்னு சொன்னாங்க" என்றான் ரகுவீர்.

"காலையில் ஒரு டீல்ல சூடா சாப்பாடு தரேன்னு ப்ராமிஸ் பண்ணாங்க, ஒரு சக பயணி" என்றாள் ஜானகி.

"வலுக்கட்டாயமா ஊட்டி வலுக்கட்டாயமா வார்த்தையும் தானே சொல்-லிக்கிட்டா,அதுக்குப் பேர் ப்ராமிஸ்?"என வினவினான் ரகுவீர்.

"ஸ்டாபிட் கைஸ், அம்ரூ உனக்கு ஏதாவது புரியிது" என்றான் ராஜ்.

"சத்தியமா புரியலை ப்ரோ" என்றாள் அம்ரூ.

நாலு பேர் இருக்கையில், இரண்டு பேர் தெரியாத மொழி பேசறது எவ்-வளவு தப்போ, அவ்வளவு தப்பு, புரியாத விஷயத்தைப் பேசுறது,அதனால பேசாமல் சாப்பிடுங்கள் என்றனர் அம்ரூவும்,ராஜ்வீரும்.

அம்ரூ பாசமாக பரிமாற, அவளையும் அமர்த்தி தாங்களே அவளுக்கும் சேர்த்து பரிமாறி, சேர்ந்து உண்டனர் வீர் சகோதரர்கள். ஜானகி சோறு முக்-கியம் என தன் வயிற்றுப்பாட்டில் மும்மரமாக இருந்தவள், போனால் போகி-றது என , வடஇந்திய உணவுகளை மட்டும், அவர்கள் சாப்பிட ஏதுவாக நகர்த்தினாள் .

மனதின் வார்த்தை -8

மாலை நேரம் கொங்கணக்கரை செயற்கை ஒளியில் மின்னத் தயாராகியது, அரேபியக் கடலில் சயனிக்க கதிரவனும் தன் கதிர்களைச் சுருக்கிக் கொண்டு, முங்கச் சென்றான். இதோ ஆர்ப்பாட்டத்துக்குப் பின் வரும் அமைதி போல், குளுமை ஒளி பரப்பி, சந்திரன் தரிசனத்தைத் தர ஆரம்-பித்து விட்டான்.

இதுவரை சுறுசுறுப்பாகத் திரிந்த மும்பை மக்கள் ஒருபுறம் ஓய்ந்து வீடு திரும்ப, மறுபுறம் புத்துணர்வு கொண்ட ஒரு கூட்டம், நகரத்தை நிரப்பிக் கொண்டிருந்தது. மாலை மயங்கிய மானிடர், கூட இரவில் காவலாளி போல் மும்பையைச் சுற்றி உற்சாகம் குறைவின்றி வைத்திருந்தனர்.

அமிர்தா தன் வீட்டினருடன் பேசிக் கொண்டிருக்க, ஸ்பீக்கரில் போட சொல்லி அங்கே வந்தமர்ந்தாள் ஜானகி. யாரோ அழைத்துப் போல் இருக்க போனை ஜானகி கையில் கொடுத்து ஹாலுக்குச் சென்றாள்.

"அத்தை உங்கள் மகள் எந்த குறையும் இல்லாமல் சவுக்கியமா இருக்கா,ஆனால் இங்கே இருக்கவுங்க நான் தான் ஏதோ சந்தனச் சிலை-யைக் கடத்திட்டு வந்துட்டேன்னு, என்னை சந்தேகமாப் பார்த்தாங்க, அடே, இது எங்க அத்தை பெற்ற ரத்தினம்.ஒதுங்கிப் போங்கன்னு, அமித்துவையும் காப்பாத்தி கூட்டிட்டு வந்தேன்."என்றாள் ஜானகி.

"ஆத்தா என் மருமகளே பாஷை தெரியாத பட்டனமா சுற்றி வர்றீங்க பார்த்து சூதானமா நடந்துக்கனும். தேவையில்லாத வம்பில் மாட்டக் கூடாது. நம்ம உண்டு நம்ம வேலை உண்டுன்னு இருக்கனும் சரியா." என்றார் அத்தை.

"சரிங்க அத்தை ஆனால் இது எல்லாம் உங்க தப்பு.நீங்க மட்டும் இந்த அமித்துவை பையனா பெத்திருந்தா, நான் ஏன் இப்படி அலையறேன். அவளையே ஸைட் அடிச்சு செட்டில் ஆகி புள்ளைய பெத்துருப்பேன்ல" என்றாள்.

"ஆத்தா ஜானகி, ஆசைக்கு ஒரு மக இருக்காடி,அதுவும் பொறுக்க-லையா உனக்கு.ஆமா அதென்னடி அப்படிச் சொல்லிபுட்ட இப்ப சொல்லு, என் பங்காளி வீட்டு பயலுகள வரிசையா நிறத்துறேன்."என்றார்.

"அதெல்லாம் ஆகாது நீங்க சங்கரப் பாண்டிக்கு இல்லையினா சந்தன பாண்டிக்கு கேட்டிருக்கனும் ,அதை விட்டுட்டு, போறவன் வர்றவன எல்லாம் இந்த ஜானகியைக் கட்டிட முடியுமா ? "என்றாள்.

"ஏண்டி, என் மாமியா கூட என்ன இந்தக் கேள்வி கேட்டதில்லை, நேத்து பொறந்தவ நீ கேட்கிற" என்றார்.

" அத்தை இப்பவும் ஒன்னும் கெட்டு போகலை, நீங்க ஊம்னு சொல்-லுங்க, எந்தப் பாண்டினாலும் சரி, கட்டிக்கிட்டு எங்க அக்காளுங்களுக்குச் சக்காளத்தியா வந்துடுறேன் "என்றாள்.

"அடியே ஜானகி" எனக் கோரஸ் சவுண்ட் கேட்டது."ஏண்டி உனக்கு வம்பு வளர்க்க இன்னைக்கு நாங்க தான் கிடைச்சமா?" என்றனர் வள்ளி அத்தையின் மருமகள்கள் சித்ராவும், கவிதாவும்.

"ஹாய்,அக்காஸ் அங்க தான் இருக்கீங்களா ஹிஹி ?"என அசடு வழிந்தாள்,

"மொத்த குடும்பமும், ஒன்னா உட்கார்ந்து, ஸ்பீக்கர்ல போன போட்டு கேட்கிறோம்டி"என்றனர்.

"ஹே, அக்காஸ் நீங்க இரண்டு பேரும் தான் அத்தான்களை தனியா சமாளிக்க முடியலைன்னு அத்தைகிட்ட மூக்கால அழுதீங்களாம்" என்றாள்.

"இது எப்ப, ஏன் மச்சான் அப்படியா?"என்றாள் மூத்தவள்.

"நமக்குத் தெரியாமல் என்னமோ நடக்குது அக்கா" என்றாள் சின்னவள்.

"அம்மா தாயே என் மாமன் பெற்ற மகராசி,நல்லா போயிட்டுருக்கக் குடும்பத்தில் கும்மியடிச்சுறாத" என்றான் பெரியவன்.

" மார்கழி மாசம் என் பொண்டாட்டி மொட்டை மாடிக்கு தொரத்திடுவா, இதுலலாம் உன் திருவிளையாடல் காட்டாத மாரியாத்தா."என்றான் சின்னவன்.

"அந்தப் பயம் இருக்கட்டும் அத்தான்களா, பயப்படாதீங்க. அக்காஸ், உங்க புருஷங்களை பாவம் மன்னிச்சு விட்ருங்க, "என்றாள்.

"அடியே என் புள்ளைங்களை இந்த பாடு படுத்துறியே உன்னை அடக்க ஒரு வீராதி வீரன் வருவாண்டி, அப்பப் பார்ப்போம்"என்றார் அத்தை.

"அத்தை எனக்கு வர்ற வீரன் வரும் போது வரட்டும், நீங்க போயி உங்கள் வீரரை பாருங்கள். சும்மா ஊர்க் கதை பேசிக்கிட்டு. மாமாவுக்குப் பசிக்கும் நல்லதா கொஞ்சம் ஆக்கி போடுங்கள்"என்றாள்.

"அம்மாமருமவளே சொன்னாலும் சொன்ன, நூத்தில ஒரு வார்த்தை, சோத்தை எடுத்து வை வள்ளி. சின்னது கிட்ட வாயாடி கிட்டு. நீங்களும் போய்ச் சாப்பிடுங்கடா, நம்மூர் சாப்பாடு கிடைக்கிறதா அங்க, பார்த்து இருந்துக்குங்க கண்ணுங்களா"என்றார் அமிர்தாவின் அப்பா முருகானந்தம்.

"சரிங்க மாமா"என்றாள்.

"அடியே சிவகாமி பேத்தியா, இப்ப சந்தோஷமாடி என் வீட்டையே இரண்டு பண்ணீட்ட"என்றார் அத்தை.

"அப்பா,இன்னைக்குத் தான் ரொம்ப நாள் கழிச்சு நல்லா தூங்க போறேன், குட் நைட் அத்தை" என்றாள்.

"சீக்கிரம் உனக்கு ஒரு மூக்கனாங் கயிறு கட்ட வீராதி வீரன், எம்மகன் வருவாண்டி"என்றார் ."ஐ ஆம் வேயிட்டிங்"என விஜய் பாணியில் சொல்லிச் சிரிப்புடன் போனை கட் செய்தாள் ஜானகி.

அழைப்பில் வந்த உறவுகளிடம், வாயாடிக் கொண்டிருந்த ஜானகி, பேசியபடியே ஹாலுக்கு வந்தவள், ஜன்னலைப் பார்த்துத் திரும்பி நின்று பேசினாள்.பேசி முடித்தப் பின்னே அங்கு வந்த ரகுவீரை அப்போது தான் பார்த்-

தாள்.அவன் அவளை ஆச்சரியமாகப் பார்க்க, இது ஏன் நம்மை இப்படிப் பார்க்கிறது,என நினைத்தாள்.

"ஹூ இஸ் தட் வீர்"என்றான்."என்ன,யாரு வீர்"என ஜானகி கேட்டாள்.

"போன்ல சொல்லிக்கிட்டு இருந்தியே, அம்ரூ அம்மா கிட்ட" என்றான்.

"நான் பேசுன எல்லாமே புரிஞ்சுதா.இது மட்டும் தான் புரியலையாக்கும்?" என்றாள்.

"யெஸ் அம்ரூ ட்ரேன்ஸ்லேட்டட் எவ்ரிதிங் "என்றான் ரகுவீர்.ஜானகி அவளை முறைக்க, "அண்ணா,ஆசையா ,கேட்டாங்க டி அதான்"என்றாள் அமிர்தா.

"எப்பவும்,இப்படி தான் பேசுவியா? என்றவன், நீ சொன்னியே, வெயிட்-டிங் ஃபார் ஸம்ஒன். வீர்,I mean வீரன், right, என அமிர்தா விடம் சந்தேகம் கேட்டு விட்டு, வந்துட்டானா?" என அவள் விழிகளை ஊடுருவி, அவள் உள்ளே பார்ப்பவனைப் போல் பார்த்து விட்டு, கண் சிமிட்டி சிரித்-தான்.

ஜானகி அவன் சிரிப்பில்மந்திரித்து விட்டது போல் நின்றாள்.அவன் ஒரு முறை செருமி, "மேலே வீட்டுக்கு வாங்க, தாதிஷா உங்கள் இரண்டு பேரை-யும் வர சொன்னார்கள்.தென் திங்ஸ் பேக் பண்ணி வையுங்கள்" என்றவுடன்.

"வெளியே துரத்த போகிறீர்களா ஐய்யோ இந்த நேரம் எங்க போறது, நாளைக்கு வேணும்ண்ணா நாங்களே வேற ஹாஸ்டல் பார்த்துப் போயிடு-றோம் " என்றாள் ஜானகி.

ரகுவீர் அவளை முறைத்து,"எங்க விருந்தோம்பல் அவ்வளவு மோசமா-கவா இருக்கிறது? செக்யூரிட்டில உங்கள் கைரேகை அப்ரூவ் ஆகிடுச்சு. தாதிஷா அவர்கள் பக்கத்து ரூம்ல உங்க இரண்டு பேரையும் தங்க வைக்கச் சொன்னார்கள்."என்றான்.

"தாங்ஸ்,ஆனா இந்த இடமே எங்களுக்கு ஓகே,இங்கேயே இருந்துக்கு-வோம்" என்றாள் ஜானகி.

"நான் உன்கிட்ட யோசனை கேட்கலை, இது தாதிஷா கட்டளை.நீ மறுக்க மாட்டேன்னு நினைக்கிறேன்" என்றான்.

"தங்கள் ஆணைப்படியே மகாராஜா" கை எடுத்துக் கும்பிட்டு , இடை-வரை வளைந்து சொன்னாள் ஜானகி.

ரகுவீருக்கு சிரிப்பதா முறைப்பதா எனத் தெரியாமல், அடக்கப்பட்ட புன்-னகையுடன் தலையில் அடித்துக் கொண்டே சென்றவன்,திரும்பி

"I AM WAITING" என்றான் ஜானகி பாணியில்.

இவர்கள் சம்பாஷணையில்,அமிர்தா தான் சிரிப்பை அடக்கப் படாத பாடு பட்டாள்.ஜானகி, பேக்கிங் செய்யப் போனாள்."நான் வரேன் நீ போடி"எனப் பாலனுக்குப் போன் போட்டாள் அமிர்தா.

"ஹலா, ஏம்மாஇப்ப தான் உனக்கு என் ஞாபகம் வந்ததா? எத்தனை தடவடி கூப்பிடுறது அப்படி யார் கூடப் பேசுன"எனப் பொரிந்தான் பாலன்.

" ஏய் அத்தான் உங்கள் வீட்டில் யாருக்குமே, பொறுமை கொஞ்சமா பேசுறது, எதிரில் இருக்கிறவர்கள் பேசுறத கேட்கிறது இதெல்லாம் தெரி-யாதா?" எனக் கேட்க. "ஏண்டி அம்மு என் மேல ஏறுற, நான் பாவம்டி. ஒரு மணிநேரமா ட்ரை பண்ணுறேன் லைன் பிசி"எனச் சலித்தான்.

" போ அத்தான் இங்க உன் உடன்பிறப்பு பண்ற அலம்பு தாங்க முடி-யலை, இவ்வளவு நேரமும் அவ தான் எங்க வீட்டு ஆளுங்களோடவம்பு பேசிக்கிட்டு இருந்தாள்" என்றாள் அமிர்தா.

"அவங்கள என்னடி பண்ணுனா?"எனத் தங்கச்சி கதை கேட்க தயாரா-னான்.

"உங்களுக்கு, கட்டிக்கப் போறவளோடகதையை கேக்கறதை விட தங்-கச்சி புராணம் தானே பெரிசு"என நொடிக்க,"அதுல தான் நீயும் வருவியே அம்முகுட்டி."என்றான்.

"அம்மா,அப்பா முதல் கொண்டு அண்ணன் அத்தாச்சிகள் என மொத்த குடும்பத்தையும் ஒரு வழி ஆக்கிட்டா" என்றவள், அதைத் தொடர்ந்த ரகு-வீர் பேசியதையும் சொல்லி, இருவரும் பேசி முடித்தனர்.

"சரிடி அம்மு குட்டி பை.சாப்பிட்டு லைன்ல வரேன்.எல்லாரும் கீழே ஆஜர்." என வைத்தான்.

ஜானகியும், அமிர்தாவும் மேல் தளத்தை அடைந்தனர். அங்கே மயூ-ரியும், மஞ்சுவும் வீட்டினருடன் கான்ஃப்ரன்ஸ் காலில்,ஸ்பீக்கரில் போட்டுப் பேசிக் கொண்டிருந்தனர். அங்கே,பாலன்,அமுதன் குரல்கள் பேக்ரவுண்டில் கேட்க, தன் அம்மா அவர் தம் அம்மா,அப்பாவின் குரலையாவது கேட்-கட்டும் என இவளும்,அவர்களையும் பேச்சில் இணைத்து மயூரியுடன் பேச வைத்தாள்.

ஜானகி "ஆச்சி, உங்கள் பேத்திக்கிட்ட கேட்டிங்களா எங்க ஊரு, எப்படி இருக்கிறதுன்னு"என்றாள். மயூரி" அது யாருடி ஆச்சி" எனக் கேட்டாள்.

"ஸ்வரூ, பேட்டா கைசி ஹோ தும் டீக் ஹை, ஹம் துஜே மிஸ் கர்தே ஹை பேட்டா"எனத் தாதிஷாவும்.(ஸ்வரு கண்ணு,நீ எப்படி இருக்க, நாங்-கள் உன்னை ரொம்ப மிஸ் பண்றோம்)

"ஹமேஷா ஹம் தேரே பாரே மே, பாத் கரதேஹை, லாடூ, கைசி ஹை ஹமாரி குடியா ராணி" எனத் தாதாஷாவும் கேட்க.(எப்பவும்,நாங்கள் உன்-னைய பத்தி தான் பேசுகிறோம், செல்லம்,எப்படி இருக்கடா பொம்மை குட்டி)

அங்கே ராகினி, மிக நீண்ட வருடங்களுக்குப் பின்னர், தன் அப்பா அம்மாவின் ஆசை விசாரிப்புகளைக் கேட்டு,அது மயூரிக்கு எனத் தெரிந்தும், சில வார்த்தைகள், அதன் ஆழத்தை அசைத்தே காட்டும். அதுவும் தன் அப்பா,அம்மா தன் பதின் பருவத்தில் தன்னை அழைத்ததைப் போல் அழைக்க சுற்றம் சூழல் மறந்து, சிறு குழந்தையாக, தன் தாய்மடியும், தந்தை அரவணைப்பும் தேடியது அவரது நெஞ்சம். ஆனந்த அதிர்ச்சியில் நின்றார். கண்களில் கங்கையின் பிரவாகம் . அவர் கேவல் அவர்களை அடையக்

கூடாது, என வாயை மூடிக் கொண்டார்.

ராகினியின் நிலை கண்ட சிவகுரு , அவரைத் தோளோடு சேர்த்து அணைத்துக் கொள்ள, அவர் தோளில் வழக்கம் போல் தன் தலை சாய்த்து கண்ணீர் வடித்தார்.

மயூரியும்" ஹேய் தாதூஸ், எப்படி இருக்கிறீர்கள் நல்லா இருகீங்களா, கால் வலி குறைஞ்சு இருக்கா தாதி, தாது மெடிசன் கரக்ட்டா எடுத்துப் போடுகிறீர்களா" எனக் கேட்டாள்.

"ஹே லாடூ, எங்கேயோ போய் உட்கார்ந்துக்கிட்டு என்ன அதிகாரம் "எனத் தாதிஷா கேட்டார்.

"நான் மேல படிக்கவேண்டும் சொன்னது யாரு, மம்மி,பாப்பாஸ் கிட்ட சண்டை போட்டு, அனுப்பி வச்சது யாரு, பொன்னுங்க செல்ஃப் டிபெண்டன்ட் ஆக இருக்கனும் சொன்னது யாரு." எனக் கேள்விகளை மயூரி அடுக்கினாள்.

"ஆமாம்டா கண்ணு, நாங்க தான் சொன்னோம், இப்ப எங்க லாடுவை அனுப்பிட்டு பிரிஞ்சு இருக்கக் கஷ்டமா இருக்கே "என்றனர்.

" ஏய்,ஜானி, அங்க இருக்கியா"என மயூரி கேட்டாள். "இங்க தாண்டி " எனவும், "இனி என் தாதூஸ், என்னை மிஸ் பண்ணேன்னு கம்ப்ளைன்ட் பண்ணக் கூடாது, நீதான்,அந்த குறையப் போக்கனும்"என மயூரி கட்டளை இட்டாள்.

"ஓகே டன். நீயே பாரு எங்கள் பேத்தி தான் இங்க இருக்காளே, நீ யாருமா புதுசா ஒரு பொண்ணுன்னு கேட்பார்கள்" என்றாள் ஜானகி.

"அடியே, அடிமடியிலேயே கைய வைக்கிறியே, பார்ப்போம் எங்க தாதூஸ் என்ன சொல்றாங்கன்னு" என்றாள் மயூரி.

"ஹலோ, பார்த்துட்டே இருடி, இந்த லாடூ குடியா ராணி எல்லா டைடிலும், எனக்கு ஷிப்ட் ஆகிடும்"என்றாள்.

"சரிடி சேலஞ்ச்.இங்க இரண்டு சிவாஸ்க்கும், நான் பேவரைட் ஆவேன் ."எனப் பாசப் போர் நடத்திக் கொண்டிருந்தனர், தங்கள் தாத்தாபாட்டிகளை வைத்து மயூரியும், ஜானகியும்.உணர்ச்சிவயப்பட்டு இருந்ததில் தன மகள் ராத்தோட் மேன்ஷனில் இருப்பதை சிவகுரு, ராகினி தம்பதி கவனிக்க மறந்தனர்.

இந்தப் பாசப் போராட்டம் என்பதை எப்படியும் நடத்தி, அனைவர் மனதிலும் இடம் பிடித்து, தன் அம்மாவை பிறந்த அகத்தில் சேர்க்க, கங்கணம் கட்டிக் கொண்டிருந்தாள் ஜானகி தேவி. அழைப்பேசியில் ஒருவாறு பேசி முடித்து, ஜானகியும், அமிர்தாவும்,ராத்தோட் குடும்பத்தினருடன் முறையாக அறிமுகம் ஆகி பேசி, சாப்பிட்டுக் கொண்டிருந்தனர் அமைதியான அம்ரூவையும், பார்த்தவுடன் ஏதோ ஒரு வகைப் பந்தம், ஜானகியையும் அவர்களை ஈர்த்தது.

காலையில் பார்க்காத மயூரியின் அப்பா அமரேந்தரை இப்போது சந்தித்தனர். "அங்கிள் நீங்க நிஜமாகவே பாகுபலி போலச் சூப்பர் ஹீரோ தான். யூ லுக் சோ ஹேண்ட்சம் ஐ லவ் யூ அங்கிள் "என ஜானகி அமரை புகழ, வீர் ப்ரதர்ஸ் தான் அவளை முறைத்தனர்.

உண்மையில், அமரேந்தர், நன்றாக பாடியை மெயின்டைன் செய்தார். அந்த வீட்டு ஜிம்மை பார்த்துப் பார்த்து வடிவமைத்தார்.

பூனம், " ஜானி நானும் இங்க தான் இருக்கிறேன்"என்றார்.

"ஆண்ட்டி இல்லை இல்லை உங்களை தீதின்னு தான் சொல்லனும். எவ்வளவு க்ளூமிங். உங்களைப் பார்க்கும் போதே அங்கிள் கவுந்துடுறார்.சரி தானே அங்கிள் ."என அவள் கேட்டாள்.

பக்கத்தில் அமர்ந்திருந்த தன் மனைவியை லேசாக ஹக் செய்து, " பின்ன இல்லையா, மேரி ப்யாரியைப் பார்த்திலிருந்து வேற எதுவும் என் கண்ணுக்குத் தெரியாது இல்லை" என அமர் கண் சிமிட்டினார்.

" டேய் கண்ணுல பவர் வந்திருக்கும் போய் டெஸ்ட பண்ணு.கல்யாண வயசில் ல்பொண்ணு இருக்கா மறந்துறாத"என்றார் கஜேந்தர்.

"பய்யா கொஞ்ச நேரம் சந்தோஷமா இருக்க விடுங்கள், இந்தப் பசங்களுக்குத் தான் பிசிக் மெயின்டைன் பண்ற அருமை தெரியலை பிஸ்னஸ், பிஸ்னஸ்னு அலையறானுங்க. இந்தச் சுட்டி கேர்ள் கவனிச்ச சந்தோஷம் தான்." என்றார்.

"அதான் உன் வளர்ப்பு ஒருத்தன் இருக்கானே.எங்கடா ரன்வீர் ஆளை கண்ணுளையே காணோம்."எனக் கஜேந்தர் கேட்டார்.

"ஒரு மாடலிங் ப்ரீ கேமரா சூட்க்கு, போயிருக்கிறான் டேட், இரண்டு நாளில் வந்துருவான்"என்றான் ராஜ்.அங்கிருந்த குடும்பத்தினருடன் ஓரிரு வார்த்தை பேச்சு என முடிந்தது இரவுணவு.

"ஜானி, அம்ரூ கொஞ்சம் நேரம் வெயிட் பண்ணுங்கள், பய்யா ஏதோ முக்கியமா டிஸ்கஸ் பண்ணனும்னு சொன்னார், அபௌட் யுவர் வொர்க்" என்றான் ராஜ்வீர்.அவர்கள் மூவரும் ஆபீஸ் ரூமில் காத்திருந்தனர்.

ஜானகி,அம்ரூ மற்றும் இரண்டு வீர்களும், ஆபீஸ் ரூமில் உட்கார்ந்து இருந்தனர்.

"நாளையிலிருந்து நீங்க இரண்டு பேரும் ராத்தோட் க்ருப்ஸ், டெக்ஸ்டைல்ஸ், செராமிக்ஸ் கம்பெனிஸின் கடைசி மூன்று வருட டீல்ஸ், கிடைத்தது கிடைக்காதது, அதன் ப்ளஸ் அண்ட மைனஸ், இதை பட்டியல் பண்ணவேண்டும். டெய்லீ ஒரு சின்ன ரிபோர்ட், அம்ரூ ராஜ் கிட்டையும், ஜானகி, என் கிட்டையும் கொடுக்கணும்..அதற்குப் பிறகு என்ன செய்யனும்னு நான் சொல்கிறேன்". என்றவன்.

"உங்களுக்கு போக வர கேப் அரேன்ஞ் பண்ணியிருக்கு, நீங்க எங்க இருந்து வர்ரீங்கன்னு யாருக்கும் தெரிய வேண்டாம். வேலை என்னன்னு வேற யார்க் கிட்டயும் டிஸ்கஸ் பண்ணவும் கூடாது. ரிடர்ன் வரும் போது

பக்கத்து பில்டிங் வாசலில் இறங்கவேண்டும், தென்,அதுக்குள்ள வந்தால் ஃப்ரண்ட் லிப்ட்ல ஏறி, வெளியே வந்து, எதிர் லிப்ட்ல கீழே இறங்குங்க. பேக் ஸைட் வாசல் வரும் அதிலிருந்து ரைட் சைட் நடந்து, ரோடு கிராஸ் செய்தால் நம் ராத்தோட் மேன்சன் பேக் கேட்டு வந்திடும்.அங்கே லிப்ட் வழியா மேலே வந்துடுங்க." என அவன் நீளமாகப் பேசினான் ரகுவீர்.

"யெஸ்,பாஸ்" என ஜானகி சீரியஸ் பார்வையுடன், சினிமா பாணியில் சொன்னாள்.ரகுவீர் முறைத்துப் பார்க்க, "இதெல்லாம் எதற்கு நாங்கள் ஒன்னும் அயல்நாட்டு அதிபர் பொண்ணுங்க இல்லை, இவ்வளவு செக்யூரிட்டிக்கு நாங்கள் ஒர்த்தே இல்ல பாஸ். வெறும் டம்மி பீஸ்" என்றாள் ஜானகி.

"சொன்னா,சரின்னு கேட்டுப் பழகு.எதற்கு எடுத்தாலும் வாக்குவாதம்"என ரகுவீர் திட்டினான்.

"போங்க போய் தூங்குகிற வழியைப் பாருங்கள் , காலையில் 8.45க்கு கேப் வந்துரும். மதியம் சாப்பாடு இந்த இடத்தில் ஆர்டர் பண்ணு.சௌத்-இண்டியன் ஃபுட் வரும்" என ஒரு கார்ட் நீட்டிய படி சொன்னான்..

அவள் விழி விரித்து அவனைப் பார்க்க, அவனும் அறைக்குக் கிளம்பினான், அவ்வளவு தான் என்பது போல்.அம்ரூவும்,ராஜூம் முன்னால் நடக்க இவர்கள் சேர்ந்து வந்தனர். ஜானகி ஓர விழியால் அவனைப் பார்த்து 'பரவாயில்லை கட்வாக்கு கூட மண்டையில் மசாலா இருக்கிறது. நமக்காக சௌத்இண்டியன்லாம் தேடிக் கண்டு பிடிச்சு வச்சிருக்கு' என மனதில் மெச்சினாள்.

"தாங்ஸ் ஃபார் யுவர் காம்ப்ளீமண்ட்" என கண்களில் அலட்சியத்துடன் ரகுவீர் சொன்னான்.

"ஹலோ, நான் சொல்லாத காம்ப்ளீமண்ட்க்கு, நீங்க எதற்கு தாங்ஸ் சொல்லணும் "என ஜானகி வார்த்தையாடினாள்.

"சொல்ல வேணாம்னு பார்த்தால், விட மாட்டியே இப்ப மனதில் சொன்னதுக்கும், அப்புறம்,என இழுத்து மதியம் இதழால் சொன்னதுக்கும் "என அவன் உதட்டில் அலட்சியமாகச் சுழித்துச் சொல்ல, அவளுக்கு அப்போது தான் தன் செய்கை நினைவுக்கும் வந்து, சிந்தைக்கும் எட்டியது. அவள் சிலையாகி மூச்சைப் பிடித்து நின்றாள்.

அவள் கண்முன்னே சொடக்கு போட்டு, "ஞாபகம் வந்திடிச்சா, அடிக்கடி இந்த எச்சில் பண்ற வேலையெல்லாம் வேண்டாம்" என அவள் உதட்டில் பார்வை பதித்து பின் கண்களில் ஊடுருவி கண் சிமிட்டி சிரித்தான்.

ஜானகி,"ஐயோ"என முகத்தை மூட. சத்தமில்லாமல் கண்களில் கேலியுடன் சிரித்து, லிப்ட்டில் புகுந்தான்.

அமிர்தா,ராஜூடன் ரகுவீர் சொன்னதைப் பற்றி சந்தேகங்களைக் கேட்டுக் கொண்டே முன்னால் நடந்தாள்,எனவே இவர்கள் சம்பாஷனை அவர்களுக்குத் தெரியவில்லை.

லிப்டில் முதலில் ராஜ்,அம்ரூ ஏறிக் கொள்ள ரகுவி சிரித்துக் கொண்டே ஏற, ஜானகி, வெட்கி நின்றவள் அம்ரூவின் குரலில் அவசரமாக உள்ளே வர, கால் தடுக்கி விழப்போனாள். ரகுவீர் கையை பற்றி,நிறுத்தி, "பார்த்து நட " என்றான் அக்கறையுடன்.

"ஒழுங்கா போய்டுவியாஇல்லை, இந்த KG படிக்கிற பாப்பாவைக் கொண்டு வந்து விடனுமா?" என அவன் கேட்க.அம்ரூவிடம் போய் நின்று கொண்டாள். சகோதரர்கள்,இருவரும் குட் நைட்டுடன் விடை பெற்றனர்.

மனதின் வார்த்தை-9

இரவின் நிசப்தம், இதில் தான் குடியிருக்கும்,ரகசியங்கள் எத்தனை,எத்தனை. நாள் முழுதும் ஓடிக் கொண்டே இருக்கும்,மனிதனும் அவன் சிந்தனை ஓட்டமும், இந்தப் பொழுதில் தான் பேசிக்கொள்கின்றன.

சிறுமலை,சிவமாளிகையில்,மயூரி தன் வீட்டினருடன் பேசிவிட்டுத் திரும்பிப் பார்க்க,அங்கே தன் அத்தை ராகினியின் அழுத முகத்தையும், சிவகுரு அவர்களை ஆசுவாசப்படுத்திக் கொண்டு இருப்பதையும் பார்த்தாள்.

தன் அத்தையின் கண்ணீர் அவளைச் சங்கடப்படுத்த, அவரின் அருகில் சென்று தோளைத் தொட்டாள் தன் குடும்பத்தை சில மாதங்கள் பிரிந்து இருக்கும் போது,தினமும் போனில் பேசிய போதும், தான் அவர்களை நினைத்து ஏங்குவதை உணர்ந்தவள், தன் அத்தையின்,இத்தனை வருட மன துக்கம், ஏக்கம் எல்லாம் உணர்ந்தாள்.

"ஸப் குச்,டீக் ஹோ ஜாயகீ புவாஷா,சிந்தா மத் கர்ணா" என்றாள்.(எல்லாம் சரி ஆகிடும் அத்தை, கவலைப் படாதீர்கள்).

தன் தம்பி மகளின்,ஆறுதலைக் கேட்டு,சோக சிரிப்பை உதிர்த்தவர், "அங்கு யாரும் என்னை ஏற்கவும் ஏன் என் தரப்பைக் கேட்கவும் கூடத் தயாராக இல்லை. நான் முயன்று தோற்று என் முயற்சிகளை முடித்துக் கொண்டேன்" என்றார்.

அவரின் இந்த வார்த்தைகள், மயூரியை கலக்கம் அடையச் செய்தது. அவர்கள் வீட்டைப் பொறுத்தவரை, ராகினி,துரோகம் செய்து ஏமாற்றி விட்டார் என்றும்பிறகு எப்போதும், அவர்களைக் காணவோ மன்னிப்பு கேட்கவோ தன்னிலை விளக்கமோ தரவில்லை என்பது தான்.

மயூரி இதனைத் தன்புவாஷாவிடம் "நீங்க ஷாதிக்கு பிறகு வரவே இல்லை"எனச் சொன்னார்கள் என்றாள்.

"இரண்டு முறை சென்றேன்முதன் முதலில் என் தாதிஷா தான் என்னை மறைத்து சிவாவுடன் அனுப்பி வைத்தார். ஷாதிக்கு முன் சென்றேன் பூபாஷா,என் அத்தையின் கணவர்,அவர் மூலம் என் பாபுஷா என்னைப் பார்க்க மறுத்து அனுப்பினார், இரண்டாம் முறை கஜேந்தர் என் கணவரையும் சேர்த்து அவமதித்து அனுப்பினான்."என்றார் இயலாமையுடன்.மேலும்

தொடர்ந்தார்.

"பாபுஷாவும், மாஷாவும் இப்படித்தான்,இன்று உன்னை அழைத்ததைப் போல் என்னை அழைப்பார்கள். என் அப்பாவிற்கு எப்போதும் நான் 'லாடூ 'தான். நான் மிகவும் செல்லமாக வளர்ந்தவள்.என் வார்த்தைக்கு மறுப்பே இருக்காது. அந்த உரிமையில் தான், என் திருமணத்தில் என் ஸ்தானத்தில் என் தோழியை அமர்த்தினேன்."என்றார் ராகினி.

"எனக்கு, அவர்கள் என்னைப் பார்க்க மறுத்ததை விட, ஒருமுறை கூட, என் வீரூவை, பார்க்க விடாமல் தடுத்தது தான்,ஆற முடியாத ரணம். அவன் பிறந்ததிலிருந்து,நானே தான், தூக்கி வளர்த்தேன்.நான் இல்லாமல், சாப்பிட, தூங்க கூட மாட்டான்." என இன்று தான் அந்தக் குழந்தையைப் பிரிந்தது போல் ஏங்கி அழுதார்.அதைப் பார்க்க மாட்டாமல் '"புவாஷா"என அவரை, அணைத்துக் கொண்டாள் ஸ்வர்ன மயூரி.

"மாஸிஷா பஸ்!பஸ்!உங்க க்ரை பேபி மோட் போதும், எனக்கு என் மாஸி எவர்கிரீன் ஸ்மைலோட சந்தோஷமாக வேணும். இப்ப என்ன, இதோ ஸ்வரூ வந்துட்டா,தி கிரேட் மஞ்சரி வந்தாச்சு என் துப்பட்டாவை பிடிச்சுட்டே உங்கள் பாதீஜா வந்துடுவார்"என அவள் சொல்லவும்,

ராகினி ஆசையாக,"வீரு வருவானா, உங்க ரிஸ்தா,(சம்பந்தம்) பக்காவா?"எனக் கேட்டார்.

மயூரி அதைக் கேட்டு,"புவாஷா ரிஸ்தா,பக்கா தான், ஆனால் உங்கள் வீரூ இல்லை நடுவில் உள்ள வீரூ"என்றாள்.

ராகினி புரியாமல் பார்க்க "இது ராஜ்வீர், கஜேன்பாபாவின் மகன் மூத்தவர். இரண்டாவது ரன்வீர். ராஜ்வீர்-மஞ்சரிக்கு, பேசி முடிச்சுடாங்க."

மஞ்சரியை கட்டியணைத்து,முத்தம் தந்து,ஆசீர்வாதம் செய்தவர்,

"ரொம்பச் சந்தோஷம் மஞ்சரி, பம்மிக்கும் ஒரு கவலை விட்டது. உனக்கு ஒரு அண்ணன் தானே"என வினவினார்.

"ஆமாம் மாஸி விக்ராந்த் , அவனுக்கு ஷாதி முடிஞ்சு,இரண்டு பிள்ளைகள்."என்றாள்.

"உங்கள் எல்லாரையும் எப்படி,இவ்வளவு நாள் கல்யாணம் செய்யாமல் விட்டார்கள்"எனக் கேட்டார் ராகினி. "படே பய்யா ரகுவீரும், தாதிஷாவும் தான் காரணம்" என்றாள் மயூரி.தொடர்ந்து,

"படே பய்யாக்கு ஷாதின்னு சொன்னாலே ரொம்ப வெறுப்பு, சின்ன வயசில் இது போல ஏதோ சடங்கு செய்ய ட்ரை பண்ண, பய்யா ரொம்ப வயலெண்டா பிஹேவ் பண்ணாங்களாம்,அதனால் ராஜ் பய்யா-மஞ்சுவ வைத்து அதைச் செய்தார்கள். அதக்கு பிறகு, யாருக்கும் இது வேண்டாம்னு தாதிஷா, ஒரே பிடிவாதம்." எனச் சொல்லி முடித்தாள்.

மயூரியின் பேச்சைக் கேட்டு, அமுதனும் பாலனும் அதிர்ச்சியாகி என்ன சொல்லுறீங்க புரியவில்லை எனக் கேட்டனர்.

வடமாநிலங்களில் நடக்கும் பால்ய திருமணம் பற்றிப் பேச்சு வந்தது.

“உத்திர பிரதேஷ்,இராஜஸ்தான் மாநிலங்களில் உள்ள கிராமங்களில் இன்றும் பால்ய விவாகம் நடந்து கொண்டிருக்கிறது. குழந்தையாக இருக்கும் போதே சம்பந்தம் பேசி சடங்கு செய்கிறார்கள். பின்னர்ப் பெண்களுக்குப் பதின்வயதில் இருக்கும் போதே, மீண்டும் திருமணம் நடத்தி புகுந்த வீட்டுக்கு அனுப்பி விடுகின்றனர்.

இது பரம்பரையாக வரும் பழக்கம்,பண்பாடு என எதையோ சொல்லி, பழமையில் மூழ்கி உள்ளனர். பெண்கள் கணவன் குழந்தை, குடும்பம் இதைத் தாண்டி வெளியே வருவதே இல்லை. மாமியார், மருமகளைக் கொடுமை செய்வது, பெண்ணை அடிமையாக நடத்துவது, என எல்லாம் தொடர்கிறது. கிராமத்து மக்கள் மட்டுமின்றி, படித்த வசதியான குடும்பங்களும் இதனைக் கடைப்பிடிப்பது அதிர்ச்சியான விசயம்.” என ராகினி பெண்களின் நிலையை எடுத்துச் சொன்னார்.

மஞ்சரி அப்போது,"மாஸிஷா,சொல்வது முற்றிலும் உண்மை.என்னை-யவே எடுத்துக்குங்க, எனக்கும் ராஜ்க்கும், அந்தச் சடங்குகள் நடக்கும் போது, மூன்று,ஐந்து வயது தான் இருக்கும்.என் தாதாஷா பார்த்த வேலை இது. எனக்குப் பதின்ம வயது வரும் போது இதைச் சொன்னார்கள். இதை எப்படி எதிர் கொள்வது என்பதில் பயம்.

ஒருநாள்,ஸ்வரூவுடைய வீட்டில் வைத்து அவளுடைய தாதிஷா என்-னையும் ராஜையும் அழைத்துப் பேசினார்.எங்களை நண்பர்களாகப் பழகச் சொன்னார்கள்,யாரும் யாருக்கும் அடிமை இல்லை, சமம் எனப் புரிய வைத்-தார்கள். படிப்பைக் கட்டாயம் தொடர வேண்டும் எனச் சொன்னார்கள். முத-லில் எங்கள் வீட்டில் எதிர்ப்பு வந்தது. தாதிஷா கடுமையாக

வலியுறுத்தவும் ,வேறு வழியின்றிச் சம்மதித்தனர். ஸ்வரூவும்,நானும் சேர்ந்து படிக்கும் முடிவை எடுத்ததும் தாதி தான்."

"ராஜ்,ஈகோ இல்லாத அருமையானவன். உரிமை இருந்தும் மீற மாட்-டான். தாதிஷாவின் வளர்ப்பு"எனத் தான் செல்ல இருக்கும் குடும்பத்தின் பெரிய மனிதரைப் பெருமையாகச் சொன்னாள் மஞ்சரி

"இவ்வளவு , பெருந்தன்மை கொண்டவர்கள்,ஏன் அம்மாவை மட்டும் இப்படி நடத்தினார்கள்?" என அமுதன் கேள்வி எழுப்பினான்.

"அது தான் எனக்கும் புரியவில்லை, அதனால் தான் புவாஷா மீது தான் தவறு இருக்கும் என நினைத்தேன்"என்றாள் மயூரி. இவர்கள் பேசிக் கொண்டு இருக்கும் போதே ,அங்கே வந்து விட்டனர் தாத்தா,அப்பத்தா இருவரும்.

"காலம் தான் அது போன்ற ஒரு வாத்தியார் கிடையாது. மகளைப் பிரிந்து இருக்கும் ராகினியின் அப்பா,அம்மாவிற்கு, கோவம் தணிந்த பின், தங்கள் மகள் மீதுள்ள பாசம், அவர்களை அசைத்துப் பார்த்திருக்கும். அந்-தப் பக்குவம், வரலாறு திரும்பக் கூடாது என்ற எச்சரிக்கை" எனத் தாத்தா சிவ பரங்கிரி விளக்கம் அளிக்க. இளைய தலைமுறை அப்படியா எனப்

பார்த்தது.

"நீங்க எப்படி இவர்கள் காதல் திருமணத்தை ஏத்துக்கிட்டீங்க?"என மயூரி தாத்தாவைப் பார்த்துக் கேட்டாள் .

"ஏன்னா,ராகினியை மருமகளாக ஆக்கிக் கிட்டதே நாங்கள் தான்"எனக் குண்டை வீசினார் சிவபரங்கிரி.எல்லோரும் அதிர்ச்சியாகப் பார்க்க, "தாத்தா இதென்ன பயங்கர டிவிஸ்ட்"என அமுதன் கேட்க.

அங்கிருந்த சிவ குருநாதன் தன் வாழ்க்கை கதையைச் சொல்ல ஆரம்-பித்தார். அவர் அப்போது கட்டுமானத் தொழில் பற்றிப் பொறியியல் படிப்பு டெல்லியில் முடித்த நேரம். “என் நண்பன் ஹேமந்த் செகாவத் அவனுடன் நாங்கள் நான்கு பேர் இராஜஸ்தான் கட்டிடக் கலையைப் பார்க்க உதய்பூர் சென்றோம். உதய்பூரில் அவர்களது ஹவேலியில் தங்கி இருந்து தான், மற்-றவற்றைச் சுற்றிப் பார்த்தோம்.

ஹேமந்த்,உள்ளூரில் செல்வாக்கு மிக்கக் குடும்பம் ஆதலால் மற்ற ஹவேலிகளைப் பார்ப்பதும் எங்களுக்குச் சுலபமாக இருந்தது.

பத்து நாட்கள் தங்கி இருந்து அந்தப் பகுதி முழுவதும் சுற்றிப் பார்த்து விட்டு வந்தோம். அப்படிச் சென்ற ஒரு ஹவேலி தான், ராத்தோட் ஹவேலி. அதுவும் ஹேமத்தின் உறவினருடையதே”.எனச் சொல்லி நிறுத்தியவர், ராகி-னியை

பார்த்தார்,

"அது தான் ஆரம்பிச்சுட்டீங்களே சொல்லுங்கள்"என்றார் ராகினி. கண்-களில், காதல் ரசம் பொங்க, இந்த வயதிலும்,ராகினியை முதல் முறை பார்த்த நிகழ்வை நினைக்கையில் நெகிழ்ச்சி அடைவார் சிவகுரு.

ஹவேலியில் என்னோடு வந்த என் நண்பர்கள் ரெட்டி,பல்லா,பாண்டே முன்புற கட்டிடக் கலையைப் பார்த்துக் கொண்டிருக்க, ஹேமந்தும்,நானும் முன்னே சென்றோம், பக்கவாட்டிலிருந்த அறையில் யாரையோ பார்த்தவன், சிவா,நீ இங்கே பார்த்துக் கொண்டிரு, நான் இதோ வருகிறேன் என மறைந்-தான்.நான் ஹால் பகுதியில் நின்று விதானங்களைப் பார்த்திருந்தேன்.

அப்போது,"வீரூ ருகோ" எனச் சொல்லிக் கொண்டே, ஒரு சிறுவன் ஓடி வர அவனுக்குப் பின்னாடியே ஒரு பெண் வந்தாள்.அந்த சிறுவன் என் காலுக்கு இடையே புகுந்து ஓடிவிட, அந்தப் பெண் வந்து என் மீது மோதி-யதில் ,அவள் கையில் வைத்திருந்த ஹல்வா,பூரி, தால் என் மேல் அபி-ஷேகம் ஆனது”என்றார்.

இதைக் கேட்ட இளைய தலைமுறை அடக்கமாட்டாமல் சிரிக்க, சண்-முகம் தெய்வா தாத்தா அப்பத்தாவும் கதையைச் சுவாரசியமாகக் கேட்டனர்.

அந்த நாள் நினைவு ராகினி கண்முன்னே விரிந்தது. மும்பையிலிருந்து, ஒரு விஷேசத்திற்காக, உதய்பூர் வந்திருந்தனர்.அன்று தங்கள் ஹவேலியில் ,நிலைக் கொள்ளாமல் ஓடிக் கொண்டிருந்த ரகுவீரை, பின்னாடியே சுற்றித் திரிந்து, சாப்பிட வைத்துக் கொண்டிருந்தாள் ராகினி.

"புஜ்ஜி,பக்டோ,பக்டோ" எனக் கத்திக் கொண்டு ரகுவீர் ஓட, பின்னால், "வீரூ,ருகோ"என ராகினி வந்தாள்.முன்னால் வந்தவன்,சிவகுருவின் கால்களுக்குள் புகுந்து ஓட, அவன் பின்னால் அதே வேகத்தில் வந்த ராகினி தன் கையிலிருந்த தட்டை அவர் மேல் மோதியதில், தால் தெரித்து முகத்தில் அபிஷேகம் ஆக, மற்றவை சர்ட்,பேண்ட்டை வன்னமாகியது .

இதோடு ராகினி பேலன்ஸ் தவறி அவர் மேலேயே சாய, ரகுவீர் முதலில் காலை இடித்துச் சென்றதில் சமாளித்து நின்றவர்,இப்போது ராகினி வெயிட்டும் சேர்த்து, மல்லாக்க விழுந்தார், அவர் மேலேயே ராகினியும் விழுந்தார். ஏற்கனவே அபிஷேகம் ஆனாதில் அவர் மீது சிந்திய பதார்த்தங்கள், இப்போது ராகினி மீதும் ஒட்டியது. விழுந்த வேகத்தில் தலையை மட்டும் தூக்கி விட்டார், அதில் ராகினி விழுந்த வேகத்தில், அவள் உதட்டுச் சாயம்,இவர் கன்னத்தில் பதிந்தது. இவரின் ஒருகை,அவள் இடையை வளைத்துச் சுற்றிக் கிடந்தது. ராகினி கண்ணை மூடி அவர் மேல் கிடந்தாள்.அவள் கை அவருக்கு அடியிலிருந்தது. தங்களைச் சமாளித்து எழ முயன்று,விழுந்து,பின் உருண்டு எழுந்தனர்.

ராகினியின் கண்கள் மெல்லத் திறந்து அவரைப் பார்க்க, அவளின் கண்களின் படபடப்பு, இவரின் படபடப்பைக் கூட்டியது.அந்த நினைவில் இருவரும் லயித்திருந்தனர்.

"மாஸோ, உங்க ரொமான்ஸை அப்பறம் வச்சுக்குங்க, மீதியை சொல்லுங்கள், பரம்பரையா இதே வேலை பார்குறீங்க "என்றாள் மஞ்சரி.

"உனக்கு ஏத்தா பொறாமை, எம்புள்ள அப்படி ஆணழகன் அதனால் உங்க மாஸி பார்த்திருக்கும்" என்றார் சிவகாமி.

"நான் போறேன்' என வெட்கத்துடன் எழுந்த ராகினியை,

"மாஸி கன்னம் சிவந்து, ஸோ ரொமாண்டிக் "என்றாள்.

"அக்கா'நீங்க இருங்க, மஞ்சரி, சுப் ரஹோ"என தெய்வா சொல்ல.

"மோதி விழுந்த பொண்ணு ,யாருன்னு சொல்லவே இல்லையே அப்பா"எனப் பாலன் கலாய்க்க.

"போங்கடா, உங்களுக்குச் சொல்ல முடியாது, ராகினி நீ வா போகலாம்' என சிரித்தபடி இருந்த மனைவியைக் கூட்டிச் சென்றார் சிவகுரு.

அப்பா,ப்ளீஸ், ப்ளீஸ் எனக் கெஞ்சினான், அவர்களை,சைகையில் அடக்கினர் சண்முகமும் தெய்வாவும். அவர்கள் சென்ற பின்னே,"ரொம்ப நேரம் ஆச்சு, போய்த் தூங்குங்கள்,பிறகு ஒரு சமயம் மீதியை கேட்பீர்கள்"என அவரவர் ரூமுக்கு பனங்கற்கண்டு பால் கொடுத்து அனுப்பி வைத்தார் தெய்வா.

யோசனையாகப் பார்த்த,மயூரியிடம், "அதுக்கு மேலே அவங்க சோகம் தான்.எதுக்கு, இன்றைக்குச் சந்தோஷமா தூங்கட்டும் "என்றார்.

மயூரியும், மஞ்சரியும் தங்கள் அறைக்குச் சென்றுவிட, தன் அம்மாவைப் பற்றிய யோசனையுடன் சென்ற அமுதன், தன அன்னை மற்ற நேரங்களில்

சிறந்த மனைவி,மருமகள்,தாய், நிர்வாகி என இத்தனை பரிமாணங்களிலும் ஜொலிப்பவர், எப்படிக் காதலுக்காகக் குடும்பத்தைத் துறந்திருப்பார். இந்தச் சிந்தனை பெற்று வளர்த்த தன் அம்மாவின் பெற்றோருக்கு இல்லையே என நினைத்தான்.

தன் தாத்தா,அப்பத்தா அத்தை மாமா என அத்தனை உறவுகளின் மீதும் மரியாதை அதிகமானது.என்றுமே அவர்கள் தன் தாயையும் தெய்வா அம்மாவையும் பிரித்தே பார்த்தது இல்லை என்பது புரிந்தது.

ராகினி, சிறந்த நிர்வாகியாக இருந்தார், வீடு,பள்ளிக்கூடம் எந்த இடமானாலும், விசேஷம் நிகழ்ச்சி, பார்ட்டி என எல்லாவற்றையும் நிர்வகிப்பார் அவரின் வளர்ப்பில், ஜானகி, அமிர்தாவும் கூட இதிலெல்லாம் தேறி விட்டனர்.

தங்கள் இன்டர்நேஷனல் ஸ்கூலில், படித்த மாணவர்கள் தான், இன்று வளர்ந்து வரும் தொழிலதிபர், ஐஏஎஸ், ஐபிஎஸ் மற்ற டாப் கம்பெனிகளில் நிர்வாகியாகவும், என்ஜினியர், டாக்டராகவும் பல துறைகளில் மிளிர்கின்றனர் . இன்றும் பதவிக்கு வந்தவுடன் பொறுப்பு ஏற்கும் போது ,திருமணத்திற்கு என அழைப்புடன் வருவார்கள்.

ராகினி, இந்தப் பள்ளி ஆரம்பித்த பொழுது, மேல்தட்டு மக்களுக்கான, ஆளுமையைக் கற்றுத் தரும் வரப்பிரசாதமாக இருந்தது. திண்டுக்கல் இரண்டாம் நிலை நகரம் ஆதலால், சுற்றுப் பகுதி வசதியான மாணவர்கள் எதிர்ப்பு பார்த்த ரெசிடெண்ட்சியல் பள்ளியாகத் திகழ்ந்தது.

இத்தனை இருந்தும், தன தாய், பிறந்த வீட்டைப் பிரிந்திருக்கும்,ஏக்கம் அவர் முகத்தில் தெரியும், அதை அமுதன், சில வருடங்கள் கழித்தே உணர ஆரம்பித்தான். இன்னொருநாளில் தன் அன்னையிடம், அவர் பிறந்த வீட்டைப் பற்றிய விவரத்தைச் சொன்னார்.

மேலாண்மை படிக்க,லண்டன் சென்ற போது, சகமாணவன்,ராஜவீரின் குடும்பப்பெயர் ரத்தோட் என்றிருக்க, எத்தனையோ பேர் இருப்பார்கள் என நினைத்திருந்த போது, சிவகுருவின் நண்பர், மங்கள்பாண்டே ராஜவீர்சிங் ராத்தோடின் பூர்வீகம் பற்றி, அவன் மாமன் மகன் என்பதையும் சொன்னார். ராஜவீருக்கும், அதே நேரம் ஹேமந்த் செகாவத், மஞ்சரியின் தந்தை அமுதனின் முழு விவரத்தைச் சொன்னார்.தனக்காக ராஜ், தன் புவாஷாவின் குடும்பத்தினைப் பற்றி அறிந்து வருமாறும், தான் செய்த பிழை, ராகினி அனுபவிக்கிறாள் எனப் புரிய வைத்தார். அதன் பிறகே, அமுதன் ராஜ் நட்பு உயிர் பெற்றது.

இதனை அடுத்தக் கட்டம் நகர்த்த,இருவரும் கூடி யோசித்தே எல்லாவற்றையும் செய்தனர். அதில் ஒன்று, ரகுவீர், ஜானகியைச் சந்திக்க வைப்பது. அது தான் மோதலில் தொடக்கி உள்ளது. இந்தக் குடும்பங்கள் எப்படி ஒன்றிணையும் என்பதைப் பொறுத்திருந்து பார்ப்போம்.

மனதின் வார்த்தை -10

அதிகாலையில் அருணன் குதிரைப் பூட்டி தன் ரதத்தில் அமர்ந்திட, ஆதவன் அவனுடன் இனைந்து கொண்டான்.கிழக்கே கிளம்பிய அவன் தன் சுடரொளி பரப்பி வலம் வர, கண் அயர்ந்து தூங்கும் கன்னியின் கன்னம் தொட்டு விளையாட வந்து விட்டான்.முகத்தில் ஒளி பரப்பித் துயில் எழுப்ப வந்த கதிரவன், தனக்கு முகம் திருப்பி போர்வையால் மறைத்துக் கொண்ட கன்னி அவளைப் பார்த்து கோபம் கொண்டு தன் முழு ஒளியையும் பாய்ச்ச, அதற்கும் அசரவில்லை அவள் ஜானகி.

"ஜானி மணி 7:30 ஆச்சு, ஒரு மணிநேரத்தில் கேப் வந்துரும். ரகுவீர் அண்ணா சொன்னதை மறந்துட்டியா?" எனக் கேட்க.ஜானகி அலறித் துடித்து அவசரமாய் எழுந்தாள். இதைப் பார்த்த ஆதவன், ஜானகியை முறைத்து விட்டு ரகுவீர் மேல் பொறாமை கொண்டு மேலே ஏறி நடுவானம் நோக்கிப் பறந்தான்.

ஜானகிக்கு மின்னல் எனவும் பெயரிடலாம், அவ்வளவு வேகமாய்க் கிளம்பி அமிர்த்துவுக்கு முன் தயாரானாள். ஹீட்டர் போட்டு ட்ரெஸ் எடுத்து வைத்து, எல்லாம் செய்ய நண்பி இருக்க ஜானகிக்கு என்ன குறை.ஆனால் அதற்கும் குறை படுவாள் "அமித்து அம்மா,அப்பாவைக் கூட விட்டுட்டு வந்துடுவேன் டி, ஆனால் நீ இல்லாமல் நான் இல்லை" என்றாள் ஜானகி.

"போதும்டி உன் ட்ராமா கிளம்பு, நீ ஐஸ் வைக்கலை என்றாலும் நான் செய்வேன்,கிளம்பு"என்றாள்.இருவரும்,8மணிக்குப் பூஜை அறைக்குச் செல்ல,தாதிஷா அங்குத் தான் இருந்தார்.

இவர்கள் வழக்கம் போல் தமிழ் சுலோகம் மனதில் சொல்லி நகரப் போக,

தாதிஷா, "நீங்க பாட்டு பாடுவீர்களா" எனக் கேட்டார்."தெரியும்,ஆனால் தமிழ்ப் பாட்டு உங்களுக்குப் புரியாதே" என்றனர்ஜானகி,அமிர்தா. "பரவா-யில்லை பாடு" என்றார்.

இருவரும்சேர்ந்து "குறை ஒன்றும் இல்லை" பாட்டை மனமுருகிப் பாடி கண்ணனை அழைத்துக் கொண்டிருந்தனர்.ராத்தோட் குடும்பம் மொத்தமும், அங்கே மொழி புரியாவிட்டாலும், பாவமும் பக்தியும் புரிய மயங்கி நின்-றனர்.தாதிஷா,ஆரத்திக் காட்ட, வணங்கி ஹாலுக்கு வந்தனர்.

காலை உணவுக்கு பாவ் ரோட்டி தால் என இராஜஸ்தானி அயிட்டம் மேசையில் நிறைந்து இருக்க, பெயருக்குச் சாப்பிட்டு விட்டு 8:30 மணிக்கு ஹாலில் தயாராகி நின்றனர்.

ரகுவீர், அவர்கள் பாட ஆரம்பித்த போதே வந்துவிட்டான். அந்தக் குரலில் கட்டுண்டு நின்றான்.அந்தக் குரல், சிறுவயதில் லோரி (தாலாட்டு) பாடிய குரல்.'சந்தா ஹை தூ'. என எப்போதும் தன் புஜ்ஜி, தன்னைத் தாலாட்டிப் பாடுவதை வழக்கமாகச் செய்வார். என மலரும் நினைவில் மலர்ந்து நின்றவன், அதற்குப் பின் இறுகி நின்றான் .

அவன் முகத்தின் கடுமையைக் கண்ட தோழிகள் பதறி வேகமாகக் கிளம்பி நின்றனர்."ஏண்டி, கண்ணன் பாட்டு பாடினதுக்கு, இந்தக் கட்வா இப்படி முறைக்கிறது. போன ஜென்மத்தில் கம்சன் அவதாரமோ? "என ஜானகி அமிர்தாவின் காதைக் கடித்தாள்.

"ஏய், ரகுவீரை கம்சனா உன்னால் மட்டும் தான் பார்க்க முடியும்" என அமிர்தா ஜானகியை குறை சொன்னாள். அமிர்தாவிடம் ரகுவீர் எப்போதும் ஓர் சகோதர பாசத்துடனே தான் நடந்துக்கொள்வான்.

"யாரு இதுவா ராமன் பேரை வச்சுக்கிட்டா போதுமாடி முறைப்ப பாரு ராவணன் மாதிரி"என்றாள். கேப் ஓட்டுநரிடம் இருந்து போன் வர ரகுவீரிடம் சொல்லி விட்டு அனைவரிடமும் விடை பெற்றனர்.

இவர்கள் நாடகத்தைப் பார்த்துக் கொண்டிருந்த,ஷப்னமும் பூனமும்,

"ரகுவி அந்தப் பொண்ணுங்களை ஏன்டா இப்படி மிரட்டி வைக்கிற"என ஷப்னம் கேட்டார்.

"என்னஅருமையா பாடுனாங்க, உன் முறைப்பில் அதுங்க பறந்து-டிச்சு"என்றார் பூனம்.

"அம்மா, அம்ரூ நீங்க சொன்ன வகை ஆனால் ஜானகி இருக்காளே ஆபீஸ்ல போய்ப் பார்த்தா தான் தெரியும் ,எனக்கு என்ன ஆப்பு வச்சுருக்-கான்னு" என அவன் குறைபட.

"உன்னையும்,அடக்க ஒருத்தி வந்துட்டாளா,சபாஷ்"என்றார் ராஜேந்தர்.

"பாபுஷா "எனக் குரல் கொடுத்தான் ரகுவீர்.

"அடுத்து என்ன சொல்லுவன்னு தெரியும், மஹாலக்ஷ்மி கடாட்சமா, வீடு, அந்த லட்கியாங், பாடுனதுல நிறைந்து இருக்கிறது. இன்றைக்கு ஒன்-னும் சொல்லாதே" என முடித்தார். தாதா,தாதி இருவரும் சாப்பிட்டு அமர, ஆண்கள், மூத்தவர்கள் மூவரும் இளையவர் இருவர் என இவர்கள் சுருக்-கமாக, அவர்கள் தொழில் பற்றிப் பேசினர்.

ஷப்னம்,"சாப்பிடும் போது, பிஸ்னஸ் பேசாதீங்கன்னு சொல்றேன்ல "என்-றார்

ரகுவீர்,"இதை விட்டா நேரம்,ஏது? சில முக்கியமான தகவல்களைப் பகிர வேண்டும். So, ப்ளீஸ் நோ தடா" என்றான்.பின்னர் தொழிற்சாலை அலுவ-லகம்,டீல் என அனைவரும் அறிய வேண்டிய,விசயங்களைப் பற்றி பரிமாறி கொண்டனர்.

ரகுவீர், தொழிற்சாலைக்கு போய்விட்டு, அலுவலகம் போக வேண்டும் எனக் கிளம்பினான்..

ஷப்னம், " மாஷா, நீங்க கவனித்தீர்களா ஜானகியின் குரல், அப்படியே நம்ம ராகினி குரல் போல இல்லை" எனக் கேட்டார்,

ராஜ்வீருக்கு அதிர்ச்சியில் புரை ஏறியது. அவன் தலையைத் தட்டி தண்-ணீர் கொடுத்தார் அருகிலிருந்த பூனம்.

"ஆமாம்,பஹூ, நானும் நினைத்தேன்" எனத் தாதிஷா அமைதியாக.

"எங்க இருக்கிறாளோ தெரியலை, நான் தான் வந்த பொண்ணை விரட்டி விட்டுட்டேன், நான் கண்ணை மூடுவதற்குள் ஒரு தரம் பார்க்க மாட்டமான்னு இருக்கு" என தாதாஷா கண்ணீர் விட்டார்.

"பாபுஷா,அவள் பண்ணத் துரோகத்தை மறந்துட்டிங்களா" என்றார் கஜேந்தர்."இதையே தான் 25 வருஷமா சொல்ற, போடா நீயும் பொண்ணைப் பெத்துருந்தா தெரியும்" என்றார். ராஜேந்தர்,அமரேந்தருக்கு தன் தந்தையின் வேதனைப் புரிந்தது. இருவரும் சேர்ந்து அவர்கள் நகைக்கடை செல்ல கிளம்பினர்.

அமரேந்தர்,"பய்யா, தீதி ஷாதி செய்தது ஹேமந்த் ஜீஜுஷா ப்ரண்டு தானே, கேட்டுப் பார்க்கலாமா?" என வினவினார்.

" அவனும் செகாவத், பரிவார் தானே, வேற வினையே வேண்டாம், அப்புறம் கஜேன் வேற ஆடுவான்.இவன் தான், நம்ம பூபாஷா(அத்தை கணவர்) வோட, ரொம்ப க்ளோஸ். அவங்க குடும்பத்துப் பொண்ணைத் தானே கட்டிக்கிட்டான். ராஜ்வீர்க்கும் அங்கேயே சம்பந்தம் பேசிட்டான். எனக்கு ஒரு சந்தேகம், ராகினி விசயத்தில் இவன் ஏதோ செய்திருப்பான்."என்றார் ராஜேன்.

"எதை வைத்து பய்யா, அப்படிச் சொல்றீங்க"என அமரேன் கேட்டார்.

"எல்லாம் ஒரு கெஸ்ஸிங் தான். ராகினி பேச்சை எடுத்தாலே டென்ஷன் ஆகிறான்" என்றார் ராஜன்.

"பய்யா, தீதியை,இப்ப பார்த்தால் ஏத்துக்குவீங்களா" என அமர் கேட்டார்.

"அன்னைக்கே,ராகினியை சப்போர்ட் பண்ணலை, என்கிற உருத்தல் இருக்கு அமரேன். இப்ப ஹரிணியைப் பார்க்கும் போது அவளுக்குச் சீர் செய்யும் போது, இன்னும்,ரகுவி ஹரிணியைத் தாங்கும் போது, நம்ம தங்கச்சியை விட்டுட்டோமேன்னு தோன்றும்" எனத் தன் நீண்ட நாளைய மன அழுத்தத்தைத் தன் இளவலுடன் பகிர்ந்து கொண்டார் ராஜேந்திரர் சிங் ராத்தோட் .

"ரகுவிட்ட, சொன்னால் ஏதாவது ப்ரைவேட் டிடக்டிவ் வைத்து கண்டு பிடிப்பானே "என அமரேன் யோசனை சொன்னார்,

"அடப் போடா ராகினி, போனதில் அதிகமா பாதிக்கப்பட்டதே ரகுவி தான். உனக்குத் தான் தெரியுமே, அவன் ராகினி கிட்ட எவ்வளவு க்ளோஸ். அவள் போன பிறகு ஒரு மாதம் ஏங்கி ஏங்கி அழுது காய்ச்சல் வந்தது."

"அவன் கல்யாணம் பண்ண மாட்டேன்னு சொல்றதும், அதுனால தான்.அதை ஒரு வேதனையான நிகழ்வா பீல் பன்றான்." என முடித்தார் ராஜேன்.

இங்கு வீட்டில் ஸர்குன்,கஜேந்தர் வெளியே சென்று விட்டனர். மற்ற நால்வரும், அமர்ந்து பேசிக் கொண்டிருந்தனர். அவர்களும் ராகினியைப் பற்றித் தான் பேசிக் கொண்டு இருந்தனர். பூனம், ராகினியை பார்த்தது இல்லை

எனவே மற்ற மூவரும் அவரைப் பற்றி, பூனத்திடம் சொல்லிக் கொண்டிருந்தனர்.

எல்லோரையும் தன் தாயைப் பற்றி சிந்திக்கத் தூண்டிய நம் பெண்ணரசி ஜானகி இன்று சமத்தாக அலுவலகத்தில், கொடுத்த வேலையை கர்ம சிரத்தையுடன் செய்து கொண்டு இருந்தாள். அலுவலகம் வந்த ஜானகியும், அமிர்தாவும் தங்கள் வேலைகளை ஆரம்பிக்க யூகி வந்து உதவி செய்து விட்டுச் சென்றான்.

ஜானகி, ஸ்வர்னி டெக்ஸ்டைல்ஸ் கம்பெனி அக்கவுண்ட்ஸில் கண் பதித்தாள், அமிர்தா செராமிக்ஸ் கம்பெனியின் அக்கவுண்ட்ஸில் மும்மரமாக இருந்தாள்.

வேலையென்று வந்துட்டா வெள்ளைக்காரன் என்பது போல்,மதியம் வரை கனினியில் தலை கவிழ்ந்தவர்கள்,காலையில் ஆர்டர் செய்த சாப்பாடு வந்து சேர,நேற்றைய சர்ப்ரைஸ் லன்ஞ்சும், அவ ன்சொன்ன காம்ப்ளீமண்டும் நினைவு வர, தன் கன்னம் சிவப்பதை உணர்ந்தாள். அமிர்தாவிடம் அதை மறைத்து ராஜ்வீரை போனில் அழைத்தாள்.

"ராஜ் சௌத் இண்டியன் சாப்பாடு ,வாங்கச் சாப்பிடலாம்" எனக் கூப்பிட்டாள்.

"நான் பேக்டரியில் இருக்கிறேன்,ஜானி நீங்க சாப்பிடுங்க" என்றான்.

"அப்ப உங்க பய்யா?" என ஜானகி தயங்கித் தயங்கிக் கேட்டாள்.

"நீயே கூப்பிட வேண்டியது தானே" ராஜ் வம்பிலுத்தான் "என்கிட்ட அவர் நம்பர் இல்லையே" "இருந்தால் கூப்பிட்டுவியா" என ராஜ் கேட்டான்.

"ஏய்,சாப்பிடத் தானே கூப்பிட போகிறேன், நான் என்ன ப்ரபோஸா பண்ணப் போறேன்" என்றாள் ஜானகி.

"ஏய்,ஜானி உனக்கு அந்த யோசனை வேற இருக்கா? ராஜ் கேட்டான்.

"ஏய், நீ வேற,அதுவே ஒரு கட்வா, அதுக்கு லவ் ரொமான்ஸ் எல்லாம் செட்டே ஆகாது. அதுவும் போக மைதா மாவு மாதிரி, நீங்கல்லாம் எனக்கு செட்டே ஆக மாட்டிங்க"

"வேற எப்படி டியர் செட் ஆகும்" என ராஜ்வீர் கேட்டான்.

"வேற என்ன, மாட்டை அடக்குகின்ற மறத் தமிழன் தான்"என்று சொன்னவள்,

"எங்கள் ஊரில் அலங்காநல்லூர் ஜல்லிக்கட்டு நடக்கும், அதில் காளை மாட்டை அவிழ்த்து விடுவாங்க பாய்ந்து வரும் அந்த மாட்டைப் பிடிக்க-வேண்டும், அவன் தான் வீரன் எனச்சொல்லி பொண்ணைக் கட்டிக் கொடுப்பார்கள்" என ஜானகி விளக்கிச் சொன்னாள்.

"நாங்களும் 'வீர்' தான்," என்றான் ராஜ்.

"ஆமாம்,பேரில் மட்டும் தான். இருக்கிறது"என வாரினாள்.ஜானகி.

"ஹலோ, பெயருக்கு ஏற்ற வீரம் எங்ககிட்டயும் இருக்கிறது, ஓகே"என ரகுவீர் குரல் கேட்டது .

"ஹலோ,ஹலோ,ஹலோ..". என நன்றாக இருக்கும் மொபைலை, நெட்வொர்க் இல்லாதது போல், நடித்துக் கட் செய்தாள் ஜானகி.

"என்ன ஒரு நடிப்பு,"நாடங்கி" என்றான் ரகுவீர்.

ராஜ்வீர், ரகுவீர் இருவரும் ஒரே இடத்தில் தான் இருந்தனர். ஜானகி, சாப்பிடக் கூப்பிட்டாள். ரகுவீரைப் பற்றிக் கேட்கவும், ராஜ் போனை ஸ்பீக்கரில் போட்டான். அதில் ரகுவீர் குரல் கேட்கவும் ஜானகி போனை கட் செய்தாள்.

"நாங்கள், பேக்டரியில் இருக்கிறோம், நீங்கள் இருவரும் சாப்பிடவும், நேற்று கொடுத்த காம்ப்ளீமண்டே போதும்" எனக் குறுஞ்செய்தி வந்தது ஜானகிக்கு.

"யாரிந்த ஸ்ட்ரேஞ்சர்? எனவேண்டும் என்றே பதில் அனுப்பினாள்.

"யாருக்கு அழைப்பு விடுத்தாயோ யாருக்குக் காம்ப்ளீமண்ட் கொடுத்தாயோ அவன்" என அனுப்பினான்.

'எனக்குத் தெரியலை,நீங்கப் பேர் சொல்லவில்லை என்றாள். சைபர்க்ரைமிற்கு நம்பரை அனுப்புவேன்' என அவள் செய்தி அனுப்பினாள்.

" ஐயோ பயமா இருக்கிறது மேடம்" என அவன் ஒரு எமோஜ் அனுப்பினான்.

இருவரும் தங்கள் வேலையில் பிஸியானதால் ஆப் லைன் சென்றனர்.

உதட்டில் புன்னகையுடன், "திருட்டு கட்வா " என மனதில் நினைத்தாள்.அதே பெயரில் பெயரைப் பதிந்தும் வைத்தாள்.

மாலையில், அலுவலகத்தில் இருந்து செல்லும் முன், மீண்டும் ராஜிற்குப் போன் செய்தாள்."என்ன ஜானி",என அவன் கேட்க.

"அது உன் பய்யா,கூட இருந்தால் போனைக் குடு"என்றாள்.

"ஏன்,உன் நம்பர் வாங்கினாரே உனக்கு மெசேஜ் பண்ணலை" எனக் கேட்க இல்லை என்றாள். "இரு ஒரு நிமிடம்" என, நடந்து சென்று ரகுவீரிடம், அலைப்பேசியை நீட்டினான். அவன் யாரெனக் கண்களால் வினவ, ஜானி என்றான்.

"ஹலோ,சொல்லு, என்ன விசயம்" எனக் கேட்டான் ரகுவீர்.

"Md,sir, நீங்க கொடுத்த வொர்க்செய்து கிட்டு இருக்கிறேன். அதில் கொஞ்சம் ஹோம் வொர்க் இருக்கு, நான் லேப்டாப் எடுத்துட்டுப் போகவா"எனக் கேட்டாள்.

"எதுக்கு மேடம் ஓவர்டைம் எல்லாம் தேவை இல்லை, ஆபீஸ் வொர்க் ஆபீஸ்லயே பாருங்க" என்றான் அவன்.

"வொர்க் பினிஸ் பண்ணாமல் தூக்கம் வராது, ப்ளீஸ். நான் தங்கியிருக்க இடம் சேப் தான்"என்றாள் ஜானகி.

அவன் கடகடவெனச் சிரித்து "ஓகே" என்றான்.அவன் சிரிப்பில் ஜானகிக்கு சந்தோசம் தொற்றியது.

"சார்,இன்னும் ஒன்னு வீட்டுக்கு ஏழு மலை கடல் தாண்டி, நீங்கச் சொன்னபடி தான் போகனுமா?"என்றாள்."கட்டாயமாக"என்றான். பின்னர்ஆ-பீஸ் போன் செய்து ஜானகி கேட்டதைப் போல் லேப்டாப் லோட் செய்து தரச் சொன்னான்.

அந்தி சாயும் மாலை நேரம், அந்த மலையூரின் மேகங்கள், எல்லாம் சிவந்த சாயம் பூசி, ஆதவனை வழியனுப்பத் தயாராகின இதோ இன்னும் சிறிது நேரத்தில், வெள்ளித் தட்டென நிலவு மிளிர அதற்குத் தோதான பேக்-ரவுண்ட், கார் வண்ணத்தில் கொடுக்க, தன்னையே அர்ப்பணிக்கும் அந்த மேகங்கள்.

இங்கு வீட்டுப் பெண்மணிகளும் அப்படித்தான், தன் நாயகன், மக்கள், சுற்றம் எல்லாம் மிளிர, தன் சுய வண்ணத்தை விட்டு அவர்களுக்கு பேக்ர-வுண்ட் எப்படி இருக்க வேண்டுமோ, அப்படி மாற்றிக் கொள்கின்றனர்.

ஏனெனில் பெண்கள் ஒரு வண்ணத்தில் தோய்ந்தவர் அன்று, எப்போதா-வது வானில் ஒளிச் சிதறலாகத் தோன்றும் வானவில்லின் அனைத்து வண்-ணங்களையும் தன் உள்ளே கொண்டவர்கள். வானவில் போல் அரிதாகவே அடையாளம் காணப் படுபவர்கள்.

இங்கும் சிவகாமி ராகினி தெய்வா என்ற பெண்கள் தங்களை மேகங்கள் போல் வண்ணங்களுக்கு மாற்றிக் கொடுக்க, அவர்கள் குடும்ப உறுப்பினர்கள் சூரிய, சந்திர விண்மீன்கள் போல் வானளாவி நிற்கின்றனர்.

காலையில் இருந்தே,ராகினிக்கு விக்கல் நின்ற பாடு இல்லை. தண்ணீர் அருந்தியும், சர்க்கரை சாப்பிட்டு அதிர்ச்சி வைத்தியம் கூடச் செய்தாகி விட்-டது. ஒன்றும் பயனில்லை.

"புவாஷா, உங்களைப் பிறந்த வீட்டில் எல்லோரும் நினைப்பார்கள் அதான் விக்கல் விடவே இல்லை" என மயூரி சொல்ல,சிரித்துக் கொண்டார் ராகினி.

தெய்வா பஜ்ஜி கேசரி கொண்டு வர வீட்டின் ஹாலில் ஈவினிங் டீ,சிற்-றுண்டிக்கு அனைவரும் ஆஜர்.

"இன்றைக்குப் பொழுது எப்படியம்மா போனது?"எனச் சண்முகநாதன் வினவினார்."பயனுள்ளதா இருந்தது அங்கில்.மதுரையில் இருக்கும் பூபாஷா, ஆபீஸ் போனோம் அங்க இவர்கள், வேலைகளை எல்லாம் போட்டோஸ் ல பார்த்தோம்" என்றாள் மயூரி.

"நிறைய, காலேஜ் ஸ்கூல்,தொழிற்சாலை,அப்பார்ட்மெண்ட், கவர்மெண்ட் ப்ராஜக்ட் ம் செய்யறாங்க."என மஞ்சரி சொன்னாள்.

"உங்க ஆபீஸ், டிசைன் ஆண்ட இன்டீரியர் பிரமாதம் பூபாஷா" என்-றாள் மயூரி.

"அமுதன்,படிக்கும் போதே டிசைன் செய்தது, பழைய கட்டிடத்தைக் கொஞ்சம் ரீமாடல் செய்து, ப்ரண்ட் எலுவேஷன் மாற்றினோம்" என்றார் சிவகுரு.

"நிறைய,கோயில்கள் எல்லாம் லாபம் இல்லாமல், பெரியத்தான் கட்டிக் கொடுத்து இருக்கிறார்கள்" என்றார் தெய்வா.

"சூப்பர் மாஸூ"என்றாள் மஞ்சரி."ஹேமத்தும் இதே வேலைதானே செய்வான்."என்றார் சிவகுரு."முதலில் உதய்பூரில் செய்தார், இப்போ மும்பைக்கு கொஞ்சம், கொஞ்சமா மாத்துறாங்க" என்றாள் மஞ்சரி.

"இந்த ஒரு வாரம்,கம்பெனிய பார்த்து, ஸ்டடி பண்ணுங்கம்மா, அதன் பிறகு ப்ராஜெக்ட் எதில் செய்யலாம்னு, டிசைட் பண்ணுங்க."என்றார் சிவகுரு.

"டேட், அந்த கவர்மெண்ட் ப்ராஜெக்ட், அமைச்சரை பார்க்கவேண்டும் "என்றான் அமுதன்.

"சரிப்பா, இரண்டு நாளில், இங்க ஒரு விழாவுக்கு வர்றார் அப்ப அவரைப் பார்க்கலாம்." என்றார்.

"மாஸூ, உங்கள் லவ் ஸ்டோரியை, கண்டினியூ பண்ணுங்கள்"என்றாள் மஞ்சரி.

"அம்மா மஞ்சரி, லவ் ஸ்டோரி தான், ஆனால் எங்கது இல்லை, உன் அப்பா,அம்மா உடையது" எனப்போட்டு உடைத்தார் சிவகுரு.

"என்னது"என வாயைப் பிளந்தாள் மஞ்சரி.

"வச்சுக்கிறேன்,அந்த பங்குரியை, என்னை,இங்க நிற்காதே அங்க போகாதே, அவனப் பார்க்காதே, சத்தமா சிரிக்காதே அப்பப்பா எவ்வளவு கண்டிசன் இதுதான் ரீசனா"எனப் பொரிந்துத் தள்ளினாள்.

"ஸூனியேஜீ, நீங்க பாட்டுக்கு, அதென்ன அத்தை சொல்லுவாங்களே, கட்டு சோத்தைக் கூட்டத்துலஅவுக்காதேன்னு, அது போல இவகிட்ட சொல்றீங்க, பாவம் பம்மி"என்றார் ராகினி.

"புவாஷா, நீங்களும் இங்க வந்து தமிழ் பழ மொழி எல்லாம் பழகீட்டீங்க" என மயூரி கேட்டாள்.

"அப்பத்தா,சொல்லுகிற ஸ்டைலில் நீயும் பழகிடுவ பாரு. மஞ்சரி அவங்க அம்மாவை இதே போல நான்கு சொலவடை சொல்லி, வாயை அடைப்பாள்" என்றான் அமுதன்.

"பாலா,நோட் தி பாயிண்ட், bro சொன்ன மாதிரி, அப்பத்தா Right, அவங்க கிட்ட இருந்து நாலு, meaning உடன், தமிழ் வார்த்தை சொல்லி குடு"என்றாள் மஞ்சரி. "ஆகட்டும் இளவரசியாரே "என அவன் நாடக பாணியில் சொன்னான்.

"மாஸூ, மேல சொல்லுங்கள்",என விடாப் பிடியாக நின்றாள் மஞ்சு.

"நேற்று சொன்னமே, இராஜஸ்தானி பால்ய விவாகம். அதுபோல, ராகினிக்கு இரண்டுவயது, ஹேமந்த்க்கு நான்கு வயது இருக்கும் போது இவர்கள் குடும்பங்கள் இடையே செய்யப் பட்ட திருமண ஒப்பந்தம் அது. ராகினி குடும்பம் மும்பையில், ஹேமந்த் குடும்பம் உதய்பூரில் இருந்தது. ராகினி குடும்பம் செல்வ வளத்தில் அதிகமாக இருக்க, இவர்களுக்கு ஈடு செய்யும்

விதமாக ஹேமந்தை டேஹராடூன் காண்வெண்ட் ஸ்கூல் இன்ஜினியரிங் என வளமாகப் படிக்க வைத்தனர்.

இதில், ஹேமத்துக்கும்,ராகினிக்கும் தங்களுக்கு நடந்த சடங்கு பற்றி எதுவும் தெரியாது. நினைவும் இல்லை. இந்தச் சூழலில், விடுமுறை நாட்களில் உதய்பூர் வரும் ஹேமந்த் பங்குரியை பார்த்துப் பழகி காதல் மலர்ந்தது.

ராகினியும், பங்குரியும் ஒரே குடும்பத்தைச் சேர்ந்தவர்கள்,ராத்தோட் பரிவார். இரண்டு தலைமுறை மூத்தவர்கள் சொந்தம். பங்குரி வீட்டில் வசதி குறைவு.அவள் அப்பா சிறுவயதில் இறந்தார், அதனால் அவளுக்கு எந்தச் சடங்கும் நடக்க வில்லை.

பங்குரி ராகினி தோழிகள், இவர்கள் வீட்டில்,மும்பையில் தான் அவளும்,படித்து வளர்ந்தாள். ஆனால் ஒவ்வொரு விடுமுறைக்கும், அம்மாவைப் பார்க்க, வேண்டும், அது இது என ஏதாவது காரணம் சொல்லி உதய்பூர் வந்து விடுவாள், ஹேமந்தை பார்க்க." எனச் சிவகுரு நாதன் சொல்லிக் கொண்டு இருக்க அவர் அலைப்பேசி கீதம் இசைத்தது.

ஜானகி கிட்ட இருந்து போன், அவள் சாதாரணமா வைக்க மாட்டாள், இன்னொரு நாள் பேசுவோம்,எனப் போனை ஆன் செய்தவாறே, சொன்னார்.

ஸ்பீக்கரில் போடச்சொன்னார்கள். என்ன செய்கிறது, நம்ம நாயகிக்கு அவ்வளவு டிமாண்ட்.

"ஜானகி, என்னடாம்மா செய்யற, புதுஇடம் பழகிடுச்சா? பிடிச்சு இருக்கா?"எனக் கேட்டார்.

"அப்பாஜான் நான் நல்லா இருக்கேன், புது இடம் மனுசங்க, வேலை ட்ராபிக் எல்லாம் நல்லா இருக்கு"

"முக்கியமா,மதியத்துக்குச் சோறு கிடைககுது.நீங்களே சொல்லுங்க, சங்கத்தை விடச் சோறு தானே முக்கியம்?" என்றாள் ஜானகி ."என்,அருமை வாயாடிச் செல்லம், நீ இப்ப கூட ஊமென்று சொல்லு, சமையக்காரியோட வந்து இறங்குறேன்"என அவர் சொல்ல,

"ஆத்துக்காரி இருக்கும் போது சமையக்காரியா, என்ன நடக்குது அங்க, சிவூ, இது ஒன்னும் சரியில்லை ஆமாம் மாதாஜிகிட்ட போனை குடுங்க" என்றாள்.

"டேய் பட்டுக் குட்டி எதுக்குடா மாதாஜிக்கிட்ட, எதா இருந்தாலும் நமகக்குள்ள டீல் பண்ணிக்கலாம் ஓகே வா " என்றார். "அப்பா,அம்மாவுக்கு அவ்வளவு பயமா?" எனக் கேட்டாள்.

"பயமா அதெல்லாம் இல்லை"என ராகினியைப்,பார்த்துக் கொண்டே சொன்னார். "பயமில்லைனா எதுக்கு மகள் கிட்ட டீல் போடுறீங்க?"என்றாள். ஜானகி.

"அம்மா தாயி, உங்க அம்மா கிட்ட நாலு அடி கூட வாங்கிடலாம், மார்வாடி மொழியில் திட்டினாலும் பரவாயில்லை, நம்மளுக்குப் புரியாது, ஏதோ

காம்பிளீமெண்ட் தர்ரான்னு, நினைச்சு சந்தோசப் படலாம்.

ஆனால், அவள் திட்டுறது எனக்குப் புரியனும்ன்னு மார்வாடி தமிழில் திட்டுவா பாரு, அதுக்குத் தான் பயம் அதிகம்."எனச் சிவகுரு கேலி செய்தார்.

ஜானகி, அந்தப் பக்கம்,அடக்க முடியாமல் சிரித்தாள். இங்கே ராகினி தன் கணவனை இடுப்பில் கை வைத்து முறைத்தபடி நிற்க, சப்போட்டிற்கு இரண்டு மார்வாடி கேர்ள்ஸ் கூட்டணி அமைத்து முறைத்து நின்றனர். அதைப் பார்த்த அமுதன்,பாலன் மற்றும் பெரியவர்கள் சிரித்தனர்.

"டேய் அம்மாடி என்னடாம்மா, அப்பாவை இப்படி மாட்டி விட்டுட்ட,

கரும்பை வச்சுட்டுக் காமாட்சி மாதிரி ஸ்வீட்டா நிற்கிற என் தர்ம பத்தினி இப்ப கண்ணில் கனலோடு காளி மாதாவா மாறிக்கொண்டு இருக்காடா" என்றார் சிவகுரு.

"அப்பா,நீங்க யாரு சிவகாமியின் செல்வன்,வீரமா இருங்க என் சீனியர் சிவகாமியைப் பக்கபலமா வச்சுக்குங்க, நீங்க எஸ்கேப் ஆகலாம்.

அப்பாத்தாவோடா, சொலவடை தமிழ் முன்னாடி அம்மாவுடைய மார்வாடி தமிழ், மர்ஜாயகீ" என யோசனை தந்தாள் .

"அடியே, என் மகன் பெத்த சீமக்கிழங்கே, எங்கடி வந்து,வம்பு கட்டுற? ஒன்னும் தெரியாத எம் மருமகளை ஏத்தி விட்டு, அப்பாவி என் மகனை மாட்ட வச்சு,போதாத குறைக்கு மாமியா,மருமகள் சண்டையைத் தூண்டி விடுற?"எனச் சிவகாமி அப்பத்தா கோதாவில் இறங்கினார்.

"ஐயோ அப்பத்தா ஆமாம், டோட்டல் குடும்பமும் கூடியிருக்கா"என ஜானகி கேட்டாள்

"ஹாய் ஜானி,ஜானகி"எனக் கோரஸ் சவுண்டு வரமயூரி.மஞ்சரியிடம் வந்தது.

"ஒன்னு கூடிட்டாங்கய்யா,ஒன்னு கூடிட்டாங்க, இப்ப யார்கிட்ட சொல்லுவேன்,என்னன்னு சொல்லுவேன்"என வடிவேல் மாடுலேசனில் பேசினாள் எல்லாரும் சிரித்தனர்.

"ஜானும்மா, நல்லா இருக்கியாடா வேற ஒன்னும் பிரச்சினை இல்லையே, அது மும்பை இங்க மாதிரி இல்லை, ரொம்பக் கவனம். இங்க மாதிரி ,உன் கோவத்தை அங்க காட்டிடாத கொஞ்சம் பொறுத்து போடாம்மா"என ராகினி தன் மகளுக்கு அறிவுரை செய்தார்.

"ஜானகி கண்ணு, அக்கா சொல்றத கேட்டுகிட்டைல, அவங்களுக்குத் தான், மும்பையையும் தெரியும், உன்னையும் தெரியும். பொறுமையா இரு. நீ இங்க வந்து சேறும் வரை அம்மா,வயித்துல நெருப்ப கட்டுண மாதிரி இருப்பேன்" என்றார் தெய்வா.

"தெய்வா,சும்மா புள்ளைய பயமுறுத்தாத அவளுக்குத் தெரியும். எங்க வீட்டுப் பெண்புலி ஜானகி ராணி, நீ இயல்பா இருடாம்மா"என்றார் சண்முகம்.

"ஹலோ. என்னைப் பெத்த தெய்வங்களே, இங்க நான் சமத்தா,சேஃப்பா, சுகமா இருக்கிறேன் போதுமா.எங்க MD சாரை மீறி,யாரும் என்கிட்ட வரமுடியாது" என்றாள் ஜானகி.

மஞ்சரியும்,மயூரியும் ஒருவரை ஒருவர் பார்த்து அதிசயித்தனர் ஜானகியின் பேச்சில். "அண்ணன்பார்த்து, செக் பண்ணித் தான் அனுப்பி இருக்கு, SO நான் இங்க பத்திரமா இருப்பேன், பயப்படாதீர்கள்" என்றாள்.

"அமிர்தா நல்லா இருக்காளா" எனக் கேட்டார் சிவகுரு. இங்க பக்கத்துல எல்லாத்தையும் கேட்டுக்கிட்டு உட்கார்ந்து இருக்கா, என்றாள்.

"வணக்கம் மாமா"என்றாள் அமிர்தா. "வணக்கம்டா,அம்மா, நல்லா இருக்கியா, புதுஇடம் புடிச்சு இருக்கா? "எனக் கேட்டார்.

"நல்லா இருக்கோம் மாமா, இந்த இடம் ரொம்பச் சேஃப், பயப்படாதீர்கள். "என அமிர்தா சொன்ன பின்னே நிம்மதி ஆனார்கள் பெரியவர்கள்.

பேசி முடித்து போனை சார்ஜில் போட்டாள் ஜானகி. இன்று அலுவலகம் முடிந்து வேறொரு கேபில் ஏறி, ரகுவீர் சொன்னபடி ஸ்வர்ன மஹலுக்கு வந்து சேர்ந்தனர்.

மனதின் வார்த்தை-11

மனிதன் அன்றைய பொழுதில் அலைந்து,திரிந்து தன் வேலைகளை எல்லாம் முடித்துக் கொண்டு வீடு திரும்பும் பொழுது, இரவின் மடியில் தன்னை ஒப்புவித்து நான் இளைப்பாறுவேன், என தனக்குத் தானே ஒரு எழுதப்படாத ஒப்பந்தம் செய்திருப்பான். ஒரு நாளின் ஓட்டமானது அங்கே நிறைவு பெறுகிறது. அலுத்து சலித்து வரும் அந்த நேரத்தில், அங்கே தனக்காக காத்திருக்கும் ஜீவனை காணும் போதே, தன் வாழ்வின் பிடிமானம் அது என்பதும் புரியவரும். அம்மாவோ மனைவியோ பெரும்பாலும் இந்த காத்திருப்பை செய்யும் ஜீவனாக இருக்கும்.

மூன்றாவது தளத்தில்,தாதிஷாவின் பக்கத்து அறை என்பதால், ஜானகிக்கு

பெரும்பாலும் ஹாலில் அல்லது பெரியவர்கள் அறையில் பொழுது போனது. ஜானகிக்கு தன் தாத்தா,பாட்டியிடம் உட்கார்ந்து பழங்கதை பேசுவதில் ஆர்வம் இருந்தது. தன் தாய் வழி குடும்பத்தை அதன் மூலம் அறிந்து கொள்ள முற்பட்டாள்.அவர்களும் வேறுபாடு காணாது ஏதோ தன்னவள் என்ற உணர்வு கொண்டு பேசி பழகினர்.

தாதிஷா கால்வலியால் அவதிப் படுவதைப் பார்த்தவள், தைலத்தை எடுத்துப் பதமாகத் தேய்த்து மசாஜ் செய்தாள். அதற்குள் அமிர்தா வேலை ஆட்களிடம் சொல்லிச் சுடு தண்ணீர் கொண்டு வர, அதில் நனைத்து ஒத்தடமும் பின்னர் ஆறிய வெது வெதுவெதுப்பான தண்ணீரில் பாத்தை வைத்து மசாஜ் செய்தாள். தாதிஷா எவ்வளவு தடுத்தும் கேட்கவில்லை.

"இதையெல்லாம் எங்க கத்துகிட்ட பேட்டா, அருமையா மசாஜ் செய்யற,நல்லா சுகமா இருக்கு " என்றார் தாதிஷா.

"எங்கள் அப்பத்தா கிழவிக்கும் இப்படித்தான் செய்வேன், காலை நீட்டிக்கிட்டு வந்து, 'ஆத்தா நீ தடவுனாதான் கேக்குது, உன் கைராசி' அப்படி, இப்படி ஐஸ் வச்சுஎன்னை வேலை வாங்கிடுவாங்க. இப்ப என்ன செய்றாங்களோ, அப்பத்தா ஞாபகத்துக்கு, இந்த ஆச்சிக்கு மசாஜ் பண்ணுகிறேன் அவ்வளவு தான்." என்றாள் ஜானகி.

"இப்ப இந்த புடியாவுக்கு(கிழவி)மசாஜ் செஞ்சு,ஓட்டப்பந்தயம் அனுப்புவியோ " என தாதாஷா கேலி பேசினார்.

"இந்த புட்டேக்கு (கிழவன்)என்ன வேலை, இப்ப வலி குறைந்து இருக்கிறது. இப்போ நடக்கவாவது முடியும்,இல்லைன்னா, இவர் என்னை தூக்குவாராம்மா,பெரிய ஜவான்னு நினைப்பு .தும் ஜீதீ ரஹோ மேரீ லாடூ" என்றார் தாதிஷா.

இதைப் பார்த்துக் கொண்டிருந்தராஜேந்தர்,ஷப்னம் தம்பதி, "பஹூத் ப்யாரீ ஹை" என்றனர். "இது போல ஒரு பொண்ணு நம்ம ரகுவீக்கு கிடைத்தால் நல்லா இருக்கும்" என்றார் ஷப்னம்.

"உன் பேட்டா ஷாதின்னு பேச்சை எடுத்தால் ஓடுகிறானே" என்றார் ராஜேன்.

"நம்ம சௌர்யமேத்தா மகள் சிருஷ்டியை, இங்க நம்ம விருந்தினரா வர வைப்போம் ரகுவி கூடப் பழகிப் பார்க்கட்டும்" என்றார் ஷப்னம்.

"ஆமாம், ஏதாவது செய்யனும் மஞ்சரி படிப்பு முடியிது, கஜேன் ரொம்ப நாள் வெயிட் பண்ண மாட்டான்.சின்னவன் ஷாதிக்கு முன் இவனுக்குப் பேசி முடுக்கனும்" என்றார் யோசனையாக.இரவு உணவு முடிந்தது ராஜ்வீரும் வந்து சேர்ந்தான்.

"ரகுவி வரலையா,ராஜ்வி " எனக் கேட்டார் ஷப்னம்.

"பய்யா இன்னும் கொஞ்சம் நேரம் ஆகும்னு, என்னை முன்னாடியே அனுப்பிட்டாங்க, நான் ஆபீஸ் போய்ட்டு வரேன், பய்யா இன்னும் வரலையா?" எனப் பதிலும்,கேள்வியாகவும்.கேட்டான்ராஜ்வீர்.அவனும் சாப்பிட்டு, ஜானி அம்ரூவிடம் ஓரிரு வார்த்தை பேசி விட்டு தன் தளத்திற்குச் சென்றான்.

ஜானகி சாப்பிட்டு, தன் லேப்டாப் உடன் வேலையாக அமர்ந்தாள். ஷப்னம் மகனுக்குச் சாப்பாடு எடுத்து வைத்துக் காத்திருந்தார்.மேலும் அரைமணி நேரத்தில் அவருக்கு உடல் அசத்த ஷோபாவில் தலை சாய்த்தவரை

"ஆண்டி, உங்கள் பையன் வந்தால், நான் சாப்பாடு எடுத்து வைக்கிறேன். எனக்கு இந்த வொர்க் முடிக்காமல் தூக்கம் வராது" என அவரைக் கட்டாயப்படுத்தி அனுப்பி வைத்தாள்.

அமிர்தா, இரவில் கண் விழிக்க மாட்டாள் எனவே அவளும் படுக்கச் சென்று விட்டாள். ஒவ்வொரு விளக்காக அணைக்கப் பட்டு சில ஸ்பாட்

விளக்குகள் மட்டுமே எரிந்தது.ஓரிடத்தில் ஜானகி மும்முரமாக வேலைப் பார்த்துக் கொண்டு இருந்தாள்.

மணி பதினொன்றை நெருங்கும் வேலையில் வந்து சேர்ந்தான் ரகுவீர். வீட்டின் கதவைத் திறந்தவன் எதிரில் இரவு பைஜாமா, குர்தியில் தலை முடியை மேல் நோக்கி கொண்டையிட்டு வரிவடிவாய் அமர்ந்து வேலைப் பார்த்துக் கொண்டிருந்த ஜானகி அவன் மனதில் சிம்மாசனம் இட்டு அமர்ந்-தாள்.

சத்தம் கேட்டு நிமிர்ந்த ஜானகி, நாள் முழுதும் அவனைக் காணா-ததிலிருந்த ஆர்வத்தில்,"வந்துட்டிங்களா, உங்களுக்காகத் தான் வெயிட்டிங், சீக்கிரம் ப்ரெஷ் ஆகிட்டு வாங்க, சாப்பிட எடுத்து வைக்கிறேன்"என்-றாள்."நீ,எதுக்கு இதெல்லாம் செய்கிற" என அவன் கேள்விக் கணைகள் தொடுக்கும் முன்

"எல்லாரும் தூங்குறாங்க,ப்ளீஸ்,சீக்கிரம் போய் ப்ரெஷ் ஆகிட்டு வாங்க."என்றாள்.அவனும் ஓர் தலை அசைப்புடன் தன் அறைக்குச் சென்-றான்.பத்தே நிமிடத்தில், 3/4ஷார்ட்ஸ், ரவுண்டு நெக் டீசர்ட் என, குளித்து முடித்து வந்தான். நிஜமாகவே பயங்கரப் பசி அவனுக்கு.

டைனிங் டேபிளில் வந்து அமர்ந்து, தட்டை திருப்பினான், "வெயிட் ஐயம் கம்மிங்" எனச் சூடான வெஜ் ரைஸ் குருமா, நான் மசாலா என அவன் சாப்பிட, சாப்பிடத் தட்டை கொஞ்சம் கொஞ்சமாக நிரப்பிக் கொண்டே, அன்றைய நாளின் நிகழ்வுகளை, அவள் பாணியில் அவனுக்கு விவரித்தாள்.அவனும் பேச்சுச் சுவாரஸ்யத்தில் நிறைந்தது குறைந்தது தெரி-யாமல் சாப்பிட்டு முடித்தான்.

"நீ சாப்பிடலையா"எனக் கேட்டான்."அப்பாடி இப்போதாவது கேட்-கனும்னு தோனுச்சே மதியம் சாப்பிட வில்லையா"எனக் கேட்டாள்.

"நீ போன் போட்டியே ,அப்பத் தான் சாப்பிட உட்கார்ந்தோம், ஏதோ வேலை வரப் பாதியில் எந்திரிச்சுட்டேன்."என்றான்."நீங்க ஹால்ல இருங்க நான், வரேன்" என்று விட்டு.பாத்திரங்களை ஒதுக்கி பால் சுடவைத்து இரண்டு க்ளாஸ் டம்ளரில் நிறைத்துக் கொண்டு வந்தாள்.

"நோ,என்னால் முடியாது, நீ பாட்டுக்கு வச்சு திணிச்சுக்கிட்டே இருக்க .இதுக்கு மேல முடியாது"என்றான்.

" எனக்குக் கம்பெனி கொடுக்கிறதுக்காக,கொஞ்சம் நேரம் கழிச்சு குடிங்க ப்ளீஸ் ” என அவள் தலை சாய்த்துக் கேட்கவும் மறுக்க இயலாமல்,

“சரி எடுத்துக்கிறேன் நீ முதலில் குடி"என்றான்.

அவளுக்கும் சாப்பிட்டு இரண்டு மணி நேரம் ஆனதில் பசித்தது.

பாதி டம்ளரை காலி செய்ய, அவன் தன் க்ளாஸில் இருந்து ஒரு பாதியை அவளுக்கு ஊற்றினான்.

"என்ன செய்யறீங்க,ஸ்டாப் "எனக் கத்த

"சும்மா குடி, நீ சாப்பிட்டு 2ஹவர்ஸ் ஆகி இருக்கும்,பசிக்கும்"என்றான்

"ஏன் இவ்வளவு நேரம், உங்கள் அம்மா காத்திட்டு இருந்தாங்க, நான் தான் கம்பல் பண்ணி அவங்களைப் போய்ப் படுக்கச் சொன்னேன்" என்றாள் ஜானகி.

"தாங்ஸ் ஃபார் யுவர் டின்னர்" என்றான்.

"உங்கவீட்டுச் சாப்பாடு அதை எடுத்துக் கொடுத்ததுக்கு எதுக்கு தேங்க்ஸ்" என்றாள் .

"இவ்வளவு நேரம் முழிச்சு பரிமாறுனதுக்கு, அதுவும் இல்லாமல் மாஷாவை தூங்க அனுப்புனத்துக்குத்தான் முக்கியமா சொன்னேன்" என்றான்.

"இப்பதான் தப்பு பண்றீங்க, எங்க வீட்லயே எங்க அம்மா இரண்டு பேரையும் அனுப்பிட்டு நான் தான் முழிப்பேன். எங்க அண்ணன், அப்பான்னா நான் செய்வேன்ல"என்றாள் "அவங்க உன் பேமிலி" என்றான் ரகுவீர்.

அவன் சொன்ன வேகத்தில் முகம் மாறியவள்,

"சாரி,இனிமே இப்படி நடக்காது, நான் லிமிட் க்ராஸ் பண்ண மாட்டேன்", என வந்த கண்ணீரை அடக்கி கோபமாக வெளிப்படுத்தினாள்.அங்கிருந்து செல்ல முற்பட்டாள். அவள் கோபம் அவனை அசைத்தது, இதுநாள் வரை அவன் தான் மற்றவர் மேல் கோபமாக இருப்பான் இன்று அவள் கோபம் அவனுக்குப் புதிது.

"ஜானகி, நான் அந்தச் சென்ஸ்ல சொல்லலை, நீ ஏன் பாவம் கஷ்டப்படனும், கண் முழிக்கனும் அப்படி தான் நினைச்சேன் சாரி" என்றான்.

அவள்,முகம் திருப்பிச் சமாதானம் ஆகாமல் நிற்க, அவனுக்கு அவளைச் சரி கட்டும் முறைகூடத் தெரியாமல் நின்றான்.அவள் கைகளைப் பற்றியவாறு

"இன்றைக்குத் தான் நல்லா வயிறார சாப்டேன், அம்மா சர்வ் பண்ணாக் கூட ஒரு கில்டில சரியா சாப்பிட மாட்டேன், ஆனால் நீ சர்வ் பண்ணும் போது, of course,இரண்டு பங்கு சாப்பிட்டேன்." என அவன் விளக்கம் தந்தான்.

இன்னும் அவள் கையை விடாமல், தன்னை நோக்கி திருப்பி, ஒரு விரலால் அவள் முகத்தை நிமிர்த்தி,"சாரி,டியர். நானும் உன் பேமிலி தான் ஓகேவா?."

"கொஞ்சமே இந்த உதட்டு ஓரத்தில் சிரிப்பு வருகிறது" என அவன் கண்கள் இடுக்கி சிரிக்க, அவள்கோபம் எங்கே சென்றது என்ற மாயம் நம்ம ஜானகிக்கே தெரியலை.

அவன் புன்னகையை விரித்து பல்வரிசை தெரியச் சிரித்து பிடித்த கையை விடுத்து ஒரு லேசான அணைப்பில், அவள் முன் நெற்றியில் இதழ் ஒற்றி,பட்டும் படாமல், நன்றி நவிழும் முதல் இதழ் ஒற்றலைத் தந்தான்.

"ராத் பஹோத் ஹோ சுக்கா, சோ ஜா,குட் நைட்," (இரவு வெகுநேரம் ஆகிடுச்சு,குட் நைட்)என அவள் கன்னம் தட்டி தலை அசைப்புடன் அவள் அறையில் விட்டு கதவைச் சாத்தி, விளக்கணைத்து,லிப்டில் ஏறினான் ரகுவீர்.

அவனும் மற்றவர் போல் ஒரு காதல் வாழ்க்கை வாழ,ஒரு அத்தியா-யத்தை ஆரம்பித்து வைத்திருந்தாள். அவன் அத்தை மகள்.

"பய்யா, பசாவ்,பசாவ், பய்யா, பசாவ், காப்பாற்றுங்கள் " என்றபடி தலை தெரிக்க ஓடிவந்தான் ஓர் இளைஞன். அவன் கட்டு மஸ்தான 6 பேக் பாடி, அடர்த்தியான சிகை கையில், கருப்பு பாசி, ருத்ராட்சம் சுற்றிய படி டேட்டு குத்திய ஆர்ம்ஸ், ஒரு காதில் கடுக்கன் அதோடு கொஞ்சம் குழந்தைத்தனம், நிறைய மேட்னெஸ் என்று, அக்மார்க் பணக்கார வீட்டுக் கடைசிப் பையன் ரன்வீர்சிங் ராத்தோட்.

அவனைத் துரத்திக் கொண்டே, "பக்டோ, பக்டோ, படேபய்யா பக்டோ உசே" எனப் பின் தொடர்ந்தாள் ஓர் இளம்பெண்.

"ரன்வீர் ருகோ நில்லு,நில்லுடா, இல்லையினா மண்டையை உடைப்-பேன்"என ஓடினாள் அவள்

"நஹீ,ருகூங்கா, முடிந்தால் பிடி, என ரகுவீர் அறையைச் சுற்றி வெளியே ஓடியவன், லிப்டில் புகுந்தான்.அவனுக்கு முன் ஓடி, வீட்டுக்குள் மாடிப்படி வழியாக இறங்கியவள், ஜானகி அறைக்குள் சென்று ஒளிந்து கொண்டு, சற்று மூச்சு வாங்கினாள். ஜானகி" யாருப்பா நீ, யாருக்காக ஒளிஞ்சு இருக்க?" எனக் கேட்டாள்.

"தீதி கொஞ்ச நேரம் பேசாமல் இருங்கள், ஒரு சோர் கைக்கா,அவனைக் கையோடு பிடிக்கவேண்டும்" என்றாள் ."உன் பேரு என்ன?யாரு நீ?" என்-றாள் ஜானகி.

"தீதி நான் தீப்தி, ஹரிணி பாபியோட, நாத்தனார்."என்றாள்.

சிறிது நேரம் அமைதியில் கழிய, ஹாலுக்கு, சுற்றும்,முற்றும் தேடிக் கொண்டே, கையில் ஒரு மொபைலை நோண்டிய படி ரன்வீர் வந்-தான்.அவன் வந்து நிற்கவும், பின்னாடி இருந்து போர்வையைப் போட்டு மூடி, அவன் மேல் தொத்திக் கொண்டு"தீதீ,அவன் கையில் இருக்க மொபைல பிடுங்குங்கள், இது ஒரு பொண்ணுடைய மானப் பிரச்சினை"என்-றாள் தீப்தி.

"ஜானிதி ,நீ என் டார்லிங் இல்லை, என்னை ரிலீஸ் பண்ணு, அவள் பொய் சொல்றா" என்றான் ரன்வீர். "தீதீ, ஒரு பொண்ணுக்குப் பொண்ணே உதவிப் பண்ணலைனா எப்படி" என்றாள்.அவ்வளவு தான் ஜானகி, போக்கு காட்டிய ரன்வீர் இடமிருந்த அலைப்பேசியைப் பறித்தாள்.

"நோ,நோ,தீதீ அவள் சீட் பண்றா, அது ஒரு பையனுடைய மானப் பிரச்சினை" எனப் போர்வைக்குள் இருந்து அவளுக்குப் போட்டியாகக் கத்-தினான் ரன்வீர்.

இவர்கள், இப்படிச் சண்டை போட்டுக் கொண்டு இருக்க, வீட்டு ஆட்கள், அசராமல் அவரவர் வேலையைப் பார்த்துத் திரிந்தனர். இதைக் கண்ட ஜானகி, வியப்பாகப் பார்க்க அங்கு அந்த இரண்டும் கட்டி உருண்டு சண்டை போட்டுக் கொண்டு இருந்தன..

அப்போது அங்கே வந்த ஹரிணி, ரகுவீரின் அக்கா, அவள் கணவன் அமர்சிங் டாகூர் அவர்கள் பிள்ளைகள் நான்கு வயது மகன் ரோஹன் இரண்டு வயது மகள் ஹாசினி எல்லாரும் வந்து சேர, பிள்ளைகள் இரண்டும், மாமூ, புஜ்ஜூ என ஆளுக்கு ஒருவரை சப்போர்ட் செய்து, மற்றவரை அட்டாக் செய்து கொண்டு இருந்தனர்.

"டேய், ரன்வீர் போதும் விடுடா அவளை"என ஹரிணி குரல் கொடுத்தாள்.

"தீ, அந்த மொபைலை பாருங்கள் ஜானகியிடம், இருந்து வாங்கி ஹரிணி யிடம் காட்டி, பாருங்கள் எப்படி எடுத்திருக்கா"எனக் காட்ட ஒரு ஆப் உதவியால்,கரடி குரங்கு பூனைபிச்சைக்காரன் என ரன்வீரை மார்பிங்செய்திருந்தாள்.அதைப் பார்த்து அடக்கமாட்டாமல் சிரிக்க "பாபி உங்கள் தம்பி ரியல் பேஸே இதுதானே அதுக்கு ஏன் இப்படிப் பிடிங்கிட்டு ஓடுகிறான்" எனக் கேட்டாள்தீப்தி.

"தீப்தி இதில் பொண்ணுடைய மானப் பிரச்சனை எங்க வந்தது,ரன்வீர் தானே விக்டிம் "என ஜானகி கேட்டாள். "பின்னாடி வருது மானப் பிரச்சினை, அது பங்கம் ஆகாமல் இருக்கத்தான்"என மொபைலை பிடிங்கி அதை டெலிட் செய்யப் போனாள்.

" ஏய், உன் மானமும் கட்டாயம் பறக்கவேண்டும் "என்றபடி,ரன்வீர் அவளது மார்பிங்கை காட்டினான்.

"ஜீஜூ பார்த்துட்டுச் சொல்லுங்கள் இது,உங்கள் நானிஷாவா இல்ல தாதிஷாவா ?" எனக்காட்டினான் தீப்தீ வயதான தோற்றத்தில் மார்பிங் செய்யப்பட்டு இருந்தாள்."எங்க தாதிஷா "என்றான் அமர்.

"பய்யா,நீங்களும் அவன் கூடச் சேர்ந்து கிண்டல் செய்யாதீர்கள்" எனச் சிணுங்கினாள் தீப்தி.

"இந்த உப்பு பெறாத விசயத்துக்கா இந்தவீட்டை ரணகளமாக்குனீங்க" எனக் கேட்டாள் ஜானகி.

ஜானகியும்,ரன்வீரும் நட்பானதும் ஒரு கதை தான். ரன்வீரைப் பற்றி

ஏற்கனவே ராஜ்வீர் சொல்லி இருக்க அவன் வீட்டுக்கு வரும் நாளை ஆவலாகப் பார்த்திருந்தாள் ஜானகி.வழக்கம் போல் ஆர்ப்பாட்டமாக வீட்டுக்கு வந்தவன் இரண்டு பெண்கள்,வந்திருப்பதாக அறிந்தான்.

திடீரென அவர்கள் முன் சென்று பே..எனக் கத்தலாம் என ஐடியா செய்து வந்தான்.அதே போல் ஜானகி அறைக்குள் பூனை நடையில் வந்தவன், திரும்பி நின்ற ஜானகியிடம், விளையாட்டாகக் கத்த வாயை திறக்க பேஸ் மாஸ்க் அணிந்து, பேய் உருவில் ஈஈஈ என ஜானகி இளிக்க, பயந்து

அலறியது ரன்வீர் தான்.அதை மறைந்து நின்று வேடிக்கை பார்த்த, அமிர்தா ராஜ், பூனம், ஜுகுனு எல்லாரும் சத்தமாகச் சிரிக்க, அப்போதும் அசராத ரன்வீர்

,"ஆக்கா,ஆப்கா குலாம் கா சலாம் குபூல் கீஜியே" என்றான்.

(இது,உருது வாக்கியம், ஆசானே ,உங்கள் அடிமையின் வணக்கத்தை ஏற்றுக் கொள்ளுங்கள்)

இதைக் கேட்ட ஜானகி,மாஸ்க்கை கழற்றி, சிரித்து அவனுடன் நட்பானாள். சில நேரம், ரகுவீரை பொறாமைப் பட வைக்கும் இவர்கள் நட்பு. இருவரும் வீட்டிலிருந்தால் வீடு இரண்டு படும். ரகுவீரிடம்,ராஜ்வீரிடமும் காட்ட இயலாத இலகுவான நட்பை, தன்னை விடச் சின்னவனிடம் காட்டினாள்.

ஜானகியைப் போன்ற ரன்வீரின் குணமும் அதற்கு ஓர் காரணம்.தன் தம்பி சிவகணேஷிடம் பழகுவது போல் பழகுவாள்.

"ஜானிதீ, நீங்க இப்படிச் செய்வீங்கனு நான் நினைக்கவில்லை.இப்படி கேர்ள்ஸ் சைட் கோல் அடிச்சுட்டீங்களே"என்றான் ரன்வீர்.

"தீதீ, நீங்க செய்ததுதான் சரி, இந்த ட்ராமேபாஸை நம்பாதீர்கள்" என்றாள் தீப்தி. "ஏய், சீட்டர் வாயை மூடு,ஜானிதீ என்னுடைய ப்ரண்டு"என ரன்வீர்.

"ஓ காட் போதும் நிறுத்துங்கடா" என அங்கே வந்தார் ஷப்னம்.

"வாங்க ஜமாயிஷா,வீட்டில் எல்லாம் சவுக்கியமா"என விசாரித்தார் ஷப்னம்.

"கம்மாகனி மாஷா, எல்லாரும் நலம்" என,மாமியார் காலைத் தொட்டு வணங்கினார்.அமரை தொடர்ந்து, ஹரிணி,தீப்தி,எனப் பெரியவர்கள் காலைத் தொட்டுவணங்கினர்.

இதைப் பார்த்த, ரோஹன், ஹாஸினியும் அவ்வாறே வணங்க, "ஓ,மேரே லாடூஸ் குடியா என ஆளுக்கு ஒரு செல்லப் பெயர் சொல்லி ஆசையாக வாரி அணைத்தனர்.

பிறகு,"இவர்கள் ஜானகி அமிர்தா மயூரியின் காலேஜ்மேட்ஸ்.பெங்களூரில் ஒன்றாகப் படிக்கின்றனர்.நம்ம கம்பெனி ப்ராஜெக்ட் செய்றாங்க"என்றார் ஷப்னம், ஹரிணி குடும்பத்துடன் அறிமுகப் படுத்தியவாறு.

"வணக்கம்" என இருவரும் ஹரிணி மற்றும் அமர்சிகங்கிற்கு கை கூப்பிச் சொன்னார்கள்.

"ஓ, சென்னை எக்ஸ்பிரஸ்", எனச் சிரித்து, அமர் வணக்கம் சொன்னார்.

"ஸச் மே உண்மையில், தங்க பலி போல ஆள் உண்டா"எனக் கேட்டார் அமர்.,

"அதைவிட, டெரரா இருப்பார்கள் Bro, நாங்க சென்னைக்கும் சௌத் you know மதுரை?"

"ஆமாம்,மதுரை, மீனாட்சி அம்மன் கோயில்,Right?" என்றான்.

"ஆமாம்,நாங்கள் மதுரைக்காரங்க பெரிய அருவாள் எல்லாம், அசால்ட்-டாக வச்சுருப்பாங்க bro" என்றாள்.

"ஆமாம், ஜீஜூ, அவங்க வீட்டில், ரிஸ்தா வேண்டுமானால், ஷாரூக் போல மனுசன் அடிச்சு டயலாக் பேசுனா மட்டும் பத்தாது. மாட்டை அடக்-கனுமாம்" என்றான் ரகுவீர்.

"ஜமாயிஷா வா ஏற்கனவே பார்த்துட்டியா,ரகுவி" என ஷப்னம் கேட்-டார், ஏனெனில் வரவேற்கும் முறை உண்டு.

"ஹாங் மாஷா, ஏர்போர்ட்ல நேற்றே போயி எதிர்சேவை செய்துட்டு வந்-தேன் ஜீஜூஷாவை"என்றான்.

"நிஜமாகவே,மாட்டைப் பிடிக்கனுமா சிஸ்டர்" என அமர் கேட்க.

"கட்டாயமா,ப்ரோ காளையை அடக்கிய காளையன் எனப் பட்டம் தரு-வார்கள். அப்பத் தான் அவர்கள் வீரத்தைப் பார்த்து பொண்ணுக் கட்டி தரு-வார்கள். அதுநாளதானே,நாங்கள் ஜல்லிக்கட்டுப் போராட்டம் பண்ணுனோம்" என்றாள் ஜானகி.

"ஆமாம்,3 இயர்ஸ்,முன்னாடி, மெரினா பீச்ல, ப்ரொடஸ்ட் நடந்ததே ஆல் ஓவர் தமிழ் நாடு சப்போர்ட் செய்தது." என்றான் ரன்வீர்.

"நீங்கள், கலந்துகிட்டீங்களா" என ஹரிணி கேட்டாள்.

"கட்டாயம் பெரிய லெவலுக்குக் கலந்துகொண்டு இருப்பாள், அப்படித்-தானே"என்றான் ரகுவீர். "நீ எப்படி, ரகுவீ,கூட இருந்து பார்த்த மாதிரி சொல்ற" என ஹரிணி கேட்டாள்.

"இத்தனை நாள் பழக்கம் தான், என் கெஸ்ஸிங் சரியென்றால், அவ தாதா,தாதி ல இருந்து டோட்டல் பேமிலி அண்ட் கல்லூரியையும் இறக்கி-யிருப்பாள் சரியா?" எனப் புருவம் உயர்த்தி அவளைக் கேட்டான் ரகுவீர்.

"அண்ணா, எப்படி,அப்படியே சொல்றீங்க, இவ பண்ணுன அழும்பு கொஞ்சம் இல்லை." என்றாள் அம்ரூ.

"அதான் எப்பவும் செய்வாளே"என ஒரு கமெண்ட் இடைச் சொருகினான் ரகுவீர்."ஏய்,என்ன செஞ்சா என் டார்லிங் சொல்லு அம்ரூ" என்றான் ரன்-வீர்.

"அப்ப நாங்கள் சென்னையில் யூஜி படிச்சோம்,பைனல் இயர். தாத்தா, அப்பத்தா எங்க கூடச் சென்னை வீட்டில் தங்கி இருந்தார்கள்.முதல் ஒரு-நாள் போராட்டத்துக்குப் போய்ட்டு மட்டும் வந்தோம், ஸ்டேட்டே அதில் இறங்க, எங்கள் வீட்டில் தாத்தா, அப்பத்தா மேற் பார்வலை 3 நாள் 3 வேளையும், 500 பேருக்குச் சாப்பாடு சப்ளை செய்தாள்" என அமிர்தா ஜானகியைப் பற்றிச் சொன்னாள்.

"ஆமாம், அப்ப நானும்இவங்க அண்ணன் அமுதனும் லண்டனில் படித்துக்கொண்டு இருந்தோம்,அங்கயும் போர்டு புடிச்சு,fb,live, போராட்டம் செய்தோம்" என ராஜ்வீர்சொன்னான்.

எல்லாரும்,சாப்பிட வாங்க, எனப் பெரியவர்கள் கூப்பிட்டார்கள். அனைவரும் டைனிங் டேபிளில் ஆஜர். இராஜஸ்தானி ஸ்வீட் மற்றும் விசேச பதார்த்தங்கள் மருமகனுக்காகச் செய்திருந்தனர்.

அமிர்தாவும் ஜானகியும் கிச்சன் சென்று தங்கள் தோசையை வார்த்தனர். ஏற்கனவே சட்னி சாம்பார் தயாராக இருந்தது.மொரு மொருவென, நெய் ரோஸ்ட் கொண்டு வந்தாள் ஜானகி, "ப்ரோ டேஸ்ட் பாருங்கள் தோசை"என அமரிடம் நீட்டினாள்.

"நான், சென்னை போன போது, சாப்பிட்டு இருக்கிறேன் எனக்குப் பிடிக்கும்" எனத் தோசை வாங்கிச் சாப்பிட்டான் அமர். இவர்கள் தோசைக்கு, வீட்டிலும் இப்போது ஃபேன்ஸ் உள்ளனர்.இது எப்போது இருந்து என ஹரிணி கேட்டாள்.

"ஒரு பத்து நாட்களாக" என்றார் பூனம்.

"இதுங்க இரண்டும் நம்ம சாப்பாடு சாப்பிட முடியாமல், சிரமபட்டதுங்க இதை நானும், தீதி யும் கவனிச்சு கேட்ட போது தான்தெரிஞ்சது. அதிலிருந்து, மாவு அரைத்து தோசை ஊத்திக்குதுங்க" என்றார்.

ஜானகியும்,அமிர்தாவும் வந்து இரண்டு வாரம் ஓடிவிட்டது.ஜானகி, தன் அனாலிசிஸ் வேலையைத் திறம் படச் செய்தாள்தினமும் அவள் தரும் ரிபோர்ட் ரகுவீருக்கு மிகவும், உபயோகமாக இருந்தது. கொள்முதல் மிஷனரி வொர்கர்ஸ் ஆர்டர்ஸ்,டீல்ஸ்,வந்தது,போனது என அக்கு வேறு,ஆணி வேறாக, தினமும் ஒரு கோணத்தில் அதன் ப்ளஸ் அண்ட மைனஸ்ஸை அலசி ரிபோர்ட் செய்வாள்.

அதுமட்டும் இன்றி அதனைப் பற்றி, ரகுவீரிடமும் கலந்துரையாடல் நடக்கும். சில நேரம் மற்ற ஆண்களும் அதில் பங்கெடுத்து, இவள் முயற்சிக்குச் சபாஷ் சொல்வார்கள். அமிர்தா பின் பலமாகத் தகவல் சேகரிக்க இவள் அதை எக்ஸிக்யூட் செய்வாள்.

இரவு உணவுக்குப் பின் ரகுவீர் ஜானகிக்கு, இந்த தனிமையான நேரம், மிகவும் பிடித்திருந்தது.பிஸ்னஸ் அனாலிஸஸ் தாண்டி, அவர்களது பார்வை ஒவ்வொரு விசயத்தையும் அணுகுவதில் ஸ்வாரஸ்யமாக இருந்தது. பொதுவாக ஒருவர் மேல் மற்றவருக்கு மதிப்பு அதிகரித்தது.

இவர்களது சமீபத்திய, டெக்ஸ்டைல் கான்ட்ரேக்ட் கை மாறியது, தொடர்பாக ஒரு ஐடியா சொன்னாள் ஜானகி. அதை நடைமுறை படுத்த இன்று முடிவெடுத்தனர்.

மனதின் வார்த்தை -12

வாழ்க்கை என்னும் இந்த நாடகத்தில், ஒவ்வொரு தனி மனிதனும் தான்,தனது தன்னை சார்ந்தது இன்பம் துன்பம் தேவை என எதை எடுத்தாலும் தன்னை முன்னிலைப் படுத்தியே,வாழ்வை நகர்த்துகின்றான்.அதில்

தவறும் இல்லை, மற்றவருக்காக வாழ்வதாகச் சொல்வதிலும்,கூட நம் சுயநலமான அந்த மற்றவர் மீது நாம் கொண்ட பற்றுதலே காரணமாகும்.அதை விடுத்துச் செல்லும் போது ஞானியாகி விடுவோம்.

இப்போதைய தேவை,வாழ்வை ருசிகரமாக வாழ்வதற்கு ஏதாவது ஒரு குறிக்கோள் தேடுதல்,நேசம் அன்பில் அகப்படுதல்,விருப்பம் வெறுப்பு எல்லாம் தான். இந்த மனதை ஏமாற்றக் கடவுள் நவரசக் கலவையை நம்முன் வைத்து விட்டான், இப்போது வன்னத்தைத் தேர்ந்தெடுப்பது மனம்.அது தேர்ந்தெடுக்கும் வன்னமே அதன் வரம்,சாபம் எல்லாம்.

இங்கு ஜானகியின் குறிக்கோள் எடுத்த வேலையைச் செவ்வனே செய்து முடித்தல். ராத்தோட் குடும்பம் தான் இவளை அறியாது, ஆனால் இவளுக்குத் தெரியுமே எனவே தன் சொந்தங்களின் மனதை வெல்வது,என இறங்கியவள் தன் மனதை அவனிடம் இழந்து கொண்டிருப்பதை அறிந்தாள் இல்லை. தன்னுடைய வேலைத் திறன், அவனுக்கு உதவும் என்பதில் அவளுக்குச் சந்தோஷம்.

ஜானகியின் இந்த முயற்சிகள் எதிரிக்கும் தெரியவர,அவளுக்கு எச்சரிக்கையும் அலைப்பேசி வழியே வந்தது.அதைப் புறக்கணித்து ரகுவீரிடமிருந்தும் மறைத்தாள். ரகுவீர் பாதுகாப்புக்காக செய்திருந்த ஏற்பாட்டின் படி காலையில் கேப் ஏறுவதும் அந்த அப்பார்ட்மெண்ட் வாசலிலிருந்து தான், இதனால் இவர்கள் இருப்பிடம் அவர்களால் தெரிந்து கொள்ள முடியவில்லை.

ஜானகி, சாதாரணமாகச் செய்த, இந்த வேலைக்குப் பின்னே, கோடிக்கணக்கான பிஸ்னஸ் லாப நட்டம் உள்ளது. இங்கிருக்கும் மில்கள் தங்கள் சொந்த ப்ராண்ட் துணி உற்பத்தியைத் தவிர,சந்தையில் மிக அதிக டிமாண்ட் உள்ள ரகங்களுக்கும், துணி உற்பத்தி செய்து தருவார்கள்.அதற்கான காண்ட்ராக்டில் சிலர் செய்யும் தில்லுமுல்லு, அவர்கள் டீலை மாற்றி அமைக்கும்.

இங்கும்,இவர்கள் ஸ்வர்னி டெக்ஸ்டைல்ஸ், காண்ட்ராக்ட், சில லட்சம் ரூபாய் வித்தியாசத்தில் மாறியிருப்பது தெரிய வந்தது.அதனை ஆய்வில் அறிந்தவள், அதற்கான தீர்வில் இருவரும் சேர்ந்து ஒரு திட்டம் தீட்டினர்.அது இன்று எக்ஸிக்யூட் ஆகும்.அதன் பகுதி தான் தீப்தி வருகை.

அமிர்தாவுடன் தீப்தி ஜானகியின், ட்ரெஸ்ஸில் அலுவலகம் செல்வாள். ஜானகி, தீபதியின் ட்ரெஸ்ஸில் ரகுவீருடன் டாகூர்களுக்குச் சொந்தமான பீச்ஹவுசுக்கு செல்கிறாள். நேற்றைய கொடேசன் டம்மியாகத் தயாரிக்கப் பட்டு அதற்கு மாற்றாகக் கான்பிடென்சியலாக மற்றொரு கொடேசன் தயாரிக்கச் செல்கின்றனர்.

ரகுவீருக்கு ஜானகியின் அன்றைய ரிபோர்டில் இருந்த அதிர்ச்சி, இவளது மதிநுட்பம் எல்லாம் தெரிய வந்தது. அன்றைய நிகழ்வு."Md Sir, இந்த" என அவள் ஆரம்பிக்க.

"லுக்,ஜான்வி"என்றான் ரகுவீர். "ஜான்வி யா?"எனக் கேட்டாள்.

"ஜானகி தேவியின் சார்ட் ஃபார்ம் ஜான்வி" என்றான்.

"அம்ரூ, எப்படிக் கூப்பிடுறா நீ என்ன Md sirன்னு, ரொம்பப் பயந்த மாதிரி" எனக் குறைபட்டான்.

"அமித்து உங்களை அண்ணானு சொல்றா,அதாவது பய்யான்னு கூப்பிடவா?" எனக் கண்களில் கேலியுடன் கேட்டாள்.

அவளை முறைத்துப் பார்த்து,பின் ஒரு தோள் குலுக்களுடன் "கூப்பிடு எனக்கு ஒன்னும் பிரச்சனை இல்லை " என்றான் ரகுவீர். (மனதில் அர்ச்சனை நடத்தினான், இவளுக்குத் திட்டு மழை, இவள் ராக்கி கட்டாமல்,இருக்க வேண்டும் எனக் கடவுளுக்கு வேண்டுதல் மழை)

கண்களில் சிரிப்புடன் அவனின் ஜான்வி,"எனக்கு என் கூடப் பொறந்தவனுங்க மூன்றுப் பேர், இருக்காங்க, அவங்க உரிமையை யாருக்கும் கொடுக்க முடியாது" என அவன் நெஞ்சில் பால் வார்த்தாள்.

"அம்ரூவின் அண்ணனை எப்படிக் கூப்பிடுவ? அப்படிக் கூப்பிடு"என ரகுவீர் சொல்லவும். ஜானகியின் கன்னங்கள் சிவந்து, கண்கள் சிரித்து உதடு துடிக்க தான் வெட்க்கப்படுவது தனக்கே தெரிய, ரகுவீருக்கு மறைக்கும் முன் படாத பாடு பட்டாள்.

ரகுவீரின் கடைசி வார்த்தைகளைக் கேட்டபடி வந்த அமிர்தா, கலகலவென்று நகைத்து,"ஏய்,ஜானி,அண்ணா கேட்கிறார் சொல்லுடி" என்றாள்.

"என்னடி சொல்ல சொல்ற" என்றாள், பேச்சை மாற்ற அவள் மேல் பாய்ந்தபடி.

"எங்க அண்ணனை எப்படிக் கூப்பிடுவ?" எனக் கேட்டாள் அமிர்தா.

"அமித்து,ஓடிப் போ உதை வாங்காத" என்றாள். "அம்ரூ, நீ சொல்லுமா" என்றான் ரகுவீர்.

"எங்கள் ஊரில், தாய் மாமா(வயது குறைவாக இருந்தாள்),மாமன் மகன், அத்தை மகன் எல்லாம் முறை பையன்கள்."என அமிர்தா சொல்லிக் கொண்டு போக, ஜானகி அவள் வாயைப் பொத்தினாள்.

"ஏய் ஜான்வி அவளை விடு, என் முன்னாடியே என் தங்கச்சியை மிரட்டுவியா?" என்றான்.

"ஏன்,அவள் அண்ணனுங்க, எங்க அத்தான் இரண்டு பேரும் இருக்கும் போதே மிரட்டுவேன், உங்களுக்குப் பயப்படுவேனோ?" என கேட்டாள் ஜானகி.

மொபைலை நோண்டிக் கொண்டிருந்த ரகுவீர் அவளைப் பார்த்து," நீயே சொல்லிட்டியே அதே தான் இதுலையும் போட்டு இருக்கு, அத் அட்டான். சரியா, இதில் அப்படித்தான் போட்டுருக்கு" எனக் காட்டினான்.

அமிர்தாவெற்றி புன்னகையுடன் "அண்ணா,அது அ,த்,தா,ன். "என ஒவ்வொரு எழுத்தாகச் சொல்லி கற்றுத் தந்தாள்.

"அத்தான், மச்சான் மாமா மாமூ மச்சி அயித்தான் எனப் பல ஸ்லேங்ல சொல்லுவார்கள், நீங்களும் அவளுக்கு அப்படிக் கூப்பிடும் முறை தான்"

எனச் சேர்த்து பெரிய பிட்டாகப் போட்டாள் அமிர்தா.

"அம்மா,தாயி அமிர்தவல்லி, வந்த வேலை முடிந்ததா?நடையைக் கட்டு. முக்கியமான விசயம் பேச வேண்டியது இருக்கு " எனக் கை எடுத்துக் கும்பிட்டாள் ஜானகி.

"வர்றேன் அண்ணா,அவளை அப்படியே கூப்பிட வையுங்கள்"என ரகசியம் பேசி சென்றாள் அமிர்தா. "என்ன ஜான்வி எப்படி வசதி,எப்படிக் கூப்பிடற?"என ஆர்வமாகக் கேட்டான் ரகுவீர்.

"உங்களைத் தானே'கட்வா கைக்கா'ன்னு அது தான் கரெக்ட்"என்றாள்.

"அது முன்னாடி நான் உன்னை மிர்சின்னு கூப்பிட்டது போல், இப்ப நான் ஜான்வின்னு, கூப்பிடறதுக்கு மேட்சா?"என இழுத்தான் ரகுவீர்.

"இதப் பாருங்கள், mr.ராத்தோட், நான் எவ்வளவு முக்கியமான விசயம் சொல்லறேன். கொஞ்சம் சீரியஸா கேளுங்கள் ப்ளீஸ். இன்னும் நாலு நாளில் புதுசா ஒரு டெண்டர்க்கு கொடேசன் குடுக்கனும்"எனச் சீரியஸ்சாகப் பேசினாள். "சரி சொல்லு"என அவளுக்குச் செவி கொடுக்கத் தயாரானான்.

"இந்த ரிபோர்ட் படி, மூன்று வருட டென்டருக்கு, நீங்க அனுப்பிய கொடேசன், அதில் ஆர்டர் கிடைத்தது, கிடைக்காதது இருக்கு, உங்களுக்கு கிடைத்த ஆர்டர் எல்லாம் குறைந்த அளவு லாபம் உள்ளது. பெரிய காண்ட்ராக்ட் எதுவும் உங்களுக்கு வரவில்லை. So.ஆர்டர் கிடைக்காததை எடுத்துப் பார்க்கும் போது, போட்டியில் நான்கு கம்பெனி. 1.கபூர் க்ரூப்ஸ், 2. ரெனாவத் மில்ஸ் 3.ஜான்சன் மில்ஸ்,4. ராத்தோட் க்ரூப்ஸ்.

இது எல்லாவற்றிலும் கபூர்ஸ்& ஜான்சன் ஜெனியூன். அவர்களுக்கு ஒத்து வரும் ரேட் ஆனால் ரெனாவத் எல்லாவற்றிலும் ஒரே மாதிரி, நம்மை விட அதிகப் பட்சம் 5 லட்சம், குறைவு கோட் பண்றாங்க. அதுவும் உங்கள் கொடேசன் காப்பி அமௌண்ட் மட்டும் குறைத்து போடறாங்க." என்றாள்.

"ஏன் ஒரேமாதிரி யோசிக்கக் கூடாதா எதை வச்சு சொல்ற" என்றான்.

"உங்களுக்குக் கிடைத்த சின்ன டென்டர்,ரெனாவத் அப்ளை செய்யவே இல்லை."

"நான் சேலஞ்ச் பண்றேன், அவன் உங்க கொடேசனை திருடுறான்."

"எப்படி, நமது ஸ்டாப்பை வச்சா?" என்றான் ரகுவீர்.

"இல்லை, ஆனால் உங்களைக் கண்காணிக்கிறான்.உங்கள் சாப்ட்வேர் சிஸ்டத்தை, ஹேக் பண்றான்"எனக் கூறினாள் ஜானகி. "அது எப்படி முடியும் நான் நிறையச் செக்யூரிட்டி கோட் வச்சுருக்கேன்"என்றான்.

"உங்களுக்கு அவன் காம்படிட்டர்னு சந்தேகம் வந்திருக்கா இன்னொரு க்ளவர் மூவ்.உங்கள் நம்பர் 2 கபூர் க்ருப்ஸ் அதையும் ஹேக் பண்றாங்க." என உறுதியாகச் சொன்னவள்.

"இந்த முறை நான் சொல்ற மாதிரி கொடேசன் குடுங்க. இரண்டு கொடேசன் ரெடி செய்யவேண்டும், ஒன்னு ஆபிஸ்ல மற்றொன்று இதற்குச் சம்பந்தமே இல்லாத இடத்தில். ஆபீஸ் ல ரெடி செய்ததை அனுப்புவதில்

ஏரர் மாதிரி காட்டி, ஹார்ட் காப்பி அனுப்புவோம்.ஆனால் அனுப்பறது நாம் ரெடி பண்ற கொடேசன்" எனச் சொல்லி முடித்தாள். அவள் சொல்வது முழுவதும் கேட்ட ரகுவீர், பரவாயில்லை என அவளை மனதில் மெச்சி கொண்டான்.

"இப்படித் தில்லாலங்கடி வேலை தான் MBA ல சொல்லி தறாங்களா?"என அவன் கேட்டான்.

"இது மேனேஜ்மெண்ட் டேக்டிஸ், தில்லாலங்கடியாம் அது அவன் செய்கிறான்" எனக் கோபம் கொண்டாள்.

"நீங்க என்னை இன்னும் நம்பலை, எனக்குத் தெரிகிறது. பாருங்கள் உங்களுக்கு இந்த டெண்டர்,கிடைத்த உடனே யாருடா? இவ்வளவு மூளையோட இருக்காங்க, இந்த ராத்தோட்ஸ்க்கு மூளையே கிடையாதே, அந்த மூளைக்காரி நம்மகிட்ட தான் இருக்கவேண்டும் என்று கடத்த போகிறார்கள், நீங்க என்ன செய்யறதுன்னு தெரியாமல் நிற்க போறீங்க" என்றாள் ஜான்வி.

"நீ பேசாமல் டிடக்டிவ் கதை எழுத போ,அருமையா வொர்க் அவுட் ஆகும்" எனச் சிரித்தான். ரகுவீருக்கு அவள் சொன்னதில் முழு ஒப்புமை இல்லை.தனது செக்யூரிட்டி சிஸ்டம் மீது, அவன் அவ்வளவு நம்பிக்கை வைத்திருந்தான். ஆனாலும் ஜானகியின் முயற்சிக்கு மரியாதை செய்யும் விதமாக அவள் முயற்சிக்கு ஒத்துழைப்புத் தந்தான்.

தீப்தி, அமிர்தாவுடன், ஜானகியின் உடை அணிந்து அலுவலகம் செல்வதில் ஒரு பிரச்சனையும் இல்லை, அவளும் ஆர்வமாகவே சென்றாள். ஆனால் தீப்தியின் உடை அணிந்து ரகுவீருடன் செல்ல வேண்டும், எனும் போது தர்ம சங்கடமாய் உணர்ந்தாள் ஜானகி.

"தீப்தி, எல்லாம் சார்ட் ஸ்கர்ட், பேண்ட் டைபில் ஒன்னும் இல்லையா" எனப் பாவமாகக் கேட்டாள் ஜானகி.

"தீதீ, சும்மா போடுங்கள்,இதப் போட்டுட்டுப் படேபய்யா கூடப் போணீங்க செம ஹாட்டா இருப்பீர்கள்"என்றாள் கண் சிமிட்டி.

"போடி, பாகல் கைகி என் ப்ளான்ல நானே மாட்டுவேன் நினைக்கவில்லை" என்றாள் ஜானகி.

"தீதீ, இருங்க நேத்து ஒரு ட்ரெஸ் எடுத்தேன்"எனக் கபோர்டில் இருந்து ஷாப்பிங் கவர் எடுத்தாள். அது புல் பேண்ட், வெயிஸ்ட் வரை ஸ்லீவ்லெஸ் டாப், ஸீத்ரூ ஓவர் கோட்.என இருந்தது.

மனதே இல்லாமல்,"போட்டுப் பார்ப்பேன், எனக்குக் கம்ஃபர்டபில்லா இல்லையென்றால் போட மாட்டேன்" என்றாள் ஜானகி. ஜானகியின் லாங் ஹேரை, தீப்தியின் ஷார்ட் ஹேர் போல் ஹேர் ஸ்டைல் செய்தனர்.பின்னர் அந்த உடை ஜானகிக்கு, கச்சிதமாய்ப் பொருந்தியது. ஜானகி, ட்ரெஸ்ஸை தீப்பதிக்குப் போட்ட ஸ்டோலை, அவள் தலையிலிருந்து தொங்கவிட்டு ஷார்ட் ஹேரை மறைத்து அமிர்தா அவளை அழைத்துச் சென்றாள்.

ரகுவீர், ஜானகியை அழைத்துச் செல்ல வந்தான். அவள் கையில் லேப்டாப், ஹேண்ட் பேக் சகிதம் வந்தாள்.ரகுவீர்அவள் இந்த ஆடையில் அவஸ்தையாக இருப்பதை உணர்ந்து, அதை மாற்றும் விதமாக வித்தியாசம் காட்டாமல் இயல்பாக இருந்தான். அவளுக்குத் தான் அந்த ஸீத்ரூ ஓவர் கோட் வித்தியாசமா தெரிந்தது.

"ஜான்வி, இது என்ன காலேஜ் கேர்ள் போல லேப்டாப்" எனக் கேட்-டான்.

"இது என் பெர்சனல் லேப்டாப் ஐபி அட்ரஸ் கூட உங்கது வேண்-டாம்"என்றாள்.

சரி உன் இஷ்டம் "என்றான். அவன்,முதல் நாள் அழைத்துச் சென்ற அதே காரில், நவி மும்பையை நோக்கி கார் சென்றது. கடலில் கட்டப்பட்ட வார்லி பாலம் வழியாக அவர்கள் பயணம் தொடர்ந்தது.

இந்த முறை,அவனுடன் எந்த வாக்குவாதமும் செய்யாமல், அந்தப் பயணத்தை ரசித்தபடி சென்றாள். ஜானகியின் மொபைல் ஒலிக்கத் திரையில் அமுதன் வந்தான்.

"அண்ணா எப்படி இருக்க, வீட்டில் எல்லாம் நல்லா இருக்காங்களா?" எனக் கேட்டாள்.

" ஏய்,செல்லக்குட்டி, அண்ணான்னு மரியாதை எல்லாம் வருது, நல்ல மூடா?, அத்தானைக் கரெக்ட் பண்ணீட்டியா"என விசாரித்தான்.

"மக்கும் இது ஒன்னு தான் குறைச்சல், என்ன விசயம் சொல்லு" என்-றாள்

"நியூயர் வருதே,ஊருக்கு வர்றியா?" என்றான் அமுதன்.

"என்ன உடன் பிறப்பு தங்கச்சி மேல ரொம்பப் பாசம் வழியுது .அதெல்-லாம், எங்க எம்டிசார் லீவு கொடுக்க மாட்டார்."என்றாள் ரகுவீரை பார்த்த-படி.

"யாரு அமுதனா,ஸ்பீக்கர்ல போடு" என்றான்.

"அண்ணா,நீ வேண்டுமானால் அவர்கிட்ட பர்மிஷன் கேளு, பக்கத்தில் தான் இருக்கார், ஸ்பீக்கர்ல போடுகிறேன்" என்றாள்.

"ஹலோ,mr.ராத்தோட், ஹவ் ஆர் யூ"என்றான்.

"ஹாய்,அமுதன், ஜஸ்ட் கால் மீ ரகுவீர். நோ மோர் ஃபார்மாலி-டீஸ்"என்றான்.

"ரொம்பச் சந்தோஷம், நீங்க இப்படிச் சொன்னது. ஆக்சுவலி எங்க ஊரில் ஜனவரி 15,16,17 பொங்கல் செலபரேட் பண்ணுவோம்,எங்கள் ஊருக்கு வாங்க" என அழைத்தான்.

"நீங்க அழைத்ததுக்கு தாங்ஸ்,ஆனால் நேரம் இருக்குமான்னு தெரி-யலை." என்றான் ரகுவீர்.

"அதுக்குத் தான் முன்னாடியே சொல்றேன். உங்கள் வேலையை அட்-ஜஸ்ட் பண்ணிக்கிட்டு வாங்க குடும்பத்தோடு வாங்க" என்றான் அமுதன்.

"அது இங்கேயும் சங்கராந்தி செலபரேட் பண்ணுவார்கள், நாங்கள் மூன்று பேரில் யாராவது ஒருத்தர் கட்டாயம் வர்றோம் "என்றான் ரகுவீர்.

"தைப்பொங்கல் மாட்டுப்பொங்கல், காணும் பொங்கல் என்று மூன்று நாள் கொண்டாடுவோம்" என்றான்.

"ஓ அந்த மாட்டை அடக்குகிறது, அப்பத் தான் பொண்ணுத் தருவீங்களாம். ஜான்வி சொன்னாள்." என்றான் ரகுவீர்.

"நீங்களும் வாங்க, வந்து மாட்டை அடக்குங்கள் பொண்ணு கட்டித் தருகிறோம்" என்றான் அமுதன்.

"அப்பக் கண்டிப்பா வரணுமே ப்ராமிஸ்" என்றான் ரகுவீர்.

"நாங்கள் சொன்ன சொல்லில் மாறமாட்டோம் வாங்க" என்றான் அமுதன்.

"இதுக்கா உங்க தங்கை பர்மிஷன் வாங்க சொன்னாள்?"எனக் கேட்டான்.

"இல்லை இல்லை நியூயர்க்கு வர சொன்னேன் அதுக்குச் சொன்னாள்" என்றான் அமுதன்.

"பொங்கல் உங்க ஊரு ஸ்பெசஸ் ஆக இருக்கும் ஆனால் new year, மும்பை தான் ஸ்பெஸல். மயூரி,மஞ்சரி, உங்கள் ப்ரதர்ஸ் கூட்டிகிட்டு நீங்க வாங்களேன் ஒரு சேன்ஞ்ச் ஆக இருக்கும்" என அழைத்தான் ரகுவீர்.

"வீட்டில பேசிட்டு சொல்றேன்" என்றான் அமுதன்.

"ஹலோ, இரண்டு பேரும் என்ன லவ்வர்ஸ் மாதிரி,மாத்தி மாத்தி வாங்க பழகலாம்னு, நடுவில் ஒருத்தி இருக்கேன் ஞாபகம் இருக்கா?" என ஜானகி கேட்டாள்.

"ஆமாம், நீ யாருமா,நாங்கள் பேசும் போது,நடுவில் க்ராஸ் டாக்" என்றான் அமுதன். "அடேய் அண்ணா,இப்பவே ராகிமா கிட்டச் சொன்னேன், உன்னை சேமியாவா ஆக்கிடும் பார்த்துக்க" என்றாள் ஜானகி.

"நீ என்ன வேணா சொல்லு, மாதாஜி எனக்குத் தான் சப்போர்ட். ஒரே ஒரு சாங், 'சோட்டாவீரு'ன்னு மம்மி என் கிட்ட சரண்டர்" என்றான் அமுதன்.

அதே நேரம், "அமுதா, அமுதன் அரே சோட்டாவீரு" என்ற ராகினியின் அழைக்கும் குரலின் அதிர்ச்சியில் ரகுவீர் காரை சடன் ப்ரேக் அடித்தான்.

ஜானகி கையில் போன் நழுவி விழப் போக, கடைசி நொடியில் பிடித்தாள்.

பக்கத்தில் வண்டி எதுவுமே இல்லாத போது இவன் ஏன் ப்ரேக் போட்டான்,எனப் பார்த்தாள் ஜானகி.

ஒவ்வொரு மனிதனுக்கும், அவனுக்கென்று சில மனிதர்கள்,சில இடங்கள், சில ஞாபகங்கள் என்றுமே பிடித்தவையாக இருக்கும். அதிலும் சிறு குழந்தையாக இருக்கையில் நம்முடன் பழகிய பந்த பாசங்கள், பசுமரத்து

ஆணி போல் ஆழப் பதிந்து இருக்கும்.

நம் இந்தியக் குடும்பங்களில் ஒரு குழந்தை பிறக்கும் போதே அதன் கல்யாணம் ஆகாத அத்தையோ சித்தியோ மாமனோ சித்தப்பாவோ யாராக இருந்தாலும் அவர்களுக்கும் அந்த குழந்தைக்கும் இடையில் ஓர் அன்பு பிணைப்பு உண்டாகும்.

இங்கு ரகுவீரின் நிலையும் அதே தான். திருமணமாகாத அவன் புவாஷா ராகினிக்கும்,அவனுக்குமானப் பிணைப்பு, தாய்,மகனுக்கு இணையானது. ரகு-வீர் பிறந்த போது ஷப்னம் உடல் நிலை சரியில்லாமல் கொஞ்சம் சிரமப் பட்டார், இரவு பகல் பாராமல் ராகினி குழந்தைக்கு தேவையான அனைத்-தும் செய்தார்.

அப்போது தான் கல்லூரியில் சேர்ந்த நேரம், கல்லூரி போகும் நேரம் தவிர மற்ற நேரங்களில் ரகுவீர் ராகினியுடன் தான். அவன் தொட்டிலை ஆட்டிக் கொண்டே இவர் படிப்பார்.வேலையாட்கள் அத்தனை பேர் இருந்-தும், ரகுவீர் இவரது கையில் தான் இருப்பான்.

நான்கு வயது வரை ரகுவீர் ராகினியுடன் இருந்தான்.ராகினிக்கு, திரு-மணம் நிச்சயம் செய்து அந்த களேபரம் நடந்த பின், ராகினியை ரகுவீரை பார்க்கவும் அனுமதிக்க வில்லை.

"வீரு" என அழைத்துக் கொண்டு தன்னைச் சுற்றி வரும் புவாஷாவிற்-காக , மிகவும் ஏங்கினான் நான்கு வயது ரகுவீர்.அனைவரும் ராகினி மேல் இருந்த கோபத்தில், அவளைப் பற்றி யாரிடமும் பேசவும் இயலவில்லை. ஹரிணி ரகுவீர் மட்டும் அவ்வப்போது அவர்கள் புவாஷாவை,நினைத்து ஏங்-குவார்கள்.

ராகினியின் பிரிவிற்குப் பிறகு, ரகுவீர் வேறு யாருடனும் ஒட்டவும் இல்லை. அதற்குப் பின் இரண்டு வருடம் சென்று ராஜ்வீர், மயூரி, ரன்வீர் எனப் பிறந்த பின்னர், அவர்களில் மூத்தவனாக இருந்ததில் அப்போதி-ருந்த,சிறு பிள்ளைகளுக்குரிய குறும்புத்தனம் இல்லாமல் பக்குவமான சிறு-வன் ஆனான்.

ஜானகியை முதன் முதலில் பார்த்த போது மோதலோடு சந்தித்தா-லும்,அவள் முகத்தை மிகவும் அருகில் பார்த்தான்.முதல் கோபம் மறைவ-தற்குள், அவளுடனான வார்த்தையாடல் அவனுக்குள் இருந்த சிறுவனை வெளிக் கொண்டு வந்தது. அவனுக்கும் அவளுக்குமான சம்பவங்கள் வேறு யாரிடமும் பகிரப் படாத ரகசியமானது. வெளிப்படையாக ஒரு இடைவெளி இருந்த போதும்,உள்ளே ஒரு பந்தம் உறவாடியது.சமீபமான அவளது வேலை நிமித்தமான இரவு உரையாடலுடன் கூடிய டின்னர், மனதில் நெருக்கத்தைக் கொண்டு வந்தது.

அமுதனிடம் பேசும் போது ஜானகியின் அண்ணன் என்பதைத் தாண்டிய சகோதரப் பாசம். இயல்பாக அவனை நண்பனாக மாற்றிக் கொள்ளும் ஆர்-வம் இருந்தது. இவர்கள் இருவர் மீதும், ஓர் ஈர்ப்பு இருக்க ராகிமா வீரு

என்ற அழைப்பு எல்லாம் அவனுக்கு அதிர்ச்சி தர,கார் அவனறியாமல் நின்-றது.

"அமுதன், உன்ன அங்கு அழைத்தது யார் "என ரகுவீர் கேட்டான்.

"நெட்வொர்க் ,கட் ஆகிடுச்சு சார் "என்றாள் ஜானகி.

"உன் அம்மா பெயர் ராகினியா?" என அவன் தன்னை சமன்படுத்திக் கொண்டு கேட்டான். நல்லா மாட்டிக்கிட்டோம் என மனதில் நினைத்தவள் அவன் முகத்தைப் பார்த்து, பொய் சொல்லவும் முடியாமல்

"ஆமாம் மிஸஸ் ராகினி நாதன் கல்வியாளர்" என அவனைக் குழப்பி விடும் நோக்கில்.சேர்த்துச் சொன்னாள், "அதென்ன சோட்டா வீரு"என்றான் ரகுவீர் .

"அது அண்ணனின் பட்டப்பெயர். அவன் அந்தக் கேரக்டரல ஸ்கூல் படிக்கும் போது ட்ராமா நடித்தான், அது எப்போது பார்த்தாலும் சொல்லிட்டே இருப்பான்.அது தான் அந்தப் பெயர்" என நீட்டி முழங்கி இவள் நாடகமா-டினாள்.

"உங்கள் அண்ணன் பொங்கலுக்கு இன்வைட் பண்ணார்,ஆனால் நீ இன்வைட் பண்ணவே இல்லையே ஏன் பயமா?" என்றான் ரகுவீர்.

"முதலில்,நான் இங்க இருக்கேன் , என்னையவே எங்கள் அண்ணன் தான் இன்வைட் பண்ணான். இரண்டாவது, நான் ஏன் பயப்படனும் விருந்-தோம்பல் தமிழர் பண்பாடு. அதுக்கு எல்லாம் நாங்கள் பயந்தவர்கள் இல்லை. வாங்க கவனிச்சுடுவோம் என்றாள்"

"அதுக்கு இல்லை, மாடு புடிச்சா பொண்ணு தருவோம்னு, உங்கள் அண்ணன் ப்ராமிஸ் பண்ணார்."என ரகுவீர் சொன்னான்.

"மாட்டைப் பார்த்து, நீங்க தான் பயப்படனும், நான் ஏன் பயப்படனும்?" எனப் புரியாதது போல் வினவினாள் ஜானகி."மாட்டை அடக்கிட்டா" என்-றான்.

"தமிழ் நாட்டு பெண்ணையோ அல்லது மாட்டையோ அடக்குவது அவ்-வளவு சுலபம் இல்லை" என அவன் கண்ணைப் பார்த்து சவால் விட்டாள்.

பேசிக் கொண்டே அவர்கள் பீச்ஹவுஸை வந்து அடைந்தனர். அவன் ஹாரன் அடிக்க டாக்கூர் காட்டேஜ் என்ற வீட்டின் கதவு திறந்தது.

கார் பார்க் செய்து கூலர்ஸ் சகிதம் கம்பீரமாக ரகுவீர் இறங்கவும்,

"கம்ம கனி சாலேஷா"எனக் கும்பிட்டான்வேலையாள்.

தலை அசைவுடன் கீத்துசிங் "ஸப் தையார் ஹை" என ரகுவீர் கேட்-டான்.

"ஹாங்,சாலேஷா, தீதீஷா நமஸ்தே" என்றான். அவளும் தலை ஆட்ட காரில் இருந்த இவர்கள் லேப்டாப், மற்றவற்றைக் கீத்துச் சிங் எடுத்துக் கொண்டு முன்னால் சென்றான். காரிலிருந்து அவள் இறங்கிய பின் லாக் செய்து விட்டு அவனோடு சேர்ந்து நடந்தாள்.அங்கிருந்த அலுவலக அறை-யில் கம்யுட்டர் பிரின்டர் எனச் சகல ஏற்பாடும் செய்யப் பட்டு இருந்தது.

இவர்களுக்கு வசதி செய்து கொடுத்து, டீ,பிஸ்கட் எனப் பரிமாறி விட்டுக் கீத்துசிங் கதவை மூடிச் சென்றான். அதற்குப் பிறகு, ரகுவீர் சொல்லச் சொல்ல ஜானகி அந்தக் கொடேசனை தயார் செய்தாள். ஒரு மணி நேரத்தில் வேலை முடிய, ஆளுக்கு இரண்டு முறை செக் செய்து சீலிடப்பட்டுக் கம்பெனி முத்திரையுடன்,ஜானகிக்கு டீடைல்ஸ் தந்த ஆபீஸ் ஸ்டாப் யூகியின் மூலம், ஹார்ட்&சாப்ட் காபி அனுப்பி வைத்தனர்.

"மதியம்,இரண்டு மணிக்கு டெண்டர்,க்ளோஸ் ஆகும்.இங்கு நவிமும்பையில் தான் அவர்கள் ஹெட் ஆபீஸ் நம்ம டெண்டர் தான் லாஸ்ட் இதன் பிறகு எதுவும் அக்சப்ட் ஆகாது. பார்ப்போம்" என்றான் ரகுவீர்.

"ஜானகி, நான்-வெஜ், சாப்பிடுவியா?" எனக் கேட்டான்.

"நல்லா கேட்டிங்க போங்க எங்க தெய்வாம்மா வைக்கிற மட்டன் பிரியாணி, நாட்டுக் கோழி குழம்பு, பிஸ் ப்ரை ம்ம்ம் விரல் நக்கி சாப்பிடுவேன்" என்றாள்.

"அப்ப வா,இன்றைக்கு என் ட்ரிட் உனக்கு"என்றான் ரகுவீர்.

"நீங்க சாப்பிடுவீர்களா?"எனக் கேட்டாள்.

"படிக்க வெளிநாடு போனபோது பழகியது. தவிர்க்க முடியாத போது சாப்பிடுவேன்" என்றான்.

"தாங் காட், நீங்க மட்டும் வெஜிடேரியன்னு சொல்லி இருந்தீங்க டைவர்ஸ் தான்"என்றாள் ஜானகி.

"என்ன சொன்ன?"என அவன் அதிர்ச்சியாகக் கேட்க."ஓ,i mean, நம்ம ப்ரண்ட்சிப்பை சொன்னேன்,"என தன் உளறலை நினைத்து. அசட்டுச் சிரிப்பு சிரித்தாள் ஜானகி.

"அதானே,நமக்கு இன்னும் ஷாதியே நடக்கலையே?" என அவன் கேட்டான்.

"ஹலோ, ஷாதியா, அது உங்களுக்கு இன்னொரு மைதாமாவுக்கூட நடக்கும். எனக்கு எங்க ஊரு மீசை வச்ச மச்சான் கூடத் தான் நடக்கும், தேவை இல்லாமல் சேர்த்து பேசாதீர்கள்" என்றாள் ஜானகி கெத்தாக.

"ஓய், எனக்கும் ஒன்னும் இந்த மாதிரி காலி பில்லி எல்லாம் வேண்டாம், எனக்குன்னு ஒரு பளிங்கு சிலை பெண்ணைச் சிருஷ்டி செய்திருப்பார் கடவுள்.ட்ராவல்ல சும்மா டைம் பாஸ் அவ்வளவு தான். நாங்கள் சிங்கம்,புலியை அடக்கிக் காட்டும் ராஜ்புதான்ஸ். மாடு எல்லாம் மேட்டரே இல்லை" என்று அவளை வம்பிலுத்தான்.

இதற்கெல்லாம் பின்னாடி வாங்கிக் கட்டுவான் என்றோ, உக்கிப் போட வேண்டியது வரும். ஜானகி தேவியின் ஞாபக சக்தி அத்தகையது எனத் தெரிந்து இருந்தால் இன்று கொஞ்சம் அடக்கி வாசித்து இருப்பான். விதி வலியது.

"இந்தக் கட்வா கரேலா,டெரர் பேஸ்ல உங்கள் பளிங்கு சிலை எல்லாம் உடைஞ்சு போகுதாம் ஷப்னம் ஆண்டி சொன்னாங்க" என்றாள் ஜானகி.

"மிர்ச்சி லெவல் கேட்டுப் பயந்து தான், உங்கள் ஊரு மீசைக்காரன் எவனும்,வரலை போலயே, அதான் உங்கண்ணன் எங்க இரஜபுத்திரர்களை மாட்டை அடக்க வர சொல்கிறான். பாவம் ரூட் கிளியர் ஆகனும்ல."என்றான்.

"உங்க ரூட்டு ஏற்கனவே,க்ளீயர் தானே பளிங்கு சிலை ஒன்னு கூடவா வரலை. நரைச்ச முடியெல்லாம் தெரியுது. டையாவது ஒழுங்கா போடுங்க" என்றாள்.

இதைக் கேட்டு அவன் கலகலத்துச் சிரித்தான். "இந்த வாய்க்குப் பயந்தே உங்க அண்ணன் பேக் பண்ணியிருப்பான்." எனச் சிரித்த படி ஒரு ஸ்டார் ஹோட்டலுக்குள் காரை நிறுத்தினான்.

ஏற்கனவே புக் செய்யப்பட்டு உணவு வகையும் ஆர்டர் செய்து விட்டான்.

ஒரு தனியறையில் ரம்யமான சூழலில் உணவு பரிமாறப் பட்டது.

ஜானகி எதையும் தள்ளாது மிகவும் நளினமாக ருசித்துச் சாப்பிட்டாள்.

ரகுவீர் அவளின் ஒவ்வொரு பரிமாணத்தையும் கவனிக்கத் தவறவில்லை.

அவளையே பார்த்திருந்த ரகுவீர், "ஜான்வி நீ என்கிட்ட என்ன எதிர் பார்க்கிற?"என ஆழ்ந்த பார்வையுடன் கேட்டான்.

"என்ன? MD சார், என் ப்ராஜெக்ட்டுக்கு நல்ல ரிமார்க் தரனும் ,MBA வை சக்சஸ் பண்ணவேண்டும்' என்றாள்."இல்லை, வேற ஏதோ" என்றான்.

"உங்க மேல ஆர்வமா இருக்கேன்னு சொல்றிங்களா " எனக் கேட்டாள்.

" இல்லை டா,ம்ச்ச் நான் அந்த விசயத்துக்கே வரலை, நீயும் அமுதனும் ஏதோ, நான் உங்களுக்கு வேணும், i mean, அது காசு பணம் எல்லாம் இல்லை,

நீங்களும் எதையோ எனக்குத் தரனும்னு நினைக்கிறீங்க சரியா"என்றான்.

அவள் உண்மையில் விக்கித்து நின்றாள். இந்த வயதில் பிஸ்னஸ் சமாளிக்க இந்த க்ளவர்னஸ் தான் காரணம் என எண்ணினாள்.

"நீங்க சொன்னது சரி, ஆனால் இந்த டீல் கைக்கு வரட்டும் ,நான் உங்க கிட்ட கேட்கிறேன்" எனச் சொன்னாள். அவளையே பார்த்திருந்தவன் அவள் முகத்தை மறைத்த அவள் ஒற்றை முடிக் கற்றையை ஒதுக்கிவிட்டான்.

அவனின்,அந்த ஸ்பரிசம் அவளைக் குறுகுறுக்க வைத்தது. உச்சி முதல் கால் வரை புல்லரிக்க, கன்னங்கள் செஞ்சாந்தின் நிறத்தை தத்தெடுத்துக் கொள்ள, செம்பளிங்கு சிலையென ஜொலித்தாள் ஜானகி தேவி.

"ஜான்வி, இங்க பெரிய ஷாப்பிங் மால் இருக்கு" என்றவனை இடைமறித்து. "எனக்கு ஒன்னும் வேண்டாமே" என்றாள் ஜானகி.

"முழுசா சொல்ல விடு. இரண்டு நாளில் நீயுஇயர் வருது, அதுக்கு வீட்டில் எல்லாருக்கும் ட்ரஸ் அண்ட ஸ்பெஸல் கிப்ட் வாங்கணும். இப்ப நமக்கு டைம் இருக்கு பர்சேஸ் செய்தால் டெலிவரி வந்துடும். போகலாமா "என்றான்.

"இதில் எல்லாம் இன்ட்ரஸ்ட் இருக்கா உங்களுக்கு?" எனக் கேட்டாள்.

"ஏன் இந்தப் பிஸி செட்யூல்லயும் அவங்களுக்காக வாங்கினால், எனக்கும் சந்தோஷம் அவர்களும் சந்தோசப் பாடுவாங்க." என்றபடி அந்தப் பிரம்மாண்ட ஷாப்பிங் ஹாலின் மேல் தளப் பார்க்கிங் நோக்கி வண்டியைச் செலுத்தினான்.

அந்த ஷாப்பிங் ஹாலில் என்டர் ஆனவுடன் நீ இதை எடு,நான் அதை எடுக்கிறேன் என்ற கடைமைக்கு இல்லாமல் எல்லாவற்றையும் சேர்ந்தே வாங்கினர்.

முதலில் ட்ரஸ் கலக்‌ஷன்,ஹேண்ட்எம்பிராயிடேட் செக்ஸன் சென்றவர்கள், ஜானகியின் சாய்சில், காஷ்மீரி எம்பிராய்டரி சாரி, 4 வண்ணங்களில்,

பாஸ்மினா சால்வை தாதாஷா, தாதிஷாவிற்கு, காஷ்மீரி வேலைப்பாடு கொண்ட குர்தீஸ் கட்ச் கடாய்,மிரர் வொர்க்கில், மற்றவர்கள் வைத்திருப்பர் எனத் தவிர்த்தாள்.அங்கே அமிர்தா ஜானகி இருவருக்கும்,பாந்தினி துப்பட்டா, கட்ச் ஓவர் கோட், இராஜஸ்தானி ஸ்கர்ட் என வாங்கிக் கொண்டனர்.

ஸர்குனுக்கு என ஹெவி வொர்க் ஆரி,ஜர்தோக்ஷி சேலை, பூனமிற்குக் கஸூதி வோர்க்ஸாரி,பெங்கால் காட்டன், மற்றும் ஹரிணி, மயூரி, மஞ்சுவிற்கு, ப்ராண்டட் பார்ட்டி வேர்,சாரீஸ், குர்தீஸ்,ஸ்டோல்ஸ், பேங்கல்ஸ், பீட்ஸ் என ஆன்டிக், மார்டன் என அள்ளி வந்தனர்.

வீர் ப்ரதர்ஸ்க்கு, ஜீன்ஸ், டீசர்ட்,கூலர்ஸ், வாட்ச்,டை, டைபின் எனப் பார்த்து, பார்த்து வாங்கினர். திடீர் ஞாபகம் வந்து,யாருக்கோ போன் செய்து ஒரு பொருளை ஆர்டர் செய்தாள். அவன் என்னவெனக் கேட்க,சஸ்பென்ஸ் என்றாள். இவ்வாறு ஆளுக்கொரு துணி,கிப்ட் என அனைத்துக்கும் செட்டில் செய்துவிட்டு வீட்டுக்கு டெலிவரி கொடுக்கச் சொல்லி இவர்கள் இருவரும் வெளியே வந்து கொண்டிருந்தனர்.

ரகுவீரின் இடது பக்கம் ஜானகி வந்துக் கொண்டிருந்தாள். அவள் காலையில் அணிந்த ஸீத்ரூ ஓவர் கோர்ட் அவளது இடையைக் காட்ட,எதிரே வந்த வக்கிரம் பிடித்த இளைஞர் கூட்டம் அவளுக்கு இடப்பக்கமாக வந்தது. அவர்கள், காது, கழுத்து,கைகளில் ஏதேதோ அணிந்து,வந்தவர்கள்,கையில் நகம் போன்ற க்ளிப் அணிந்திருந்தவன், அவளது இடையைப் பிராண்டி விட்டு அவள் சுதாரிக்கும் முன் பறந்தனர்.

அவர்கள், க்ராஸ் செய்த பின்பே ஒரு எரிச்சலை உணர்ந்தாள், அதற்குள் வலி எடுக்க அடியெடுத்து வைக்க முடியாமல் ஒரு கையால் அவன் சோல்டரை பிடித்து "வீரூஜீ"எனக் கூப்பிட்டாள்.

அவள் அழைத்ததில் திரும்பியவன், அவள் குறுகி நிற்பதைப் பார்த்து வயிற்று வலி என நினைத்து,"ஜானூ"என்றபடி வந்தவன்,ஒரு கையால் அவள் இடையில் கை கொடுத்து அணைக்க அவன் கையில் அவள் ரத்தம் பிசுபிசுத்தது. அதே நேரம் அவள் தடுமாற "ஜானூ"என்றபடி கையில் ஏந்தினான்.

மனதின் வார்த்தை-13

ஜானகி, தன்னை விட்டு,அந்த வக்கிரம் பிடித்தவர்களின் பக்கம்,பாயத் தயா-ரான ரகுவீரை தடுத்துப் போகலாம் எனச் சைகையில் கூறினாள்.

அவளின் வலியை உணர்ந்து விரைவாக அவளைத் தூக்கிக் கொண்டு வெளியே விரைந்தான். ரோட்டில் வந்த வாகனத்தை நிறுத்தி அதில் ஏற்றி அவளைப் பக்கத்திலிருந்த மருத்துவமனையில் அட்மிட் செய்தான்.

அவன் பதற்றத்தைக் கண்ட டாக்டர் "கவலைப்படாதீங்க ,mr.ராத்தோட் சின்னக் காயம் தான்" எனச் சமாதானம் செய்தார்.பின்னர் ட்ரஸ்ஸிங் செய்து மருந்து போட்டு ஒரு இன்ஜக்ஸன் சில மாத்திரை ஆயின்மென்ட் கொடுத்து அனுப்பி வைத்தார்.அதற்குள் அவனுடைய கார் அங்கே வந்தி-ருந்தது.அவளுக்கு மாற்றுடையும் வந்தது.லூஸ் பிட்டிங் ஒரு குர்தி அணிந்-துக் கொண்டாள்.

ரகுவீரின் முகத்தில் கோபம் தாண்டவமாடிக் கொண்டு இருந்தது.தான் இருக்கும் போதே அவளுக்கு இப்படி ஆனதை அவனால் ஏற்க முடிய-வில்லை.

அந்த ஷாப்பிங் மாலின் சீசி டீவி போட்டேஜ் இப்போது அவன் கையில்.அந்த கயவர்கள் இங்கிருந்து செல்லும் முன் அவர்களுக்குத் தண்-டனை வழங்க வேண்டும் என நினைத்தான். தங்கள் செக்யூரிட்டி ஸர்வீஸ் ஆட்களுக்கும் போட்டேஜ் அனுப்பினான்.ஒரு மணி நேரத்தில் ஷாப்பிங் மால்செக்யூரிட்டி டீம், ரகுவீர் அனுப்பிய டீம் இரண்டும் சேர்ந்து அவர்களைச் சுற்றி வளைத்து இருந்தனர்.

ஜானகியை டாக்கூர் காட்டேஜில் இறக்கி,அவளை கை வளைவில் அழைத்து வந்து ஒரு அறையில் படுக்க வைத்து விட்டு "நான் ஒரு அரை மணி நேரத்தில் வந்துவிடுவேன். நீ கொஞ்சம் நேரம் தூங்கு" என ரகுவீர் சொல்ல, ஊசி போட்டதில் வலி குறைந்திருக்க,அவனின் கண்களிலிருந்த வேதனையைக் கண்டு,"இது அவ்வளவு பெரிய காயம் எல்லாம் இல்லை, வாங்க வீட்டுக்குப் போகலாம், நான் காரில் படுத்துகிறேன்"என்றாள்.

"நான் இப்போ வந்துடுவேன். பாடம் கத்துக் கொடுக்காமல் போகக் கூடாது."என்றான் "ப்ளீஸ் லீவ் தெம் பிரச்சினை வேண்டாம்."என்றாள் ஜானகி.

"அதெப்படி ஒரு பொண்ணுக்கிட்ட இப்படி நடப்பான்.நான் இருக்கும் போதே உன் மேல கை வச்சுருக்கான்,அவனுங்களை விடுவதாக இல்லை",எனக் கோபமாக முகத்தை வைத்துக் கொண்டு கை முஷ்டி இறுகச் சென்றான்.

சொன்னது போல் முக்கால் மணி நேரத்தில் வந்திருந்தான், அவனது கை விரல்களின் வீக்கத்தில் அவனின் கோபம் தெரிந்தது.நான்கு பேர் கொண்ட

கும்பல் லோக்கல் ரவுடிகள் செக்யூரிட்டி ஆட்கள் ஏற்கனவே தட்டி வைத்திருந்தனர்.இப்போது புயலெனப் புகுந்த ரகுவீர், தன் பலம் கொண்ட மட்டும் அவர்களைத் துவம்சம் செய்தான்.

ஜானகி கீத்துசிங்கிடம் ஹாட் வாட்டரில் கல் உப்பு போட்டுக் கொண்டு வரச் சொன்னாள் டீபாய் மேல் வைக்கச் சொல்லி, ஷோபாவில் அமர்ந்து ரகுவீரை அழைத்தாள், எதற்கு எனத் தெரியாமல் வந்து அருகே அமரந்தான். தண்ணீரின் சுடு அளவை தொட்டுப் பார்த்து, அவன் வலது கையைப் பிடித்து, வெது வெதுப்பான நீரில் அமிழ்த்தினாள்.

"கை வீக்கம் குறையும் அவனுங்க உயிரோடு இருக்கிறானுங்களா?" எனக் கேட்டாள். "அதை மட்டும் விட்டுட்டு வந்திருக்கிறேன்"என்றான் ரகுவீர்.

"போதும் வா போகலாம்"என எழுந்தவன் ,அவள் எழ உதவி செய்தான்.கை தாங்கலாகப் பிடிக்க வர, "ஹலோ,Mr.ராத்தோட், நாங்களே நடப்போம், விட்டா பேசன்ட்டா ஆக்கிடுவீங்க"எனக் கையை உருவி நடக்க முயன்றாள்.சுரீர் என்ற வலியில் இஸ்ஸ் என்றாள்.

"பேச்சு மட்டும் விளையும்" என்றவன் அவள் மறுத்தும் விடாமல், காயத்தில் படாமல் ஜாக்கிரதையாகத் தூக்கி காரில் உட்கார வைத்தான்.பின்னர் ஒரு குஷனை அவளுக்கும் கார் கதவுக்கும் இடையில் வைத்து கவனமாகச் சீட் பெல்ட்டையும் போட்டு விட்டான்.

"ஆமா,அது யாரு 'வீரூஜீ"எனக் கேட்ட படி காரை ஸ்டார்ட் செய்தான் ரகுவீர்.

"புரியலை யாரு, என்னைய என்ன கேட்குறீங்க. இங்க உள்ளவங்க உங்களுக்குத் தானே தெரியும்."என்றாள் ஜானகி.

"தெரியலை யாரோ எமர்ஜென்சில கூப்பிட்ட மாதிரி இருந்தது, அதான்."என்றான் உதட்டில் புன்னகையுடன்.'வீரு, சோட்டா வீரு,ராகிமா, எல்லாத்தையும் கண்டு பிடிக்கிறேன் இரு, என மனதில் நினைத்தான்.

அவள் லேசாகக் கண் அசர,அவளது மொபைல் இசைத்தது,அவள் உறக்கம் கலைந்து விடக்கூடாது என்று. ப்ளூ டூத் கணக்ட் செய்து,அவள் போனிற்குப் பதில் அளித்தான்,

"ஜானகி கண்ணு, என்னடா பண்ற" எனத் தமிழில் குரல் கேட்க.அதற்குள்,

"ஹலோ "என்ற ஆணின் குரலில் தெய்வா பதட்டம் ஆனார். அதை உணர்ந்து,ரகுவீர். "நமஸ்தே ஆன்டிஜி, ரகுவீர் ஹை ஜானகி கே பாஸ், ஜானகி சோ ரஹி ஹை"என்றான்.

அவருக்குப் புரியாமல்,"pls wait"என்று "ராகினி அக்கா,,ஜானகி போன்ல யாரோ ஹிந்தியில் பேசுறாங்க" என்றார் தெய்வா. தெய்வா சத்தமாக ஹாலில் நின்று சொல்ல நான்கு இளைய தலைமுறையும் போனை எடுப்பதற்கு ராகினிக்கு முன் வந்து நின்றது .அதற்குள் அங்கே வந்த சண்மு-

கம்,போனை வாங்கி "ஹலோ" என்றார்.

"அங்கிள், நமஸ்தே நான் ரகுவீர், ஜானகியின் பாஸ் என்றான்."

"வணக்கம் தம்பி,நான் ஜானகியின் அப்பா,முதலில் பேசியது அவங்க அம்மா, அவளுக்கு ஹிந்தி தெரியாது."என்றார்.

"இட்ஸ் ஓகே அங்கிள்,ஜானகி போன் காரில் விட்டுட்டு போய்விட்டாள், நான் வீட்டுக்குப் போகவும் பேச சொல்கிறேன்" என்றான்.

"சரிங்க தம்பி எங்க பாப்பா நல்லா இருக்குதா? உங்களை நம்பி தான் தம்பி அனுப்பி வைத்தோம் பார்த்துக்குங்க " என அவர் சாதாரணமாகச் சொல்ல ரகுவீருக்கு தான் மனம் கனத்தது. பின் ஜானகியைப் பற்றிப் பேசியதில் பெருமையாக, ஓரிரு வார்த்தையுடன் போனை வைத்தார்.

சண்முகம்,"ஜானகியின்பாஸ்நல்ல குணமான பையனா இருக்காரு"என்றார் தெய்வாவிடம். "நம்ம ஜானகியைப் பற்றி என்ன சொன்னாங்க,"என ஆர்வமாகக் கேட்டார் .

"நல்ல அறிவாளி புள்ளை, சுறுசுறுப்பா வேலை பார்க்குதுன்னு சொன்னார். உங்களை மாதிரியா அங்கிள் உங்க பொண்ணுன்னு கேட்டார்" என்றார் சண்முகம்.தெய்வாஅவர் முகம் பார்த்து நின்றார்.

"அறிவு எல்லாம் எங்க வம்சம் தம்பி,வாய் மட்டும் எங்கள் மாமன் வீட்டு வம்சம் அதுனால தான் அவுக அம்மா,அப்பத்தா மாதிரி பேசுதுன்னு" சொன்னேன்.

" ஏன்,உங்க அக்காவுக்கு என்ன வாய் குறைச்சலோ, அவுகள மாதிரி இல்லையோ அத்தையை மாதிரி மருமகள் ன்னு சொல்லுவாங்க" என்றார்-தெய்வா.

"அப்ப சரியா தான நான் சொன்னேன் உனக்கு,உங்கத்தை மாதிரி வாய், நீங்க இரண்டு பேரும் பேசியே அவளையும் அப்படியே வளர்த்து விட்டுட்டீங்க" என்றார். இவர்கள் சண்டையைப் பார்த்து,மயூரியும்,மஞ்சரியும் சிரித்தனர்.

"ஆண்டி,பய்யா கொஞ்சம் தான் பேசினார், மத்தது எல்லாம் அங்கிள் போட்ற பிட்டு" என மஞ்சரி சொல்ல. தெய்வா முறைக்க.

"பஹூத் போல்தீ ஹை"அப்டின்னு சொன்னார் என்னமா அர்த்தம் எனச் சண்முகம் கேட்டார். "ஆமா,ஆண்டி, ஜானி நிச்சயம் வாயை வச்சுகிட்டு சும்மா இருக்க மாட்டாள்"என்றனர் தோழிகள் இருவரும்.

ராகினி, முதலில் வந்தவர்கொழுந்தனார் பேசவும் சரி எனச் சென்று விட்டார். அமுதன் மயூரியிடம் "உங்க பய்யா, நீயுயர் பார்ட்டியில் கலந்துக்க வர சொல்றார்,எல்லாரையும் வரச் சொல்லி கூப்பிட்டார்."என்றவுடன்.

மஞ்சரி"ப்ரோ,போகலாமா நானும் என் ராஜ்ஜை பார்த்து 2வீக்ஸ் ஆகிடுச்சு"எனச் சோகமாகக் கேட்டாள்."நீங்க என்ன சொன்னீங்க" என்றாள் மயூரி. "வீட்டில் கேட்டுச் சொல்வதாகச் சொன்னேன்"என்றான் அமுதன்.

"பாலன்,ப்ரோ,சொல்லுங்க,அமிர்தாவை பார்க்க வேண்டாமா?" எனக் கேட்டாள்.

அந்த நேரம் சிவகுரு நாதன் வந்து சேர,மஞ்சரி அவரிடம் அப்பீலைப் போட்டாள். "தம்பி,நீங்க இரண்டு பேரும், இவங்க இரண்டு பேரையும் கூட்டிட்டு போய்ட்டு வாங்க, என்ன விமானத்தில் தானே ,இரண்டு, மூன்று நாட்கள். "என்றார் சிவகுரு."இல்லைபா,அசோசியேசன் மீட்டிங் கெட்டு கெதர் இருக்கு"என்றான்.

"அங்க வர்றது எல்லாம் எங்க ஏஜ் க்ரூப் நாங்க போகிறோம் பா. என் ப்ரண்ட்ஸ் அங்க வர்ராங்க, நீ வேணும்னா மும்பை போய்ட்டு வா" என்றார்.

"சரிப்பா,டிக்கெட் இருக்கான்னு பார்க்கிறேன்."என அமுதன் சொல்ல,

"ப்ரோ, பார்த்துட்டோம், இன்னைக்கு நைட் மதுரை டுசென்னை, அதிகாலையில், மும்பை போய்டும் புக் பண்ணு பாலன்."என உற்சாக மிகுதியிலிருந்தாள் மஞ்சரி.

அமுதன் ஓகே சொல்ல, மும்பை ட்ரிப் பைனல் ஆனது. "நீங்க பேக் பண்ணுங்கள்"என அமுதன் சொல்ல, "நீங்க பேக் பண்ணுங்க,அங்க தான் எங்க ட்ரெஸ் இருக்குமே.படேபய்யா வேற நியுயர் கிப்ட் வச்சு இருப்பார்"என்றாள்.

"பாலன், வழக்கமான ஹோட்டல் ரூம் புக் பண்ணு"என்றான் அமுதன்.

"என்னை விட்டீர்கள,நீங்க மட்டும் ரூம் போடுறீங்க"என முறைத்தாள் மயூரி.

"நீயும் நாங்களும் ஒன்னா? தெரியாத ஊரு உங்களுக்கு, நாங்கள் அடிக்கடி பிஸ்னஸ் ட்ரிப் வருவோம், நோ ப்ராப்ளம்" என்றான் அமுதன்.

"நான் பய்யா கிட்ட பேசுகிறேன், நீங்க அவர் சொன்னாள் தான் கேட்பீர்கள்" என்றாள் மயூரி.

மலைவாழைப்பழம், ஜானகி கேட்ட மூலிகைகள்,முறுக்கு அதிரசம் என அடுக்கி விட்டனர் வீட்டினர். ப்ளைட்ல இதெல்லாம் ஏத்த மாட்டான். நாங்க என்ன பொட்டி கடையா வைக்கப் போகிறோம் எனக் கதறினர் சகோதரர்கள்.

நீங்க போகலானாலும்,இது ப்ளைட்ல போகும், நாங்கள் எங்க மகளுக்கு அனுப்பி வைப்போம் என்றனர் சண்முகம், தெய்வா தம்பதியினர்.

ரகுவீர், ஜானகியை அழைத்துக் கொண்டு வீட்டிற்குச் சென்றான்.அவளின் நலிந்த தோற்றமும்,மாற்றிய உடையையும் பார்த்து அதிர்ந்தனர். ரகுவீர் அவளைக் கைதாங்கலாக அழைத்து வந்தது,மேலும் கலவரத்தைத் தூண்ட, என்ன ஆச்சு என ஷப்னமும் பூனமும் ஓடி வந்தனர்.

சத்தம் கேட்டு ஓடிவந்த அமிர்தா, ஜானி என ஒருபுறம் தாங்கிக் கொண்டாள்.

"என்னடி ஆச்சு"எனக் கேட்கும் போதே கண்களில் கண்ணீர் வழிந்தது.

"சீ கண்ணைத் துடை ஆ ச்சி என்னமோன்னு பயந்துடுவாங்க" என அதட்டினாள். "ஆண்டி ஒன்றும் இல்லை" என்றாள்.

தாதாஷா,தாதிஷா ராஜேன் அமரேன் என அங்குக் கூடியிருக்க அவனுக்குப் பின் வந்து, ராஜ்வீர், "பய்யா, ஜானிக்கு என்ன ஆச்சு"என வந்தான்.

ரகுவீர் இறுகிய முகத்துடன், மாலில் நடந்தவற்றைச் சொல்ல,

"ரகுவி,அவனுங்க யாருன்னு கண்டுபிடிச்சியா, வாடா போட்டு தள்ளுவோம், பொண்ணுங்கன்னா அவளோ சீப்பா போச்சா" எனக் கோபமாகக் கேட்டார் அமரேன் மயூரியின் அப்பா.

"ஹலோ,மாம்ஸ் ஏற்கனவே உங்க மகன் டெரரா போய் அவனைத் துவம்சம் பண்ணிட்டு தான் வந்திருக்காரு, நீங்க கைய வச்சிங்க கொலை கேஸ் தான். சும்மா விடுங்க மாம்ஸ், நான் நல்லா இருக்கேன்." என்றாள்.

"அதென்ன அப்படிச் சொல்லிட்ட,எங்க குடும்பத்துப் பொண்ணை கைய வச்சா சும்மா இருப்போமா?" என்றார் ராஜேன்.

"அது எப்படி ரகுவி, நீ கூட வரும் போதே,இப்படி செய்திருக்கான்னா, ஏதோ தப்பு இருக்கு" என்றார் தாதாஷா. "ஆமாம், ரகுவி பாபூஷா சொல்கிறது கரெக்ட், நம்ம இன்னும் கவனமாக இருக்கனும்" என்றார் ராஜேன்.

"இவ்வளவு பெரிய பிஸ்னஸ் குடும்பம், செக்யூரிட்டி எல்லாம் தாண்டி, நாம இருக்கும் போதே கை வக்கிறான் ஹரிணி, தீப்தி எங்க? அமர் கூடத்தானே இருக்கார்."எனக் கேட்டார் அமரேன்.இது அனைத்தையும்,அப்போது தான் உள்ளே வந்த, கஜேந்தர், ஸர்குன் கவனித்தனர்.

"ரகுவி, இது அந்த ரெனாவத் வேலையா இருக்குமோன்னு எனக்குச் சந்தேகம்" என்றார்.

"ஆமாம், சாசாஷா எனக்கும் சந்தேகம் இருக்கு, இன்வெஸ்டிகேட் பண்ண சொல்லியிருக்கிறேன்"என்றான்.

தாதிஷா, ஜானகியின் தலையைப் பாசமாக வருடி,"இவங்க வீட்டில் தெரியுமா ரகுவி, சொன்னியா?"என்று கேட்டார்.

"கார்ல வரும் போது, இவள் அம்மா கிட்ட இருந்து போன் வந்தது. பேசினேன் " என்றான். ஜானகி அதிர்ச்சியாகி "சொல்லிட்டிங்களா" என்றாள்.

"உனக்கு என்னை பார்த்தால் முட்டாள் மாதிரி தெரியுதா? நான் ஒன்னும் சொல்லலை. ஜான்வி அம்மாவுக்கு, ஹிந்தி புரியவில்லை.நான் பேசியதைக் கேட்டு ஷாக் யாரையோ பேச கூப்பிட்டாங்க.அதுக்குள்ள அவங்க அப்பா பேசினார்," என்றான்.

ஜானகி தான் குழம்பிப் போனாள். தன் மொபைலை பார்த்து, தெய்வா தான் அழைத்தார் என்பது புரிந்தது. ஷப்னம்,"நல்ல வேளை நீ சொல்லலை அவங்க அம்மா மனசு எவ்வளவு கஷ்டப் படும்."என்றார்

"ஆமாம்‘ இவ்வளவு தூரம் தள்ளி இருக்கும் போது மனசு கஷ்டம் தானே நம்ம ஸ்வருக்கு ஏதாவது ஒன்னுனா அடுத்தப் பிளைட்ட பிடிக்க மாட்டோம்" என்றார் பூனம்.

"சாசிஷா, அடுத்த ப்ளைட்ட நீங்க பிடிக்க வேண்டாம், உங்கள் லாட்லீ பிடிச்சுட்டாள்.நாளைக்கு ஏர்லி மார்னிங் வந்துடுவா"என்றான் ராஜ்வீர்.

"உள்துறை ரிபோர்ட் வந்துருச்சா" என்றாள் ஜானகி.

"இன்னைக்குச் சிவராத்திரி தான் அண்ணாவுக்கு"என்றாள் அம்ரூ.

"உனக்கும் தானே பஹுனா" என்றான் ராஜ்வீர்.

"ஜான்வி, நீ சாப்பிட்டு மாத்திரை போட்டுப் படு. உன் பய்யாக்கு என்ன பதில் சொல்றது" என்றான் ரகுவீர்.

"பீந்தினி, ஜானகிக்கு ஹல்தி வாலாதூத் (பாலில் மஞ்சள் கலந்து தருவார்கள்) கொடு.” என்றார் தாதிஷா.

இதற்குள் "உன்னால் தான்" உன்னால் தான் எனச் சண்டை குரலோடு, ஹரிணி பேமலியோடு ரன்வீர் வந்து கொண்டிருந்தான்.இவர்கள் சத்தம் கேட்டு அனைவரும் அவரவர் வேலையைப் பார்க்கப் போனார்கள். ஜானகியைப் பார்த்த, ரன்வீர், தீப்தி இருவரும், தங்கள் சண்டையை மறந்து,’ஜானிதீ, என்ன ஆச்சு உங்களுக்கு" என ஓடி வந்தனர்.

ஜானகியிடம் வந்து அமர்ந்த ஹரிணி,"கீத்து சிங் சொன்னான், ரொம்ப வலிக்குதா ஜானகி" எனக் கேட்டாள்.

அமர்சிங்,"இதோ ஏதோ,திட்டமிட்ட செயல் மாதிரி இருக்கு, ரகுவி ஆளை பிடிச்சுட்டீங்களா "எனக் கேட்டார்.

"பிடிச்சாச்சு ஜிஜுஷா,ஆனால் அவன் உண்மையைச் சொல்ல மாட்டேன் என்கிறான்." என ரகுவீர் ஆதங்கப்பட்டான்.

"சொல்லற நிலைமையில் நீங்க அவனை விட்டால் தானே, தீதீ உங்க சோட்டே பாயீட்ட சொல்லி வைங்க, ரொம்ப கோவம் வருது, விட்டால் அவனை கொண்ணுப் போட்டு இருப்பார்" என் ஜானகி குறைப்பட்டாள்.

" என்ன ஜானி இப்படி சொல்ற, ரகுவி இப்படி செய்யலைன்னா தான் தப்பு." என ஹரிணி, அமர் அனைவரும் ஜானகி மேல் கரிசனைக் காட்டினர்.

வீட்டினரின், அன்பான கவனிப்பில் மனம் நெகிழ்ந்த ஜானகி, தன் தாய் இழந்தது இந்த அன்பைத் தான் என உணர்ந்து அவருக்காக வருந்தினாள்.

அவளின் சோர்ந்த முகம் கண்ட ரகுவீர்,அறைக்கு அழைத்துச் சென்று படுக்கையில் அமரவைத்து அமிர்தாவிடம் மாத்திரை விவரத்தைச் சொன்னான்.அமிர்தாவை தண்ணீர் எடுத்துவர அனுப்பிவிட்டு, தயங்கி ஜான்வி என அழைத்தான்.

"நீ தப்பா நினைக்கலைனா..." என அவன் வாசகத்தை முடிக்காமல் நின்றான். தன் குர்தியின் இடதுபக்கத்தித் தூக்கிக் காயத்தைக் காட்டியவள்,"ரத்தம் வரலை நின்னுடுச்சு காஞ்சு போச்சு, இப்ப ஓகேயா, நிம்மதியா

போய் தூங்குங்க. எனக்கு ஒண்ணும் இல்லை ' என அனுப்பி வைத்தாள்.

அவனும்,"டேக் கேர்" எனக் கவலையுடன், அவள் தலை முடியை ஒதுக்கி விட்டு, நெற்றியில் இதழொற்றலுடன் விடைப் பெற்றான்,அவனின் இந்த செயலில் தாயின் அன்பும், தகப்பனின் சிநேகமும் இருந்தது. ஜானகிக்கு, அந்தப் பாசம் பிடித்து இருந்தது. சிறுவயதிலிருந்து, தாய் சொல்லிக் கேட்டு வளர்ந்த தன் 'வீருஜி'யின் கரிசனையில் கண்ணை கரித்தது.

மனதின் வார்த்தை-14

வானத்தில் மின்மினிக் கூட்டம் தன் ஜொலிப்பை காட்டிக் கொண்டு இருந்தன. அதற்குப் போட்டியாகக் கொங்கணக் கடற்கரையில், தன் சக்தி எல்லாம் உமிழ்ந்து ஒளியைப் பரப்பிக் கொண்டு இருந்தன மின்சார விளக்குகள்.மேலே வெள்ளி தன் ஒளியால் குளிர்விக்க, மும்பை மாநகரை ராணியின் ஆரம் போல் பூட்டிய அங்கங்கே ராட்சத விளக்குகளும் அதற்கு அடக்கி வாசிக்கும் அடியாட்கள் போல் வீதி விளக்குகளும் ஒளிர்ந்தன. ஆனது இவர்கள் ஆட்டம் எல்லாம், குதிரை பூட்டி ரதத்தில் பெரிய எஜமானர் சூரியானார் வரும் வரை மட்டுமே.

அதிகாலை 4:30 மணி அரேபியக் கடலின் ஆரவாரமான கடலலைகள் காற்றினைக் கரை ஓரத்திற்கும் அனுப்பிக் கொண்டு இருந்தன. இதைவிட இந்தப் பூவுலகை ரசிக்க ஏற்ற சரியான தருணம் தான் ஏது. ரம்மியமான காலை, போக்குவரத்து நெரிசல் இல்லாத வேளை அந்த திறந்த வெளி ஜீப்பில் பயணிக்க இது தான் சரியான நேரம்.

ரகுவீர் இது போன்ற பயணத்தை விரும்பி செய்வான். எனவே ராஜ்வீர் காலை விமானநிலையம் செல்வதாகச் சொல்லவும் அவனும் உடன் வருவதாகச் சொன்னான்.மயூரியை பார்த்தும் இரண்டு மாதங்கள் ஓடிவிட்டது. தன் சோடியைப் பார்க்கும் ஆசை அதைவிட ஜானகி அண்ணன்களைப் பார்க்கும் ஆர்வம்.மயூரியின் போன் கால் ஒரு காரணம்.

வீரு ப்ரதர்ஸ்,அந்த காலைப் பொழுதை ரசித்து, ஒருவரோடு ஒருவர் கேலி கிண்டல் செய்து வண்டியில் சென்று கொண்டிருந்தனர்.

"ராஜ்வி, ஓரத்தில் தொத்திட்டு வராதே. நல்லா உள்ள தள்ளி உட்காரு வண்டியை பார்க்செய்த பிறகு இறங்கலாம்"என்றான் ரகுவீர்.

"பய்யா, நாங்கள் தான் ஓல்ட் கப்பில் ஆகிட்டமே, உலகமே மாறினாலும் எங்கள் பய்யா 'தனி'ன்னு இருந்தேன் இரண்டு வாரத்தில் கவுந்துட்டீங்களே பய்யா." என்றான் ராஜ்.

"என்னடா சொல்ற, மஞ்சரியைப் பார்க்கும் முன்னாடியே ஆரம்பிச்சுட்ட" என ரகுவீர் அவனை கிண்டலடிக்க.

"இதே ஏர்போர்ட் ,காலி பில்லி, பாகல் கைகி, குஸ் பைடி ஹோகி, போலீஸ் ஸ்டசனுக்கு விடு, இறக்கி விடு ,என்ன சொல்லலை ஜானியை

.இன்னைக்கு, சாலே சாப் இரண்டு பேர் வர்றாங்கன்னு,அலாரம் வச்சுஎந்திரிச்சு ஓடி வர்ரீங்களே பாயீ" என்றான் ராஜ்வீர்.

"டேய்,உனக்கே தெரியும் எனக்கு ஏர்லி மார்னிங் ரைட் ரொம்பப் பிடிக்கும். சோட்டியும், இரண்டு மாசம் கேப்ல வர்ரா' ம்ம்ம்" எனத் தோளைக் குலுக்கினான் ரகுவீர். "நம்பிட்டேன், பய்யா,நம்பிட்டேன்"என்றான்.

சென்னையிலிருந்து வந்த விமானம் தரையிறங்கி இருந்தது. செக்கிங் முடித்து, லக்கேஜ் எடுத்து நால்வரும் வந்தனர். வரவேற்பு லாபியில் எதிர் கொண்டனர் அறுவரும். மஞ்சரி,ராஜ்வீரை ஹக் செய்து கொண்டே,"மிஸ் யூ பேபி"என்றாள்.

"பய்யா, கைசே ஹை"என ரகுவீரை அணைத்துக் கொண்டாள், மயூரி.

இவர்கள் பாசப் பிணைப்பு முடிந்து, "வாடா, தோஸ்த், நன்பேன்டா" எனக் கூறிக் கொண்டே, அமுதனும், ராஜ்வீரும் ஒருவரை ஒருவர் கட்டி அணைத்துக் கொண்டனர்.

"பய்யா,இது அமுதன், இது பாலன் ஜானகியின் ப்ரதர்ஸ், அமுதன்,இது எங்கள் படே பய்யா ரகுவீர்" என அறிமுகப் படுத்தினான்.

அமுதனைப் பார்த்த ரகுவீர்,"வெல்கம் டூ மும்பை. வெல்கம் 'சோட்டா வீருஜீ',வெல்கம் mr.பாலன் "என்றான், இருவருக்கும் ஓர் ஹக் கொடுத்தபடி. லேசாக அதிர்ந்து அதைச் சமாளித்துச் சிரித்து, "ஐ ஆம் சிவகுகஅமுதன். நீங்கள் என்னைஅமுதன் எனக் கூப்பிடலாம்." என்றான்.

ரகுவீர் அவன் மாற்றங்களை மனதில் குறித்து, அண்ணனும் தங்கச்சியும், நாடகமா ஆடுறீங்க, இருங்க யாருன்னு கண்டு பிடிக்கிறேன் என நினைத்தான்.

"ஓகே,கூல் அமுதன்பாலன்"எனப் பெயர்களைச் சொல்லிப் பார்த்தான்

ஏர்போர்டில் இருந்த காபி கடைக்குச் சென்றனர். How is ,ஜானகி,அமிர்தா" எனக் கேட்டார்கள்."ஓகே,"என்றான் ரகுவீர். காபி குடித்துக் கொண்டே பயணத்தைப் பற்றிப் பேசி முடித்தார்கள்.

"சரி,mr.ராத்தோட், என்றவன் ஓ.எஸ்,ரகுவீர் நாங்கள் கே புக் பண்ணிக்குவோம், நீங்க இவங்க இரண்டு பேரையும் கூட்டிட்டுப் போங்க"என்றான் அமுதன்.

"நீங்களும்,எங்க வீட்டுக்கு, வாங்க, அங்கயே தங்கிக்கலாம் எதுக்கு ரூம் எங்கள் விருந்தோம்பல் நல்லாவே இருக்கும்" என்றான் ரகுவீர்.

"ம்கூம் தெரியும் உங்கள் விருந்தோம்பல் எப்படின்னு" என வெற்றுக் குரலில் சொன்னவன், குரலை மாற்றிக் கொண்டு, "ஜானகி, அமிர்தா சொல்லியிருக்காங்க" என்றான்.

அவன் பேசிய விதம் ரகுவீரின் மனதை அரித்தது. முதல்முறை பார்க்கும் போதே இவன் ஏன் இப்படி இருக்கிறான் என யோசித்தான்.

"நீங்க வென்யூ சேர் பண்ணுங்கள், நாங்க அங்க வந்துடுவோம்" என்றான் அமுதன். "உங்கள் தங்கையைப் பார்க்க வேண்டாமா?" எனக் கேட்டான்

ரகுவீர்.

"இவினிங் பார்டில பார்த்தால் போச்சு, நோ ப்ராப்ளம்"என்றான் அமுதன்.

"ஜான்விக்குக் காயம் பட்டிருக்கு "என்றான் ரகுவீர்.

"நேற்று, உங்க கிட்ட பேசுனமே,நல்லா தானே பேசினாள்" என்றான் அமுதன்.

'என்ன ஆச்சு "எனப் பதறினான் பாலன். ரகுவீர், நேற்று,மாலில் நடந்த விசயங்களைச் சொல்ல, "இப்ப சும்மா இருக்கிறாளா" என்றான் அமுதன்.

"நைட், மாத்திரை போட்டதால் தூங்குவா" என்றான்.

"சரி, நீங்க கிளம்புங்கள்நாங்கள் ரிப்ரஸ் ஆகிட்டு அவளைப் பார்க்க வருகிறோம்" என்றான்.

"என் கூட வரும் போது தான் இப்படி நடந்தது, ஆனால் நீங்க அதைப் பற்றி எதுவுமே கேட்கவில்லையே" என்று கேட்டான் ரகுவீர்.

"இது உங்கள் கைமீறி நடந்திருக்கும். இதில் உங்கள் மிஸ்டேக் என்ன இருக்கிறது? யாரா இருந்தாலும் இது தான். என் கூட வரும் போது ஜானகிக்கு இது நடக்காதென்று என்ன கேரண்டி. உங்களுக்கும் ஒரு தங்கை இருக்கு , ஐ கேன் அண்டர்ஸ்டான்ட்" என்ற அமுதனைப் பார்த்து வியந்தான் ரகுவீர்.

"அப்ப எங்கள் வீட்டில் தங்காததுக்கு வேற காரணம் இருக்கு?, ஜான்வி தங்கறதுக்கு எப்படி அனுமதிச்சிங்க?"எனக் கூர்மையாகப் பார்த்துக் கேட்டான்.

"அவள் பாதுகாப்புக்காக, புது ஊரில் உங்க குடும்பத்துடன் தங்குவது சேப், எப்படி மயூரி, மஞ்சு எங்கள் வீட்டில் தங்குவது பாதுகாப்போ அது போல்" என்றான்.

"அப்ப நாங்கள் வந்தாலும், இதையே தான் கடைபிடிக்கனும்" என ரகுவீர் கேட்டான். "பய்யா, அவனுக்குக் கொஞ்சம் ஸ்பேஸ் கொடுப்போம் விடுங்க." என ராஜ் சமாதானம் செய்தான். "ஓகே,கேரி ஆன் "என ரகுவீரும் சம்மதித்து,

வீட்டுப் பெண்களை அழைத்துச் சென்றார்கள்.

அமுதனின் இந்தப் பிடிவாதம் ரகுவீருக்கு வியப்பைத் தந்தது. ஆனால் ஜானகி விசயத்தில் அவன் பேசியதில் மதிப்பு வந்தது. மொத்தத்தில், அமுதன் குடும்பத்துக்கும் தங்களுக்கும் ஏதோ ஒன்று உள்ளது எனப் புரிந்து கொண்டான். என்ன என்பது தான் புரியவில்லை.

மயூரியும், மஞ்சரியும் வீடு வந்து சேர்ந்தனர். இவர்களுக்கு,அவன் ஒதுக்கத்துக்கான காரணம் தெரியும், ஆனால் தானாக எல்லாம் சரியாகட்டும் எனக் காத்திருந்தாள்.

மயூரி இந்த இரண்டு வாரத்தில் பெரும் பகுதி அமுதனுடன் தான் செலவிட்டாள். ஒரு புதுக் காண்ட்ராக்ட் ஒப்பந்தம் முதல் முடியும் வரை, என அதன் வழிமுறை, ப்ராப்ளம் அண்ட் சல்யூசன் என்பதை,தன் ப்ராஜெக்ட்

ஆகத் தேர்வு செய்தாள். மஞ்சரியும்,மயூரியும் சேர்ந்து ஒரு ப்ராஜெக்ட் என முடிவு.

மஞ்சரி பாதி நேரம் வீட்டில், வாய்ப் பேச்சு, சமையல் தோட்டம் என வீட்டில் உள்ள பெண்களுடன் பொழுதைக் கழிப்பாள். மயூரி கொண்டு வரும் ரிபோர்ட்டை ,கணினியில் ஏற்றி அனாலிசிஸ் அவள் வேலை.

ராத்தோட் ஸ்ன் "ஸ்வர்ன மஹலு"க்குள் அடியெடுத்து வைத்தாள், "ஸ்வர்ன மயூரி". வந்ததும்,எல்லோரும் தூக்கத்தில் இருந்தனர்.

"பய்யா, நீங்களும்,ரெஸ்ட் எடுங்க, ப்ரேக் ஃபஸ்ட் ல மீட் செய்வோம்,"எனச் சொல்லி, தன் அப்பா,அம்மாவின் அறைக்குச் சென்றாள்.

மஞ்சரி, "அடியே நீ கொஞ்சி குழாவிட்டு வா,நான் குட்டி தூக்கம் போடுறேன்."எனப் பக்கத்து அறைக்குச் சென்றாள்.

மயூரி,மம்மி,பாப்பா என்றபடி உள்ளே நுழைந்த, மகளைப் பார்த்துக் கட்டி அனைத்துக் கொண்டார் பூனம்.

"ஸ்வரூ பேட்டா, பாப்பாவை மறந்துட்டியா?" எனக்கேட்க,

"ஓ,மை டார்லிங், நான் எப்படி மறப்பேன்," என அவர் பக்கத்தில் படுத்துக் கொண்டு கட்டிக் கொண்டாள்.

"எந்திரிடி, இன்னும் சின்னக் குழந்தைனு நினைப்பு . உன் வயசில்,எனக்கு நீ பொறந்துட்ட" எனத் திட்டினார். "டார்லிங்,இந்த மம்மிய பாருங்க" எனச் சிணுங்கினாள்.

"அவளுக்குப் பொறாமைடா, மேரி சோனு" என்றார் அமரேன் மயூரியின் தலையை வருடிக் கொண்டே. "நிறைய,பேசனும் பாப்பா, நிறையச் சீக்ரெட்" என அவர் காதை கடித்தாள்.

"என்னடி எனக்குத் தெரியாமல் பாப்பாகிட்ட கொஞ்சுகிற என்ன விசயம்" என்றார் பூனம்.

"மம்மி நீ நினைக்கிற மாதிரி அங்க ஒன்னும் இல்லை, ஒன்னு எங்கேஜ்டு, இன்னோன்னு சாமியார், சோ டோண்ட் வொரி பீ ஹாப்பி" என்றாள்.

"சரி நீ தூங்கு, நான் கிட்சனுக்குப் போறேன். இன்றைக்கு நிறைய வேலை இருக்கிறது" என்றார்.

"ஜானகியின் பாயி,இரண்டு பேர் கூட வருவாங்கன்னு சொன்னியே "எனப் பூனம் கேட்டார். "ஆமாம் மம்மி, அவங்க ஹோட்டல்க்கு போய்ட்டாங்க"என்றாள்.

"ஏண்டி, இவ்வளவு பெரிய வீடு இருக்கு, அவங்க பேமிலி, உங்களை எப்படிக் கேர் பண்றாங்க, நீ வரச் சொல்லலையா" எனக் கேட்டார் பூனம்.

"மம்மி, நானும் கூப்பிட்டேன் படேபய்யாவும், நேராகவே வந்து கூப்பிட்டாங்க, அந்தச் சாமியார் வர மாட்டேன்னு சொல்லிடுச்சு" என்றாள் மயூரி.

"யாரடி சாமியார் னு சொன்ன"எனப் பூனம் கேட்க. "ஜானகியின் அண்ணன்." என்றாள். "வாய்க் கொழுப்பு" எனக் கிட்சனுக்குச் சென்றார் பூனம்

"இப்ப சொல்லு ,உன் சீக்ரெட்" என்றார் அமரேன்.

"பாப்பூ, நான் போனது புவாஷா வீட்டுக்கு" எனப் பட்டுனு போட்டு உடைத்தாள் மயூரி.

"என்னடா,டார்லிங், ஹார்ட் அடாக் வர வைக்கிற"என எழுந்து அமர்ந்-தார் அமரேன். "அப்ப,ஜானகி?"எனக் கேட்டார் அமரேன்.

"ராகினி புவாஷாவின் மகள் அமுதன் அவங்க பையன், அம்ரூ புவா-ஷாவுடைய நநத் கீ பேட்டி" என்றாள்.

"நேற்று, ரகுவீர் ஜானகியின் அம்மாட்ட பேசினேன்,அவங்களுக்கு ஹிந்தி தெரியாதுன்னு சொன்னான்"என்றார்.

"பய்யா பேசும் போது நானும் இருந்தேன், அது அவங்க சோட்டி மா. அவங்க வீட்டில் இரண்டு பேரையும் அம்மா,அப்பா தான் சொல்றாங்க"என்-றாள் மயூரி.

"பாப்பு, நீங்க சொல்ற மாதிரி புவாஷா, லவ் மேரேஜ் கிடையாது". தனக்குத் தெரிந்ததைச் சொன்னாள் மயூரி.

"சரிடா, நான் படே பய்யாட்ட பேசுறேன், அவருக்கும் இதே சந்தேகம் தான். நீ உன் படேபய்யா கிட்டச் சொல்லாத, அவன் இந்த விசயத்தில் பயங்கரச் சென்சிடிவ், நான் ஹேண்டில் பண்ணிக்கிறேன்" என்றார் அமரேன்.

மயூரிக்கு அமுதன் மேல் ஓர் ஈர்ப்பிருந்தது. அவனுடைய செயல்கள், பேச்சு எல்லாம், ரகுவீரை ஒத்து இருந்ததாகக் கருதினாள். ரகுவீருக்-கும்,ஜானகிக்கும் ஓர் பிணைப்பு இருந்தது.ஆனால் அமுதன் மறந்தும் மயூரி பக்கம் ஆர்வம் காட்ட மாட்டான்.

காலை உணவுக்கு ஒவ்வொருவராக ஹாலுக்கு வர ஆரம்பித்தனர்.மாத்-திரை போட்ட அசதியில் தூங்கிய ஜானகியும் எழுந்து இருந்தாள். முகம் கழுவி ஹால் ஓரத்தில் அமர்ந்திருந்தாள். அமிர்தா அவளுக்குக் காபி கொடுத்துக் கொண்டிருந்தாள்.அவளைத் தேடி வந்த மயூரியும், மஞ்சரியும், "எப்படிடி, இப்படி ஆச்சு,நீதான் பயங்கர உஷாரா இருப்பியே" எனக் கேட்-டாள் மயூரி.

"ஆமாம், நாங்க கூடக் கேர்லெஸ் நீ அலர்ட்டா இருப்பியே" என்றாள் மஞ்சரி.

அதே நேரம் ஹரிணி தீப்தி பூனம் என வந்து சேர மகளிர் கூட்டம் கலை கட்டியது.

"அம்ரூ ஞாபகம் இருக்கா, பெங்களூரில் ஷாப்பிங் போனபோது ஒருத்-தன் என்னை இடிக்க வர ஜானகி என்னை இழுத்து விட்டுவிட்டால் அவன் குப்புற விழுந்தானே" என்றாள் மயூரி.

"அத்தோடையா விட்டால் தற்செயல் மாதிரி அவன் மேலே காலை நச்-சென்று மிதிக்க வேற செஞ்சா."என மஞ்சரி விவரிக்க.

"அவன் காலை மிதிக்கலடி,கால் மேலையே மாற்றி மாற்றி டேன்ஸ் ஆடினாள்" என்றாள் மயூரி.

"அதோடயா விட்டாள்சாரி ப்ரோ எனத் தூக்கிவிடுகிற மாதிரி, ஜூஸை கொட்டி மறுபடியும் விழுக வச்சு, அவன் இடுப்பை உடைத்தாள் "என மஞ்சரி பெருமை அடித்தாள்.

"ஐயோ, இவ்வளவு கேடியா நீ, உன்கிட்ட ஜாக்கிரதையா இருக்கனும் போல" என்று அலறினான் ரன்வீர்.

"எங்க காட்டுடி, காயத்தைப் பார்ப்போம்" என மஞ்சரி கேட்க.

"அதெல்லாம் முடியாது, அப்ப ஒரு டென் தவுசண்ட் கொடு "என்றாள் ஜானகி.

"எதுக்குடி" என்றாள் மஞ்சரி.

"ஒரு வ்யூக்கு 10,000 rs , என் காயத்தைப் பார்க்க டிக்கெட் ரேட் ஃபிக்ஸ் பண்ணி இருக்கேன்" என்றாள் ஜானகி. அவள் சொன்ன விதத்தில் அனைவரும் சிரித்தனர்.

"நீங்க செஞ்சாலும் செய்வீங்க, ஆமாம், இதெல்லாம் Mba ல சொல்லி தருவாங்கலா"என ரன்வீர் கேட்டான்.

"இதெல்லாம் ஜானகி ஸ்கூல் ல மட்டும் தான் சொல்லி தருவார்கள்" என்றாள் மஞ்சரி.

"தீதீ, உங்கள் ஸ்கூல்ல என்னைய சேர்த்துக்குங்க"என்றாள் தீப்தி.

அதற்குள் ரகுவீர், ராஜ்வீர் இருவரும் அங்கு வந்து சேர்ந்தனர்

"ஸ்கூலே காயம் பட்டு இருக்கு, ஜானி, நான் உன்கிட்ட இதை எக்ஸ்பெக்ட் பண்ணலை. ஏன் டியர் கவனம் எங்க இருதுச்சு" என ராஜ்வீர் கேட்டான்.

"எங்கே படேபய்யா கிட்டத் தான் அவரு மட்டும் தானே அங்க இருந்தார்" எனக் கலாய்த்தால் தீப்தி.

இத்தனைக்கும் நடுவில், ரகுவீர், ஜானகிக்கு இடையில் நயன பாஷையில் நலம் விசாரிப்பு ஓடிக் கொண்டிருந்தது. "ஏன் தீதீ,நான் சொன்னது சரிதானே"எனக் குறும்பாய் தீபதி கேட்க. ஒன்றும் புரியாத ஜானகி

"ஆமாம்"எனத் தலையாட்டினாள். ஹே....என இளைய தலைமுறை ஒரே கத்து கத்தினர்.

"இப்பையும் கவனம் அங்க மட்டும் தான், இல்லை தீதீ"என ரன்வீர் கேட்க, ஏதோ சரியில்லை என முழித்தாள் ஜானகி.

"மஞ்சரி, சந்தடி சாக்கில்,உன் ராஜ்வீர்,\ ஜான்வியை,டியர்ன்னு சொன்னான், என்ன நீ, இதெல்லாம் கவணிக்காம"எனக் கோர்த்து விட்டான் ரகுவீர்.

"ராஜ் பேபி,இப்படி தான் செய்வியா நீ, படே பய்யாக்கு முன்னாடியே, ஜானகிய, டியர்ன்னு கூப்பிடற, பாரு என்கிட்டியே கம்ப்ளைன்ட் பண்றாங்க, டூ பேட் பேபி"என்றாள் மஞ்சரி. சிரிப்பலையுடன் இருவரும் ஹாய் பை அடித்துக் கொண்டனர்.

ஷப்னம் வந்து"வாங்க எல்லாரும் சாப்பிடலாம் 'என அழைத்தார்.

கூட்டம் கலைந்து டயனிங்கிற்குச் சென்றது.

"அமித்து நான்,குளிச்சிட்டு வந்துடுறேன் டி, நீ போய்ச் சாப்பிடு" என்றாள் ஜானகி. "நீயும் வா,அப்பறம் சாப்பிடலாம்" என்றாள் அமிர்தா.

"சரிடி,இரு வந்துருறேன்"என எழுந்தாள்.

பக்கத்தில் வந்த ரகுவீர்,"ஜான்வி, காயத்தில் தண்ணீர் படாமல் குளி"என்றான்.

"உன் அண்ணன் கிட்ட பேசுனியா, மும்பை வந்தவர், இங்கே வர மாட்டேன், நேரா பாராட்டி க்கு வரேன் எனச் சொன்னார்.உனக்குக் காயம் பட்டதைச் சொல்லவும்,இங்கே வரேன்னு ஒத்துக் கொண்டார். என்ன விசயம் ஜான்வி, எங்க மேல் என்ன கோபம், அதுவும் முதல் முறையே"என நீளமாகக் கேள்வி கேட்டான் ரகுவீர்.

"அரே பேட்டா காயம் பட்டவங்கள நாம தான் சரி செய்யனும், இப்படிக் கேள்வியா கேட்டு சங்கடப் படுத்த கூடாது.போடாமா, போய்க் குளிச்சிட்டு வா. எல்லாம் சரியாகிடும்"என அவள் தலை மேல் கை வைத்து, நெற்றியில் முத்தமிட்டு ,கண் கலங்க நின்றார் அமரேன்.

ஜானகி சந்தேகமாக அவர் கண்களை உற்று நோக்க,பாசமலர் சிவாஜி போல் நின்ற மாமனைக் கண்டதும் புரிந்து போனது. மயூரி சொல்லி விட்டாள் என்பது.

"மாம்ஸ் காயம் பட்டது எனக்கு ,நீங்க ஃபீல் பண்றீங்க, டூ பேட் யார்" என அவரைக் கட்டிக் கொண்டாள். உணர்ச்சி மிக்க இந்தக் காட்சியில் உறைந்து நின்றனர் உண்மை அறிந்த நால்வர்.

"போ,போய்ட்டு சீக்கிரம் வா,மாம்ஸ வெயிட்டிங் ஃபார் யூ"என்றார்.

"இதோ வருகிறேன் மாம்ஸ்" என அமரேன் கன்னத்தில் முத்தமிட்டுச் சென்றாள்.

எப்போதும், அமரேன் ஜானகி இப்படிப் பேசிக் கொள்வார்கள் எனவே வீட்டினர் சாதாரணமாக இருந்தனர்.

மனதின் வார்த்தை -15

சொந்தம் என்னாலும் தொடர்கதை தான் முடிவே இல்லாதது.

எந்த ஒரு சொந்தமும் விலகிச் சண்டையிட்டு நின்றாலும் அவர்கள், ஒரு குறிப்பிட்ட காலத்தில் ஒன்று சேர்வார்கள்.அது இராம வனவாசம் 14 வருடங்களோ,அல்லது பாண்டவ வனவாசம் 13ஆண்டுகளோ அது விதி செய்யும் விளையாட்டு.இங்கு இரட்டை ஆயுளாக 27 வருடங்கள் தன் பிறந்தகத்தைப் பிரிந்து இருந்தார் ஜானகியின் தாய் ராகினி.

அமரேனின் அன்பு மழையில் நனைந்த ஜானகி குளித்து முடித்து டைனிங்கிற்கு வந்தாள். அவளுக்காக அமிர்தா, அமரேன் ரகுவீர், பூனம் சாப்பிடாமல் காத்து இருந்தனர்.

அமரேன் தன்னருகே தன் மருமகளை அமர்த்தி, அவள் அம்மாவுக்கு இது பிடிக்கும் பிடிக்காது என ரகசியமாய்ச் சொல்லி, இரஜஸ்தானி பலகா-ரங்களைச் சாப்பிட்டு ருசி பார்க்கச் சொன்னார். வாஞ்சையாக அவர் அவளுக்குப் பரிமாறவும் தமிழகத்தில் வழக்கமான தாய்மாமன் உறவின் பாசத்தை அனுபவித்தாள் ஜானகி.

பத்து மணி வாக்கில் ராஜ்வீருக்கு கீழே வரவேற்பு ஏரியாவில் நிற்பதாக அமுதனிடம் இருந்து போன் வந்தது. "இதோ வருகிறேன்" எனக் கீழே சென்று அவனை வரவேற்றான். அவன் வந்த கேப்பில் இருந்து லக்கேஜ் இறக்கிக் கொண்டு இருந்தனர்.

" வெல்கம் மை டியர் ஃப்ரண்ட்" என அணைத்துக் கொண்டான் ராஜ். "லக்கேஜ் எடுத்துட்டு வந்துட்டியா? இங்க தானே தங்குறே" என ஆவலாகக் கேட்டான்.

"இல்லை ராஜ்,இது உங்களுக்குக் கொடுத்து விட்டது" என்றான் அமு-தன்.

ஒரு வேலையாளைக் கூப்பிட்டு மேலே கொண்டு போகச் சொன்னான்.

அமுதனும்,பாலனும் உடன் வர ராஜ்வீர் வீட்டிற்கு அழைத்துச் சென்-றான்.

ரோஹனுக்கு, சாப்பாடு ஊட்டிக் கொண்டிருந்தாள் மயூரி, ஹரிணியின் பிரம்ம பிரயத்தனம் முடிந்து, அவளால் முடியாது போக தீதி , நான் சாப்பிட வைக்கிறேன் என முயற்சிக்க அவன் ஆட்டம் காட்டிக் கொண்டிருந்தான்.

"மாஸி முஜே நஹி சாஹியே' (சித்தி எனக்கு வேண்டாம்) என அவளைத் தள்ளி விட்டு ஓடினான்.

"ரோஹன் ருகோ"(ரோஹன் நில்லு) என்றபடி பின்னால் ஓடினாள்மயூரி, கைகளில் தால் ரோட்டி, ராஜ் கதவைத் திறந்து இருவரையும் கூட்டி வரவும், பொடியன் இவர்களைத் தாண்டி இடது புறம் இருந்த மாடிப்படி ஏறி-னான்.

இவர்கள் ஓட்டப் பந்தயத்தைப் பார்த்துச் சுதாரித்து ராஜ் பாலன் இரு-வரும் விலகிக் கொள்ள, ரோஹன் ஓடுவதை வேடிக்கை பார்த்த அமுதன் பக்கவாட்டில் திரும்பி நின்றான்.மயூரியின் சத்தம் கேட்டு தலையைத் திருப்-பியவன் மேல் மோதினாள் அவள்.

"ஏய் மயூ,கேர்புல்" என்ற அவன் குரல் சென்றடையும் முன் மோதினாள். மோதிய வேகத்தில் நிலை தடுமாறினான் அமுதன் கார்பெட் வழுக்கி விட வலது கை பிடிமானமாக மயூரியின் இடையைச் சுற்றி இருந்தது. அவளின் இடது கை அமுதனின் தோள்களைப் பற்றி இருந்தது அப்படியே கீழே சரிந்-தான் அவன் .கையிலிருந்த தட்டு அவன் மேல் இடித்துக் கீழே விழுந்து உருண்டது. தால் அமுதன் சட்டையில் அபிஷேகம் ஆனது.

ஆவ் என முகம் சுழித்தான்,விழுந்த வேகத்தில்,தலையைத் தூக்கி இருந்தான் அமுதன். கீழே சரிந்தவன் மேல் படர்ந்து கிடந்தாள் மயூரி.

அதிர்ச்சியில் அகன்றது அவள் கண்கள். வீட்டினர் அனைவரும் சத்தம் கேட்டு அங்கே எட்டிப் பார்த்தனர். மேலே நின்ற ரோஹன் கை தட்டி . "ஹை,காணா கிர்கை" என்ற சந்தோசத்தில் சிரித்தான். "ஸ்வரூ","அண்ணா" என ஓடி வந்தனர் ராஜ், பாலன் இருவரும்.

'பார்த்து, கவனமா, என்ன ஆச்சு, கேர்புல்" என்ற வார்த்தைகளுடன் வீட்டினர் இவர்களைச் சூழ்ந்தனர்.

"ஸ்வரூ,நீ எந்திரி, அப்பதான் அமுதன் எந்திரிக்க முடியும்" என ரகுவீர் குரல் கொடுத்தான். அதிர்ச்சியிலிருந்த மயூரி கண்கள் கலங்கி இருந்தது.அவள் எழ முயல முடியவில்லை, அமுதன் கை அவளை அணைத்திருந்தது.

"வெயிட் "என்ற அமுதன் சுதாரித்துத் தன் இரு கைகளையும் விரித்தான்."நவ் ,கெட் அப்" என்றான்.

அவள் செயின் அமுதனின் சட்டை பட்டனில் மாட்டியிருந்தது. இதை கவனிக்காமல் மயூரி அவனிடமிருந்து விலக சட்டை பட்டன் அறுந்தது.

அமுதனுக்குக் கை கொடுத்துத் தூக்கி விட்டான் ராஜ். "சாரி சாரி" என்ற மயூரியின் கண்களிலிருந்து கண்ணீர் வடிந்தது.

"மையூ, இட்ஸ் ஓகே, ஜஸ்ட் ஒரு தற்செயல் அழாதே. கண்ணைத் துடை" என்றான் அமுதன்.

"சோட் லகீ, ஹை க்யா?"[காயம் பட்டு விட்டதா] என்றபடி வந்த தாதிஷா அமுதனின் தலை தோள் இடுப்பு கைகளைத் தடவிப் பார்த்தார்.

"காலை நன்றாக உதறு பேட்டா"என்றார் தாதாஷா. இவர்களின் ஸ்பரிசம் மற்றும் அன்பு விசாரிப்பில் நெகிழ்ந்து நின்றான் அமுதன்.பின் தொண்டையைச் செருமி "குச் நஹி, மைம் டீக் ஹூம்" [ஒண்ணும் இல்லை நான் நன்றாக இருக்கிறேன்]என்றான் அமுதன்.

"தாதிஷா, இது அமுதன்.என் ஃப்ரண்ட் ஜானகி அண்ணன், நம்ம ஸ்வரூ இவங்க வீட்டில் தான் தங்கி இருந்த ப்ராஜெக்ட் செய்றா"என்றான் ராஜ்வீர். "வணக்கம் "எனக் கும்பிட்டு,அவர்கள் காலைத் தொட்டான் அமுதன்.

"ஜீத்தே ரஹோ பேட்டா" என்றனர். சட்டையில் தால் கொட்டி மஞ்சள் பூசியது போல் இருந்தான். மயூரியின் குர்தியிலும் தால் ஒட்டியிருந்தது.

பாலன்,ராஜிடம் "எங்கள் வீட்டு ஆளுங்களுக்கு, எப்பவுமே ஒரே வரவேற்பு தானா"என்றான்.

"ஸ்வரூ, இப்படித் தான் ஓடுவதா, வீட்டுக்கு வந்தவர்களை இப்படியா வரவேற்கிறது" என மயூரியை கடிந்தபடி வந்தார் பூனம்.

ஹரிணி" சாசிஷா விடுங்க அவள் என்ன வேணும்னா செஞ்சா, இதே மாதிரி தான் ராகினி புவாஷா பூபாஷா மேல, தால் கொட்டினாங்க.இன்னைக்கு ரோஹன்அன்னைக்கு ரகுவீர் ஞாபகம் இருக்கா ரகுவி உதய்பூர்" என்றாள்.

ரகுவீருக்கும் தன் குழந்தைப் பருவ காட்சிகள், கண்முன் ஓடின. ஆமாம்,எனத் தலை ஆட்டிய ரகுவி கண்கள் கலங்கி இருந்தது."உனக்கு பூபாஷாவைத் தெரியுமா ஹரிணி" எனக் கேள்வி எழுப்பினார் ஷப்னம்.

"நானும்,ரகுவியும், புவாஷாவை நினைத்து அழுத போது பம்மிபுவாஷா சொன்னாங்க, அவர்தான் பூபாஷா. புவாஷாவை நல்லா பார்த்துப்பாங்க அழாதேன்னு" சொன்னார்கள். இதைக் கேட்டபடி ஜானகியும் அங்கு வந்து சேர்ந்தாள். தன் அண்ணனின் கலவையான உணர்வை அறிந்தாள்.

"ஸாரி பேட்டாஜீ"எனப் பூனம் மன்னிப்பு கேட்டார்.

"இட்ஸ் ஓகே ஆண்டிஜீ விடுங்கள்,மயூரி தெரியாமல் கொட்டியது"என்றான்.

ஜானகி,"அண்ணா உனக்கும் இதே வரவேற்பா, ராஜ், இதென்ன ராத்தோட்'ஸ் ஸ்பெஷலா"என்றாள்.இவள் கேள்வியில் சங்கடமானாள் மயூரி.அவஸ்தையாக நின்றாள்.

மயூரி ஏற்கனவே அமுதன் மேல் ஒரு ஈர்ப்பு இருந்தது ஆனால் அமுதன் ஒரு டிஸ்டன்ஸ் மெயிண்டன் செய்தான். ஒருநாளின் பெரும்பகுதி சேர்ந்தே இருந்தாலும், கேரிங்காகப் பார்த்து அவளுக்குத் தேவையானதைச் செய்வான். அவள் மேல் அவனுக்கு எப்போதும் ஓர் பார்வை இருக்கும், ஆனால் எல்லைக் கோட்டை தாண்ட மாட்டான்.இங்கு இவ்வளவு க்ளோசாக அவன் பெர்ஃப்யூமும், ஆஃப்டர் ஷேவ் லோசனும் மணக்க, "சாரி" என்றபடி மாடிப்படி வழியாகவே இரண்டு மாடி ஏறி ஓடினாள்.

"ஏய் ஜானும்மா,என்னடா" என்றான்அமுதன்.கண்கள் கவலையாக நோக்க ஓர் முறை மேலிருந்து கீழ் வரை தங்கையைப் பார்வையால் வருடியது.

"ஏய்,அண்ணா இந்தச் சோக பார்வையெல்லாம் விடாத, நான் ஒன்னும் பேசன்ட் இல்லை" என்றாள்.

"ஜானிம்மா பய்யாவை இப்படியே நிற்க வைக்காதே ரூமிற்குக் கூட்டிப் போடா, வாஷ் பண்ணட்டும்" என்றார் ஷப்னம். "வாஷ் ரூம்,எங்க" என்றான் தன்னைக் கீழே குனிந்து பார்த்தபடி.

"வாங்க,Mr.அமுதன். ஜான்வி நீ ரெஸ்ட் எடு, நான் கூட்டிட்டு போகிறேன்,என் கூட வாங்க" என அவனைத் தனது அறைக்கு அழைத்துச் செல்ல, லிப்ட் க்கு கூட்டிச் சென்றான் ரகுவீர், தன் அறையின் வாஷ் ரூமைக் காட்டி," டவல் உள்ள இருக்கிறது, வாஷ் பண்ணுங்க இதோ வருகிறேன்" எனச் சென்றான்.

மேல் தளத்தில் நேற்று வாங்கிய புதுத் துணிகள் இருந்தது, அதிலிருந்து அமுதனுக்கு ஒரு டீசர்ட் எடுத்து வரச் சென்றான். பக்கத்து அறையில் சத்தம் கேட்க தன் பய்யா வந்திருப்பான் என உள்ளே வந்தாள் மயூரி,

பய்யா,என அழைத்தபடி உள்ளே வந்தவள், வாஷ் ரூம் வழிக் கதவைத் திறந்து ட்ரஸ்ஸிங் ரூமில் திரும்பி நின்று சட்டையைக் கழட்டிக் கொண்டி-

ருந்த அமுதனை, ரகுவீர் என நினைத்து,

"பய்யா, அவர் சட்டையெல்லாம் தால் கொட்டின கறை,லேசா கசங்கின சர்ட்டே கூடப் போட மாட்டாங்க, புதுச் சர்ட் எடுத்து அவர்,அமுதனுக்குக் குடுங்க பய்யா" என்றாள் மயூரி.

"யாருக்கு,என்னமா குடுக்கனும்" என அறை வாசலிலிருந்து உள்ளே வந்தபடி ரகுவீர் கேட்டான்.அவனைப் பார்த்தவள்,திரும்பி இது யாரு என்பது போல் பார்க்க,அங்கே அமுதன் நின்றான் சர்ட் இல்லாமல். நம்மள இவ்வளவு கவனிச்சு இருக்கிறாளா என வியந்தபடி நின்றான் அமுதன்.

"அது வந்து அது வந்து ஒன்னுமில்லை" என்றபடி கண்ணை முடித் திறந்து,ஐயோ என ஓடிவிட்டாள். ரகுவீர் சிரித்த படி வந்து "அமுதன் இந்தாங்க" என்ற படி ஹேங்கரில் இருந்த ஜீன்ஸ் டீசர்ட் டை நீட்டினான்.

"தாங்ஸ்,என வாங்கி ஒரு குளியல் போட்டு உடை மாற்றி வந்தான்.

"டீசர்ட் ஜீன்ஸ் பர்வெக்ட் ஃபிட்," எனப் பாராட்டினான்."என்னோட சைஸ் தான், உங்களுக்கும் மேட்ச் ஆகிடுச்சு" என்றான் ரகுவீர்.

"என்னை வாங்க,போங்கன்னு எல்லாம் சொல்ல வேண்டாம், ராஜின் ஏஜ் தான் எனக்கும்" என்றான் அமுதன்.ரகுவீரின் அறையின் நேர்த்தியைப் பார்த்து அவன் குணம் இவனுக்குப் புரிந்தது.இருவரும் பொதுவாக அவரவர் தொழில் மற்றும் தங்கைகளைப் பற்றியும் பேசினர். அதே நேரம் ஜானகியிடமிருந்து அமுதனுக்கு

போன் வந்தது.

"டேய் நீ என்ன பார்க்க வந்தியா, இல்ல அந்தக் கட்வாவையா, ஒரேதா அங்க குழைஞ்சு கிட்டு இருக்க, வாடா இங்க" என்றாள் ஜானகி. ஹாஹா எனச் சிரித்தான். "வரேன்டி செல்லக்குட்டி " என்ற அமுதன்.

"திங் ஆப் தி டெவில், இட் வில் அப்பியர், ஜானு தான். வாங்கப் போகலாம்" என்றான்.

"அவளை டெவில் னு சொல்ல உங்களுக்கு.சாரி உனக்கு ரொம்பத் தைரியம் தான்." என்றான் ரகுவீர். "பிறந்ததில் இருந்து கூடவே இருக்கிறதுனால அடி வாங்கிப் பழகிட்டேன்" என்றான் அமுதன்.

கீழே வந்த போது அவளின் கோபத்திற்கான காரணம் புரிந்தது.அவள் தனியே அமர்ந்திருந்தாள். "எங்க உன் பர்சாயி(நிழல்)அம்ரூ" என்றான் ரகுவீர்.

முகத்தை உம்மென வைத்தவள் அங்கே பால்கனியைக் காட்ட, பாலன் அமிர்தாவுடன் உட்கார்ந்து கதை அளந்து கொண்டு இருந்தான். ராஜ்வீர்-மஞ்சரி இன்னொரு பக்கம் கொஞ்சிக் கொண்டு தனி உலகிலிருந்தனர். ஹரிணி குடும்பம் கண்ணில் காணவே இல்லை. ரோஹன் வயிற்றை எப்படியாவது நிறைக்கஎன வெளியே அழைத்துச் சென்றுவிட்டனர், தனியாக அமர்ந்திருந்த ஜானகியிடம், கோ,கோ மிட்டாயை நீட்டினான் அமுதன்.ஆயிரம் வாட்ஸ் பல்பு போட்டது போல் ஒளிர்ந்தாள்.

"ஏய் செல்லக் குட்டி அங்க பாரு" என்றான்.மலைவாழைப்பழம், முறுக்குஅதிரசம் என ஜானகிக்குப் பிடித்தது எல்லாம் இருந்தது.

"டேய் அண்ணா எனக்கு ஒரு சந்தேகம், நான் ப்ராஜெக்ட் தானே வந்துருக்கேன், என்னமோ கல்யாணம் ஆகி மாமியார் வீட்டில் இருக்க மாதிரி பில்டப் விடுறீங்க" என்றாள். "அதுக்கு நான் பொறுப்பு இல்லடி உன் தெய்வாம்மாதான் அனுப்பியது" என்றான் அமுதன்.

"வெயிட் உங்கள் அம்மா பேரு, "ராகினி நாதன்"தானே சொன்ன அமுதன் வேற சொல்ற" என்றான் ரகுவீர்.

"தெய்வா-சண்முகநாதன் பாலனின் அம்மா அப்பா, எங்க சாசி-சாச்சா ஆனால் நாங்கள் அப்பா கூடப் பிறந்தவர்களை அப்பா சாச்சிய அம்மானு தான் சொல்லுவோம்." என்றான் அமுதன்.

"அப்ப நேற்று பேசியது உங்கள் சாச்சா-சாசிரைட்" என்றான்.ஆமாம் என்றனர்.

அமிர்தாவும்,பாலனும் ஹாலுக்கு வந்து சேர,"அத்தை மகளே, நானும் வந்திருக்கிறேன் ஞாபகம் வச்சுக்குங்க"என்றான் அமுதன்.

"என்ன பெரியத்தான்,நீங்க தான் வந்தவுடனே தால்ல குளிச்சு பிஸியா இருக்கீங்களே" என்றாள் அமிர்தா.

தாதாஷா தாதிஷா, ராஜேந்ஷப்னம் எல்லாரும் ஹாலுக்கு வந்தனர். அமுதனுக்கு அவர்களை முறையாக அறிமுகம் செய்தான் ரகுவீர்,எழுந்து நின்று வணக்கம் சொன்னான்.

"பாபுஷா அமுதன் பெரிய கன்ஸ்ட்ரக்ஷன் கம்பெனி ஓனர். எஸ்டேட் ரிசார்ட், ஸ்கூல் ஃப்ரூட்ஸ் பிஸ்னஸ் ,அதைவிட நம்ம ஸ்வரூக்கு பாஸ்" என வரிசையாக அமரேன் அடுக்கினார்.கூடவே மயூரி நின்றாள்.

"அப்படியா ரொம்பச் சந்தோஷம் பேட்டா"என்றார் தாதாஷா.

"அமுதன்,பாலன் இது எங்க அப்பா, எங்க தாதாஷாவுக்குக் கடைக்குட்டி அமரேந்தர் சிங் ராத்தோட் என அறிமுகம் செய்தாள் மயூரி.

"வணக்கம் சார்" என்றனர் அமுதனும் பாலனும்.

"பேட்டாஷா இது என்ன சார்,மோர் ஜானகி பேட்டா எப்படி டா கூப்பிடுவ என்னை" என்றார் அமரேன்.

"அதுவா, டியர் டார்லிங் சிக்ஸ்பேக் mr.ஹேண்ட்சம், மாம்ஸ்,மாமூ" என அடுக்கிக் கொண்டே போனாள்.

"ஏய்,ஜானி ஸ்டாப்,ஸ்டாப் என்னடி நடக்குது இங்க, அது என் பாபுஷா,உன் பாய்ஃப்ரண்டு மாதிரி சொல்ற"என்றாள் மயூரி.

"உனக்கு எதுக்குடி பொறாமை, பூனம்ஆண்டியே ஒன்னும் சொல்றது இல்லை" என்றாள் ஜானகி.

அவர்கள் பேசிக்கொண்டிருக்கும்போதே ரகுவீர், நேற்று வாங்கிய பரிசுப் பொருட்களை ஒவ்வொருவருக்கும் பிரித்துக் கொடுத்தான்.அதை பிரித்துப் பார்த்தவர்கள் விமர்சித்தனர்.

"இந்த வருடம், கிப்ட்எல்லாம், கிளாசியா இருக்கிறதுள்ள தீதி" என்றார் பூனம் ஷப்னத்திடம். "ஆமாம்,சும்மாவா கூடப் போனது, நம்ம ஜானகில்ல, எங்களை நல்லா புரிஞ்சுகிட்டயே ரொம்ப சந்தோஷம்" என்றார் ஷப்னம்.

"ஆண்டி நீங்க எனக்காகப் பார்த்துப் பார்த்து செய்யலையா, அது மாதிரி தான். ஆனால் இதெல்லாம் அலைந்து திரிந்து பொறுமையா வாங்குனது உங்கள் பேட்டா தான்" என்றாள் ஜானகி.

"ஜானிம்மா, உன்னைப் போலப் பொண்ணுங்க, எல்லா இடத்தலையும் ஜொலிப்பாங்க, உங்க அம்மா நல்லா வளர்த்து இருக்காங்க, உன்னை மருமகாளக அடைய அந்த வீடு போன ஜென்மத்தில், தங்கத்தில் மாடுகன்று தானம் என்றார் “ என தாதிஷா புகழ்ந்தார்.

"ஜானி எப்பவும் இப்படித் தான் தாதிஷா, இது இவர்களுக்குப் பிடிக்கும் என்று தேடி,தேடி வாங்குவாள்" என்றாள் மயூரி.

"ஆமாம் தாதிஷா, பெங்களூர் வீட்டில் எல்லாம் பார்த்து,பார்த்துச் செய்வாள். இவள் தான் எங்க வீட்டுக்கு அம்மாஜி."என்றாள் மஞ்சரி.எல்லாரும் பேசிக் கொண்டு இருக்கும் போது, ஹாஸினியும் ரோஹனும் அவர்களுக்கு தங்கள் மாமா வாங்கிக் கொடுத்த பரிசுப் பொருட்களைக் காட்ட ஓடிவர ஹாஸினி பாப்பா கீழே விழுந்தது. பக்கத்தில் வந்த ரோஹன் "ஹாஸி"என அவளைத் தூக்கி, "அடிபட்டதா" என மழலையில் கேட்டுக் கொண்டிருந்தான் "பய்யா, தேக்கோ,சோட் லகீ"[அண்ணா இங்கே பாரு அடிப் பட்டிருக்கு] எனத் தன் முழங்காலைக் காட்டியது.

ரோஹன் பூ,பூ எனக் காலில் ஊதிக் கொண்டு,” இஸ் ஜமீன் கோ பய்யா மார்தா ஹூ(இந்த தரையை அண்ணன் அடிக்கிறேன்)” என அடித்தான்.

மகளைத் தூக்க ஓடிய ஹரிணி, இவர்கள் பாசத்தில் தன்னை மறந்து நின்றாள்.

"ஹாய்,மே மர்ஜாவாங்" என மஞ்சரியும் தீப்தியும் அவர்களைக் கட்டிக் கொண்டனர். இதனைக் கேமராவில் படம் பிடித்த மஞ்சரி, "ஹாய்,கைஸ் உங்களுக்குள் ஏதாவது, இது மாதிரிசிஸ்டர்&பிரதர் மூமெண்ட்ஸ் இருந்தால் சொல்லுங்கள் " என்றாள்.

தீப்தி ”பய்யாவுக்கும் எனக்கும் பத்து வருஷ வித்தியாசம், எங்க போனாலும், நடந்து போக மாட்டேன், பய்யா தூக்கிட்டுத் தான் போவாங்க.இல்ல பய்யா” என்றாள் ."தீபு, இப்பவும் பய்யா உன்னைய தூக்கிக் கிட்டு தானே இருக்கிறேன்" என்றான் அமர்.

"ஆமாம் ஒருதடவை காய்ச்சல் வந்து, பய்யா தூக்கியே வச்சுருக்கனும்னு அடம் பிடிக்க, அவங்களும் கையிலேயே வச்சுருந்து, பய்யாக்கு காய்ச்சல் வந்துருச்சு" என்றாள் தீப்தி.

"தீப்தி, உன்னைய ஒரு வீட்டுக்கு அனுப்புற வரைக்கும் ஜீஜூக்கு காய்ச்சல் விடாது" என்றான் ரன்வீர். "நான் ஷாதி பண்ணி போய்ட்டா பய்-

யாக்கு காய்ச்சல் வராதோ? என்றால். "ஆமாம், அப்பறம் கட்டினவனுக்கு வரும்ல " என்றான் ரன்வீர்.

"டேய்" என குசனைத் தூக்கிப் போட்டு அடிக்க வர, அவன் ஓடினான். ஆரம்பிச்சுடுங்க என்றனர். "அமிர்தா நீ சொல்லு" என்றான் ராஜ்வீர்.

"எங்கள் வீட்லயும் இதே கதை தான், எங்க அண்ணன் இரண்டு பேரும் பத்து வருஷம் மூத்தவங்க ஆனால் எங்களுக்கு ஒன்னுனா ஓடி வர்றது, எங்களுக்காக சண்டை போடறது எல்லாம் பெரிய அத்தான் தான். கூப்பிடறது தான் அத்தான். எங்க அண்ணன்களை விட அமுதன் அத்தானுக்குத் தான் என்னைப் பற்றி நல்லா தெரியும்" என அமிர்தா நெகிழ்ச்சியாகச் சொன்னாள். அமிர்தா சொல்லியதை ஓர் தலை அசைப்புடன் ஏற்றான் அமுதன்.

ஹரிணி," நான் படி பஹன் ஆனால் சின்ன வயசில் ,புவாஷா பின்னாடியே திரிவோம். அதற்குப் பிறகு ரகுவியும்,நானும் தான் பயங்கரப் பெட், நிறைய ரகசியம் பேசுவோம். அவன் மனசில் இருக்கிறதை, அவன் குரலே காட்டி குடுத்துடும். என்னையும்,அவன் கண்டு பிடிச்சுடுவான்.

"யேஹ்,மேரா சோட்டா பாயி நஹி தோஸ்த்.[இவன் என் தம்பி இல்லை நண்பன்] ஆனால் இப்பதான் பெரிய மனுஷன் ஆகிட்டான்.எனக்குச் சீர்வரிசை எல்லாம் செய்கிறார், ரகுவீர் சிங் ராத்தோட்." என்றவள் தொடர்ந்து,

"ராஜ்வீர் ரன்வீர், ஸ்வரூ, எல்லாம் குட்டி பசங்க, நானே தூக்கி வளர்த்துருக்கேன்.ஆனால் நான் காலேஜ் படிக்கும் போது, யாராவது கேலி செய்தால் இவனுங்க இரண்டு பேரும் ஏதாவது சேட்டை பண்ணி, பின்னாடி வந்தவனை ஒரு வழி ஆக்கிடுவானுங்க, ஏன் எங்க மேரஜ் ஆன புதுசுல அமர்ஜியையே படாத பாடு படுத்தி இருக்கானுங்க" என்று சிரித்தாள்.

"மூன்று மச்சினன்கள் இருக்க வீட்டில் ஷாதி பண்ணா, நன்மையும் உண்டு. தீமையும் உண்டு ,ஆனால் ஒன்னு ஸ்வரூக்கு ஷாதி ஆயிட்டா துணைக்கு ஒரு ஆள் வந்துரும். "என்றான் அமர்.

"ஆனால் ப்ரோ எங்கள் வீட்டுக்கு ஜமாயிராஜாவா வரனும்னா, கொஞ்சம் இல்ல நிறையவே தைரியம் வேனும். முதல்ல இந்த ஜானகி தேவியை கட்டிக்கவே தைரியம் வேண்டும்." என்றாள் ஜானகி. "ஆமாம், ஆமாம் மாட்டை அடக்கனும்" என்றான் ரகுவீர்.

"யாரு ஞாபகம் வச்சுக்கனுமோ, அவங்க கரக்டா ஞாபகம் வச்சுருக்காங்கப்பா" எனக் கலாய்த்தான் அமர்சிங்.

"எங்க தமிழ் படங்களில் வருகிற அண்ணன், தங்கச்சி அத்தனை கதைக்கும் இன்ஸ்பிரேஷனே நாங்கள் தான். பாசமலர்,கிழக்கு சீமையிலே, திருப்பாச்சி, வேலாயுதம், எங்கவீட்டு பிள்ளை வரை எல்லா அண்ணன் தங்கை பாசத்தையும் மிஞ்சினவங்க நாங்கள்" என அமுதன்,பாலனுடன் ஹைபைவ் அடித்துக் கொண்டாள் ஜானகி.

"இப்படிச் சொன்னா எப்படி,ஏதாவது இன்சிடென்ட் சொல்லு"என்றாள் மஞ்சரி.

"சொல்றதப் பத்தி ஒன்னும் இல்லை, ஆனால் இந்த டெரர் மூவி போடும் முன் ஒரு அட்டை போடுவார்களே இதயம் பலவீனம் ஆனவர்கள், கர்ப்பிணிப் பெண்கள்,சிறுவர்கள் பார்க்க கூடாதென்று. அதுமாதிரி." என்றான் பாலன்.

"ஏய் என்னப்பா ஓவர் பில்டப்பா இருக்கு"என்றான் ரகுவீர்.

"ப்ரோ யார் நம்புராங்களோ இல்லையோ,நான் நம்புகிறேன். ஏன்னா என்னோட எக்ஸ்பீரியன்ஸ் அப்படி" என முகமூடி விசயத்தைச் சொன்னான். அதைக் கேட்ட அனைவரும் கண்ணில் நீர் வரச் சிரித்தனர். "பாலன் கண்டினியூ" என்றான் ராஜ்வீர்.

"ஒரு கண்டிசன் இதைக் கேட்ட பிறகு ஜானகியை யாரும் தப்பாக நினைக்கக் கூடாது. ஏன்னா அதெல்லாம் சிறுபிள்ளைத்தனம் என ஜானகி விட்டுட்டா, சரிதானடி" என்ற பாலன் தொடர்ந்தான். "பஞ்சபூத திருவிளையாடலில் எதைச் சொல்ல"எனக் கேட்டான்.

"புரியலை என மயூரி சொல்ல, மண்,நீர் நெருப்பு காற்று ஆகாயம்.என வரிசைப் படுத்தினான் அமுதன்.

"ஹேய் கைஸ் அப்படியே பஃவே மாதிரி, கையில் தட்டை வச்சு சாப்பாடு எடுத்துக்குங்க லன்ஞ் நேரம் ஆச்சு" என்றான் ரகுவீர்.

"சாப்பிடும் போது புரை ஏறினாள் நாங்கள் பொறுப்பு அல்ல, சேனல் பொறுப்பைத் துறக்கிறது"என்றான் அமுதன். "தண்ணீரிலிருந்து ஆரம்பி" என அமர்சிங் சொன்னான்.

"5 வயசு இருக்கும் ஜானகிக்கு அப்பத்தான் ஸ்விம்மிங் பழக ஆரம்பித்திருந்தாள் ஸ்கூல்ல ராகிமா ஆள் வச்சு சேப்டி ட்யூப் எல்லாம் மாட்டி விட்டுச் சொல்லி தருவாங்க, ஒருவாரம் க்ளாஸ் போயிருப்பாள். அதுக்குள்ள நாலு நாள் லீவுக்கு எங்க அத்தை ஊருக்கு அதாவது அமிர்தா வீட்டுக்கு போனோம்.

அங்கே, கமலக்கிணறுன்னு சொலலுவாங்க, குவாங் அதில் அமிர்தா அண்ணன் இரண்டு பேரும் அவர்கள் டின் ஏஜ், கிராமத்தில் வளர்ந்தவங்க, டைவ் அடித்துக் குளிச்சு விளையாடிக் கிட்டு இருந்தார்கள். இவள் நானும் வறேன் அத்தான் எனக் கேட்க, வேண்டாம், போ வீட்டுக்கு என அனுப்பி வைத்தனர்.

சொன்னதைக் கேட்டா,அது ஜானகியா?அவங்க மேல ஏறிப் போன பிறகு, வாடா நம்மளும் குளிக்கலாம்னு கூப்பிட்டாள்.இவள் மகாராணி, நம்ம அப்படியா, வீட்டில் தெரிந்தால் என்னைய அடி பிச்சுறுவாங்க, வேணாம்டின்னு சொன்னா, போடா பயந்தாங்கோலின்னு திட்டுறா.நான் வேண்டாம்னு கெஞ்சிக்கிட்டு இருந்தேன், அது பெரிய கிணறு ஆழம் ஜாஸ்தி.அமுதன் அண்ணன் கூப்பிட்டு கிட்டே வந்தது. அண்ணன் வந்தால் இறங்க விடாதுன்னு "டமால்"னு குதிச்சிடட்டா. உள்ளே போய் கைய காலை ஆட்டுறா, ஆனால் முடியலை.

நான் அண்ணேன்னு கதறிகிட்டே ஓடுறேன், ஜானகி கிணத்துல அப்படிச் சொல்லும் முன்னே, அத்தான் அங்க கூட்டிட்டு வா. எனத் தந்தி வார்த்தை சொல்லி இதுவும் உள்ள குதிச்சிடுச்சு' என பாலன் நிறுத்தினான்.

"அமுதன், அப்ப உங்களுக்கு நீச்சல் தெரியுமா" என மயூரி கேட்டாள்.

"ஆறு மாசம் பழகி இருந்தேன். ஆனால் இவளைத் தூக்கிட்டு வரமுடியாதுன்னு தெரியும். அத்தான் இரண்டு பேரும் வரும் வரை சமாளிப்போம்னு குதித்தேன்" என்றான் அமுதன். "பாலன் புயல் வேகத்தில் பறந்து அவர்களும் வந்து குதிச்சுக் காப்பாத்துனாங்க."என்றான் அமுதன்.

"வீட்டில் அடி வெளுத்து இருப்பார்களே" என ரன்வீர் கேட்டான்.

"ஒரே கொஞ்சல்ஸ் அன்பு மழை.எங்கள் அத்தை, மாரியாத்தாளுக்குப் பூமிதிக்கிறேன் வேண்டிகிட்டு அதையும் செஞ்சாங்க, ஏன்னா எங்க மகராசி தவறி விழுந்ததா கதை அதனால்."

"அதென்ன பூ மிதி. ஃப்ளவர் போட்டு இருப்பாங்களா" எனத் தீப்தி கேட்டாள்

"சிஸ்டர் பேரு தான் பூ. போட்டு இருக்கிறது நெருப்பு .விறகை தீ மூட்டி கங்கு கிடக்கும். அதில் விரதம் இருந்து நடப்பாங்க என்றான் அமுதன்.

"உங்கள் அப்பா அம்மாக்கும் உண்மை தெரியாதா"என ரகுவீர் கேட்கவும்

"அப்பா எல்லாரும் சொன்னதை நம்பீட்டாங்க ,ஆனால் அம்மாக்குச் சந்தேகம். அப்பறம் ஸ்விம்மிங்ல இவள் இன்ட்ரஸ்ட் காட்டாததால், கண்டுபிடிச்சிட்டாங்க. ஒரு மாதம் இவகிட்ட அம்மா பேசலை. இவளும் "ஆடுறா ராமா. ஆடுறா ராமா." பல்டி எல்லாம் அடித்துப் பார்த்தாள். ஒன்னும் முடியலை.எங்க அம்மா யாரு, இரா" என ஆரம்பித்துப் பாதியில் முடித்தான் அமுதன்.

"நா மட்டும் யாரு அவங்க பெத்த பொண்ணு தானே, அடுத்த ஒரு மாசம் அவங்களை அலைய விட்டேன்"என்றாள் ஜானகி.

"அப்பச் சாப்பாடு தலை சீவறது இதெல்லாம்" என மஞ்சரி கேட்டாள்.

"எங்க தெய்வா அத்தை,எங்கள் ஆச்சி, இருக்காங்களே,சாதாரண நாளிலேயே அவங்ககிட்ட தான் எல்லாமே செய்துக்குவாள் "என்றாள் அமிர்தா.

"ஆச்சின்னா யாரு" என்றான் ரகுவீர். "என்னுடைய அம்மாவின் அம்மா,ஆச்சி, ஜானகிக்கு அப்பாவின் அம்மா அப்பத்தா. சிவகாமி அம்மாள். இந்தப் பேத்தியை ஒண்ணு சொல்ல விடமாட்டாங்க, அவ்வளவு பாசம் பேத்தி மேலே."என்றாள் அமிர்தா.

ஜானகி தட்டுக் காலியாக அதை நிறைத்துக் கொடுத்த ரகுவீர். இருவருக்குமான ரகசிய உரையாடல் நடந்தது. "என் தாதிஷா,உன் ஆச்சியா?"என அவளைக் கார்னர் செய்து கண்களில் ஊடுருவிப் பார்த்துக் கேட்டான். "நான் நானிஷா ன்னு சொல்றேன்னு சொன்னேன். நீங்க விடலை அதான் எனக்குப் பிடிச்ச மாதிரி கூப்பிட்டேன்." என அசராமல் பதில் சொன்னாள்.

"அடுத்து ஆரம்பிங்க இப்ப நெருப்பு"என மஞ்சரி சொன்னாள்.

"அமிர்தா ஊரில், வயலுக்கு நடுவில் தோட்டத்து வீடு இருக்கும். பக்கத்தில் நெல் அடிக்கிற களம். அதில் வைக்கோல் மலை மாதிரி குவிச்சு வச்சுருப்பாங்க. அதுக்கிட்ட மூன்று கல் போட்டுச் சமைக்க ஆரம்பித்தோம்" என்றாள் ஜானகி.

அமிர்தா "ஆரம்பித்தோம்,எங்க, இவள் கட்டளை தான். நான் வேண்டாம்னு சொன்னேன் கேட்கலை. மண் பானையில் தண்ணீர் அரிசிக் காய் எல்லாம் போட்டு, அடுப்பில் தூக்கி வச்சுட்டோம்.அடுப்பைப் பற்ற வைக்க விறகு குச்சி, சுள்ளி என டம் பண்ணிட்டோம். தீக்குச்சியை உரசிப் போட்டால் எரியவில்லை. உள்ளே கெரசின் இருந்ததை எடுத்துட்டு வந்தாள் ஜானகி."

"கெரசின் ஒரு லிட்டர் பாட்டில், எல்லாத்தையும் அதில் ஊற்றினேன்.அப்பத் தான் சீக்கிரம் பிடிக்கும், சீக்கிரம் சமைத்து முடிக்கலாம்னு. தீ குச்சியைக் கிழிச்சு போட்டால் குப்புனு பத்திக்கிச்சு" என்றாள் ஜானகி.

அமுதன் தொடர்ந்தான்,"இதுகளை ரொம்ப நேரமா காணாமல் என்னை அனுப்பி கூட்டிட்டு வரச் சொன்னாங்க நான் வந்த போது, வைக்கோல் போர் பக்கத்தில் தீ எரிந்து கிட்டு இருந்தது. ஓடிவந்தேன்.இவ பாவடைல தீ பட்டு அப்ப தான் எரிய ஆரம்பித்தது. வேகமாகத் தண்ணீர் எடுத்து இவ மேல ஊற்றினேன். அதுக்குள்ள வைக்கோல் தீ பிடிக்க ஆரம்பித்தது.ஒரு மூலையில் தீ பிடிக்க, நான் கத்தி கூப்பிட பண்ணை ஆட்கள் வந்து, தண்ணீர் ஊற்றி அனைச்சாங்க." என்று முடித்தான்.

"தீ காயம் பட்டதா,உனக்கு"என ரகுவீர் ஜானகியைப் பார்த்துக் கேட்டான்.

"இதோ வீரத் தழும்பு"என வலது காலின்,முட்டிக்கு கீழேயும்,வலது கையையும் காட்டினாள். ரகுவீர் அவளை முறைத்தான்.

"ஹலோ இது நடந்தது 14வருஷம் முன்னாடி, இப்ப நடந்த மாதிரி முறைக்காதீங்க" என்றாள் ஜானகி. "அம்ரூக்கும் தீ காயம் பட்டதா?"என ரகுவீர் கேட்டான்.

"அவள் பயந்து பின்னாடி நின்னா அதுனால ஒன்னும் இல்லை, ஆனால் அதைக்கிட்ட செமையா அடி வாங்குனா" என்றான் அமுதன்.

"ஜானகியை யாருமே,ஒன்னுமே சொல்லலையா?" என ராஜ்வீர் கேட்டான்.

"அப்பத்தா,அவளுக்கே தீக்காயம் பட்டுருக்கு, போங்கடா எல்லாரும்னு இவளைத் தனியா தூக்கிட்டு போய்ட்டாங்க".

"அதுக்கப்புறம் அத்தை வீட்டுக்குப் போகத் தடா போட்டாங்க, அமிர்தாவை எங்க வீட்டுக்கு கூட்டிட்டு வந்துட்டாங்க எங்க அப்பா" என்றான் அமுதன்.

"மயூரிக்கு இப்படிக் கதை எல்லாம் இல்லையா" என அமுதன் கேட்டான்.

"இந்த அளவு டெரரா ஒன்னும் இல்லை. ரகுவி பய்யா அப்படியே கண்ணுல வச்சு பாரத்துப்பாங்க.என்றாள் மயூரி."ஒரு தடவை பார்பி டால்ல ஒரு குறிப்பிட்ட பொம்மை வேணும்னு அடம் பிடிச்சேன்.அந்த ஷாப் மும்பையின் மறுகோடி. பாப்பு மம்மி எல்லாம் ஒரே சத்தம். அந்த ராத்திரியில் கடையைத் திறக்கச் சொல்லி வாங்கிட்டு வந்தாங்க பய்யா.அதிலிருந்து என்னுடைய எல்லாத் தேவைகளும் நிறைவேற்றுவது பய்யா தான். நான் எங்க இருக்கிறேன் என்பது, ரகுவி,ராஜ் பய்யாவுக்குத் தெரியனும், யாராவது கட்டாயம் என் டச்ல இருபாங்க" என்றாள் ஸ்வர்ன மயூரி.

இவர்கள் பேசிக் கொண்டு இருக்கும் போதே சாப்பிட்டு முடித்து வந்த மூத்த தலைமுறையில், கஜேந்தரும் இருந்தார்.இவர்கள் பேசுவதைக் கேட்ட அமரேன் ஆரம்பித்தார்.

"எங்களுக்கும் மலரும் நினைவுகள் உண்டு. எங்க தீதீஷா.ராஜேன் பய்யாவுக்கு அடுத்து ரொம்ப நாள் கழிச்சு பிறந்தவங்க, அதுக்குப் பின் ஒன்றறை வயது இடைவெளியில் நானும் கஜேன் பய்யாவும் ஒரு தரம், உதய்பூர்ல பட்டம் விடும் போட்டி, குடும்பம் குடும்பமாக நடந்தது. எங்களுக்கும் செகாவத்ஸ்க்கும் பயங்கரப் போட்டி. பட்டம் டிசைன் பண்ணி அழகா செய்தது தீதீஷா, அவங்க கையில் தான் நூல் கயிறு இருந்தது.

இரண்டு பக்கமும் ஆரவாரமா போட்டி, அவங்க பட்டத்தை விட எங்கள் பட்டம் கொஞ்சம் உயரம் குறைவாகப் பறக்க அவங்க தீதீஷாவை குள்ளம்னு கேலி செய்தார்கள். கஜேன் பய்யா, தீதீஷாவை தோளில் தூக்கிட்டு நின்னாங்க.

நான் நூல் கயிற்றைப் பிடித்துக் கிட்டு நின்றேன்.கஜேந்தர் பய்யா பட்டம் போற திசைக்கு ஏத்த மாதிரி, தீதியைத் தூக்கிட்டே அலஞ்சாங்க, எங்க பட்டம் உயர பறந்தது. கடைசியில் வேணும்னே டீல் விட்டு எங்க பட்டத்தை அறுத்தாங்க. தீதி அழுக கஜேன் பய்யா எதிர் டீமை அடிச்சு நொறுக்குனாங்க" என்ற அமரேன் அமரேன் "பய்யா, உங்களுக்கு ஞாபகம் இருக்கா"என வினவினார்.

"நம்ம வாழ்க்கையில் நிறைவாக இருந்த நாட்கள் எப்படி மறக்க முடியும்" எனக் கண் கலங்கினார் கஜேந்தர். கஜேந்தரின் இந்தப் பரிமாணத்தை அனைவரும் அதிர்ச்சியாகப் பார்த்தனர்.

"ஆமாம் படே பாப்புஷா அந்த நாளை மறக்கவில்லை, ஆனால் புவாஷாவை மறந்துட்டிங்க எல்லாரும். ஹரிணி தீதி, இவங்க பேச்சுக்கு மாற்றி நடந்தால் உங்களுக்கும் எனக்கும் கூட இதே நிலைமை தான் இந்த வீட்டில்" என ஸ்வர்ன மயூரி அழுகையோடு சொல்லி அங்கிருந்து நகர அப்பாமார்கள் அதிர்ந்து நின்றார்கள்.

மனதின் வார்த்தை-16

உறவுகளைக் காணாத போதும், அவர்கள் நினைவுகள் ஒரு போதும் மறைந்து போவது இல்லை. அவர்கள் தவறு செய்திருந்தால் ,அதனைப் பிடித்துக் கொண்டு சில காலம் திரிவோம். அந்தக் கோபம் குறைந்த பின்னே அதன் பாதிப்புகள் நமக்குக் குறைந்த பின் அவர்கள் மேல் வைத்த பாசம் மேலோங்கும்.ஸ்வர்ன மயூரியின் வார்த்தைகள் அங்கு இருந்தவர்களின் மனதில் அதிர்வை ஏற்படுத்தியது. தன்னையும் ஹரிணியையும் தன் புவாஷா உடன் ஒப்பிட்டுப் பேசியதில் கலவையான உணர்வுகள் இருந்தன.

"ஜானி நீ தப்பா நினைக்கலைனா உங்கள் அண்ணன்கள்,அமிர்தா கூட, மேல் தளத்து விருந்தினர் அறையில் இருடி. ப்ளீஸ்"என்றாள் மயூரி.

அதற்குள் சுதாரித்த அமுதன் "ரகுவீர் நானும் உங்க கிட்ட சொல்லிட்டு ஜானகி, அமிர்தாவை,வெளியே கூட்டிட்டு போகனும்னு இருந்தேன். நைட் பார்ட்டி ஹால், நாங்க தங்கி இருக்க ஹோட்டல் தானே, அங்க மீட் பண்ணுவோம். நைட் தங்கறதுக்கு இங்க வரட்டும்."என்றான்.

"ஆனால் ஜான்விக்கு காயம் இருக்கிறதே எப்படி" எனக் கேட்டான் ரகுவீர்.

"நான் சமாளிச்சுக்குவேன், அமித்து,டரெஸ் எடுத்துட்டு வாடி" என்றாள் ஜானகி. அவள் ஏற்கனவே பேக் செய்த பேகுடன் வந்தாள்.

"ஆல் ரெடி ப்ளான்ட்டா" என ராஜ்வீர் நிலைமையைச் சீராக்கக் கேட்டான்.

எல்லாரிடமும் ஓர் வணக்கத்துடன் விடை பெற்றனர்.

"ஏய்,சோட்டி இது என்னப் பேச்சு,பெரியவங்க கிட்ட இப்படியா பேசுகிறது.உன் ஃப்ரண்டுஸ்ம் தான்என்ன நினைப்பாங்க" என்றான் ரகுவீர்.

"அவங்களுக்கு என்னைத் தெரியும். எனக்குத் தான் நம்ம வீட்டைப் பற்றித் தெரியலை, இன்னைக்கு எல்லாம் தெளிவாக ஆகட்டும்"என்றாள் மயூரி.

தன் தாதாஷாவை நோக்கிச் சென்ற மயூரி,"தாதாஷா ஏதாவது தப்பா கேட்டால் மன்னிச்சுகோங்க. ஏன் புவாஷா நம்ம கூட இல்லை" எனக் கேட்டாள்.

"என்னோட விதி, என் மகளை ஒரு வார்த்தை கூடப் பேசவிடாமல், பார்க்க கூட மறுத்து அனுப்பி வைத்தேன்."என்றார்.

"பாபுஷா, தீதீஷாவினால்,நாம பட்ட அவமானத்தை மறந்துட்டிங்களா, நீங்களும் இளைய தலைமுறை தெரிஞ்சுக்குங்க.உங்க புவாஷா அவளுடைய ஷாதி அன்னைக்கு, வேறு ஒரு பெண்ணை, மண்டபத்தில் உட்கார வைத்து, ஓடிவிட்டாள்." என்றார் கஜேந்தர்.

"நிறுத்து கஜேன் என் பெண்ணை நான் ஒன்னும் அப்படி வளர்களை. அவள் யாரையும் விரும்பவும் இல்லை.இது நீங்க எல்லாரும் கட்டும் கதை"என்றார் தாதிஷா கோபமாக.

அப்போது ஸர்குன்,"மாஷாஇது அன்னைக்கு நடந்த விசயம் தானே, இதில் பொய் சொல்லி யாருக்கு லாபம்"என்றாள்

"இதுவரைக்கும் ராகினியை குற்றம் சுமத்தி,உன் பிறந்த வீட்டு ஆட்கள் குறை சொல்கிறீர்கள். ஆனால், ஹேமந்தம்,பங்குரியும் ஒருமுறை கூடக் குறை சொன்னது இல்லை. ராகினியை ஷாதி பண்ணலை என்ற குறையும் இல்லை, இரண்டு பேரும் ரொம்பச் சந்தோஷமா இருக்காங்க.நானும் என் மகளும் தான் பாதிக்கப் பட்டவர்கள்" என்றார் தாதிஷா.

"மாஷாஅதுக்கு ஸர்குன் மேல ஏன் கோபபடுறீங்க"என்றார் கஜேன்.

"நான் அவளை ஒன்னும் சொல்லலை. உங்க பூபாஷா செய்த வேலை, ராகினியின் பால்ய விவாகம், அதைப் பற்றி அவளுக்கு எதுவுமே தெரியாது. அப்படியும் ஷாதி நிச்சயம் செய்யும் போது சந்தோஷமா ஒத்துகிட்டா, காரணம், குடும்பத்தில் எல்லாருக்கும் சம்மதம் என்பதால். ராகினி தனக்கு முன்பு மத்தவங்களைப் பற்றி யோசிப்பாள்." என்றார் தாதிஷா.

"ஆமாம் ராகினி சந்தோஷமாகத் தான் எல்லாச் சடங்குகளையும் செய்து கொண்டாள். மாஷா சொல்லுவது சரி.அவளுக்கு வேறு யாருடனும் தொடர்பு இருக்க வாய்ப்பு இல்லை"என்றார் ஷப்னம்.

"என்னுடைய சாசுமா, மரணிக்கும் தருவாய் என்கிட்ட சொன்னார்கள், "உன் மகள்,எந்த தப்பும் செய்யலை. விதி அவள் வாழ்க்கையில் விளையாடுகிறது. இப்போதைக்கு உன் மகள் பாதுகாப்பான இடத்தில், பாதுகாப்பானவர்களின் கையில் இருக்கிறாள். பயப்படாத.கட்டாயம் உன்னை வந்து பார்ப்பாள்" னு சொன்னாங்க.எனக் கண்ணீர் சிந்தினார்.

"அப்போது, உண்மையில் நடந்தது என்ன?"என்றான் ரகுவீர்.

ராஜேந் அன்றைய தினத்தில் நடந்ததைச் சொன்னார்.

"உதய்பூரில் நம்ம பரம்பரை ஹவேலியில் ஷாதிக்கான மண்டபம் அலங்கரித்தோம். நல்லா ஆடம்பரமாக நடந்தது. நம்ம வழக்கப்படி பெண் முழு முக்காட்டிலிருந்தது. ஷாதி முடிந்து ஆசீர்வாதம் வாங்கும் போது தான் தெரிந்தது, மணப்பெண், ராகினி இல்லை எங்கள் ஒன்று விட்ட தங்கை பங்குரி.' எல்லாருக்கும் அதிர்ச்சி அப்போது பூபாஷாவும்,புவாஷாவும் வந்து ராகினி யாருடனோ ஓடிவிட்டாள் என்று சொன்னார்கள்."

"சொந்த ஊர் சொந்தகாரங்க எல்லாருக்கும் நடுவே இந்த அவமானம் தாங்க முடியவில்லை. அவளைத் தேட வேண்டும் என நாங்க மூன்று பேரும் முன்னே வர, எங்க தாதிஷா வந்து பெரிய சத்தமாக அதற்கு எந்த அவசியமும் இல்லை. ராகினிக்குச் செய்வதாகச் சொன்ன சீர்வரிசையுடன், பங்குரி செகாவத் குடும்பத்து மருமகள் ஆவாள். அவளும் ராத்தோட் குடும்பத்துப் பெண் என்பதை மறக்க வேண்டாம்"எனச் சொன்னார்.

தாதிஷாவின் அந்தக் குரல்,ராணி போல் கம்பீரம், யாரும் தட்ட முடியாது. பின்னர் புவாஷா,பூபாஷாவை முறைத்து விட்டுச் சென்றார்."என முடித்தார் ராஜேன்.

"அதற்குப் பின் புவாஷா வரவே இல்லையா?" என்று கேட்டான் ராஜ்-வீர்.

தாதாஷா பதில் சொன்னார். "ஒரு மாதத்துக்குப் பின்,மும்பை வந்-தாள்.ஒரு பெரியவர் அழைத்து வந்ததாகச் சொன்னார்கள். அப்போது என் தீதீயும் ஜீஜாஷவும் கஜேனுக்கு ஸர்குன்னை மணமுடிப்பது குறித்துப் பேச வந்-தனர். நானும் ஜீஜாஷவும் பேசிக் கொண்டு இருந்தோம், அப்போது வேலை-யாள் வந்து சொல்ல, எனக்குக் கோபம் குறையாமல் இருந்த சமயம், அதனால் நான் மறுத்தேன். ஜீஜாஷதான் போய்ப் பேசி அனுப்பி விட்டு வந்-தார். இது மயூக்கு கூடத் தெரியாது. மாஷா இறந்த பிறகு மாஷா சொன்-னதை மயூ சொல்லும் போது தான் நான் இதைச் சொன்னேன். அப்போது தான் சந்தேகம் வந்தது. நானே என் மகளைத் தொலைச்சுட்டேன்." எனக் கதறி அழுதார் தாதாஷா.

"பாபுஷா அழாதீங்க உங்க உடம்புக்கு ஆகாது" எனத் தேற்றினார் அமரேன்.

"ஒருவேளை யாராவது கடத்தி இருப்பாங்களோன்னு கூட நீங்க அவங்க பிரதர்ஸ் சந்தேகப் படலையா?"என ரகுவீர் கேட்டான்.

"இல்லை, ஹேமந்தின் நண்பர்கள் நான்கு பேரும் ஷாதிக்கு வந்திருந்த-வர்கள் மிஸ்ஸிங் அதனால் தான் அந்தச் சந்தேகம் வரவில்லை. அதோடு ஒரு வருடத்திற்குப் பின்பு தன் கணவனுடன், ஆறுமாத கருவை வயிற்-றில் சுமந்தபடி, ராகினி வந்தாள். அவள் கணவன் ஹேமந்தின் நண்பர்களில் ஒருவன். நான் தான் அவர்களைத் திட்டி அனுப்பினேன்"எனக் கஜேந்தர் சொன்னார்.

"அடப்பாவி, மாசமா இருந்த என் மகள், தன் அம்மாவைப் பார்க்க வந்-துருப்பா, வசதியில்லாத வீட்டு பொன்னுக்குக் கூட நாலு வீட்டில் பத்துப் பாத்திரம் தேச்சாவது தன மக்களுக்கு பிரசவம் பார்ப்பாள். எனக்கு அந்தக் கொடுப்பினை கூட இல்லை." என அழுதார் தாதிஷா.

"உனக்கு ஒரு பொண்ணு இருந்திருந்தால் அந்த அருமையாவது தெரி-யும். கடவுள் நல்ல வேளை உனக்கெல்லாம் ஒரு பெண்ணைக் கொடுக்கலை. இல்லைனா கவுரவம் அது இதுன்னு சொல்லி அதையும் கொன்று போட்டி-ருப்ப." எனத் தாதிஷா வார்த்தைகளைக் கொட்டினார்.

"இன்னும் முழு உண்மை என்னன்னு தெரியலை, உன் புவாஷா,பூபா-ஷாவுக்குப் பெரிய கை இருக்கிறது, அது மட்டும் தெரியட்டும் இந்த மயூரி-தேவி யாரென்று தெரியும்"என உறுமினார் பெண் சிங்கமாக.

"ராஜேன், செகாவத் குடும்பத்திலிருந்து வரச் சொல்லு இவன் சம்-பந்தியை, இன்னும் என்னென்ன மறைச்சாங்கன்னு கண்டுபிடிக்கவேண்-டும்."என்றார் தாதிஷா.

"மாஷா,அவங்க வீட்டில் ஷாதி இருக்கு அதை முடித்த பிறகு பார்ப்-போம், இவ்வளவு நாள் பொறுத்தோம், ஒரு பொண்ணோட வாழ்க்கை

அமையும் போது நாம தடையா இருக்க வேண்டாம்"என்றார் ராஜேன்.

"நமக்கு இருக்கப் பெருந்தன்மை, அவர்களுக்கு இல்லையே, சரி நாங்கள் கண்மூடும் முன்பு என் மகளைப் பார்த்து மன்னிப்பு கேட்கவேண்டும்.அப்பத் தான் செத்தாலும்,ஆத்மா சாந்தி அடையும்"என்றார் தாதாஷா.

கஜேந்தர் தன் அன்னை பேசியதில் நிலை குலைந்து போனார். இயல்பாகவே தன் தீதீஷா மேல் பாசம் கொண்டவர் தான்.குடும்பக் கௌரவம் போனது என்ற பூபாஷாவின் போதனையிலும், தொடர்ந்து அவருக்கும் அதே குடும்பத்தில் பெண் எடுக்க, தான் செய்தது சரி என்றே எண்ணியிருந்தார். இப்போது அதில் சந்தேகம் எழும்ப மனதை அரித்தது.

தனக்கு மகள் இல்லாவிட்டாலும் ஹரிணி, மயூரியை மகளாகத் தான் நினைத்தார். இன்று மயூரி சீனியர்,ஜூனியர் சேர்ந்து அவரை ஒரு வழி ஆக்கிவிட்டனர். "சரி போங்க கொஞ்ச நேரம் ரெஸ்ட் எடுத்தா தான் நீயுஇயர் பாடிக்குப் போக முடியும்.இந்த நீயுஇயர் நல்ல விடிவு கொண்டு வரட்டும்" என்றார் ஷப்னம்.

ஹேமந்த்,சிவகுரு நாதன் இவர்களோடு சேர்ந்த மற்ற மூவர் நண்பர்களில் ஒருவர் சந்திரசேகர் ரெட்டி ஆந்திரா,மங்கள்சிங் பாண்டே உத்தர் பிரதேஷ், ஓம்பிரகாஸ் பல்லா பஞ்சாபி. இவர்கள் தான், ராகினியை முரட்டு இனவெறி பிடித்த இராஜஸ்தானிகளிடம் இருந்து காப்பாற்றினர்.

ராகினியின் பூபாஷாவின் தூண்டுதலால் ராகினியை கொல்ல முயன்றனர்.

ராகினியின் தாதிஷா,ஸ்வர்ன மஹாலக்ஷ்மி இவர்கள் சதித் திட்டம் அறிந்து, ஹேமந்தின் நண்பர்கள் மூலம், ராகினியை தொலைதூரம் கடத்த திட்டம் போட்டார். அவசரத்திற்குத் தன் பரம்பரை நகைகளை, சிவகுரு நாதனிடம் கொடுத்து, தன் பேத்திக்குப் பாதுகாப்பு அளிக்கும் படி கேட்டுக் கொண்டார்.

ராகினியை அவரின் தாதிஷா தான், சிவகுருவுடன் அனுப்பி வைத்தார்.

அமுதன் பாலன் இருவரும், ஜானகி அமிர்தாவை, கூட்டிக்கொண்டு ஹோட்டல் வந்து சேர்ந்தனர். சிறிது நேரம் ஓய்விற்குப் பின் அமிர்தாவை அழைத்துக் கொண்டு பாலன் ஷாப்பிங் சென்றான்.

"ஜானகி, ஸ்ரீராம்சௌந்தர ராஜன் என்ஃப்ரண்ட் இங்க இந்தப் பார்ட்டிக்கு வருகிறான், உனக்கு ஒன்றும் பிரச்சினை இல்லையே" எனக் கேட்டான்.

"அவர்களும் ஸ்பின்னிங் மில்ஸ் தானே, இங்க ரெனாவத் க்ரூபுடன் டை அப் ஆகி இருக்கிறது, அதனால் வருகிறான்."என்றான் அமுதன்.

"ஒன்னும் பிரச்சனை இல்லை அண்ணன். சிறுவயதில், எல்லாரும் அவனோடு சேர்த்துப் பேசக் கோபம் வந்தது. நீயும் எனக்காக அவன் ப்ரண்ட்சிப்பை தள்ளி வச்சியே.நோ ப்ராப்ளம்"என்றாள். இவனால் தான் ப்ராப்ளமே வருமென்று தெரிந்திருந்தால் அமுதன், இவர்கள் சந்திப்பைத் தவிர்த்து இருப்பான்.

"அண்ணா,மயூரிக்கு இவ்வளவு கோபம் வருமென்று நான் எதிர் பார்க்கவே இல்லை.அம்மாவுக்காக அவள் ஸ்டாண்ட் எடுத்தது, உண்மையில் பெரிய விசயம். முதலில் நம்மகிட்டயே எப்படிக் கோவித்தாள்" என வியந்தாள் ஜானகி.

"எனக்கு அவள்,அப்படிக் கேட்கவும் ஒருமாதிரி ஆகிடுச்சு. அந்த இடத்தில் அம்மா நியாயம் கேட்பது போல் இருந்தது."என்றான் அமுதன்.

"ரகுவீருக்கு ,உன்னை என் கூட அனுப்ப கூட மனசு இல்லைடி. உன் உண்மை தெரிஞ்சுடுச்சா"என்றான் அமுதன்.

"இன்னும் இல்லை, ஆனால் பயங்கரச் சந்தேகம், அம்மா மேல இருக்கக் கோபம்,பழிச் சொல் எல்லாம் போகட்டும் அப்புறம் சொல்லுவோம்" என்றாள் ஜானகி.

"மயூரி,அமரேன் மாமா கிட்ட சொல்லிட்டாள் போல, பாசமலர் சிவாஜி ரேஞ்சுல பார்க்கிறார் மாம்ஸ்"என்றாள் ஜானகி.

"அவரும்,நம்ம நினைக்கிற மாதிரி நினைப்பார் என நினைக்கிறேன்"என்றாள்.

"சரிடி இரண்டு ரூம் போட்டு இருக்கிறோம் நீ தூங்கு. அமிர்தா வந்த பிறகு நான் பக்கத்து ரூமுக்குப் போகிறேன் நீங்க ரேடி ஆகுங்கள். காயம் வலிக்கிறதா காமி" என்றான் அமுதன். தன் ஷார்ட் குருதியைத் தூக்கி தன் அண்ணனிடம் விலாப் பகுதியிலிருந்த காயத்தைக் காட்டினாள்.

"ஜாக்கிரதை ஜானும்மா, இது ஏதோ வேணும்னு பண்ண மாதிரி இருக்கிறது." எனக் கவலையுடன் சொன்னான். பின் ஒரு நாளில் தன் தங்கையைத் தேடி மும்பை வீதிகளில் அலைய வேண்டி வரும் எனத் தெரிந்திருந்தால், இந்த ராத்தோட் சம்பந்தமே வேண்டாம் என ஜானகியை அழைத்துக் கொண்டு கிளம்பி இருப்பான் அமுதன்.

ஒரு தலைமுறைக்கு மற்றொரு தலைமுறையின் வாழ்க்கையைப் பற்றிய பார்வை என்பது மாறிக் கொண்டே வருகிறது. இது நன்மையா தீமையா என்பதைத் தாண்டி மாற்றங்கள் நிகழ்ந்து கொண்டே இருக்கின்றன என்பதே நிதர்சனம். இங்கும் இத்தனை நாள் தன் புவாஷா தவறு செய்தவர் என்ற நம்பிக்கை, பெரியவர்கள் விதைத்ததில் இருந்தவர்கள், அது தவறு என்ற நிலை வந்த போது தவறாமல் தட்டிக் கேட்டனர்.இது தான் இன்றைய தலைமுறை, அவர்களின் சிந்தனை ஓட்டம்.

மயூரி தன் தகப்பனுடன் பேசிக் கொண்டு இருந்தாள்அங்கு ராஜ்வீர் வந்த சேர்ந்தான்.

"என்னடா ஸ்வரூ, இன்றைக்கு இவ்வளவு கோபம்" என்றபடி கேட்டு வந்து அவள் அருகில் ஷோபாவில் உட்கார்ந்தான்.

"அது ஒன்றுமில்லை பேட்டா, தீதீஷாவை பார்த்துட்டு வந்திருக்கா இல்லையா, அதுதான்."என்றார் அமரேன்.

"பாப்பு, தாதாஷா, தாதிஷா இவ்வளவு ஃபீல் பண்றாங்களே , பேசாமல் ராகினி புவாவைக் கூட்டிட்டு வந்து காட்டலாமே"எனக் கேட்டாள் மயூரி.

"இல்லைடா பேட்டா, தீதீஷாவைப் பார்க்கும் முன்பு, நமக்கு எல்லா உண்மையும் தெரியவேண்டும்.அதற்காகத் தான் அமுதனும் வெயிட் செய்-வான். இப்ப சொல்லுங்கள் யார் யாருக்கு என்ன உண்மை தெரியும்" என அமரேன் கேட்டார்.

"ராஜ்வீர்பய்யா, அமுதன் இருவரும் ஒன்னா லண்டனில் படிக்கும் போது, இவர்களுக்குத் தான் முதல்ல சொந்தம் என்பது தெரியும். இந்தக் கல்பிரிட்ஸ் தான், ஜானகியையும், என்னையும் ஒரே கல்லூரியில் படிக்க வைத்தது."என்-றாள் மயூரி.

"இரண்டு பேரும்,அவர்களை அறியாமலே ஃப்ரண்ட்ஸ் ஆகிட்டாங்க. அதுக்கு அப்புறம் ஒரே வீட்டில் தங்கவும் செய்தார்கள். ப்ராஜெக்ட் வரும் போது தான், எங்க யோசனையை எக்ஸிக்யூட் செய்தோம்.

ஜானகிக்கு அப்பத்தான் சொன்னோம். இவகிட்ட பேசலாம்னா, ரகுவி பய்யாவுக்குத் தங்கையா, மூக்கு மேல கோபத்தோடா இருந்தாள். சரி புவா-ஷாவை பார்த்தவுடனே சரியாகிடுவான்னு விட்டுட்டோம்".

"மஞ்சரிக்கு, பம்மி புவாஷா சொல்லி, சொல்லி, ராகினி புவாஷாவை பார்க்கும் ஆசையோடு இருந்தாள்.பாலன், அமிர்தாவுக்குத் தெரியும். இப்-போது புவாஷாவுக்கு மயூரியை தெரியும். ஆனால் ஜானகி நம்ம வீட்டில் தான் இருக்கா என்பது புவாஷாவுக்குத் தெரியாது" என்றான்.

"குழப்புறீங்கடா, சரி நான் இப்ப நான் என் தீதீஷா கூடப் பேசலாமா, கூடாதா?" எனக் கேட்டார் அமரேன்.

" சாசாஷா,பேசுங்கள்,மயூரி போன்ல இருந்து ஆனால் ஜானகி இங்க இருக்க விசயத்தைச் சொல்லக் கூடாது" எனக் கண்டிசன் போட்டான் ராஜ்-வீர்.

"மேரி சோனூ,போனை போட்டு குடு, என் தீதீஷா கிட்டப் பேச இந்தச் சுள்ளான் கிட்ட எல்லாம் கெஞ்ச வேண்டியது இருக்கிறது" என்றார்

மயூரி ராகினியின் செல்லுக்குப் போன் செய்தாள்.சில ரிங்குகளுக்குப் பின் போனில் ஹலோ என்ற குரல் கேட்டது. அமரேன் சொல்ல இயலாத பரபரப்-பில் இருந்தார்.தன் தீதீஷா குரல் கேட்டதும் கண்கள் கலங்கி நா தழுதழுக்க நின்றார்.

"புவாஷா, நான் மயூரி பேசுறேன்"என்றாள் .

"மயூ பேட்டா, நல்லபடியாக வீட்டுக்குப் போய்ட்டிங்களா? வீட்டில் எல்-லாரும் நல்லா இருக்காங்களா?" எனக் கேட்டார்.

"நல்லா இருக்காங்க புவாஷா, பாப்புஷாகிட்ட உங்களைப் பார்த்ததைச் சொன்னேன் உங்க கிட்ட பேசனுமாம் .இதோ குடுக்குறேன்" என மயூரி அமரேனிடம் போனைக் கொடுத்தாள்.

"தீதீஷா" என அழைத்தார்அமரேன். அந்தப் பக்கம் அமைதியாக இருந்தது. அமரனுக்குப் பயம் வந்தது. "தீதீஷா,தீதீ, ஆப் கைசே ஹை? முஜ்ஸே பாத் நஹீ கரேங்கீ ஹை க்யா?நாராஜ் ஹை?" (அக்கா,நீங்க எப்படி இருக்கிறீர்கள் என்கிட்ட பேச மாட்டீர்களா,கோபமா) என்றார் அமரேன்.

அங்கே கம்மிய குரலில்,"அம்மூ,அமரேன், தூ கைசாஹை?"என்றார் ராகினி.

"நான் நல்லா இருக்கேன் தீதீ, இந்த ஜென்மத்தில் பார்க்கவே மாட்டோம்னு நினைத்தேன். நல்ல வேளை " என்றார். அதற்கு மேல் பேச முடியவில்லை அவருக்கு.

"விடுடா,இப்போதுதான் பேசிட்டியே, உனக்கு ஒரு சங்கடமும் வேண்டாம், நான் நல்லா இருக்கேன். அன்பான கணவன் பாசமான பிள்ளைகள், அருமையான குடும்பம். நல்லா இருக்கேன்" என்றார்.

"ரொம்பச் சந்தோஷம் தீதீ, நீங்க நல்லா இருப்பது தான் ஒரே ஆறுதல். இத்தனை வருஷம் வீணாகப் பிரிந்து இருந்தோமே" என்றார்.

"விடு அம்மு,நடப்பது தான் நடக்கும். மாஷா,பாபுஷா நலமா" என்றார்.

"உங்களை நினைத்து தான் இரண்டு பேரும் அழுகை. கண்ணை மூடுவதற்குள் ஸ்வரூவை பார்க்கனும்னு புலம்பல்" என்றார் அமரேன்.

"வீரு எப்படி இருக்கான், பெரிய ஆளாக ஆகியிருப்பான்.ஷாதி முடிந்ததா? எத்தனை பிள்ளைகள்?" எனக் கேள்விகளை அடுக்கினார் ராகினி.

"தீதீ உங்க வீரு நீங்க இல்லாமல் ஷாதி செய்ய மாட்டேன் என ஒரே பிடிவாதம், வாங்க வந்து ஷாதி செய்து வையுங்கள்" என்றார் அமரேன்.

"என்ன அம்மு சொல்ற,அவனுக்கு ஷாதி செய்யும் வயசு ஆகிடுச்சே ,எப்படி வச்சுருக்கீங்க" என ராகினி குறைபட்டார்.

மேலும் சில பேச்சுக்கள் நல விசாரிப்புகளுடன், அவர்கள் உரையாடல் முடிந்தது.

மறக்காமல் ராகினியின் போன் நம்பரை சேவ் செய்தார் அமரேன். புயல் அடித்து ஓய்ந்திருந்தது ராத்தோட் களின் ஸ்வர்னமஹலில். புத்தாண்டு பிறக்கும் நேரம் நல்லபடியாக இருக்கட்டும்.

ஒவ்வொரு புத்தாண்டும் ஒரு நம்பிக்கையைக் கொண்டு வரும். ஒவ்வொரு நீயுஇயரும் ரிசல்யூசன் டார்கெட், கோல் என உற்சாகமாகவே தொடங்கும். பொழுது விடிவது என்னவோ, ஒரே மாதிரி தான். ஆனால் நம் ஆட்டம் தான் அதிகம்.

மேல்தட்டு வர்க்க மக்கள் தங்களின் புத்தாண்டை வரவேற்கும் முறை, இதுபோன்ற பார்ட்டிகள் தான். இன்று நாடு முழுவதும், நட்சத்திர ஓட்டல்கள் ரிசார்ட்கள், களப்புகள், பெரிய வீட்டு இல்ல விருந்துகள் என ஒரே கொண்டாட்டம் தான். அவரவர் வயதிற்கேற்ப சகாக்களுடன் அந்த இரவை மகிழ்ச்சியாகப் போக்குகின்றனர்.

நட்சத்திர ஓட்டலில் விடியும் இரவை, விடியும் முன்னே வண்ண விளக்குகளால் அலங்கரித்து, பகலாக மாற்ற முயன்று இருந்தனர்.அந்த ஐந்து நட்சத்திர ஓட்டலில் அன்றைய இரவு விருந்தை டெக்ஸ்டைல்ஸ் ஓனர்களுக்கான அமைப்பு ஏற்பாடு செய்திருந்தது.

இதில் லீடிங் டெக்ஸ்டைல் மில்ஸ் ஓனர்கள், மற்றும் அவர்கள் குடும்பத்தினர்களுக்கு அனுமதி அளிக்கப்பட்டு இருந்தது.அனுமதிச் சீட்டு இல்லாமல் யாரும் வர முடியாது. ஸ்வர்னி டெக்ஸ்டைல் சார்பில் 25 நபர்களுக்கான அனுமதி இருந்தது.

தாதாஷா,தாதிஷா வீட்டில் ஓய்வெடுத்தார்கள் ராஜேன்,ஷப்னம், கஜேன்,ஸர்குன் ஜூவெல்லரி ஓனர்களுக்கான பாட்டிக்குச் சென்றனர்.

ரகுவீர் ராஜ்வீர் மயூரி மஞ்சரி ஒரு காரிலும், ஹரிணி குடும்பம் ஒரு காரிலும், ரன்வீர், தீப்தி, அமரேன் பூனம் ஒரு காரிலும் அந்த நட்சத்திர ஓட்டலை அடைந்தனர்.

அன்றைய தினத்தின் ட்ரெஸ் கோட் என ஆண்களுக்கு நேவிப்ளூ பெண்களுக்குப் பிங்க் எனக் கொடுத்திருந்தனர்.கலர் மட்டும் தீம், எனவே அவரவர் வசதிக்கு ஏற்ப டிசைனர் சாரி பார்ட்டி வேர் லாங் ப்ராக், பிட்டிங் ஷார்ட் ஸ்கர்ட், டிசைனர் டாப் என மங்கையர் கலக்கினர். ஆண்கள் அவர்கள் இணை போட்டிருந்த உடைக்கு ஏற்ய,சூட், கோர்டில் பல வகை, ஜீன்ஸ் டிசர்ட் எனத் தங்கள் வசதிக்கு ஏற்ப கலக்கினர்.

ஹரிணியும்,ஹாசினியும் மாம்&மீ கான்செப்ட் ட்ரெஸ். தீப்தி,மஞ்சரி வொர்க்ட் ஒன்பீஸ் ஷார்ட் டிசைனர் வேர்.

மயூரி போட்நெக்,சிலிம் பிட் பாடி வித் ஸ்டோன் வொர்க் அண்ட் ப்ளார்டு ஸ்கர்ட் ப்ராக்.அமிர்தா, க்ளோஸ் எம்பிராய்டரி நெக் செமிஸ்லீவ்,ஃபுல் ஃப்ராக்.

நமது ஜானகி தேவியைத் தவிர அனைவரும் பார்ட்டி ஹாலுக்கு வந்து விட்டனர். அமிர்தாவை பாலன் அழைத்து வந்து விட்டான்.அமுதனைக் காணாது பார்வையால் அலசிக் கொண்டு இருந்தாள் மயூரி.

ஜானகி, அங்கே தயாராவதில் பிரச்சினை இருந்தது. அவளுக்கென ப்ரத்யேகமாக வடிவமைக்கப் பட்ட டிசைனர் ஃப்ராக் இருந்த போதும்,அவளால் ஃபுல்கவர்ட் கவுண் அணிய முடியாமல் அவள் இடுப்பில் பட்ட காயம் உறுத்தியது.

"அண்ணன், நீ பாட்டிக்குக் கிளம்பி போ, என்னால் வர முடியலை. நான் இங்க இருந்துக்குவேன்" என்றாள் ஜானகி.

"போடி செல்லக் குட்டி,உன்னைத் தனியாக விட்டுட்டு என்னால் போக முடியாது. அதுதான் நம்ம சார்பில், பாலனும் அமிர்தாவும் போறாங்க. அது போதும்" என்றான் அமுதன்.

அந்த நேரம் கதவு தட்டும் சத்தம் கேட்டது,அமுதன் கதவை திறக்க ஆறடியில், ஹேண்ட்சம் லுக்கில்,அமுதனை ஒத்த வயதுடைய ஓர் இளை-

ஞன் நின்றிருந்தான். "ஹாய், ஸ்ரீராம் வெல்கம், வாடா மச்சான்"என்றான் அமுதன்.

உள்ளே வந்தவன்,ஜானகியைப் பார்த்து, "ஜானகி என்மேல இருந்த கோபம் எல்லாம் போயிடுச்சா?" என்றான.

"அமுதன் ரொம்பக் கெஞ்சினான், சரி போனால் போகட்டும்னு மன்னிச்-சிட்டேன்.பிழைத்துப் போங்கள், உங்கள் தோழமையை மெச்சி, யாம் உங்க-ளுக்கு நண்பர்களாக இருக்க அனுமதி அளிக்கிறோம் " எனத் தோரணை-யாகச் சொன்னாள்.

" தங்கள் கருணை பார்வையை எங்கள் மேல் காட்டியதற்கு நன்றி தேவியாரே." எனப் பாதித் தலை வணங்கிச் சொன்னான் ஸ்ரீ ராம் ராஜன்.சௌந்தர ராஜன் மில்ஸ் ஓனர்,அமிர்தாவின் ஒன்று விட்ட சகோதரன்.

அவர்கள் நாடக பாணியில் அவர்களே சிரித்தனர். "தாங் காட் நீ சிரிச்-சிட்டே, ஆமா ஏன் இன்னும் ரெடியாகலை?" எனக் கேட்டான் ஸ்ரீ ராம்.

" உன் புண்ணியத்தில் ரூம் பிரச்சினை தீர்ந்தது, இப்ப இதற்கும் ஏதாவது சொல்யூசன் சொல்லு"என்றான் அமுதன்.

"அதென்ன ரூம் பிரச்சனை"எனக் கேட்டாள் ஜானகி.

"நான் ஒரு ரூம் தான் போட்டிருந்தேன், திடீரென உன்னையும் கூட்டிட்டு வந்துட்டேன், இங்க கேட்டா ரூம் இல்லை. ராம் புக் பண்ணின ஒரு எக்ஸ்ட்ரா ரூம் இது. இவன் பேரில் தான் புக் ஆகியிருக்கு" என்றான் அமு-தன்.

"ஏய்,விடுடா இது ஒரு பெரிய பிரச்சனையா, இப்ப என்ன பிரச்சனை சொல்லு" என்றான் ராம்.

"இவளுக்கு டிசைன் பண்ண ட்ரெஸ்,ஃபுல் ஃப்ராக். இடுப்பில் காயம் இருக்கு, ஃபுல் கவர் அதனால் போடமுடியாது. சேரி கட்டுனா ப்ளாஸ்டர் தெரியும், இப்ப என்ன செய்யலாம் சொல்லு" என்றான் அமுதன்.

"இரு வருகிறேன் " எனச் சென்றான். வந்தவன் கையில் ஒரு சேரி பாக்ஸ் இருந்தது. ஜானகி வாங்க மறுத்து,"நோ என்னால் சாரி கட்ட முடி-யாது" என்றாள்.

"முதலில் திறந்து பாரு, இது தமிழரசிக்கு எடுத்தது தான். உனக்குத் தெரியுமே அவள் ஒரு டிசைனர்.அவள் தனக்கென வடிமைத்தது. அவள் பொங்கல் செலபரேஷனுக்குத் தான் எடுத்தா.பதினைந்து நாள் டைம் இருக்-கிறது. அதுக்குள்ள இன்னும் ஒன்னு ஆர்டர் போட்டுடலாம், இப்ப இதைக் கட்டிக்கிட்டு வா"என்றான். அவள் யோசனையாகப் பார்க்கவும்

"அமுதன் எடுத்துக் கொடுத்தா கட்ட மாட்டியா, நானும் அமுதன் மாதிரி தான். சாரியைப் பிரிச்சு பாரு" என அதட்டினான்.

அது ஒரு லைட் பிங்க் ப்ளைன் ஜார்ஜெட்டில், ruffle செமி சாரி. ஃப்-ரில் தாவணி பகுதி முமமுவதும் வரும். அது ப்ரிண்டட் ரோஸ் ப்ளவர்ஸ் டிசைன் ப்ளவுஸ் அணட் ஃப்ரில். இந்த டிசைனர் வேர், அவளுக்கு இடுப்பில்

இடைவெளிக் கொடுக்கும் அதே சமயம், இடுப்பை ஃப்ரிலில் மறைத்து விடும்.

கதவு தட்டப் பட்டு ஒரு ப்யூட்டிசியன் உள்ளே வந்தார்."அரை மணி நேரத்தில், இவளைத் தயார் செய்யவும்" எனச் சொல்லி ஆண்கள் இருவரும் வெளியேறினர்.

ஜானகி அந்தத் தேர்ந்த அழகுக்கலை நிபுணரின் கைவண்ணத்தில், தரை இறங்கிய தேவதையாக மாறினாள்.மிதமான ஒப்பனை கண்கள் மஸ்காரா லைனர் ஐ சேடோ என ஒளிர்ந்தது.உதடுகள் பிங்க் வண்ணத்தில் ரோஜா இதழ்களுக்குப் போட்டிப் போட்டது. சிகை அலங்காரம், ஃப்ரி ஹேரில், சுருள் முடி வைத்து அலை அலையாகச் செட் செய்திருந்தாள்.

காதுகளில், கழுத்து, கைகளில் அன்று ஸ்வர்ன ஜுவெல்லரியில் வாங்கிய வைரம் ஜொலித்தது.அமராபுரியில் இருந்து இறங்கி வந்த தேவதையாக மிளிர்ந்தாள் ஜானகி தேவி.

மனதின் வார்த்தை-17

அடர் வண்ண ரோஜாப்பூக்களை அள்ளி தெளித்தார் போல் நெய்யப்பட்ட ஜெக்கார்ட் ப்ளவுஸ்,அதுவும் முன் பகுதி போட் நெக், பின்பகுதி டீப் நெக் இறங்கி, முத்துப் பாசிகளால் பின்னங் கயிறு கட்டப் பட்டிருந்தது. அவள் மேனியை அழகாகக் காட்டிய ப்ரின்ஸஸ் கட் ப்ளவுஸ், அதிலிருந்து இடையை மறைத்த பிங்க் வண்ணப்ரில்கள், செமி ஸ்லீவ் அதில் அந்த ஜார்ஜெட் ruffle சாரி டிசைனர் வேர் எத்தினிக் லுக்.ராணியாக மிளிர்ந்தாள் ஜானகி தேவி.

அமுதன் ராம் இருவரும் ஜானகியை அழைத்துச் செல்ல அவள் அறைக்கு வந்தனர்.அதே நேரம் அவளும் வெளியே வர,"ஹலோ,எஸ்க்யூஸ் மீ, இங்க என் ப்ரணட் ஜானகி இருந்தாங்க, நீங்க யாரு, அவள் ரூமில் இருந்து வர்றீங்க"எனச் சீரியஸாக முகத்தை வைத்துக் கொண்டு கேட்டான் ராம்.

"ஆமாம் ,எங்கடா நம்ம ஜானகி" என அமுதன் கேட்டான்.

"ஆமாம்பா,நானும் அவளைத் தேடித்தான் வந்தேன், அவளைக் காணோம்" என்றாள் ஜானகி. 'அம்பேல்' கையைத் தூக்கினர் இருவரும்."யாருகிட்ட என் கிட்டயேவா" என்றாள் ஜானகி.மூவரும் லாபியில் நடந்து லிப்டில் புகுந்தனர். பார்ட்டி ஹாலில் வந்து இறங்கினர்.

முதலில் ராம் வெளியே வந்து கையை முன்னால் நீட்டி பில்டப் கொடுக்க ஜானகி வந்தாள், பின்னாடியே அமுதன் பாடிகார்ட் போல் வந்தேன்.

அங்கிருந்தவர்கள் இவர்களைப் பார்க்க,"டேய், ஓவர் பில்டிப் குடுக்காதீங்கடா" என அவள் புன்னகை மாறாமல் சொன்னாள்.

"நீங்க இரண்டு பேரும் முன்னாடி போங்க" என்றாள். நீ போ நாங்க பின்னாடி வருகிறோம்.எனச் சொல்லி நின்றனர்நண்பர்கள். அங்கே வந்த பிஸ்னஸ் ஃப்ரண்டை,ராம் அமுதனுக்கு அறிமுகம் செய்து பேசிக் கொண்டிருந்தனர்.நீ போ,உள்ளே எல்லாரும் இருக்கிறார்கள் என ஜானகியை சைகை செய்து அனுப்பினான் அமுதன்.

பார்ட்டி ஹாலில், ஜானகியை காணாமல் தேடிய ரகுவீர் அமிர்தா விடம் கேட்டான். அவள் நிலவரம் சொல்ல, தான் ஏதாவது அரேஞ் செய்து அழைத்து வருவதாகச் சொல்லி வந்தான்.

ஜானகி லிப்டில் வெளிவந்த இடத்திலிருந்து வலது புறம் திரும்பி பத்தடி நடந்தால் பார்ட்டி ஹால். தன் அண்ணனைத் திரும்பிப் பார்த்துக் கொண்டே நடந்தவள் தூக்கியிருந்த கார்பெட்டை பார்க்காமல் காலை தூக்கி வைக்க முன்னால் குப்புற அடித்து விழப்போனாள்.

"ஜானு" என்ற அலறலுடன் ஜானகிக்கு முன்புறம் ஓடிவந்து, அவள் இடையை தன் இடது கையால் தடுத்து நிறுத்தி, அவளைத் தன் தோளில் சாய்த்து, வலது கையால் முதுகை வருடிக் கொடுத்தான் ரகுவீர். அவள் இதயம் துடிப்பதும் உடல் அதிர்வதும் அறிந்தான். பிறகு கை வளைவில் அவளை வைத்து, ஒற்றை விரலால் அவள், முகத்தைத் தன்னை நோக்கி உயர்த்தி, "ஜானு" என ஏதோ சொல்ல வந்தான். அவள் முகத்தின் பாவனையில் மயங்கி, கண்களோடு உறவாடி முகம் மறைத்த கூந்தலை ஒதுக்கிசொல்ல வந்ததை மறந்து அவளையே பார்த்திருந்தான் ரகுவீர்.

ஜானகி, தான் விழப்போகும் அதிர்ச்சியிலிருந்தவள், ரகுவீரின் பாதுகாப்பான கரத்தில் ஆசுவாசம் அடைந்தாள். அதற்குள் அவன் அணைப்பும், முதுகை வருடியதும், இதயத்தை எம்பிக் குதிக்க வைத்தன.அவள் நாணத்தால் சிவந்து தலை குனிந்து இருக்க, ரகுவீர் அவள் முகம் நிமிர்த்திப் பார்த்ததில் ,அவன் கண்களில் தன்னைத் தொலைத்தாள் ஜானகி.

இவர்களின் இந்த நயன பாஷையும்,மோன நிலையும் எவ்வளவு நேரம் நீடித்ததோ,ஆனால் பொக்கிசமாக அவர்கள் மனதில் நிறைந்தது. வாய் திறந்து பேசும் வார்த்தைகள் மட்டும் இன்றி மனதின் வார்த்தைகளும் ஊமையாகின.

ராம்,அமுதன் பேசும் குரல்கள், அவர்களை நினைவுக்குக்கொண்டு வர அப்போதும் கை பிடியில் அவளை வைத்திருந்தான்.

"ஜானும்மா,என்னடா ஆச்சு " என்றபடி ஓடிவந்தான் அமுதன்.

ரகுவீர், கார்பெட்டை காட்டியபடி, "இந்நேரம் குப்புற அடித்து விழுந்திருப்பாள்" எனக் கூறினான்.

"என்னடா,இப்ப தான் அடிபட்டிருக்கு, கவனம் வேண்டாமா" என்றான் அமுதன்.ரகுவீரை முறைத்தாள் ஜானகி.

" ஏய்,மிர்சி, என்னைய எதுக்கு முறைக்கிற? அடிபடாமல் காப்பாற்றினதுக்கா?" என்றான் ரகுவீர்.

"நம்ம ஜானகிக்கு, நிக் நேமா? அதுவும் மிர்ச்சி? சார் உங்க தைரியத்-துக்குச் சலாம்." எனச் சல்யூட் அடித்தான்.

"ரகுவீர் இது என்னுடைய ப்ரண்ட், ஸ்ரீ ராம்ராஜன், எங்க ஊரில் சௌந்-தர்ராஜா மில்ஸ் இவர்களுடையது, அண்ட அமிர்தாவின் கசின் ப்ரதர்"என அறிமுகம் செய்தவன்.

"ராம், இவர் ரகுவீர் சிங் ராத்தோட், ராத்தோட் க்ரூப்ஸ், ஸ்வர்னி மில்ஸ் MD. ஜானகியின் பாஸ். ஜானகி ப்ரண்ட் மயூரியின் பய்யா" என அறிமுகப் படுத்தினான். "வெரி க்ளாட் டூ மீட் யூ"என இருவரும் கை குலுக்கினர்.

பின்னர் ஜானகியைப் பார்த்து, "விழாமல் நடப்பியா? இல்லை தூக்கிட்டு போகனுமா" என்றான் ரகுவீர்.அவள் ஓர் முறைப்புடன் உள்ளே செல்ல, ரகு-வீர் உடன் சென்றான். அமுதனும், ராமும் பின் தொடர்ந்தனர்.

"ஆர் யூ கம்ஃபர்டபில் வித் யுவர் ட்ரஸ். காயம் வலிக்கிறதா?"எனக் கேட்டான் அக்கறையாக. " டிக் ஹூம்.நீங்க ஒன்னும் பேச வேண்டாம், மிர்ச்சியாம் மிர்ச்சி" என்றாள் ஜானகி.

"கோபத்தில் சிவந்து லால் மிர்ச்சி மாதிரி இருக்கிறது முகம்" என்றான் ரகுவீர் கண்களில் கேலியுடன் "பக்கத்தில் வராதீங்க, கண்ணில் பட்டால் எரி-யும்" என்றாள் ஜானகி.

"ஹலோ, நான், இராஜஸ்தானி இராஜ்புதான் ஷேர்.மிர்ச்சி எல்லாம் மேட்டரே இல்லை" என்றான் ரகுவீர் "ஹலோ நாங்களும்,புலியை முறத்தால் அடித்து விரட்டிய வீர தமிழச்சி பரம்பரை"என்றாள் ஜானகி.

பின்னால் வந்த அமுதன், ராம் இருவரும் இவர்கள் சண்டையைப் பார்த்து, "என்னடா டாம் & ஜெர்ரி மாதிரி" என்றான் ராம்.

"நாலு வார்த்தைக்கு மேலே பேசாத எங்க பய்யா வையே பேச வச்சுட்டா ஜானகின்னு, இவர் தங்கை மயூரி சொன்னாள்" என்றான் அமுதன்.

"ஆமாம் பிஸ்னஸ் சர்கில்ல கேள்வி பட்டேன், mr.ராத்தோட் பயங்கர அடமெண்ட்னு" என்றான் ராம்.

பார்ட்டி ஹாலுக்கு ரகுவீருடன் வந்த ஜானகியை, கூடி இருந்தவர்கள் கொஞ்சம் அதிசயித்தே பார்த்தனர். அவர்கள் இருவரும் வார்த்தை போர் புரிந்தாலும், ஒருவர் மேல் மற்றவருக்கு இருந்த அன்பு அவர்களுக்குப் புரி-யவில்லை எனினும் பார்வையாளர்கள் புரிந்து கொண்டனர்.

மயூரியும் அமிர்தாவும் ஜானகியிடம் வந்தனர். "ஜானி சூப்பர் டி, எப்படி அதுக்குள்ள ட்ரெஸ் கிடைத்தது" என அம்ரூ கேட்டாள்.

"உன் அண்ணன் ஸ்பான்ஸர்ட்டு" எனச் சொன்னாள் ஜானகி.

"பய்யா, சொன்னதுக்குள்ள எப்படி" என ரகுவீரைக் கேட்டாள்.

"அடியே,உன் ராக்கி ரிஸ்தா பய்யா இல்லடி, உன் ஒன்னு விட்ட உடன்-பிறப்பு " என்றாள் ஜானகி. அம்ரூ முழித்தாள் .

அதற்குள் அங்கு வந்த ஸ்ரீ ராம்,"சகோதரி, நான் தமிழ்நாட்டில், திண்-டுக்கல் பக்கத்திலிருந்து வருகிறேன். என் பெயர் ஸ்ரீ ராம். உங்கள் சித்தப்பா

மகன். அண்ணன் முறையாகுது, ஞாபகம் இருக்குங்களா?" எனப் படுபவ்யமாகக் கேட்டான் .

"அப்படிக் கேளுடா மச்சான், ரொம்ப ஓவரா போகுது, சென்னை பெங்களூரு இப்ப மும்பை, நம்ம ஊருகாரங்களையெல்லாம் எங்க கண்ணு தெரியுது, என்னையவே யாருன்னு கேட்கிறாள்" எனப் பாலன் சந்தடி சாக்கில் குறை பாடினான்.

"டேய் மச்சான் என் தங்கச்சியை நான் சொல்லுவேன், ஆனால் நீ சொல்லக்கூடாது. திருப்பாச்சி மாதிரி வந்திருவேன் இந்த அண்ணன்" என்றான் ராம்.

"அண்ணா, ஜானகி சமாதானம் ஆகிட்டாளா" என ரகசியமாகக் கேட்டாள். அவள் காதை பிடித்துத் திருகிய ஜானகி,"ஏண்டி எல்லாம் கூட்டு களவாணியா." என்றாள். "ஐய்யோ விடுடி,விடுடி வலிக்குது" என்றாள் அம்ரூ.

"ஏய், மிர்ச்சி சோடோ மேரி பஹன் கோ" என்றான் ரகுவீர். என்ன விசயம் எனக் கேட்டான். ஸ்வாரஸ்யமாக ஒரு கூட்டம் கூடியது ஜானகி கதை கேட்க.

அமுதனைத் தேடிய மயூரிக்கு, ஜானகியின் பின்னால் வந்தவன் கண்ணில் பட்டான். அவளைப் பார்த்த அமுதன் "வீட்டில் ஒன்றும் பிரச்சினை இல்லையே"எனக் கேட்டான்.

"குச் நஹி", எனத் தலை ஆட்டியவள், "தாங்க்ஸ்" என்றாள். "என்னைப் புரிந்து எங்க பேமலிக்கு ஸ்பேஸ் கொடுத்ததுக்கு" என்றாள் மயூரி.

"அது உன் ஃபேமலி மட்டும் தானா" என்றான் அமுதன் அவள் கண்களைப் பார்த்து. "சாரி நான் அந்த மீனிங்ல சொல்லை" என்றாள்.

அதற்குள் ஜானகி புராணம் ஆரம்பிக்க அமுதன் சிரித்தான்.

"அண்ணாசொல்லாத, மர்டர் தான்" என ரகுவீரை பார்த்தபடி ஜானகி அமுதனிடம் சொன்னாள்.. "ஏய்,அமுதாசொல்லு திஇஸ் சம்திங் ப்ளஸ்சி" என்றான் ரகுவீர்.அதற்குள் மற்ற குடும்பத்தினரும் அங்கு வந்து சேர,ராமுடன் அறிமுகம் ஆனார்கள்.

ஜானகியின் பார்வையை, அமுதன் சந்தித்துக் கண்ணால் சேதி சொன்னான். பின்னர் "ஸ்ரீராம்,இப்ப தான் நீயுமராலஜி படி கெஜட்டில் பெயர் மாற்றினான். அதற்கு முன் ஸ்ரீ ராமச்சந்திரன் அவன் பெயர், நாங்க எல்லாரும் ஒன்றா தான், எங்க அம்மா ஸ்கூல்ல படித்தோம்.அப்ப ஜானகிக்கும் இவனுக்கும் செம சண்டை வரும். கண்டாலே பிடிக்காத எனிமிஸ்."

"இவன் என்வயசு,அவளை விட இரண்டு வயசு பெரியவன்" என்றான் அமுதன்

"நீதான் மெச்சிக்க, நான் வயதில் பெரியவன்னு, ஜானகிக்கு அதெல்லாம் மேட்டரே கிடையாது" என்றான் ராம்.

"Mr.ராம் ஐ வில் அக்ரீ வித்யூ100%, யாரா இருந்தாலும் ஜானகி சண்டை போடுவாள்" என ரகுவீர் சொன்னான். ஜானகி ஒரு லுக் விட, இரண்டு பேரும் நமட்டு சிரிப்புடன் கப்சிப்.

"அப்ப ஒரு பையன்,இவளை கலாய்ப்பதாக நினைத்து, ஜானகி, ராமச்சந்திரனுடன் என்ன சண்டை? என்றான்.அதைக் கேட்ட மற்றொருவன், முன்னால் முதல்வர்கள் ஜானகி- ராமச்சந்திரன், ஜானகிராமசந்திரன். எனக் கேலி செய்தான்.அதற்குப் பிறகு இவளைப் பார்க்கும் போது எல்லாம், இதே பெயரில் கூப்பிட, இவளுக்கு ராமின் பெயரில் கோபம் அதிகமானது." என்றான் அமுதன்.

"இவன் மட்டுமில்லை,இவனோட ப்ரண்ட்சிப் வச்சவங்களும் எனக்கு எனிமி தான்" என்றாள் ஜானகி.

"இவள்,விளையாட்டாகச் சொல்றா என நினைத்து நாங்கள் ராமுடன் பேச, இவள் எங்களை அவாய்ட் செய்தாள். கொஞ்சம் நாள் போன பிறகு கவனித்துப் பின் ராமிடம் சொல்ல,அவன் வேறு பள்ளிக்கு மாறினான்.

பிறகு ஒரே காலேஜ்,அவன் டெக்ஸ்டைல், நான் சிவில் அங்க ஜானகியும் இல்லை, நண்பேன்டா என ஒன்னு கூடுனோம். இன்றைக்குத் தான் திரும்ப ஜானகி, ராமைப் பார்த்தாள், இன்னும் என்ன 4ஆங் க்ளாஸ் பிள்ளையா என் தங்கச்சி சமாதானம் ஆகிட்டாள்." என்றான் அமுதன்.

"எப்படிச் சமாதானம் ஆனாள்?"என அம்ரூ கேட்டாள்.

"இந்தச் சேரியைக் கொடுத்து சாரி சொல்லி கரெக்ட் பண்ணிட்டான்" என்றாள் ஜானகி பின் தொடர்ந்து"காலத்தாற் செய்த நன்றி, திருக்குறள் திருவள்ளுவர் ஞாபகம். ஓகே பிழைச்சு போன்னு விட்டுட்டேன் " என முடித்தாள் ஜானகி.

"அடிப் பாவி, ஒருத்தனைச் சேர்த்துக் கிண்டல் செஞ்சதுக்கு,ஸ்கூல விட்டே அனுப்பிட்டியா? பாவம் ப்ரோ" என்றான் ராஜ்.

"ஆமாம் பய்யா, ஜானகி தீதி மாதிரி டெரர் கூடக் காலம் பூரா தண்டனை அனுபவிக்க, எவன் மாட்ட போறானோ(அவள் முறைக்க) மாட்டப் போறாரோ, பாவம் ப்ரோ" என்றான் ரன்வீர்.

"ஏய் ஓட்டவாய், இரு வீட்டுக்கு வந்து பிறந்த நாள் புது வருஷம் எல்லாம் உனக்குக் கொண்டாடுகிறேன்" என்றாள் ஜானகி ரன்வீரிடம்.

"பய்யா, பசாவ்" என ரகுவீரிடம் சரணடைந்தான் ரன்வீர்.

அமரேன், பூனம் அங்கு வந்தவர்கள், அனைவரிடமும் பேசிக் கொண்டிருந்தனர்.

அமர்சிங்,ஹரிணி அப்போது ஒரு பளிங்கு சிலை போன்ற பெண்ணைக் கூட்டி வந்து ரகுவீரிடம், "ரகுவி, இவள் சிருஷ்டி மேத்தா, அம்மா வழி சொந்தம், உன்கிட்ட அறிமுகம் செய்து வைக்கச் சொன்னார்கள்"

"சிருஷ்டி, இது என் தம்பி ரகுவீர்" என அறிமுகம் செய்தாள் ஹரிணி.

சிருஷ்டி, உயரமாக, கூர் நாசி,அகலக் கண்கள்,பளிங்கு தேகம் என ரகு-வீர் சொன்ன பளிங்கு சிலை போல் இருந்தாள். ஸ்லிம் பிட், முழங்கால் வரை வெஸ்டர்ன் வேர் என அழகாக இருந்தாள். லண்டன் ரிடர்ன் பார்த்-தவுடன் குறை சொல்ல இயலாத அக்மார்க், மேல் தட்டு வர்க்கப் பெண்.

ரகுவீருடன் ஹாய் எனக் கை குலுக்கி, கட்டியணைத்து நலம் விசாரித்-தாள். ரகுவீர் அதிர்ந்தாலும், சமாளித்து இயல்பானான்.அவர்களைத் தனித்து விட்ட ஹரிணி, பூனத்திடம்,"சாசி,இவளுடைய ரிஸ்தா வந்திருக்கு ரகுவீருக்கு மாம், அவங்களுக்கு ஸ்பேஸ் கொடுக்கச் சொன்னார்கள்' என்றாள்.

இது அந்த பக்கம் வந்த ஜானகியின் காதில் விழுந்தது. தன் நெஞ்சில் பாரம் ஏறியது போல் உணர்ந்தாள் ஆனால் சமாளித்தாள்.

'ரகுவீருக்கு ரிஸ்தா, ஆமாம் என்னைக்கு இருந்தாலும் இந்தக் கட்வாக்-குக் கல்யாணம் ஆகும் தானே, இப்பவே லேட் சிரிக்காமல் விட்டு முகமும் முதிர்ந்து இருக்கு, அவனும் கூடப் பளிங்கு சிலை ஏதோ சொன்னானே, ஆங் கடவுள் பளிங்கு சிலை போலச் சிருஷ்டித்து இருப்பார், அப்படித் தான் சொன்னான். அப்ப ஷப்னம் ஆண்டி ஏற்கனவே சொல்லி இருபாங்க இவளைப் பற்றி, என நினைத்தவள் பார்ப்போம் அந்தப் பளிங்கு சிலை எப்-படி இருக்கு என்று, சிருஷ்டியைப் பார்த்தாள்.

நல்லா தான் இருக்கா, என்னைவிட உயரம், நிறம் அதிகம். சிரித்த முகமா பேசிக்கொண்டு இருகக்கா ஓகே தான்' என அவள் அவனுக்குப் பெண்ணைப் பார்த்தாள்.

ஹரிணி சொன்னதைச் செய்யும் விதமாக, ரகுவீர் சிருஷ்டியைத் தவிர்த்து, அவர்கள் அறியாமல் மற்றவர்களைச் சின்னச் சின்ன டாஸ்க்கேம் நடந்த இடத்துக்கு விளையாட அழைத்துச் சென்றாள் ஜானகி.

மனதின் ஆசைகள் வளர்ந்து ஓர் உரு கொள்ளும் முன்,அதை அறி-யாமல் நாம் செய்யும் பிழைகள் நம் வாழ்வை நோகச் செய்யும். ஒருவரை ஒருவர் அறிந்து கொள்ளாமல் ஆற்றும் செயல்கள் ,புரிதலின் குறைபாடு புதுப்புது பிரச்சினைகளை உருவாக்கும். நம் ஜானகியும், ரகுவீரும் அந்தச் சுழலில் தான் சிக்குகிறார்கள்.

சிருஷ்டி மேத்தா, அவளை ரகுவீருக்கு அறிமுகம் செய்து வைத்த ஹரிணி, தன் வேலை முடிந்தது என அவ்விடம் விட்டு நகர்ந்தாள். ரகுவீ-ரும்,அவளோடு ஓரிரு வார்த்தை பேசி அகன்று விடலாம் என நினைத்துப் பேச, சிருஷ்டி வார்த்தைகளை, சிருஷ்டித்துப் பேசிக் கொண்டே இருந்தாள்.

அவன் அம்மாவின் விருந்தினர் ஆகையால், முகம் முறிக்கவும் முடியா-மல் பேசிக் கொண்டே இருந்தான். யாராவது காப்பாற்ற வருவார்கள், அவர்-களுடன் பேசியபடி தப்பிக்கலாம் என ரகுவீர் ப்ளானில் ஜானகி தண்ணீர் ஊற்றினாள். அங்குச் சின்னச் சின்னக் கேம் நடத்தி ஜெயித்தவருக்குப் பரிசு, தோற்றவருக்குப் பெனால்டியாகப் பாட்டு,டேன்ஸ் என நடந்தது.

நிச்சயிக்கப்பட்ட ஜோடிகளுக்கான கேம்,என அறிவிப்பு வர மஞ்சரி ராஜை இழுத்துக் கொண்டு மேடை ஏறினாள். பாலன்,அம்ரூவை கூப்பிட அவள் மாட்டேன்,என மறுத்தும் விடாமல் அனைவருமாக மேடை ஏற்றி-விட்டனர்.

ஜோடிப் பொருத்தம் நடத்த பாலன் அம்ரூ எல்லாம் க்ளீயர் செய்தனர்.

ராஜ் மஞ்சரியில், ராஜ் முக்கால் வாசி கோட்டை விட்டான். மஞ்சரி முறைத்துக் கொண்டே ஏதோ கொஞ்சம் சொன்னாள்.

பெனால்டியாக ராஜ், மஞ்சரியை நிறுத்தி. Mr.ராத்தோட், வுட்பீ யை பற்றி இப்படி ஒன்னுமே தெரியாமல் எப்படிச் சமாளிப்பீர்கள்..ப்ளீஸ் ஒரு டெமோ, நிறைய ஆண்களுக்குத் தேவைபடுது எனக் கேட்டனர்.

மஞ்சரி நிஜமாகவே கோபமாக நிற்க, பேபி,பேபி என்று ரோஸ், சாக்லேட் ஐஸ்க்ரீம், கடைசியில் கையில் ஒரு கிஸ் அடித்து மண்டியிட்டு அவளுக்காக வாங்கிய ப்ரேஸ்லெட்டை கொடுத்தான். அவள் கன்னங்கள் செம்மையுற ஹோ... என அனைவரும் ஆரவாரம் செய்தனர்.

இதற்குள் ரகுவீர், சிருஷ்டியுடன் வந்து சேர்ந்தான். ஒரு ஹிந்தி பாட-லுக்கு டான்ஸ் ஆட,மகளிர் அணி களமிறங்கியது

மயூரி மஞ்சரி, தீப்தி,அமிர்தாவையும் இழுத்துச் சென்றவர்கள்,ஜானகியை நடுவில் நிறுத்தி, அதிக அசைவு இல்லாமல், டான்ஸை நகர்த்தினர். விண்-ணில் இருந்த தாரகைகள், மண்ணில் வந்தது போல் இருந்தது.

கரோக்கே பாட்டுப் பாடப்பட்டது, மியூசிக் ரெக்கார்ட்டட் ,பாடல் வரிகள் டிஸ்ப்ளேவில் வரும். இதில் ஆளுக்கு ஒரு பாடல் தேர்வு செய்து, மாறி மாறி ஆண் பெண் என அனைவரும் பாட, சிலர் வேற்று மொழி பாடல்களையும் பாடினர். ஜானகி தமிழ்ப் பாடலில்,

"ஒரு பொய்யாவது சொல் கண்ணே,
உன் காதல் நான் தான் என்று,
அந்தச் சொல்லில் உயிர் வாழ்வேன்"

என மனதிலிருந்து உருகிப் பாடினாள். அவள் கண்களிலிருந்து கண்ணீர் வழிந்தோட மொழி புரியாதவர்களும் கூட உணர்ச்சி வயப்பட்டு நின்றனர்.

அமுதன் பாலன்,அமிர்தா ராம் என மொழி புரிந்தவர்கள், இவள் யாரை நினைத்து இப்படிப் பாடுகிறாள் என அதிர்ச்சி அடைந்தனர். மொழி புரியா-மல், அவளின் மனதை உருக்கிய பாடலில் லையித்து இருந்தனர் மற்றவர்.

ரகுவீர் ஜானகியை, உன்னிப்பாகப் பார்த்துக் கொண்டு இருந்தான். அவள் கண்ணீர் அவனை என்னமோ செய்தது, அவளை அணைத்து ஆறு-தல் படுத்தத் துடித்தது அவன் கரங்கள். பாடி முடித்த ஜானகியை,அமுதன் தன்னோடு கை வளைவில் அணைத்து, "சூப்பர் ஜானூம்மா" என உச்சி முகர்ந்தான். அவளைச் சமாளிக்க, அவள் அண்ணன் செய்த செயலில் கண்ணீர் கரைந்து, புன்னகை ஒட்டிக் கொண்டது.

யுவர் அடென்சன் ப்ளீஸ், என அனைவரையும் அழைத்தார் அந்த அமைப்பின் செகரெட்டரி. "இங்குக் கூடியிருக்கும் அனைவருக்கும் வணக்கம். இன்னும் சில மணித் துளிகளில் புத்தாண்டு பிறக்கப் போகிறது. இந்த முறை வித்யாசமாக கொண்டாட நினைக்க, தி லீடிங் ப்ராண்டட் சர்டிங் சூட்டிங் நிறுவனத்திற்கு டெண்டர் நேற்று வாங்கப்பட்டது. புத்தாண்டை முன்னிட்டு இன்றே அதன் முடிவை அறிவிக்கிறோம். அதன் முடிவை இப்போது அறிவிக்க உள்ளார்.

Mr.சிங்கானியா,அந்த வின்னரை வைத்து இந்த வருடப் பிறப்பைக் கொண்டாட உள்ளோம். யாருக்கு டெண்டர் கிடைக்குமோ அவர்களே இந்தக் கேக்கையும் வெட்டி நம்முடன் இணைந்து இரட்டை மகிழ்வைக் கொண்டாடுவார்" என அறிவித்தார்.

"குட் ஈவினிங் லேடீஸ் அண்ட் ஜெண்டில் மென். இங்குப் புத்தாண்டை வரவேற்கும் மகிழ்ச்சியில் இருக்கிறோம்.நாங்கள் எங்கள் ப்ராண்ட்டை, மேலும் பல நாடுகளுக்கு விரிவு படுத்த திட்டமிட்டு இருப்பதால், உங்கள் அனைவரின் ஆதரவைப் பெற விரும்புகிறோம். இனி வரும் நாட்களில், ராத்தோட் க்ரூப்ஸ், கபூர்ஸ்,ரெனாவத்ஸ் ,ஜான்சன்ஸ் அண்ட் தி சம்மோர் நீயுகம்மர்ஸ், உங்கள் அனைவரையும் இருகரம் கூப்பி எங்களுடன் இனைந்திருக்க வேண்டுகிறேன்"

""நவ், இம்பார்டன்ட் அனோான்ஸ்மென்ட். டென்டர் ரிசல்ட், இப்போது சொல்லக் கடைமை பட்டுள்ளேன். தாங்ஸ் டு செகரெட்டரி, டு அலோ மீ,பார் தி அனோன்ஸ்மென்ட்.நாங்கள் இந்தக் காண்ட்ராக்ட் ராத்தோட் க்ரூப்ஸின்,

ஸ்வர்னி மில்ஸ்க்குக் கொடுக்கிறோம். தே சப்மிட்டட் ,எப் பென்டாஸ்டிக் டென்டர், ப்ரைஸ் அண்ட் தி ப்ராமிஸஸ் ஆர் ஸோ நைஸ்."என Mr. சிங்கானியா இன்ப அதிர்ச்சி கொடுத்தார்.

அவர் சொல்லி முடிக்க, ரகுவீர் ஆச்சரியமும், மற்றவர்களுக்கு அதிர்ச்சியும், ஜானகிக்குப் பேரின்ப அதிர்ச்சியாகவும் இருந்தது. ஆனந்தக் கண்ணீர் பெருக்கினாள்.

"வீ வெல்கம்,mr.ரகுவீர் சிங் ராத்தோட் டு கம் ஆன் தி ஸ்டேஜ்,அண்ட் கட் தி கேக்" என்றனர்.

ரகுவீர் பெருமையும் கம்பீரமாக வந்து, ஜானகியிடம் கையை நீட்டி அழைத்தான். அவள் தயங்கத் தானே கையைத் தூக்கி எழுப்பி அவள் கையோடு கை சேர்த்து முன்னேறினான். மேடையை நோக்கி.

"குட்ஈவினிங் டு ஆல். ஐ விஷ் வெரி ஹேப்பி நீயுஇயர் டு ஆல்.

எல்லாருக்கும், சர்ப்ரைஸா இருக்கும், நான் ஒரு பெண்ணோடு மேடை ஏறியது. அப்படி எதுவும் நினைச்சுடாதீங்க, லால் மிர்ச்சி வச்சுருக்காங்க கண்ணில் தூவிடுவாங்க." என்றவுடன் சிரிப்பலை.

"ஷீ இஸ்,miss.ஜானகி தேவி சிவ குருநாதன் ஃப்ரம் தமிழ்நாடு. இவர்கள் இங்க MBA. ப்ராஜெக்ட் ட்ரெயினி.உண்மையில் இவர்கள் தான் இந்த

ப்ரபோசல் ரெடி பண்ணது. நிறைய டேட்டா, அனாலிசஸ் போட்டு இராத்திரி பகல் பாராமல் உழைத்தார்கள். இவர்களுக்குத் துணையாக miss. அமிர்த வள்ளி முருகானந்தம்pls எழுந்திரு ஸிஸ்டர்." என ரகுவீர் அழைக்க எழுந்து நின்றாள்.

"இது வெறும் ப்ராஜெக்டா நினைக்காமல் சின்சியர் வொர்க்.அவர்களுக்குத் தான் இந்தப் பெருமை சேர வேண்டும். ப்ளீஸ் கிவ் தம் எ ரவுண்டாப் அப்லாஸ் " என ரகுவீர் சொல்ல அனைவரும் கை தட்டினர்.

கேக் கட் செய்யச் செகரெட்டரி சொல்ல, "ஜான்வி, ஜாயின் வித் மீ" என அழைத்து இருவருமாகக் கே கட் செய்ய, ஷாம்பெயின் பாப்பர்,ஸ்ப்ரே சிதற வெளியே வெடி முழங்க வானவேடிக்கை, விண்ணை ஒளிர வைக்கப் புத்தாண்டு பிறந்தது. ஹேப்பி நீயு இயர் என அனைவரும், ஒருவருக்கு ஒருவர் வாழ்த்தி மகிழ்ந்தனர். ஸ்ப்ரே,பாப்பர் இவர்கள் மேல் பட மேடையில் ஒதுங்கினர் ரகுவீர், ஜானகி.

ரகுவீர் அவளை அணைத்தபடி ஓரத்தில் நிற்க அவளைப் பார்த்த நொடி, கண்ணீர் வழிந்த காதல் பாவங்கள் நினைவில் வர, தனிமையில் அவளை அனைத்து நெற்றியில் முத்தமிட்டு, "Happy new year meri ஜான்"என்றான்.

"Happy new year " என அவளும் அவனைக் கட்டிக் கொண்டாள்.

சில நிமிட இடைவெளியில் வீட்டினருடன் கலந்தனர். புத்தாண்டு வாழ்த்து சொல்லி மகிழ்ந்தனர்.பிஸ்னஸ் சர்கில் மக்கள், ராத்தோட் ஆண்களைச் சூழ்ந்து கொண்டு, வாழ்த்துச் சொன்னார்கள்.

ரெனாவத் க்ரூப்ஸ், ஜானகி சொன்னது போல் சொற்ப லட்சங்கள் வித்தியாசத்தில் காண்ட்ராக்ட்டை இழந்து இருந்தனர்.அதன் MD, ராகேஷ் ரெனாவத், ரகுவீரை நோக்கி வந்தான்.

"கண்கிராட்ஸ் Mr. ரகுவீர் ராத்தோட்."எனக் கை குலுக்கினான்.

"ஒரு பெண்ணை வைத்து டீல் க்ராக் பண்ணியிருக்கீங்க, நயே அந்தாஸ் ஹை"என்றான்.” Happy new year,Mr.ரெனாவத், அப்படிச் சொல்லக்கூடாது. ஒரு பொண்ணுன்னு என்ன இளக்காரம். அவள் MBA ஸ்டூடண்ட் அண்ட மை ட்ரைனி. இது கவுரவமானது. "என்றான் ரகுவீர்.

"குட்,கீப் இட் அப், ஸீ யூ லேட்டர் "என்றான் ராகேஷ்.

ராம் அங்கு வந்தவன் "ஹலோ Mr.ரெனாவத், க்ளாட் டூ மீட்யூ. இரண்டு நாள் கழித்து உங்களுடைய பிஸ்னஸ் மீட்இருக்கு, அதுக்கு முன்னால் இங்கே பார்த்தது சந்தோஷம்"என்றான்.

"எனக்கும் உங்களைப் பார்த்ததில் ரொம்பச் சந்தோஷம். பை த வே இங்க உங்கள் ஃப்ரண்ட்ஸ் நிறைய இருக்க மட்டாங்களே, யு கேன் ஜாயின் வித் மீ"என்றான்ரெனாவத்.

"ரொம்பச் சந்தோஷம், என் கஸின்ஸ் வந்திருக்கிறார்கள்" என்றவன்,ஒரு நிமிஷம் அமுதனை அழைத்தான்.

"ஹீ இஸ், சிவகுக அமுதன் , கன்ஸ்ட்ரக்ஷன் ரிஸார்ட்,ஸ்கூல் அண்ட் ப்ரூட்ஸ் பிஸ்னஸ்" என அறிமுகப்படுத்தினான்.

"ஹாய்,ஹலோ "என அமுதனும் பேசினான்.அதற்குள் அங்கு வந்த ஜானகி,

"அண்ணா, நான் அமித்துவை கூட்டிட்டு வீட்டுக்கு போகிறேன்." என்றாள்

ஜானகி."ராஜ் கிளம்பர மாதிரி தெரியலையே " என்று சொல்ல.

"மாம்ஸ் கூடப் போகிறோம்"என்றாள்.

அதற்குள் ராம், "ஹலோ மேடம் வாழ்த்துக்கள், ட்ரைனி லெவல்லயே கலக்குறீங்க, இன்னும் பிஸ்னஸ்ல காலடி வச்சா நாங்க தாங்குவோமா?" என்றான் ராம்.

"யோசிக்க வேண்டிய விசயம் தான், பேசாமல் உன் கம்பெனிய மாமாகிட்ட சொல்லி நான் டேக் ஓவர் பணிக்கிறேன். நீ பொட்டி கடை வச்சு பிழைத்துக்கொள்" என்றாள் ஜானகி.

"அமுதா அடி மடியிலேயே கையை வைக்கிறாடா"என்றான் ராம்.

ராக்கேஷ் அவளையே உருத்துப் பார்த்தான்.பின் ஏதோ ஏற்பாடு செய்தான்.

"ஓகே mr. ராம் நீங்க என்ஜாய்ப் பண்ணுங்கள், ஐ வில் லீவ்" என்றான்.

"ஓ சார் நில்லுங்கள்,ஒரு விஐபி யை அறிமுகப் படுத்துகிறேன்",என்றவன் ஜானகியை அழைத்தான்.

"ஜானகி யை பார்த்திருப்பீர்கள் ஸ்டேஜில் , என் கஸின் ஒரே ஊரு என்றான், ஜானகி இது mr. ராகேஷ் ரெனாவத் ."என அறிமுகம் செய்ய.

"தெரியும், லீடிங் மில்லினர். சின்னக் காண்ட்ராக்ட் எல்லாம் தொட கூட மாட்டார், கோடிகளில் தான் விளையாட்டே."என்றாள் ஜானகி.

"ம்ம், ரகுவீர் பாராட்டியதில் தப்பில்லை, இரண்டு வாரத்தில் இது கொஞ்சம் ஜாஸ்தி தான்." என்றான் ராக்கேஷ்.

"ஹேவ் எ ட்ரிங்க்" என வொயினைத் தர, அவள் முறைப்பில் ஓ, சென்னை கேர்ல் என ஃப்ரூட் ஜூஸை நீட்டினான்.

"நோ தாங்க்ஸ் என்றாள். பயம் ஓகே விடுங்கள்,ரகுவீர்க்குப் பயப்படனுமே, பாஸ்" எனச் சரியான திசையில் அடித்தான் ராகேஷ்.

"என்கிட்டயேவா", என்றவள் நா வறட்சி தெரியவும் மேங்கோ ட்ரிங் எடுத்துக் குடித்தாள்.

அவளுக்குக் கொடுத்தது போக மீதியை, வெயிட்டர் சத்தமில்லாமல்

வெளியேற்றினான்.ராகேஷ் விரித்த வளையில் தன்னை அறியாமல் ஜானகியின் அக்னி பிரவேசம் ஆரம்பம்.

மனதின் வார்த்தை-18

புதிய வருடம் ராத்தோட் குடும்பத்தினருக்கு மிகவும் சந்தோஷமாகவும், வெற்றிகரமாகவும் தொடங்கியது புதிய டெண்டர் கிடைத்த மகிழ்ச்சியைப் பேச்சிலர் ஆண்கள் கொண்டாட, குடும்பஸ்தர்கள் வீட்டுப் பெண்களை அழைத்துக் கொண்டு கிளம்புவதாக ஏற்பாடு செய்தனர்.

ராக்கேஷ் ரெனாவத் இந்தக் காண்ட்ராக்ட்டை ரகுவீரிடம் இழந்ததாகக் கருதவில்லை. அவனுடைய ஹேக்கர்ஸ்ஸை தாண்டி ஸ்வர்னி மில்ஸ்க்கு கிடைத்ததை அவமானமாக நினைத்தான். அதுவும் புது ட்ரைனி ஒரு பெண், இந்த வேலையைச் செய்தது அவனிடம் ஆக்குரோசத்தைத் தூண்டியது.

ரகுவீருக்கு ஜானகி மேல் இருந்த ஈர்ப்பை ராக்கேஷ் கவனித்-தான்.அவனுக்கு இந்த டெண்டர் பற்றிய விசயம் ஏற்கனவே தெரியும்.பார்ட்-டிக்கு வந்ததிலிருந்து, இவர்கள் அனைவரையும் கவனித்துக் கொண்டே தான் இருந்தான்.சமயம் இப்போது வாய்க்க அதனைச் செயல்படுத்த சூழலை உரு-வாக்கிக் கொண்டு இருக்கிறான்.

ராக்கேஷ் ஜானகியிடம் பழரசம் அருந்த கொடுத்த பின் அவளிடம் "காயம் ஆறிவிட்டதா" என அவள் கண்ணால் அவள் இடுப்பைக் காட்டி அவளுக்கு மட்டுமே கேட்கும் தொனியில் கேட்டான்.

"டெண்டர் க்ளோஸ் செய்து மூன்று மணி நேரம் ஆகியிருக்குமா, இந்த விபத்து நடந்த போது."என அவன் கேட்டான்.

ஜானகி பயப்படுவாள் என நினைத்ததுக்கு மாறாக கண்களால் ரகுவீரைத் தேடினாள். அவன் கண் பார்வையில் இல்லை என்றதும் நல்லவேளை என நினைத்தவள்,அவனுக்குத் தக்க பதிலடி கொடுக்க நினைத்து," Mr. ரெனா-வத், 1+1=2தான்,இதற்கெல்லாம் பயந்தால் ஆகுமா?" என்றாள் எகத்தாள-மாக.

"எனக்கு நேரமாகிறது பெட்டர் லக் நெக்ஸ்ட் டைம், ஹேப்பி நீயுஇயர்" என்றபடி அங்கிருந்து நகர்ந்தாள் ஜானகி.

இவ்வளவு நேரம் வில்லனோடு நம்ம கதாநாயகியைப் பேச விட்ட துணை நாயகர்கள் என்ன செய்யறாங்கனு பார்ப்போம்.

ரகுவீர்,ராஜ் வீர்,ரன்வீர் அவர்களுடைய பிஸ்னஸ் ப்ரண்ட்ஸூடன், மும்-மரமாக இருந்தனர். ரகுவீர் நடுநாயகமாக நின்று சிரித்து மகிழ்ந்து, மற்றவ-ரைக் கிண்டல் செய்து பேசிக் கொண்டிருந்தான். ராஜ்வீர் பிஸ்னஸ் சர்கிலு-டன் முக்கியமான விசயங்களைப் பற்றிய டிஸ்கஸனில், சில நண்பர்களுடன் நின்றிருந்தான். ரன்வீர் தன் வீட்டுப் பெண்கள் சென்றவுடன், அங்கு எஞ்சி-யிருந்த பெண்களிடம் கடலை போட்டுக் கொண்டிருந்தான்.

அமரேன்,அமர்சிங் ஆகியோர் பெண்களை அழைத்துச் செல்வதாக முடிவு ரகுவீர் இருவரிடமும் பேசிவிட்டே மும்மரம் ஆனான்.முதல் காரை அமரேன் கிளப்ப, பூனம் மஞ்சரி மயூரி அமிர்தா அதில் ஏறினர். அமிர்தா,ஜானகி வரவில்லை எனச் சொல்ல, பாலன்,ஜானகி அடுத்து வரு-வாள் நீ ஏறு ட்ராபிக் ஜாம் ஆகிறது என்றான்.எனவே அதில் ஏறினாள்.

அமரேன் வண்டி 7 சீட்டர் அங்கிருந்து கிளம்பினர்.

ஹரிணி குடும்பம் தீபதியையும் சிருஷ்டியையும் அழைத்துக் கொண்டு காரில் ஏறினர். ஹாசினி பாப்பா ஹரிணி மடியில் படுத்துத் தூங்க ரோஹன் தன் புவா தீப்தி மடியில் சாய்ந்திருந்தான்.

"சிருஷ்,உன் லக்கேஜ் எங்கே"என ஹரிணி கேட்டாள்.

"ராத்தோட் மேன்சன் ஐ மீன் ஸ்வர்னி மஹல் அனுப்பி விட்டேன்" என்றாள் அடுத்து ,அடுத்துக் கார்கள் பார்கிங்கில் இருந்து கிளம்ப அங்கே காரை நிறுத்துவது பெரும் பாடாக இருந்தது. அதனால் அமர்சிங்கும் அவசரமாக, அமரேன் மற்றவர்களை ஏற்றிச் சென்றிருப்பார் எனக் காரை கிளப்பி விட்டான்.

ரெனாவத்துடன் நின்ற அமுதன், மற்றவரைத் தேடி ரிஸப்ஸன் வரை சென்றான். எதிரே பாலன் அமிர்தாவை ஏற்றி விட்டு ஜானகியை தேடி வந்தான்.மொபைல் நெட்ஓர்க் நீயுஇயர் வாழ்த்துக்கள் அழைப்புகளால் நிறைந்து ஜாம் ஆகி இருந்தது.

ஜானகியுடன் இருந்த ராமிடம், ராக்கேஷ், புரை போனது போல் இருமி செருமி நடிக்க அவனுக்காக, ராம் தண்ணீர் கொண்டு வர ஓடினான்.

ஜானகி, கிளம்ப முற்பட ஜஸ்ட் வெயிட் உங்கள் ப்ரண்ட் வரட்டும் என நேரத்தைக் கடத்தினான் ராக்கேஷ்.ஒருவழியாக ராம் வரவும், ஜானகிக்கு தலை சுற்றவும் சரியாக இருந்தது. தண்ணீரை ராக்கேஷிடம் கொடுத்தவன் ஜானகி தள்ளாடுவதைப் பார்த்து அவள் கையைப் பிடித்தான். அவள் மயங்கிச் சரிய, ராம் தோளில் தாங்கினான். ஜானகி, ஜானகி எனக் கன்னத்தைத் தட்ட,அவளுக்கு விழிப்பு இல்லை.

"Mr. ராம், நீங்க அவர்களைக் கூட்டிட்டு போங்க" என்றான் ராக்கேஷ்.

"இவள் அண்ணன் வருவான்"என அவன் தயங்க,

"நான் சொல்லி அனுப்புகிறேன் நீங்க கூட்டிட்டுப் போங்க" எனக் கரிசனையாக நடித்து அனுப்பி வைத்தான்.

ராம், ஜானகியை கைதாங்கலாக அழைத்துச் செல்ல, அங்கே நிறையக் கப்பில், ஆணோ பெண்ணோ மயங்கி மற்றவர் கைகளிலிருந்தனர்.

"பனை மரத்துக்கு அடியில் நின்று பாலைக் குடித்தாலும் கள் என்றே சொல்லுவர்" அந்தக் கதை தான் ஜானகிக்கும் நடந்தது.ராம்- ஜானகியை ,பல ஆங்கிலில் ஒருவன் போட்டோ சுட்டுத் தள்ளிக்கொண்டிருந்தான்.

ராம் அவளைத் தூக்கிக் கொண்டு லிப்டில் நுழைந்தான். பின்னர் அவள் தங்கியிருந்த தளத்துக்குச் சென்று, கையில் ஜானகி இருந்ததால், வெயிட்டரை கதவைத் திறக்கச் சொல்லி, உள்ளே சென்றான்.அவளைக் கட்டிலில் கிடத்தினான். இவை அனைத்தும் ஒருவனால் போட்டோ எடுக்கப் பட்டது.

அமுதனும், பாலனும் பார்ட்டி ஹாலுக்கு வர, ராக்கேஷ் நடந்ததைச் சொல்லி, அறைக்கு அனுப்பி வைத்தான். சகோதரர்கள் இருவரும் ராம் அறைக்குப் பதறித் துடித்து வந்தனர்.

ராம்,"திடீரென ஜானகி மயங்கிட்டாள் அமுதா,நான் தூக்கிட்டு வந்தேன். டாக்டரை வரச் சொல்லவா?" எனக் கேட்டான்.

"இல்லடா, வலி மாத்திரை போட்டது அசத்தும் என நினைக்கிறேன், சாய்ந்திரம் ரொம்ப நேரம் கழித்துத் தான் எழுந்தாள். சரி டிஸ்டப் பண்ண வேண்டாம். நான் இங்க இவளுக்குத் துணைக்கு இருந்துக்கிறேன், நீங்க இரண்டு பேரும் போங்க" என்றான் அமுதன்.

வெளியே செல்லும் போது ஜானகி தூங்குவதைக் கருத்தில் கொண்டு,"Don't disturb" அட்டையைப் போட்டார்கள்.மேலே,ட்ரிங்ஸ் பார்ட்டி நடந்தது. ரகுவீர் கர்டசிக்காக ஒரு பெக் மட்டுமே எடுத்தான்.

இன்று அவன் மனதில் ஜானகி நிறைந்து இருந்தாள். அவளின் பாட்டு அவனுக்கு மிகவும் பிடித்துப் போக, அதன் அர்த்தம் அறியும் ஆவல் ஏற்பட்டது.

அமிர்தாவின் உதவியால், பாட்டின் அர்த்தத்தை இங்கிலீஸ் அறிந்துக் கொண்டான். இத்தனை செலபரேஷனுக்கும் நடுவில், இதனையும் அறிந்தான்.

ராக்கேஷ், ரகுவீரின் மகிழ்ச்சியைக் குலைக்கத் தீர்மானித்தான்.டிரிங்ஸ் பார்ட்டி நடக்கும் இடத்தில், இயல்பாகப் பேசுவது போல் பேசினான்.

ஜானகியைப் பற்றிப் பாராட்டி, "வெரி டேலண்ட்டட் "என்றான். பின்னர் "அவர்கள் ஊர் பிஸ்னஸ் மேன், மில் ஓனர் mr.ராம்னு ஒருத்தர், இவங்கக் கிட்ட சரண்டர் ஆகிட்டார்ரிலேடிவ்ஸ் போல.லவ் பண்றாங்க போல Mr.ராம்க்கு என்னுடைய வென்சர் இருக்கிறது, அதான் இந்த டீடைல்ஸ் தெரியும்" எனப் பீலா விட்டான்.

ரகுவீர்."Mr.ரெனாவத் தேவையில்லாமல் எதற்கு மற்றவர்கள் பெர்சனல்ல தலையிடுவது" எனக் கடிந்தான்.

அதற்கு மற்றொருவர் ராக்கேஷ் ஏற்பாடு செய்த ஆள் "ஆமாம் mr.ரெனாவத், நான் கூடப் பார்த்தேன் அந்தப் பொண்ணு mr.ராத்தோட் கூட மேடை ஏறினார்களே, அவங்க இப்ப தான் ஒருத்தரோடு ரொம்ப க்ளோசா போனார்கள்" என்றான்.

ரகுவீரின் இழுத்துப் பிடித்த பொறுமை பறக்க, அந்த மற்றவனின் சட்டையைக் கொத்தாகப் பிடித்தான்.அனைவரும் வந்து விலக்கி விட்டனர்.

"ஹலோ மிஸ்டர், இவ்வளவு நம்பிக்கை அந்தப் பொண்ணு மேல இருந்தால், வாங்க போட்டேஜ் பார்ப்போம்" என்றான்.

"நீ இவ்வளவு சொன்ன பிறகு வா",என இழுத்துக் கொண்டு செக்யூரிட்டி கேமரா அறைக்குச் சென்றான்.

அங்கே,இவர்கள் சொன்ன நேரத்தில் ராம்,ஜானகியுடன் லிப்டில் ஏறியது, கீழ் தளத்தில் வந்தது. அவன் அறைக்குள் சென்றது வரை பார்த்து விட்டு அந்த அறையில் இருந்து வெளியேறினான்.ரகுவீர்.கூடக் கொஞ்ச நேரம் பார்த்து இருந்தால் அமுதன்,பாலன் வந்தது தெரிந்திருக்கும்.

அதற்குள் அந்த ரூமை சென்று பார்க்க, ராமின் பெயரில் ரூம் பதிவில் இருந்ததும், வெளியே தொங்கிய அட்டை, ரெனாவத் ஆட்கள் செய்த மாறாட்டம், எல்லாம் சேர்ந்து, ரகுவீரை பாருக்கு முன் கொண்டு வந்து நிறுத்தியது.

ஒருவன் எவ்வளவு பெரிய ஆளாக இருந்தாலும், அன்பு அவனை அடி-மைப் படுத்தும், அங்கு ஏமாற்றம் வரும் போது சிந்தனை சக்தியை மறந்து, கண்டதே காட்சி கொண்டதே கோலம் என மனம் பேதலிக்கும். இன்று ரகு-வீர் நிலையும் அதுவே.

ரகுவீர் முகம் கோபத்தில் தகித்தது பெண்களையே பார்க்காதவன் அல்ல ரகுவீர், ஆரம்பக் காலக் கட்டத்தில் அவன் மீது வந்து விழுந்த பெண்கள் அநேகம். அவர்கள் இவனிடம் அத்துமீறி உரசிப் பேச முயல, இந்தக் கடுமை முகமூடியை அணிந்து கொண்டான்.

ஜானகி, இவர்களிலிருந்து வேறு பட்டால், அவளின் நிமிர்வும், நிறையக் குணங்கள், பண்புகள் தன் புவாஷாவை நினைவு படுத்தின.அவள் அவனை அணுகும் முறையில் என்றுமே தாயின் கரிசனை இருக்கும். இதுவே அவனை அவளிடம் ஈர்த்தது.

இன்று நடு இரவு வரை இனிமையாகக் கழிந்த பொழுது, இப்போது தன் மனதை நோகடித்து, இவ்வளவு மோசமான நிலைக்குக் கொண்டு வரும் என அவன் நினைக்க வில்லை.

ஒவ்வொன்றாக நினைத்து பெக் உள்ளே இறங்க, நிதானம் தாண்டியது. ராஜ் வீரும், ரன்வீரும் அவனைத் தேடி வந்தவர்கள், பாரில் போதையுடன் தன்னிலை இல்லாத பய்யாவைக் கண்டு அதிர்ந்தனர்.

ரகுவீரை, பய்யா பய்யாவென மாறி மாறி அழைக்க, எனக்கு இங்க வலிக்குதுடா என நெஞ்சில் கை வைக்க. ஹார்ட் அட்டாக்கோ எனப் பயந்து, யாராவது டாக்டர் இருக்கிறார்களா என விசாரித்தனர். பார்ட்டியில் இருந்த ஒரு டாக்டர், பரிசோதித்தார்

.

'நத்திங்க் டு ஒரி. ட்ரிங் கொஞ்சம் ஜாஸ்தி. வீட்டுக்கு கூட்டிட்டு போங்க, காலையில் ஹேங் ஓவர் ஆனால், இந்த டேப்லட் கொடுங்கள் என ப்ரிஸ்க்-ரைப் செய்தார்.

அதற்குள்,அங்கே வந்த பாலன். "ஜானகி, மெடிசன் எபக்ட்ல தூங்கிட்-டாள். அமுதன் கூட இருக்கிறான். நாங்க காலையில் வீட்டுக்கு கூட்டிட்டு வர்றோம்.

1'o clock flight, பத்து மணிக்கு, மயூரி, மஞ்சரியை தயாரா இருக்கச் சொல்லுங்கள்" என்றான் பாலன்.

ஓகே பய்யா,நிலைமை சரியில்லை, நாங்கள் கிளம்புகிறோம் எனக் கூறி விடை பெற்றனர் வீர் ப்ரதர்ஸ்.அந்த இரவு எவ்வளவு சந்தோஷத்தை அளித்ததோ,அதே அளவு வேதனையையும் தந்தது ரகுவீருக்கு.

ஆனால் ஜானகி மகிழ்ச்சியான மனநிலையுடன் எதையும் அறியாமல் ராக்கேஷ் தந்த மயக்க மருந்தில் நிம்மதியாய்த் தூங்கிக்கொண்டு இருந்தாள்.

புது வருடத்தின் முதல் நாள், ஜானகி வாழ்வில் என்ன மாற்றம் கொண்டு வர இருக்கிறது. பொறுத்திருந்து பார்ப்போம்.

மனதின் வார்த்தை-19

அரேபியக்கடலின் அலைகள் இந்தியாவின் மேற்கு கடற்கரையோரம், கொஞ்சி விளையாடிக் கொண்டு இருந்தன. இரவெல்லாம் மேற்கத்திய பாணியில் கூத்தும ,பாட்டும், கும்மாளமாக இருந்த மும்பை வாசிகள் காலை-யில் கவிழ்ந்து அடித்து நித்திரையில் இருக்க, சூரிய பகவான் மட்டும், மட்-டம் போடாமல் அதிகாலையில் ஆஜரானார்.

அந்த அடைக்கப் பட்ட கண்ணாடிக் கதவுகளின், திரைச்சீலைகளைத் தாண்டி, உள்ளே வந்த கள்வன், ஜானகியின் கன்னங்களை வருடியும் கண்களைக் கூசச் செய்தும் எழுப்பி விளையாடினான்.கட்டிலில் புரண்டு படுத்து,கண் விழிக்காமல் போர்வையை இழுத்துப் பொத்தி படுத்தாள் ஜானகி.

"ஏய், ஜான்வி, மணி ஏழாச்சு எந்திரி" என்றான் ரகுவீர்.

"என்னால் கண்ணை முழிக்கவே முடியலை, இன்னும் கொஞ்சம் நேரம் தூங்குகிறேன் ப்ளீஸ்"என அவள் கெஞ்சினாள்.

"ஓ மேரி ஜான்நீ இப்படிக் கேட்கும் போது, எழுப்ப மனசே வரலை ஆனாலும் வேற வழி இல்லை வேலை நிறைய இருக்கிறது, காண்ட்ராக்ட் வாங்க தெரிஞ்சது வேலை பார்க்கத் தெரியாதா, எந்திரி மேரி லால் மிர்ச்சி" என்றான்.

"ம்ம்ம்..உன் வேலையை என் தலையில் கட்டாதே .போ கட்வா "எனக் கண்ணைத் திறக்காமல் போர்வையை மூடினாள்.

இரு வருகிறேன், என அவள் போர்வையை இழுத்து அவளின் இரு-புறமும் கைகளை ஊன்றி அவள் முகத்தில் தன் ஒரு நாள் தாடியால் தேய்க்க முதலில் கூசி பின் குத்தியது. பின் முகத்தைக் கையில் ஏந்தி, கற்றை முடியை முகத்திலிருந்து ஒதுக்கி, அவள் நெற்றியில் முட்டி எந்திரி ஜானும்மா எனக் கொஞ்சினான்.அவன் அன்மையும், ஆஃப்டர் ஷேவ் லோசனும் கலந்த அவன் மணத்தில் மேலும் கண்ணை இறுக்கமாக மூடிக் கொண்டாள் ஜானகி. அவளைக் கிச்சுக் காட்டி எழுப்ப நினைத்து வந்தவன், முடிவை மாற்றி எழுந்து திரைச் சீலைகளை முழுவதும் விலக்கினான்.

"ஜானகி, ஜானூ ஜானும்மா, எந்திரிடா ரூமை காலி செய்யனும் , ப்ளைட்டுக்கு நேரமாகிடும்" என்ற குரல் எழுப்பக் கஷ்டப்பட்டுக் கண் திறந்-தாள் ஜானகி. அமுதன் திரைச்சீலைகளை ஒதுக்கிக் கொண்டு இருந்தான்.

தலை சுற்றியது. தலை வலியும் இருந்தது. "ஜானகி" என அழைத்தபடி அமுதன் முன்னே நின்றான். திரைச்சீலை வழியாகக் கள்ளத் தனமாக

வந்த கதிரவன், இப்போது ஜானகியின் கன்னத்தில் பளபளவென ஒளிர்ந்து கொண்டு இருந்தான்.

தன்நிலை அடைந்தவள் ரகுவீரை இங்கும், அங்கும் தேடினாள்."வீருஜீ, எங்கண்ணா?" என ஜானகி கேட்டாள்.

"ஜானகி, அவர்கள் நைட்டே வீட்டுக்கு போய்ட்டாங்க. நீ மாத்திரை எபெக்ட்ல, பார்டியிலயே ராம் பக்கத்தில் மயங்கிட்ட. அவன் தான் உன்னை ரூம்க்கு தூக்கிட்டு வந்தான். " என்றான் அமுதன்.

"நீ ஃப்ரெஷ் ஆகு, அதில் உன் ட்ரெஸ் இருக்கிறது. கம் ஆன் குவிக் " என்றான் அமுதன். ஜானகி குளியலறை சென்றவள் அப்ப ரகுவீர் எனத் தன் கன்னத்தைத் தடவிக் கொண்டவள், கனவா என வெட்கிச் சிவந்தாள். நல்ல வேளை ஒண்ணும் உளறவில்லை, எனச் சமாதானம் ஆனாள்.

"ஜானகி, சீக்கிரம் வா" என்ற அமுதனின் குரலில் சுறுசுறுப்பு அடைந்தாள்.

ஒரு சல்வார் கம்மீசில் வந்தவள், ஐந்தே நிமிடத்தில் தயாரானாள்.

ராமிடம் விடை பெற்று, ராத்தோட்களின்ஸ்வர்ன மஹலுக்கு வந்தனர். ஜானகி வழி நெடுக, யாருடனோ பேசிக் கொண்டே வந்தவள்.

"ஓகே,வாசலில் நில்லுங்கள் இன்னும் ஐந்து நிமிடத்தில் அங்கே இருப்பேன்." என்றாள்.அமுதன்,பாலன்,ஜானகி ராத்தோட் வீட்டுக்கு வந்து சேர, ஒரு பெரிய போட்டோ ஃப்ரேமை பிடித்தபடி இரண்டு ஆட்கள் நின்றனர்.

"தாங்க்ஸ்,தாங்க்ஸ் எ லாட் .ஹேப்பி நீயுஇயர்" என அந்த வேலை ஆட்களின் கையில் இரண்டாயிரம் ரூபாய் நோட்டை வைத்து அழுத்தினாள்.

அங்கு ஸ்வர்ன மஹல் செக்யூரிட்டியிடம், இந்தப் பார்சலை மூன்றாம் தளத்தில் வீட்டுக்கு எடுத்து வரச் சொன்னாள். கேள்வியாக நோக்கிய அண்ணன்களிடம் சர்ப்ரைஸ் என்று மட்டும் சொன்னாள்.

மூவரும் வீட்டுக்குள் நுழைந்த நேரம், பூஜை மணி அடித்தது.இவர்களும், அங்கு வணங்கிக் கொண்டு இருந்த பெரியவர்கள் உடன் சேர்ந்து, இந்த வருடத்தில் தன் தாயை அவள் குடும்பத்துடன் சேர்க்கச் சொல்லி, மனமுருகி வேண்டினர்.

பூஜை முடித்துத் திரும்பிய தாதிஷா அண்ணன் தங்கையின் பிரார்த்தனையைக் கண்டு உங்கள் ஆசைகள் நிறைவேறட்டும் என ஆசீர்வதித்தார். இவர்கள் , தங்கள் தாய் வழி தாத்தா பாட்டியிடம் காலில் விழுந்து வணங்கி எழுந்தனர்.

தாத்தா,ஆச்சி உங்களுக்கு ஒரு சர்ப்ரைஸ், நியுஇயர் கிப்ட் எனச் சொல்லி வாசல் அருகில் கூட்டி வந்தாள். இரண்டு வீட்டு வேலையாட்கள் ஆளுயர போட்டோ தூக்கி வந்தனர்.

அதைத் திறந்து பார்க்கப் பெரியவர்களை அழைத்தாள்.அங்கே பெரிய படத்தைப் பார்த்துப் பெரியவர்கள் ஒன்று கூட, ஜானகியும் அமுதனுமாகச் சுற்றியிருந்த உறையைப் பிரித்து எடுத்தனர்.

அதில் ராமர் பட்டாபிஷேகம் தஞ்சாவூர் ஓவியமாக, தங்க ஜரிகைபேப்பர்கள்

நவரத்தின கற்கள் பதிக்கப்பட்டுக் கம்பீரமாக நின்றது.ராம், ராம் எனத் தாதாஷா,தாதிஷா கண்ணில் ஒற்றிக் கொண்டனர். தாதிஷா, ஜானகியை அணைத்து முத்தமிட்டார்.

உன் கைராசி, ராமன் வந்துட்டான், சீதா தேவி மகா லெட்சுமியா, காண்ட்ராக்டா வந்திருக்கா என் மகளும் வந்து சேரனும், எனப் பட்டாபிஷேக ராமன் முன், ஜானகி அமுதனைச் சாட்சியாக வைத்துவேண்டினார்.

வீட்டில் அனைவரும் அந்த ஓவிய ராமனின் அழகு அம்சத்தை வியந்து, புகழ்ந்து வணங்கினர்.ராத்தோட்கள் தங்களைச் சூரிய வம்சமாகவே கருதினர்.

எனவே பட்டாபிஷேக ராமர் வந்ததும், சாட்சாத் மகாலெட்சுமியாகக் கோடிகளில் காண்ட்ராக்டும் ஜானகி மூலமே புது வருடத் தினத்தில் வந்ததும் அவர்களுக்கு அதிட்டமாகத் தோன்றியது. என்றும் வாய் திறவாத கஜேந்தரே ஜானகியைப் பாராட்டி, வாழ்த்துச் சொன்னார். ஸர்குன் அந்தப் பெயின்டிங்கின் ரிச்னஷ் கண்டு, பரவாயில்லை இவளுக்கும் ஒரு க்ளாஸ் உள்ளது என நினைத்தார்.

ராஜேன் ஷப்னம், மிகவும் மகிழ்ந்து இருந்தனர்.அமரேன் மூலம் மில் டீல் பற்றி அறிந்து மகிழ்ந்தனர். அமரேன்,பூனம் ஜானகியைக் கட்டி அணைத்து நன்றி சொன்னார்கள். ஜானகி முறைக்கச் சரி சொல்லலை போதுமா என்றனர்.

"எங்கே உங்கள் ஜூனியர்ஸ் யாரையுமே காணோம்"என ஜானகி கேட்டாள்.

"நைட் பார்ட்டி முடிந்து வீட்டுக்கு வரவே ரொம்ப லேட், 3 அவர்ஸ்,நல்ல வேளை நீ வரலை" என்றார் பூனம்.

"ஏண்டா நீ மட்டும், அந்த டிராஃபிக் டார்சரை மிஸ் பண்ணிட்டயே"என அமரேன் கேட்டார். "நேத்துப் பார்ட்டியில் மயங்கிட்டாள், ஏதோ சரக்கு அடிச்ச மாதிரி.ராம் தான் ரூம்முக்கு தூக்கிட்டு வந்தான்." என்றான் பாலன்.

"ஏண்டா,டேப்லட் ஓவர் டோஸா காயம் ஆறிடுச்சா"எனக் கேட்டார் அமரேன்.

"ஓகே மாம்ஸ் சரி ஆகிகிட்டே இருக்கு" என்றபடி சாப்பாடு பரிமாறப் போனாள்.

"நீ உட்காரு என்ற ஷப்னம், அனைவருக்கும் ஸ்வீட்டுடன் ஆரம்பித்து, க்ராண்ட் காலை உணவை பரிமாறினார்.எல்லாரும் சாப்பிட்டு முடித்த பின் அமுதன் வாட்ச்சை திருப்பிப் பார்த்துக் கொண்டே இருந்தான். மயூரியும் மஞ்சரியும் இன்னும் கீழே வரவில்லை.

பூனம், ஜானகியை அழைத்து, "மேல போய்ப் பார்த்துட்டு வா, ப்ளைட்டுக்கு நேரம் ஆகிறது,இரண்டு பேரும் சீக்கிரம் கிளம்பி வராதுங்க" என அனுப்பி வைத்தார்.

இதற்கு முன் ரகுவீரின் நேற்றைய நிலையை பார்ப்போம். ரகுவீரின் சகோதரர்கள் இருவரும் அவனைக் காரில் அழைத்துக் கொண்டு வர,சுமார் ஒரு மணிநேரம் ஆகியது. அதில் பாதிப் போதை, மீதி புலம்பல் என இருந்-தான். ஆனால் வார்த்தைகள் தெளிவாக இல்லாததால், ஒன்றும் புரிய-வில்லை.

இருவரும் நேராக அவர்கள் தளத்திற்கு தோளில் சுமந்து சென்றனர். ரகுவீர் சோசியல் ட்ரிங்கர் தான், கர்டசிக்காகப் பல நேரம் கையில் மட்டுமே வைத்திருப்பான். இன்று ரகுவீரை இந்த நிலையில் பார்த்தில் தம்பிகள் இரு-வருக்கும் அதிர்ச்சி தான். இன்று காண்ட்ராக்ட் கிடைத்ததில் மகிழ்ச்சி தான் இருக்கும், அதற்கு இவனுடைய ரியாக்ஷன் இதுவாக இருக்காதே என யோசித்தனர்.

அவர்களும் மிகவும் அசதியாக இருந்ததால் ரகுவீரை அவன் ரூமில் இரவு உடை மாற்றிப் படுக்க வைத்தனர். ரன்வீர், ராஜ்வீரும் தங்கள் அறைக்குச் சென்றுவிட்டனர்.ரகுவீர் தன் அறையின் அந்தப் பெரிய கட்டி-லிலும் கூட ஒருநிலையில் இல்லாமல், உருண்டு புரண்டு மன உளைச்சல் மிகுந்த உறக்கத்திலிருந்தான்.

ஜானகி, மேல் தளங்களுக்கு அதிகம் சென்றது இல்லை. ஏதாவது பேச வேண்டும் என்றாலும் ஆபீஸ் ரூமில் பேசுவார்கள்..இவள் மேலே லிப்டில் இருந்து வெளியேறும் முன் மயூரியும் மஞ்சரியும் அடுத்த லிப்டில் கீழே இறங்கி இருந்தனர்.

ஜானகி, ஆறாம் தளத்தில் இறங்கியவள் அதில் நான்கு அறைகள் இருக்க, ஒவ்வொன்றும் உள்பக்கமாகத் தாழ் இடப் பட்டிருந்தது. நடுவிலி-ருந்த அறை இவள் பிங்கர் பிரிண்ட் கொண்டே திறந்தது, மயூ,மஞ்சு என்ற-படி உள்ளே நுழைந்தாள்.

முதல் வரவேற்பறையில் யாரும் இல்லை, படுக்கையறையைத் திறந்து பார்த்தாள் கட்டிலில் யாரும் இல்லை, கட்டில் தலை மாட்டில் அதைத் தாண்டி, டிரஸ்ஸிங் ரூம் கதவைத் தட்டுவதற்காக, ஒரு அடியெடுத்து வைத்-தால். கால் இடறி எதன் மேலோ விழுந்தாள்.

குப்புற அடித்து விழுந்தது ரகுவீர் மேல்தான். அவன் இரவில் உருண்-டவன் கீழே விழுந்து கிடந்தான்.அவன் மேல் இவள் விழுந்தாள். ஜானகி விழுந்த அதிர்ச்சியில் முகத்தைச் சுழித்தான். ஜானகி அவன் மேல் படர்ந்து அவன் முகத்துக்கு நேரே இவள் முகம் இருந்தது. அவள் அதிர்ச்சியில் கண்கள் பிதுங்கி வெளியே வந்த விடும் போல் பார்த்தாள். அவளை உணராத தூக்கத்திலிருந்தான் ரகுவீர்.அவளோடு சேர்ந்து புரண்டு ஒருக்க-ளித்துப் படுத்தான். தலையணையைக் கட்டி அணைப்பது போல் அவளின் மேல் கை,காலை போட்டபடி அனைத்துப் படுத்திருந்தான்.

அவள் அவஸ்தையாக நெளிய அதில் கண்விழித்து, போதை தெளியா-மல் இருந்ததால் யோசிக்கும் திறன் மட்டுப்பட்டு இருக்க, ஆதரவு கிடைத்-

தாற் போல், அவள் கழுத்து வளைவில் முகம் புதைத்து தூக்கம் தொடர்ந்தான், அவள் விடுபட முயல பிடிவாதமாக அணைப்பு இறுகியது. ஜானகி ஒரு திகைத்துப் போனாள்.

"வீரூஜீ, சோடியே முஜே"என அவனை விடச் சொல்லி, காதுக்கு அருகிலிருந்து சொன்ன போதும் அவனால் கண்களைத் திறக்க முடியவில்லை. மேலும் அணைப்பு இறுக, பெண்மைக்கே உரிய அச்சத்துடன் தன் சக்தி முழுவதும் பிரயோகித்துத் தன்னைப் பிரித்து எழுந்தாள்.

கண்ணீர் பிரவாகமாக வந்தது அவளுக்கு, ரகுவீர் போதையில் இருப்பதும், அதை மீறி, இன்று வரை தவறான பார்வை பார்க்காதவன், இன்று அவளிடம் அத்து மீறியதும் கண்டு மனம் பொறுக்கவில்லை. அவன் தன்னிலை மறந்து கீழே கிடப்பதும் மனது கேட்க வில்லை.தன்னை சமாளித்துக் கொண்டு முன்னறைக்குச் சென்று, ஹாலுக்குச் செல்லும் கதவைத் திறந்தாள்,

அங்கே வாசல் எதிரே ராஜ் நின்று கொண்டு இருந்தான் உள்ளே வருவதற்காக, கதவைத் தள்ளிய படி. ஜானகியை ,ரகுவீர் ரூமில் பார்த்து வியக்க, "மயூ அறையென்று நினைச்சு வந்துட்டேன்" என்றவள் தயங்கி,"உங்க பய்யா, நிலைமை சரியில்லை, பெட்டுக்கு கீழே விழுந்து" எனச் சொல்ல முடியாமல் தயங்க.

ராஜ் வீர் பாய்ந்து சென்றான், பின்னோடு ஜானகியும் எட்டிப் பார்க்க அப்போது தான் தூக்கம் கலைந்து கொண்டு இருந்தான்."பய்யா, என்ன இப்படி"என ரகுவீரை பார்த்துக் கேட்டான். அவன் எழ முயல ராஜ் உதவியுடன் ஷோபாவில் அமர்ந்தான். இரு கைகளாலும் தலையைப் பிடித்துக் கொண்டான். "ஜானகி, லெமன் ஜூஸ் அனுப்பு, யாருக்கும் தெரியாமல்" என்றான்.ஜானகி, லிப்டில் கீழே பறந்தாள்.

அங்கே , மயூரி,மஞ்சரி, அமுதன் பாலன் கிளம்பத் தயாராக இருந்தனர். அமிர்தாவும் இருந்தாள். ஜானகி ரகசியமாக ஜூஸ் பிழிந்து, ஜுகுனுவின் மூலம் அனுப்பி வைத்தாள்.

அமுதன், ஜானகியிடம்,"கவனமா இருடா செல்லம் விளையாட்டுக் கிடையாது, உன் லொகேசன் ஆன்ல இருக்கனும். பார்த்து" என மீண்டும் மீண்டும் சொல்லவும்.

அமரேன்,அமுதனிடம், "நாங்கள் பார்த்துக்றோம் பேட்டாஜீ, கவலைப் படாதீர்கள் "எனச் சொன்னார். தன் தீதீஷாவிறகு பிடித்த வேலைப்பாடு உடைய இரஜஸ்தானி, கட்ச் பொருட்கள் ஸ்வீட்ஸ் எனச் சீர் அனுப்பினார் அமரேன்.

"நீங்களுமா"எனப் பாலன் கதறினான்.

"உங்க தங்கச்சிக்கு நீங்க கொண்டு வரலையா" எனக் கேட்டார்.

மஞ்சரி, ராஜ் வருகிறானா எனப் பார்த்திருக்க. "இரு நான் அனுப்புகிறேன், நீங்க கீழே இறங்குங்கள்"என அனுப்பினாள்.

வீட்டுப் பெரியவர்களிடம் ஆசீர்வாதம் வாங்கி விடை பெற்றனர்.ஜானகி, மீண்டும் ஆறாம் தளம் சென்றவள், ரகுவீர் அறைக் கதவைத் தட்ட, ராஜ் யெஸ் என்றான். உள்ளே போன ஜானகி, "மஞ்சரி கிளம்பிடா, உனக்காக கீழே ரிஸப்ஸன்ல வெயிட்டிங்." என்றாள்.

ராஜ், ஜூஸ் மற்றும் மாத்திரையுடன் ரகுவீர் முன் நின்றான். ஜானகி கண் ஜாடையில் தன்னிடம் தரச் சொல்லி ,அவனை அனுப்பி விட்டு ரகு-வீரை உருத்துப் பார்த்தபடி அவன் முன் நின்றாள்.

உரிமை இருக்கும் இடத்தில் தான் கோபம் வரும். நம் மனதிற்குப் பிடித்-தவர்களின் சிறு செயலும் நம்மைப் பாதிக்கும். நேசம் கொண்ட நெஞ்சம், நேசித்தவரின் நெஞ்சமும் தனதே என்று உரிமை கொண்டாடும்.

ஜானகி, கையில் மாத்திரை, ஜூஸ் சகிதமாக அவன் எதிரில் வந்து நின்றாள். ஆள் மாறியதை கவனிக்காத ரகுவீர்,

"சோடோ ராஜ், முஜே குச் நஹி சாஹியே" என்றான்.

"ஆனால் எனக்கு வேணுமே" என்றாள் ஜானகி. அவன் வெடுக்கென நிமிர்ந்து பார்த்தான்.பின் முகத்தைத் திருப்பிக் கொண்டான்.

"யாரு மேல் கோபம்" என்றாள் ஜானகி நேரடியாக.ம்ச்ச், என அவன் வேறு புறம் திரும்ப, "சரி கோபமா இருங்க இந்த மாத்திரையை முதலில் போட்டுகிட்டு ஜூஸ் குடிங்க" என்றாள்.

அவன் அங்கே ஒருத்தி நிற்கிறாள் என்பதை அலட்சியம் செய்து, தன் போக்கில் தலையைக் குனிந்து இருந்தான். அவனுக்கு மிக அருகில் வந்தவள், சிறு குழந்தைகளுக்குச் செய்வது போல், குனிந்திருந்த அவன் மூக்கை இடது கையாள் பிடிக்க, அவள் பிடித்ததில் அதிர்ந்த ரகுவீர் அவள் கையைப் பிடித்தான்,

மேலும் அவள் மூக்கை பிடித்த வண்ணம் இருக்க, மூச்சு விடச் சிர-மப்பட்டு வாயைத் திறந்தான்.இதற்காகக் காத்திருந்தது போல், மாத்திரை-யைப் போட்டு , நான் ஸ்டாப்பாக ஜூஸை ஊற்ற,வேறு வழியின்றிக் குடித்து முடித்தான்.

அவள் மூக்கை விட்டவுடன்,ஸீஸீ டிவி போடடேஜ் காட்சிகள் நினை-வுக்கு வர,அவள் கழுத்தைப் பிடித்துச் சுவரோடு ஒட்டி நிறுத்தி, குரல்வ-ளையை நெருக்கி, "ஏண்டி அப்படிச் செஞ்ச?" எனக் கண்களில் தீ பறக்கக் கேட்டான்.

அவன் ஜூஸ் குடிக்க வைத்ததைக் கேட்பதாக நினைத்துக் கொண்டாள்

அவன் குரல்வளையை நெரித்ததில் இருமல் வர மூச்சு திணற, கண்க-ளிலிருந்து கண்ணீர் வந்தது.

அவன் கையை எடுக்கப் போராடினாள்.அதன் பின் உணர்வு வந்தவன் போல் கையை விலக்கினான் ரகுவீர். கழுத்தை இரு கைகளாலும் பிடித்துக் கொண்டு நீவி விட்டு, இருமிய படி மூச்சு விட சிரமப்பட, அவள் இடுப்பில் பட்ட காயமும் சேர்ந்து வலித்தது. அவள் அவஸ்தையைப் பார்த்து அவளை

அந்த ஷோபாவில் உட்கார வைத்து தண்ணீர் கொடுத்தான், முதுகை வருடி விட்டான். தண்ணீர் ஒரு மடக்கு குடித்தவள், அவன் முதுகை வருடிய கையைத் தட்டி விட்டாள்.

இதற்குள் ராஜ் வீர் திரும்பி வர, தன் பய்யா அமர்ந்திருந்த இடத்தில் ஜானகி அவள் நின்ற இடத்தில் கையில் டம்ளர் உடன், ரகுவீர்.என்ன தலைகீழ் காட்சி என நினைத்தபடி வந்தான்.

ஜானகியின் நிலை கண்டு பதற, அதற்குள் தன்னைச் சமாளித்துக் கொண்ட ஜானகி, கஷ்டப் பட்டு வார்த்தைகளைப் பேசினாள் ஆனால் அத்தனையும் பேசினாள்.

"பைத்தியமா பிடிச்சிருக்கு உன் பய்யாவுக்கு, ஜூஸ் குடிக்க வைக்கிறதுக்காக மூக்கை பிடிச்சேன், எங்கள் அப்பத்தா மருந்து குடிக்கலைனா அப்படித் தான் செய்யும். அதுக்குப் போய் குரல்வளையைப் பிடிச்சு நெரிக்கிறார் "எனக் கழுத்தைத் தடவிக் கொண்டாள்.

"என்னமாவது ஆகியிருந்தால், ஓ மை காட், நான் இன்னும் சைட் அடிச்சது இல்லை(பொய்,பொய்,வீரூஜீ யை,சைட் அடிச்சா என மனசாட்சி) லவ் பண்ணலை, ஒரு டேட்டிங் இல்லை, மெஹந்தி ஹல்தி,சங்கீத் எதுவும் நடக்கலை, தாலி கட்டிக்கலை, ஃபர்ஸ்ட் நைட் நடக்கலை, புள்ளை பெத்துகலை, அதுக்குள்ள உங்கள் பய்யா என்னைப் பரலோகம் அனுப்ப பார்க்கிறார்" என நிறுத்தியவள், ஒரு மடக்குத் தண்ணீர் குடித்த பின்

"நீயுஇயர், முதல் நாள் பார்ட்டி முடிஞ்ச ஹேங்க் ஓவர் கூட இன்னும் சரியாகலை உன் பய்யாவுக்கு, அதுக்குள்ள உன் பய்யா இன்றைக்கே எனக்கு லாஸ்ட்டே ஆக்கப் பார்த்தார்." மீண்டும் தண்ணீர் ஒரு மடக்கு குடித்தாள்.

"இப்ப தான் எங்க அண்ணன், என் சேப்டி பத்தி கவலைப்பட்டுப் போனான். என்னைய பார்த்துக்றேன்னு மாம்ஸ வேற ப்ராமிஸ் பண்ணிணார். அதுக்குள்ள மர்டர் ப்ளான். எங்க அண்ணன் இன்னும் ஏர்போர்ட்டுக்கு கூடப் போயிருக்க மாட்டான். வேலை முடிந்தால் கழட்டி விடுவார்கள். கழுத்தையா நெரிப்பாங்க.?" எனக் கேட்டாள்.

"பய்யா, என்ன இது" எனக் கேட்டான்.ரகுவீர், என்னவென்று சொல்வான். அவன் பார்த்த போட்டேஜ் அப்படி.மௌனமாக நின்றான்.

"போங்கடா, உங்களுக்கு எல்லாம், நல்லது செய்யவே வந்திருக்கக் கூடாது. அழகான தமிழ் பேசி,எங்க சிங்காரச் சென்னலையே இருந்திருப்பேன். அதை விடு, எங்க வீட்டில் இருந்து போய் வரத் தொலைவு தான். நேற்று பார்த்தமே ராம் அவங்க மில்ஸ் இருக்கிறது. நான் கேட்டா இந்தா அம்மா மருமகளே வச்சுக்கன்னு, அவங்க அப்பா மில்லையே என் பேரில் எழுதி வச்சு இருப்பாரு, (கோவை சரளா- என் கிரகம் சொல்றமாடுலேசன்),அதையெல்லாம் விட்டுட்டு , ராஜ்,நீ எங்க பய்யா அப்படி இப்படின்னு,ஓகோன்னுசொன்னேன்னு, இங்க வந்தேன். இப்படிக் கழுத்தை நெரிப்பார்னு சொன்னியா?" என்றாள்

இன்னும் ரகுவீர் முறைத்துக் கொண்டிருந்தான். ராம் பெயரைச் சொல்லவும் மீண்டு வந்த கோபம்."இன்னைக்கு மட்டும் எனக்கு ஏதாவது ஆகியிருந்துச்சு,எங்க அப்பத்தா பேசியே கொண்ணுருக்கும். (உன்னை விடவா,வீர்'ஸ் மைண்ட் வாய்ஸ்).தாத்தா வேட்டை துப்பாக்கிக் கொண்டு வந்து சுட்டு இருப்பாரு. சன்முப்பாவும்,தெய்வா மாவும் அருவாள் எடுத்துட்டு வந்திருப்பார்கள்.

மாதாஜிக்கு என்ன தான் வீருஜீ மேல் பாசம் இருந்தாலும், மகள்னு வந்துட்டா மாறிடும். எங்க அப்பா வேண்டுமானால் ஜெண்டில் மேனா இருப்பாரு, ஆனால் என் அண்ணன் தம்பி, உங்களைச் சும்மா விடமாட்டார்கள். இவ்வளவு ஏன்,கீழே இருக்க அமித்துவே அழுதே உங்களைக் கொண்ணுடுவா." என்றாள்

"ராஜ், இவள் வாயை மூடிக்கிட்டுக் கிளம்பச் சொல்லு, இல்லைனா நிஜமாகவே கொண்ணுடுவேன்" என்றான் ரகுவீர்.

"இந்த ரூமை விட்டுப் போகச் சொல்கிறாரா, இல்லை வீட்டை விட்டேவான்னு கேளு ராஜ்." என்றாள் ஜானகி

."போகச் சொல்லு, எங்கையாவது போகச் சொல்லு, என் கண்ணு முன்னாடி வரக் கூடாது இவள்" என்றான் ரகுவீர்.

"பய்யா ப்ளீஸ், அவதான, சின்னப் பொண்ணு, நீங்களும் என்ன சரிக்குச் சமமா சண்டை போடுகிறீர்கள்" என்றான் ராஜ்.

"இவளா சின்னப் பொண்ணு?"என அவன் பார்வையில் இளக்காரம் தெரிய, ஜானகி அதிர்ந்து போனாள்.சில நேரங்களில், சிலர் பார்வைக்கு வார்த்தையை விட சக்தி அதிகம். அதுபோல் இதுவரை எதிர் வாதம் செய்தவளுக்கு, ரகுவீரின் பார்வை உள்ளுக்குள் தன் மேல் ஏதோ தவறான பார்வை விழுந்ததாகப் பட்டது.

" இனிமேல் உங்க கண்ணு முன்னே வரமாட்டேன். என் ப்ராஜெக்ட் வேற யார்கிட்டயாவது சமிட் பண்ண ஆர்டர் குடுங்க. இல்லை பிடிக்கலைனா, கம்பெனில இருந்து ரிலீவ் பண்ணிடுங்க. நான் வெளியேறிக்கிறேன்" என்றாள் ஜானகி.

இந்த வார்த்தைகளுக்குப் பின்னர், பதில் கேட்க அவள் இல்லை."என்ன பய்யா, என்ன நடக்குது, அவள் ரிபோர்ட் தான், இந்தக் காண்ட்ராக்ட் கிடைக்கக் காரணம்னு நேற்று சொன்னீர்கள், 12 ஹவர்ஸ் என்ன ஆச்சு பய்யா?" என்றான் ரகுவீர்.அவன் பதில் பேசவில்லை. தலையை இட வலமாக ஆட்டிக் கொண்டு குளியலறை நோக்கிச் சென்றான்.ராஜ் மூன்றாவது தளத்திற்கு வந்தான்.

ஜானகி ஹாலில் இல்லை. அமிர்தா கண்ணில் பட, "மாத்திரை போட்டு தூங்குறா அண்ணா நேற்றும், நாங்க கீழே வந்தபிறகு பார்ட்டில மயங்கிட்டாள்ன்னு அமுதன் அத்தான் சொன்னார் நீங்க பார்த்தீங்களா?"என்றாள்.

"இல்லையே இது எப்ப நடந்தது, நான் பார்க்கவும் இல்லை.திரும்ப டாக்டர் கிட்ட கூட்டிட்டு போவோமா. "என்றான்."இப்ப தூங்கி எந்திரிக்கட்டும்,

அதுக்கப்புறம் பார்க்கலாம்"என்றாள் அம்ரூ.

"நீ சாப்பிட்டுயா,"எனக் கேட்டான் ராஜ் வீர்.

"நான் சாப்டேன், நீங்க" எனக் கேட்டாள். "இல்லை"என அவன் தலை ஆட்ட, "சரி வாங்க நான் எடுத்து வைக்கிறேன்" எனக் கூறினாள்.

அமிர்தா ,ராஜ்க்கு பரிமாறினாள்.அவன் சாப்பிட்ட பிறகு, "மேலே எதுவும் பிரச்சினையா அண்ணா" எனக் கேட்டாள்.

"இல்லையே, ஏம்மா "என்றான். "இல்லை, கொஞ்சம் முன்னாடி, அந்தத் தாஞ்சூர் பெயிண்ட்ங் எல்லாம் கொடுத்து ரொம்பச் சந்தோஷமா இருந்தால் ஜானகி. இப்ப கீழே வரும் போது முகமே சரியில்லை" எனக் கேட்டாள்.

ரகுவீர் மேலே நடந்ததை அவனுக்குத் தெரிந்த வரை சொன்னான்.

"இவங்க இரண்டு பேரையும் புரிஞ்சுகிறது கஷ்டம் தான்" என்றாள்.

மதியம் உணவுக்குத் தான் ஹரிணி குடும்பத்துடன் சிருஷ்டியும் இறங்கி வந்தாள். காலை உணவை மாடிக்கு அனுப்பி வைத்து விட்டார்கள்.

ஜானகி, இரண்டு மணிநேரம் புரண்டு படுத்தவள் எப்படியோ தூங்கினாள், எழுந்த போது சில தீர்மானங்களைத் தன்னுள்ளே கொண்டிருந்தாள்.

ஹாலில் ரகுவீர் இருக்கிறானா எனப் பார்த்தாள், இல்லை என உறுதி-யான பின் ரூமை விட்டு வெளியே வந்தாள்.அங்கு ஹரிணி குடும்பம் இருந்-தது.

ஹரிணி, இராமர் பட்டாபிஷேகம் பெயிண்டிங்கை பார்த்து ஜானகியிடம் விசாரித்துக் கொண்டிருந்தாள். ஜானகியும், தமிழ் நாட்டு ஸ்பெஷல், இந்தத் தாஞ்சூர் பெயிண்டிங்,பற்றியும் அங்குள்ளவர் இங்கே கடை வைத்திருக்கிறார், எனவும் கூறினாள். இது போன்ற வேறு படங்கள் உள்ளனவா? எனக் கேட்-டாள் ஹரிணி. ஜானகி, தன் மொபைலில் அவர்கள் வெப்பேஜைக் காட்டி-னாள் .

அதே நேரம், அவள் அப்பாவிடம் இருந்து போன் வந்தது. எஸ்க்யூஸ்மி என்றபடி நடந்த கொண்டே வாசல் வரை வந்தாள். "அப்பா,புது வருட வாழ்த்துக்கள்" என்றாள்.

"வாழ்த்துக்கள் டா தங்கம், இந்த வருஷம், நீ நினைச்சது எல்லாம் நல்லா நடக்கட்டும்" என ஆசீர்வாதம் செய்தார்." இருடா அம்மா கிட்டப் பேசு"எனக் கொடுத்தார்.

"நவ் ஸால் ரீ பதாயீ மாஷா, மாதாஜீ கரக்டா, உங்க மொழியில் சொல்-லிட்டேனா?" என்றாள் ஜானகி.

"புது வருட வாழ்த்துக்கள் என் செல்லமகளே"என்றார் ராகினி.

"இன்னைக்கு என்ன இராஜஸ்தானி மாஷா,செந்தமிழ் அன்னையாக மாறியாச்சா" எனக் கேலி செய்தாள்.

அந்த நேரம் லிப்ட் திறந்து ரகுவீர் வெளியே வர,அவனைக் காணாதது போல் தவிர்த்து விட்டு மாடிப் படிகளில் ஏறிக் கொண்டே பேசினாள்.

ரகுவீரும், அவளைக் கண்டு கொள்ளாமல், ஹாலுக்குள் சென்றான். அங்கே சிருஷ்டி இவனைக் கண்டவுடன், எழுந்து வந்து பேச ஆரம்பித்தாள்.

ஜானகி, மாடிப் படியில் ஏறியவள்,முதல் வளைவில் படியில் உட்கார்ந்து பேச ஆரம்பித்தாள். ஒரு சுற்று, வீட்டினர் அனைவரிடமும் பேசி முடித்தாள். மீண்டும் தன் தந்தையிடம் பேசினாள். "ஜானகி கண்ணு, ஓமி பல்லா இருக்கான்லடா,என் தோஸ்த், அவன் அந்தேரி பகுதியில், பீச்ஹவுஸ்ல தான் தங்கி இருக்கிறானாம். இன்றைக்குக் குடும்பத்தோடா அங்க இருக்கிறான். லொகேஷன், போன் நம்பர் அனுப்புகிறேன் போய்ட்டு வாடா, உன்னைப் பார்க்கனும்னு ரொம்பக் கேட்டான்."என்றார். "சரிப்பா"எனப் போனை வைத்தாள்.

அங்கிருந்த படியே, ராஜ் வீருக்கு போன் செய்தாள். ஹாலில் இருந்த ராஜ், ஜானி போன் கால் பார்த்து சுற்றி பார்க்க மாடிப்படியிலிருந்த ஜானகி தென்பட அங்கே வந்தான்.

"அப்பாவுடைய ப்ரண்டு இங்கே அந்தேரியில் இருக்கிறார்களாம். போய்ப் பார்த்துட்டு வர சொன்னாங்க. நானும் அமித்துவும் போய்ட்டு வருகிறோம்." என்றாள் ஜானகி.

"சரி ஜானி, படிமா கிட்ட சொல்லிட்டு போ, எங்கப் போனாலும் . ப்ளீஸ் டேக் கேர்" என்றான் ராஜ்.

ஜானகி , தன் அறைக்குச் சென்று, அமித்துவிடம் தன் அப்பா சொன்னதைச் சொல்லி, ஒரு ட்ரெஸ் பேக் பணிக்கலாம், காலையில் நேரா ஆபீஸ் வந்திடலாம். ஷப்னம் ஆண்டி கிட்ட சொல்லிட்டு வா"என்றாள்.

அமிர்தா, ஷப்னமத்திடம் சென்று சொல்ல, "சரிம்மா போய்ட்டு வாங்க, அங்க போய்ட்டு எனக்குக் கால் பண்ணுங்க" என அனுப்பி வைத்தார்.

எல்லார் கவனமும் பேச்சுச் சுவாரஸ்யத்தில் இருக்க, இவர்கள் கீழே இறங்கினர். ராஜ் அங்கு டிரைவரை அழைத்து, இவர்களை ட்ராப் செய்யச் சொன்னான். அவர்களும் அங்கிருந்து அந்தப் பீச் ஹவுசுக்கு சென்றனர்.

அவர்களை அனுப்பி விட்டு ராஜ் மேலே வந்தான். ரகுவீர், பாராமுகம் காட்டினாலும் அவளைத் தான் பார்த்துக் கொண்டு இருந்தான். அவள் கண்ணாம் மூச்சி விளையாட, "இதற்கு ஒன்னும் குறைச்சல் இல்லை"என மனதில் திட்டினான்.

ராஜ், ஜானகி சொன்னதைச் சொல்ல, "வெளியே அவளுக்குச் சேப்டி இல்லைடா, ரெனாவத் எப்ப வேணா எதனாலும் செய்வான்" என்றான் ரகுவீர்.

"ஜானகி, அப்பா பிரண்டு வீட்டுக்குத் தான் போயிருக்க, நம்ம ட்ரைவர் தான், நாளைக்குக் காலையில் அங்கே போய்ப் பிக்கப் பண்ணிக்குவார், டோண்ட் வொரி பய்யா." என்றான்.

"என்னது நாளைக்கா,நோ வே, இன்றைக்கே திரும்பச் சொல்லு" என்றான் ரகுவீர்.

ஷப்னம் தான்,"ரகுவி வந்ததிலிருந்து அந்தப் பொண்ணுங்க எங்கேயும் போகலை, பீச் ஹவுஸ் தெரிஞ்ச பேமலி விடுடா, நான் ஃபாலோ பண்ணிக்கிறேன்."என்றார் ஷப்னம்.

ரகுவீர், வீட்டு கார்களுக்கு எல்லாம் சிப் இருந்தது, காரை ட்ராக் செய்யலாம். ராஜ் வண்டியை ட்ராக் செய்து அவர்கள் செல்லுமிடத்தைப் பார்த்துக் கொண்டான். ஜானகியும், அமித்துவும் அந்தப் பஞ்சாபி பேமலியை சந்திக்க அந்தேரி சென்றனர்

மனதின் வார்த்தை -20

நம் இந்தியர்கள்,பலவகைக் காய்கறி கலந்த கலவை போட்டுச் செய்யப்பட்ட அவியல் போல ருசி மிகுந்தவர்கள்.ஒவ்வொரு மாநிலத்தவரும், அவர்களுக்கென ப்ரத்யேக குணம் படைத்தவர்கள். இங்கே ஒரு பஞ்சாபி தட்கா.

ஓம்பிரகாஷ்பல்லா அவர் மனைவி ப்ரீத்தோ ஜாடிக் கேத்த மூடியாய் கலகலப்பானவர்கள் மூன்று பிள்ளைகள் இவர்களின் ஒரு மகனுக்கும் மகளுக்கும் திருமணம் ஆகிவிட்டது, இவர்கள் திருமணத்தில் சிவகுரு நாதன் குடும்பமாக வந்திருந்து கலந்துகொண்டார். ஜானகியும் ,அமிர்தாவும் ராஜ் அனுப்பிய காரில் லொகேசன் மேப் வழி காட்ட வந்து சேர்ந்தனர். அழகான பீச்ஹவுஸ், பல்லாஜீ தானே டிசைன் செய்து கட்டியிருந்தார்.

ஆறடியில் இருந்தார் ஓம்பிரகாஷ் பல்லா. இவர்கள் டர்பன் கட்டுபவர்கள் அல்ல, அதனால் ஒரு மிடில் ஏஜ் பிஸ்னஸ் மேனாக இருந்தார்.அவரது மனைவி ப்ரீத்தோ, முழு பஞ்சாபி தட்கா நிறைந்த சுவாரஸ்யமான பெண்மணி. பட்டியாலா குர்தி, பெரிய வளையத் தோடு, கருமணி தாலி, நல்ல கட்டான உடல்வாகு.பேச்சில் பஞ்சாபி தட்கா அதிகமாக இருக்கும்.

"ஆவோ,ஆவோ,மேரி பேட்டி" என வரவேற்றார் பல்லாஜி.

"ஸன்ஸ்ரியாகால் மாமாஜீ" எனக் காலை தொட்டு வணங்கினார்கள் இருவரும்.

"ஜீத்தி ரஹோ புத்தரு "என ஆசீர்வதித்துத் தோளோடு அணைத்துக் கொண்டார்.

"ப்ரீத்தோ மாமி எங்க மாமாஜீ" என ஜானகி கேட்டாள்.

"மைம் இத்தி ஆம் ஸோனிகுடி" (நான் இங்க இருக்கிறேன் தங்கப் பெண்ணே) என்ற படி வந்தார் ப்ரித்தோ,பெயருக்கேற்ப அன்பு நிறைந்த புன்னகையுடன் வந்தார்.

"ஸன்ஸ்ரியாகால், மாமிஜீ", எனக் காலைத் தொட்டு வணங்கி, அவரை அனைத்துக் கொண்டாள் ஜானகி. அமிர்தாவும் வணங்கி எழுந்தாள்.

"ஜீத்தீ ரஹோ புத்தரு அம்ரூ, தூ கித்தே ஹோ"என்றார்.

"நல்லா இருக்கிறேன் மாமிஜீ" என்றாள்.

அறையில் போடப்பட்ட வசதியான ஷோபாக்களில் அமர்ந்தனர்.

"ஸோனிகுடியாங், இரட்டை புள்ளைங்க மாதிரி தான் எப்பவும்" என நெட்டி முறித்தார் ப்ரீத்தி.

"பெண்கள், வந்தால் தான் வீட்டுக்கே, அழகு வந்து சேருகிறது.எங்கடா தங்கியிருக்கீங்க" என்று கேட்டார் பல்லாஜி.

"மாமாஜி, உங்களுக்கு மட்டும் சொல்றேன், அப்பாகிட்ட போட்டுக் கொடுக்கக் கூடாது. ப்ராமிஸ்." என்றாள் ஜானகி.

"இவ்வளவு பீடிகையைப் பார்த்தால் ராத்தோட்ஸ் ஸ்வர்ன மஹலா" என அலட்சியமாய் நாட்டுக் குண்டை வீசினார் பல்லாஜி.

" ஹே,புத்தரூ, உங்கள் அப்பனும், ஹேமந்தும் (மஞ்சரி அப்பா) தான் பேசிக்க மாட்டார்கள், ஆனால் பஞ்ச பாண்டவர்கள் நாங்கள் லிங்கிலத் தான் இருக்கிறோம்." என்றார் ஓமி பல்லா.

"மஞ்சரி செகாவத், உன் கூடத்தான் படிக்கிறாளாமே "எனக் கேட்டார் பிரித்தோ. பின் உள்ளே குரல் கொடுத்தார்" ஏ சிம்மி, பிங்கி, ஹர்லினு இங்க வாங்க " என்றார்.

"நாநிஷா, நாநாஷா கிட்டச் செல்லம் கொஞ்சியாச்சா"என்றார் பல்லாஜீ.

"ஆச்சு ஆனால் அவங்களுக்குத் தான் நான் பேத்தியென்று தெரியாது" என்றாள் ஜானகி.

"விடுடா,தெரியவச்சுடுவோம், ஸப் சங்கா ஹோகா" என்றார்.

"மம்மிஜீ கூப்பிட்டீங்களா" என்றபடி மூன்று பெண்கள் வந்தனர்.

" சிம்மிதீ பிங்கி,பாபிஜீ, எப்படி இருக்கீங்க?" என்றாள் ஜானகி.

ஹர்லினுக்கு ஜானகி அமிர்தாவை அறிமுகப் படுத்தினார் ப்ரீத்தோ.

"ஜானி பேபி,வாடா வா, நல்லா இருக்கியா, உன் அண்ணா என்ன பண்றான்"என்றாள் சிம்மி.

"சிம்மிதீ, நீங்க இங்க இருக்கிறது தெரிந்தால், இன்றைக்கு ப்ளைட்டுக்குப் போகாமல் இருந்திருப்பான்.ஆகா ஜஸ்ட் மிஸ்" என்றாள் ஜானகி.

"இங்க வந்திருந்தானா என ஆர்வமாகக் கேட்டாள்" சிம்மி.

"யாரு சிம்மி" என்றபடி வந்தான் சிம்மியின் கணவன் கையில் பெண் குழந்தை ரிங்கு.

"ஜீஜூ, அது,சிம்மியோட பாய் பிரண்டு" என்றாள் பிங்கி.

அங்குத் தனியே குடும்ப விசாரணை ஓடிக் கொண்டு இருந்தது.

"பாபி ,ஜெய் பாயி எங்கே" என்றாள் ஜானகி.

"இப்ப தான் யூவியைக் கூட்டிட்டு ஐஸ்கிரீம் வாங்கப் போனார். என்றாள் ஹர்லின்.

"நாங்கள் வந்தது தெரியுமா, போன் பண்ணுங்க, எனக்கு ஒரு பட்டர் ஸ்காட்ச் கோன் இவளுக்கு வெனிலா " என்றாள் ஜானகி.

"ஏற்கனவே சிம்மிதீ சொல்லி அனுப்பிட்டா" என்றாள் பிங்கி.

"தீதீ, ஞாபகம் இருக்கா"என்றாள் அமிர்தா.

"ஜானியும் ஐஸ்கிரீமும் மறக்கமுடியுமா, அவளுக்கு வேண்டியது இல்லைனா ஒருவழி ஆக்க மாட்டா" என்றாள் சிம்மி.

கார் ஹாரன் சத்தம் கேட்க, ஐஸ்கிரீம் வந்துடிச்சு என ஒரே ஆர்ப்பாட்டம்.

"ஏய், பாந்திரியாங், ஐஸ்கிரீமே பார்த்தது இல்லையா"என ப்ரீத்தோ திட்டினார். உள்ளே நுழைந்த ஜெய்பிரகாஷ் பல்லா கையில், ஐஸ்கிரீம் கடையே இருந்தது. பேக் பேக்காக இருந்தது வேலையாளைக் கூப்பிட்டு உள்ளே வைக்கச் சொன்னார்கள். இப்போதைக்கு ஒரு பேக்கை பிரித்தனர்.

ஜானகி அருகில் வந்த அமர்ந்த ஜெய், "ஜானிபேபி,கொஞ்சம் இளைத்து போய்ட்டியோ?" என்றான்.

"ஆமாம் என் கூட ரோகா செஞ்சுக்கிறேன்னு சொல்லிட்டு ஏமாத்திட்டேயில்லே அது தான்" என்றாள் ஜானகி.

" இப்ப கூட ஒன்னும் பிரச்சினை இல்லை, ஹர்லின் ஒண்ணும் சொல்ல மாட்டாள். மதராசன் கல்யாணம் பண்ணிக்கலாம். ப்ரீத்தோவை சமாளிக்க முடியாமல், இன்னொரு ஆளு வந்தால் ,சாஸ்-பஹூ சண்டை நடக்கும். நாங்கள் எஸ்கேப் ஆகலாம் அப்டின்னு பார்த்தா, இவள் சாசுமாகிட்ட சரண்டர் ஆகிட்டாள். அதுனால தான்,நீ வா மேரி ஜானி ,ஒரு கை பார்க்கலாம்" என்றான்.

"அடப் பாவி,பாபி என்ன இது ? மாமாஜீ, என்ன இது"என்றாள்.

"அடப் போமா,அவன் ஹால்ல இருக்கிறதுனால பேசுவான், அந்த ரூம்குள்ள போகும் போது மூனு அடி மனுசனா போவான்" என்றார் பல்லாஜீ.

"பாபுஜீ, ப்ரீத்தோ ரூம்க்கு நீங்க எத்தனை அடிக்கு போவீர்கள்?" என்றான் ஜெய்.

"நமக்கெல்லாம் வெளியே வர்றது தான் அடி கணக்கு 1.அறை,2.குத்து 3.மிதி. " எனச் சைகையுடன் செய்தார் பல்லாஜீ. எல்லாரும் வயிற்றைப் பிடித்துக் கொண்டு சிரிக்க. சிரித்ததில் ஜானகிக்கு இடுப்பு, அல்லையில் பிடித்தது.

"மாமாஜீ, போதும்,போதும் என்னால சிரிக்க முடியலை." என அவள் இடுப்பைப் பிடிக்க. "ஸோனிகுடி, என்ன ஆச்சு"என்றார் ப்ரீத்தோ ஜானகி பக்கத்தில் வந்து, இடுப்பில் தேய்க்க வந்தார் ஏதோ சுளுக்கு என நினைத்து.

"மாமி, நஹி" என அலறி விட்டாள் ஜானகி. அமிர்தா காயம் பட்ட விசயத்தைச் சொன்னாள். "சரி நீ வா" என அவளை ரூமிற்கு அழைத்துச் சென்று காயத்தைப் பார்த்தார்.

அதைச் செய்தவனுக்குப் பஞ்சாபியில் அர்ச்சனை செய்தார் "இரு. உனக்குப் பத்துப் போடுகிறேன் இரண்டு மணி நேரத்தில் சரியாகலைன்னா என்னானு கேளு "எனச் சில பல சாமான்கள் சேர்த்து, பசும் மஞ்சள் பத்து போட்டு விட்டார்.

ரூமிற்குள் பட்டர் ஸ்காட்ச் கோனோடு வந்த பிங்கி "ஜானி இந்தா உன் பேவரைட்" எனக் கொடுத்தாள்.

அதைக் கையில் வாங்கப் போனவள், அன்று ஏர்போர்ட் சம்பவமும், அவனும், அவன் பார்வையும் ஞாபகம் வர அப்படியே சிலையானாள்.

ப்ரீத்தோ மாமி தான்,"அவளுக்கு இப்ப வேணாம்டி மருந்து போட்டு இருக்கிறேன்" எனத் தடுத்தார். இவளும் நல்லது எனக் கண்ணை மூடி சாய்ந்தாள்.

"அம்ரூ நீயும் ரெஸ்ட் எடு, சாய்ந்திரம் ஷாப்பிங் போகலாம்" என்றார் ப்ரீத்தோ.

ராத்தோட் மேன்சனில் அதே நேரம் ஜானி தீதி இல்லாமல் போர் அடிக்கிறது என்றாள் தீப்தி. கெஸ்ட் தங்கும் தளத்தில் இளையவர்கள் அமர்ந்திருந்தனர்.

“ராஜ்வி, ஐஸ்கிரீம் ஆர்டர் பண்ணுடா” என்றாள் ஹரிணி. சரி என்ற ராஜ், மொபைலில் ஆர்டர் செய்ய, ஒவ்வோர் வகையாகச் சொல்லி, யாருக்கு என்ன என ஆர்டர் செய்தவன்,

"ஜானகிக்குப் பட்டர் ஸ்காட்ச் சரி தானே பய்யா" என்றான் ரகுவீரை பார்த்துக் கேட்டான் வேண்டும் என்றே.

"அவள் எங்க இங்க இருக்கா நீதானடா அனுப்பி வச்ச" என எரிச்சலாகப் பேசினான் ரகுவி.

"ஆமாம், மறந்தே போயிட்டேன்"என்றான் ராஜ்.

"போனப் பிறகு ஒரு போன் பண்ணினாளாடா" என்றான் குறையாக.

"அம்ரூ, படி மம்மாக்கும் எனக்கும் கூப்பிட்டுச் சொன்னாள். அப்கோர்ஸ் அந்த வீட்டு ஆண்டி, பஞ்சாபி என்ன பேரு ?, ம்ம்.. ப்ரீத்தோ ஆண்டி கொஞ்சம் முன்னே படிமம்மா கிட்ட பேசுனாங்க, அவர்கள் ஜானகி பேமலி ப்ரெண்ட் தானாம்.

முந்தியே லீவுக்கு இவங்க ஊரில் தங்கி இருக்காங்கலாம் ஜானகி, அம்ரூ. என் மகள் மாதிரி , நான் பார்த்துக்கிறேன். இப்ப கூட அவள் காயத்துக்கு மருந்து போட்டேன், இன்னும் கொஞ்சம் நேரத்தில் பாருங்கள் சரியாகிடும்னு சொன்னாங்க" என்றான்.

"காயத்துக்கு மருந்துன்னா, இன்னும் பெயின் இருக்கா" எனப் பதறினான் ரகுவீர். "பய்யா, ஜானி சும்மா இருக்கா, ரிலாக்ஸ்" என்றான் ராஜ்.

வேகமாக மொபைலை எடுத்து நம்பரைத் தட்டப் போக,"பய்யா, அவ தூங்கிகிட்டு இருப்பாள்" என்றான் ராஜ். ம்ச்ச் என அங்கிருந்து நகர்ந்தான் ரகுவீர்.

ரன்வீர் "ஏன் பய்யா, எந்திரிச்சு போறாங்க" என ஐஸ்கிரீம் பார்சல் ரிசீவ் செய்து கொண்டு வந்தான் அதற்குள் ஐஸ்,ஐஸ் என ரோஹன், ஹாசினி ஓடி வந்தனர்.

ரகுவீர், இல்லாததால் தைரியமாக ராஜ் , ஏர்போர்ட் கதையைக் கூறினான். எல்லோரும் ஜானகி ஃபேன் க்ளப் மெம்பர் ஆனார்கள்.

ரகுவீர், தன் அறைக்குள் வந்து அமிர்தாவுக்குப் போன் செய்தான். திரையில் ரகுவீர் நம்பரைப் பார்த்து பால்கனிக்கு சென்று அட்டண்ட் செய்தாள்.

"ஹலோ அண்ணா"என்றாள்.

"அம்ரூ சேஃப் ஆகப் போய்ச் சேர்ந்தீர்களா? ஒண்ணும்பிரச்சினை இல்லையே" என்றான்.

"ஒண்ணும் இல்லை அண்ணா , நம்ம கார் தான் இறக்கி விட்டுச்சு, வந்துட்டோம். ஓமி மாமாஜீ எங்களுக்கு ஏற்கனவே நல்ல பழக்கம்." என்றாள் அம்ரூ.

"ஏதாவது அன்கம்ஃபர்டபிளா பீல் பண்ணா சொல்லுமா கார் அனுப்புறேன்" என்றான் ரகுவி.

"ஐயோ அண்ணா, இங்க இருந்தால் எங்க ஊரில் இருக்க மாதிரி. சிம்மிதீ , ஜீஜூ, ஜெய் பாயி, பாபி, பிங்கி, எல்லாத்துக்கும் மேலே ப்ரீத்தோ மாமி எல்லாரும் நல்லா பழகுவாங்க நீங்க கவலையே படாதீங்க." என்றாள் அம்ரூ.

"வேற ஒன்றும் பிரச்சனை இல்லையே?" என்றான் தயங்கி நேரடியாக ஜானகியைப் பற்றிக் கேட்கவும் இல்லாமல்.

" வேற ஒன்றும் இல்லை அண்ணா" என்றாள் அமிர்தா.

"ஜான்வி, என்னமா பண்றா, காயம் இன்னும் வலிக்கிறதா. மறுபடியும் ஹாஸ்பிடல்ல காட்டலாம், ஈவினிங் வருகிறேன்" என்றான் ரகுவீர்.

"இல்லைண்ணா மதியம் வேகமா சிரித்தாள் அதில் கொஞ்சம் பெயின் வேற ஒன்னும் இல்லை"என்றாள்.

"அவ எதற்குச் சிரித்தாள் " என அவன் கோபப்பட்டான்.

"அண்ணா"என அமிர்தா அதிர்ந்தாள்.தன் கேள்வி, தனக்கே அபத்தமாகப் பட்டது ரகுவீருக்கு.

" ஓ, சாரி,அதாவது மெதுவா சிரிச்சிருக்கலாம்லனு சொல்ல வந்தேன்"என அவன் சமாளிக்க.இப்போது சிரிப்பது அமிர்தாவின் முறையானது.

"அண்ணா, நல்லா இருக்கா.. நீங்க கவலைப் படாமல் இருங்க" என்றாள்.

"சரிமா, ஏதாவதுன்னா சொல்லு" என்றபடி அரை மனதாகப் போனை வைத்தான் ரகுவீர்.

'இப்ப எதுக்கு வீட்டை விட்டு போனா, நான் கோபத்தில் சொன்னா உடனே போய்டு வாளா? என்னைய ஏண்டி இந்தப் பாடு படுத்துற. ம்ப்ச்' எனத் தன்னைத் தானே நொந்து கொண்டான் ரகுவீர்.

மனதின் வார்த்தை -21

மனதின் வார்த்தைகளுக்கும், மூளையின் வார்த்தைகளுக்குமான போராட்டம். அறிவு சார்ந்த மூளையும், உணர்வு சார்ந்த மனதும் ஒன்றை வீழ்த்த மற்றொன்று முயன்று கொண்டே இருக்கும். இரண்டும் சேர்ந்து வெல்லும் போது மனிதன் பூரணச் சந்தோஷமாக இருப்பான்.

ரகுவீரின் உள்ளே இந்தப் போராட்டம் தான் நடந்தது.'அந்த ஒரு ஸீஸீ டீவி போட்டேஜ் போதுமா, நான் ஒரு பொன்னைச் சந்தேகிக்க, அதுவும் ஜான்வியை' என அவன் மூளை கேட்டது.

'அவள் அடிபட்ட போது நானும் அவளைத் தூக்கினேன் தானே. தன்னிலையில் அவளால் நிற்க இயலாத போது தான், அவள் உதவியை ஏற்பாள்.அப்ப அவன் தூக்கிட்டுப் போகும் போது, தன்நிலையில் இல்லை ஜான்வி. ட்ரிங்க் பண்ற பழக்கம் கட்டாயம் இல்லை. இப்படி யோசித்தால் கூடக் கொண்ணுடுவா அப்ப அங்கே என்ன நடந்திருக்கும், அமுதன், பாலன் இரண்டு பேரும் அங்கே தான் இருந்தார்கள், ஏதும் நடக்க வாய்ப்பில்லை. ஏன் நானும் அங்கே தானே இருந்தேன், நான் எப்படி அவளுக்கு எதுவும் நடக்க விடுவேன்.

ஏன் நான் கூட வரும் போது தான் மாலில் அவள் அட்டாக் ஆனது. காலையில் ஜானகியுடனான தன் சண்டையை நினைத்துப் பார்த்தான். ராஜ் தானே நின்னுகிட்டு இருந்தான். இவ எப்ப வந்தால்? இதுவரை என் ரூம் பக்கம் வந்ததே இல்லை. முதலிலேயே உள்ளே வந்தாளா' என யோசித்து, யோசித்துத் தலை ,கழுத்து எனத் தடவிக் கொண்டவன், கழுத்தில் எப்போதும் போட்டிருக்கும் செயின் காணவில்லை.

எங்க கழட்டி வச்சேன். என யோசித்து, தலைவலி வந்தது தான் மிச்சம். ஏதோ ஞாபகம் வந்தது போல் லாண்டரி கூடையில் இரவு அணிந்திருந்த வெள்ளை குர்தாவை பார்க்க அதில் செயின் இருந்தது. அதோடு நீளமான முடிக் கற்றை, அதை எடுத்துப் பார்த்தான். 'இதை யாராவது பார்த்தா, என்னை என்ன நினைப்பார்கள். யாரிது இந்த முடி என் குர்தாவில் ?' என்றபடி முடியை விரலில் சுற்றிப் பார்த்துக் கொண்டிருந்தான்.

"பய்யா," என ராஜ் சத்தம் கேட்டது.அந்த முடியை வேகமாக மறைத்த ரகுவீர் , "இதோ வர்றேன்" என்றான். "பய்யா, இந்தாங்க ஐஸ்கிரீம்" என நீட்டினான்

"வைடா ,அப்புறம் சாப்பிடறேன்.காலையில் என்ன நடந்தது சொல்லு" என்றான் ரகுவீர்.

"நீங்க தான் ஜானகியை கண் முன்னாடி வராதேன்னு சொல்லிட்டீங்க. பாவம் ரொம்ப ஹேர்ட் ஆகிட்டாள்" என்றான் ராஜ்.

"முழுசா சொல்லு"என்றான் ரகுவீர்.

"நேற்றிலிருந்து சொல்லனும் இருந்தேன் ஏன் பய்யா, உங்கள் டிரிங்ஸ் அவுன்ஸ் அளவு கூடத் தாண்டாதே, நேற்று அளவு ரொம்ப ஜாஸ்தி, யாரையோ திட்டிகிட்டே வந்தீர்கள். ஒன்றும் புரியலை. வீட்டுக்கு வந்து ட்ரஸ் மாற்றிப் படுக்க வச்சோம்.

காலையில் நானும் எந்திரிக்க லேட், சரி உங்களைப் பார்க்க வரலாம்னு உங்கள் கதவைத் திறக்க வந்தேன்.உள்ளே இருந்து ஜானகி வந்தாள் .மயூ ரூம்னு நினைத்து மாற்றி வந்துட்டேன். உன் பய்யா, கீழே படுத்து கிடக்கிறா-ரென்று சொன்னாள்.அப்பத் தான் நீங்க எந்திரிச்சீங்க, ஹேங்க் ஓவர் தலை வலியோடு இருந்தீங்க.

அதனால் ஜானியை லெமன் ஜூஸ் அனுப்பச் சொன்னேன். யாருக்கும் தெரியாமல் ஜூகுனு கிட்ட அனுப்பி விட்டா. மஞ்சரி ஊருக்குக் கிளம்பி-யதால் என்னை அனுப்பிவிட்டு, அவ உங்களுக்கு ஜூஸ் குடுத்தா. ஏன் பய்யா அவ கழுத்தை நெரிச்சீங்க?

'பாவம் சின்னபொண்ணுன்னு' நான் சொன்னதுக்கு .இவளான்னு' கேட்டு ஒரு லுக் விட்டீங்க.பாவம் ஜானி. எனக்கென்னமோ, அதுலதான் அவள் ஹேர்ட் ஆகியிருப்பான்னு தோனுது,மாத்திரையைப் போட்டுட்டுப் படுத்திட்-டாள், ஏதாவது பிரச்சனையான்னு அம்ரு கூட கேட்டாள்." என்றான் ராஜ்.

"சரி அவளுக்குப் போனை போடு , நீ என் கூட இங்கே இருக்கன்னு சொல்லாமல் பேசு ஸ்பீக்கர்ல போடு" என்றான் ரகுவீர்.

"பய்யா, அவ ரொம்ப நல்ல பொண்ணு, அவர்கள் குடும்பம் நம்மக் குடும்பம் மாதிரி தான், மரியாதை ஆனவங்க. நம்ம மயூவை அனுப்பியது மாதிரி தான் அவர்களும் ஜானியை அனுப்பி இருக்காங்க. சில பெண்கள் உங்க கிட்ட நடந்ததை வைத்து ஜானியை ஜட்ஜ் பண்ணாதீங்க ப்ளீஸ்" என்-றான்.

"ராஜ், நீதானே அவளுக்குக் காயம் ஆறவில்லையென்று சொன்ன, வா ஹாஸ்பிடல் கூட்டிட்டு போகலாம்.தயாராகச் சொல்லு" என்றான்.

"பய்யா, ஒன்னு செய்யலாம், எல்லாரும் ஜூஹூ பீச் போகலாம். அங்-கேயே ஜானி, அம்ரூ, ப்ரீத்தோ ஆண்டி பேமலி எல்லாரையும் வரச் சொல்-லலாம்" என்றான் ராஜ்.

"சரி எல்லாரையும் கிளப்பு, அவர்களை அங்க வர வைக்கிறது உன் பொறுப்பு" என்றான் ரகுவீர்.

ராத்தோட் பிரதர்ஸ் &பேமலி ஜூஹூ பீச் சென்றடைந்தனர். ராஜ் ஜான-கியை ,அவர்கள் அனைவரையும் அழைத்து வரச்சொன்னான் ராஜ்.

ஜானகி, ஓமி பல்லாவிடம் இதைச் சொன்னாள் " நீ போன் போட்டு குடு நான் பேசுகிறேன்" என்றார் பாலாஜீ .

ஜானகி, ராஜிற்க்கு மீண்டும் போன் போட்டாள், "ஹலோ, ராஜ் மாமாஜீ உங்க கிட்ட பேசனுமாம்" என்றாள்."நமஸ்தே அங்கிள் ஜீ" என்றான் ராஜ்.

பல்லாஜீ " ஜீத்தே ரஹோ புத்தர்ஜீ. புத்தரு, இங்க ஒரு ப்ரைவேட் ஏரியா நம்ம பீச்ஹவுசுக்குப் பக்கத்தில் இருக்கிறது, வேற யாரும் வரமாட்டார்கள், நீங்க உங்க பேமலியோட வாங்க லொகேசன் அனுப்பறேன்." என்றார்.

ஜானகியின் பெயரைப் பார்க்கவும், அருகில் ரகுவீர் மட்டும் இருந்ததால் ஸ்பீக்கரில் போட்டான். எனவே அவர் பேசுவதை, இருவரும் கேட்டிருந்தனர். ரகுவீர் சரி எனத் தலை ஆட்ட,"சரிங்க அங்கிள் ஜீ" என்றான் ராஜ்.

ஜானகியிடம், "ராத்தோட் பேமலி இங்க வருதும்மா, ஆண்டிகிட்ட சொல்லு, நாளைக்கு ஷாப்பிங் போகலாம்" என்றார்.

ப்ரித்தோ இன்னும் சில விருந்தினர் வருவதில் உற்சாகமானார். இரவு உணவிற்கு எல்லா ஏற்பாடுகளையும் செய்தார்.ரகுவீர், இவர்கள் வீட்டுக்கு வருவதால் ஒரு ஸ்வீட் கடையை அள்ளி வந்தான்.

ஜானகி, அன்று மதியம், ஐஸ்கிரீமை மறுத்துக் கண்ணை மூடியவள், சிந்தனை ஓட்டம் அவளின் வீருஜீயை சுற்றியே ஓடியது.

'அவன் மேல் இருந்த கோபம், அதையும் தாண்டி வருத்தம், இந்தக் 'கடுவா' எப்படி என்னைய அப்படிப் பார்க்கலாம். நான் என்ன பண்ணேன்.இவன் கூடப் பேசவே கூடாது. ஆமா, நீ பேசாமல் இருக்க லட்சணம் தான் தெரியுதே, பேசலை, பேசலைனு அவனையே நினைத்துக் கிட்டு இருக்க' என்றது அவள் மனசாட்சி.

நான் ஒண்ணும் அவனை நினைக்க மாட்டேன்,என்னை எவ்வளவு கேவலமா பார்த்தான். அது எப்படிப் பார்க்கலாம். என மனதில் வார்த்தைகளைக் கொண்டே சண்டையிட்டு கொண்டிருந்தாள். அப்படியே தூங்கியும் விட்டாள்.

ஜானகி, அந்த மேல்மாடத்தில் நின்று ஓயாது வந்து கரையோடு கட்டிப் புரளும், அலைகளைப் பார்த்துக் கொண்டிருந்தாள். ஒவ்வொரு முறையும் வந்த தொட்டுச் செல்லும் அலைகள் அவனது நினைவுகள் போல் தோன்றின. அவன் நினைவுகளும் அப்படித்தான் அவளைத் தழுவி செல்கின்றன.

அவர்களுக்குள் எட்டு வருட வித்தியாசம் இருக்கும், எனவே ரகுவீர் அவளை எப்போதும் அரைடிக்கட் என்றதொரு நினைவில் ஓர் ஆளுமைக்குள் வைத்திருப்பான். சில நேரங்களில் அவனது அந்த ஆளுமைக்குள் அடங்கியிருக்கும் அவள், சில நேரங்களில் அதனைத் தாண்டி, தனது ஆளுமையில் அவனைக் கொண்டு வந்திருப்பாள். ஆனால் அதை அவன் ஒரு போதும் உணர்ந்தது இல்லை.

இரண்டு வாரக் காலங்களில் அவர்களுக்கு, பல வருடங்கள் பழகிய தோழமை இருந்தது. எல்லாரிடமும் கலகலப்பாகப் பழகும் ஜானகியின் குணம்.

பிஸ்னஸ் வட்டத்தில் எப்போதும் இறுக்கமாக இருக்கும் ரகுவீரையும் கூடச் சகஜமாக இழுத்து வந்தது.

எந்த விசயமாயினும்,எதிராளிக்குப் பதில் கொடுக்கும் பழக்கத்தில் , இவளது துடுக்குத்தனம் பேச்சுகளுக்கும் அவளைப் போலவே பதில் தந்ததில் அவன் இறுக்கமும் தளர்ந்தது. இன்று காலை முதலான அவர்களின் தவறான புரிதல், இருவருக்குமே மன நிம்மதியைப் பறித்தது.

ஜானகி, பால்கனியில் நின்று, அன்று காலை நடந்ததை நினைத்திருந்தாள். அவன் மேல் கால் இடறி விழுந்ததையும், அவன் ஸ்பரிசத்தையும், இறுகிய அணைப்பையும் நினைக்கையில் மூச்சை அடைப்பது போல் ஒரு உணர்வு.

அந்தச் சுவாக் காற்று, இப்போதும் அவளுக்கு நினைவில் உணர, கடல் திசையில் தூரத்தில் கண்கள் வெறித்துப் பார்த்திருக்க, மயக்கத்தில் பதுமை போல் நின்றாள் ஜானகி தேவி.

அவளது முழு நீள ஸ்கர்ட்டுக்கும், ஷார்ட் டாப்புக்கும் இடையே, பின்னிருந்தபடி அவள் இடையில் ஓர் கரம் வருடியது, அவள் அதிர்ந்து திரும்பும் முன்னே, கழுத்து வளைவில் முகம் புதைத்து, "என் கூடப் பேச மாட்டியா,மேரி ஜான், ஜானூ" என்ற ஹஸ்கி குரலில் அவளிடம் ரகசியம் பேசி,தன் இதழ்களால் அவள் கழுத்தில் கவிதை எழுதிக் கொண்டிருந்தன.

அவை அவள் நினைவில் உணர்ந்த ரகுவீரின் கரங்களும் இதழ்களும் தான்.

அதிர்ந்து, பின் கண்ணை மூடி அவன் ஸ்பரிசத்தை அனுபவித்தவள்,அவன் கை இடையில் பட்ட காயத்தை ஆராய்ந்து விட்டு, இடையை ஆராய முன்னேற, இவளுக்கு அவனின் "இவளா சின்னப் பொண்ணு", என்ற அவனது குரல் ஞாபகம் வர, அவனிடமிருந்து தன்னை உருவிக்கொண்டு பால்கனியின் மறுகோடி சென்று நின்றாள்.

காரின் ஹாரன் சத்தம், கேட்டு தன் அருகிலிருந்தவனை, "நீங்க இங்கிருந்து போங்க" எனச் சொல்லி பக்கவாட்டில் பார்க்க வெறுமையாக இருந்தது அந்த இடம். போய்ட்டானா என மனம் பதைக்கச் சுற்றி, முற்றிப் பார்த்தவளின் பார்வை, கீழே நுழைவாயிலுக்குப் போக அங்கே சிறிய உருமலுடன் வந்த ஜீப்பிலிருந்து, ரகுவீர் இறங்கினான்.

ஜீன்ஸ் டீசர்ட்,கண்களில் கூலர்ஸ் சகிதம் கையில் கீயுடன் இறங்க, ராஜ் வீர்,ரன்வீர், தீப்தி ரோஹன் இறங்கினர்.மற்றொரு ஆடி வாகனத்தில் ஹரிணி குடும்பம் சிருஷ்டி உடன் வந்து இறங்கினர்.

ப்ரீத்தோ பல்லாஜீ அவரது குடும்பத்தினர் அனைவரையும் வரவேற்றனர் .மற்றவர்களை உள்ளே போகச் சொல்லி, ராஜ் ரன்வீர் கைகளில் பொட்டலங்களை எடுத்துக் கொடுத்து விட்டு "நீங்க போங்க மீதியை நான் எடுத்துட்டு வர்றேன்" என்றான் ரகுவீர்.

ரகுவீர் கீழே நிற்கிறான் அப்போது என் கூட இருந்தது என அவள் தன் கழுத்தைத் தொட்டுப் பார்த்தபடி ரகுவீரை பார்த்து நின்றாள். அவன் கூலர்ஸை கழட்டி விட்டு அண்ணாந்து வீட்டைப் பார்க்க அப்போதுதான்

அவனையே, முகம் செம்மையுறப் பார்த்து நின்ற ஜானகி, அவன் கண்ணில் பட்டாள்.

அண்ணலும் நோக்கினார், அவளும் நோக்கினாள் . கண்களில் காதல் பரிமாறப் பட அதனை அறியாத அந்தக் காதலர்கள், அப்படியே பார்த்து நின்றனர்.

பின்னர்ச் சுயநினைவு வந்த ஜானகி அவனின் வார்த்தையான "என் கண் முன்னே நிற்காதே" என்பது நினைவில் வர, திரும்பி உள்ளே சென்று விட்டாள்.

ரகுவீர் 'இவளுக்குத் திமிரு 'என்று விட்டு உள்ளே சென்றான்.

அந்தப் பஞ்சாபி குடும்பத்தை அவர்களுக்குப் பிடித்திருந்தது.அமிர்தா, ஒவ்வொருவராய் அறிமுகப் படுத்தினாள்.

பல்லாஜீ, ராஜ் வீர் கையைப் பற்றி, "இவரு நம்ம தாமாத்,மஞ்சரி கட்டிக்கப் போகிறார்" எனச் சொன்னார்.

"உங்களுக்கு எப்படித் தெரியும்" என ஹரிணி கேட்டாள்.

பல்லாஜீ சமாளிப்பாக, "என் பிஸ்னஸில், இவங்க மாமனார் பார்ட்னர். அப்ப இவர் என் மருமகன் தானே" என்றார்.

சிம்மி கணவனும், அமர்சிங் பேசிக் கொண்டிருந்தனர்.ஜெய், வீர் ப்ரதர்ஸ் பல்லாஜீயுடன் பேசிக் கொண்டிருந்தனர். ஹர்லின் பாபி ,வேலையாட்கள் உதவியுடன். கரமாகரம் சமோசா, சாய்க் கொண்டு வந்தாள். மகளிர் கூட்டம் அரட்டையைத் தொடங்க, பொறுத்துப் பார்த்த ரகுவீர் தான் ஜானகி எங்கே எனக் கேட்டான்.

"வோ,ஸோனிகுடி எந்திரிச்சு இருக்கும். வருகிற நேரம் தான். பிங்கி நீ போய்ப் பாரு" எனச் சின்ன மகளை ஏவினார் ப்ரீத்தோ.

"ஆண்டிஜீ அங்கிள்ஜீ, உங்களுக்கு ஆட்சேபனை இல்லைனா,ஒரு அபிஷியல் மெயில் அனுப்பனும். ஜானகிக்கு தான் தெரியும்.கொஞ்சம் கான்பிடென்சியல், அவள் ரூம்ல பார்க்கட்டா" எனக் கேட்டான்.

ப்ரீத்தோ பல்லாஜீயை பார்க்க, அதற்குள் நேற்று பார்ட்டி பற்றி மற்றவர் கூறினர். "ஓ, புத்தர்ஜீ நீங்கப் போய்ப் பாருங்கள் பிங்கி,பாய் ஸாப் கூட்டிட்டு போ."என்றார்.

ஜானகி, ரூமில் 'அய்யோ, வெளியே போனா இந்தக் கட்வா இருக்குமே, அது தான் முகத்தில் முழிக்காதேன்னு சொல்லுச்சே' எனப் புலம்பிக் கொண்டிருந்தாள். கதவு தட்டப்பட்டது.அய்யோ வந்துட்டாங்களே, என மனதில் தவித்தாள்.

"ஜானகிதீதீ கதவை திறங்க, இவங்க உங்களைப் பார்க்க வந்திருக்கிறார்கள் "எனப் பொதுவாகச் சொன்னாள். ரகுவீர் மெதுவான குரலில், "தாங்க்யூ ஸிஸ்டர் நீங்க போங்க நான் பார்த்துக்கிறேன்" என அனுப்பி வைத்தான்.

மனதின் வார்த்தை-22

நம் மனதுக்குப் பிடித்தவர்கள் மேல் உள்ள உரிமையில், அவர்கள் மனதைத் துன்புறுத்துகிறோம் என்பதைக் கூட நாம் அறிவோம் இல்லை.இதற்கு அவர்கள் நம் மீது வைத்த அன்பும் காரணம். அவர்களும் நாம் செய்யும் துன்புறுத்தலுக்கு ஒரு சரியான காரணத்தை, சரியென நமக்குப் பட்டதைச் சொன்னாலும் கூட போதும் சமாதானம் ஆகி ஒத்துப்போகின்-றோம் .

அவர்களுக்கும், சமாதானம் தான் தேவையே ஒழிய, நீதி நியாயம் எல்-லாம் இல்லை. சமாதானம் ஆவதற்கு நமக்கெனக் காலதாமதம் ஆகும், அதுவும் நாம் மற்றவர்க்குக் கொடுத்த துன்பத்தைப் பொறுத்து. ஆனால் கட்-டாயம் சமாதானம் வந்தே தீரும். நம் கதை மாந்தர்களும் இங்கே வாழ்பவர் தாமே, நம்முடைய பிரதிபிம்பங்கள்.

ஓம்பிரகாஷ் பல்லாவின் வீட்டிற்க்கு வந்த ராத்தோட் குடும்பத்து இளை-யவர்கள் ஹாலில் பேசிக் கொண்டிருக்கின்றனர்.

ரகுவீர் பல்லாஜியின் அனுமதியுடன் மேலே ஓய்வெடுக்கும் ஜானகியைக் காணச் செல்கிறான்.பல்லாஜீயின் இளைய மகள் பிங்கி, ஜானகியின் கதவைத் தட்டி அழைத்து விட்டு விடை பெறுகிறாள். கதவை ஜானகி திறந்-தாள், வேகமாக உள்ளே வந்த ரகுவீர் பேச்சுக் கொடுக்காமல் சத்தமில்லாமல் கதவைச் சாத்தித் தாழ் போட்டான்.

"ஐயோ கதவை திறங்க எல்லாரும் தப்பா நினைப்பார்கள்" என்றாள் ஜானகி ..

"என்னைப் பார்த்தால் ரோட் சைட் ரோக் மாதிரி இருக்கா எதுக்கு இப்-படிப் பிகேவ் பண்ற" என்றான் ரகுவீர்.

"நீங்க தான் என்னை அடுத்தவங்க வீட்டுக்கு கெஸ்ட்டா வந்த இடத்தில் இப்படிப் பண்றீங்க" என வேறெங்கோ பார்த்தபடி ஜானகி சொன்னாள்.

"எனக்கும் தெரியும் .கான்பிடென்சியலாக ஒரு மெயில் அனுப்பனும் உனக்குத் தான் அது தெரியும்னு, ஆண்டி அங்கிள்ட பெர்மிஸன் வாங்கிட்டு தான் வந்தேன்" என்றான் ரகுவீர்.

லேப்டாப் பை எடுத்துக் கொண்டு அமர்ந்தாள் ஜானகி. "சொல்லுங்க என்ன அனுப்பனும்னு" என அவள் அவனைப் பார்க்காமலே கேட்டாள்.

"இங்க என்னைய பார்த்துப் பேசு.இன்னும் அந்தக் காயம் ஆறலை, அதுக்குள்ள எதுக்கு இப்படி அலையிற? உனக்கு என்னமாவது ஆச்சுன்னா நான் என்ன பண்றது" என்றான் ரகுவீர் அவன் குரலில் பதட்டம் தெரிந்தது.

ஜானகி அவனைத் திரும்பிப் பார்த்தாள் "ஐ மீன், நீ என்னோட, அதா-வது எங்களோட பொறுப்பு தானே" என்றான் ரகுவீர்.

"உங்களுக்கு அந்தக் கவலை வேண்டாம், எனக்கு ஏதாவது ஆனாலும், நானே தான் அதுக்குப் பொறுப்பு. ராத்தோட் பேமலி கிடையாதுன்னு எழுதி

தர்றேன்" என்றாள் ஜானகி.

"அந்த ஆண்டி ஏதோ மருந்து போட்டதா ராஜ் சொன்னான். வா ஹாஸ்பிடல் போகலாம்"என்றான்.

"அது தான் நான் நல்லா இருக்கேன்னு சொன்னேன்ல, நீங்க டிக்டேட் பண்ணுங்க, நான் போகனும்"என்றாள்."இப்ப என்ன தான் உன் பிரச்சினை" என்றான் ரகுவீர்.

"பிரச்சினை எனக்கு இல்லை mr. ராத்தோட், உங்களுக்குத் தான். நீங்க தான் என்னைக் கண் முன்னே வராதேன்னு சொன்னீங்க " என்றாள் ஜானகி.

"அது கோபத்தில் சொன்னது, நீ அந்த ஜூஸை குடிக்க வச்சதுனால" என்றான் எங்கோ பார்த்தபடி.

"பொய் சொல்லாதீங்க உங்களுக்குத் தான் என்னைய பார்க்க பிடிக்கலையே. அப்புறம் என்ன டிக்டேட் பண்ணுங்கள் சும்மா எதற்குத் தேவையில்லாத பேச்சு." என்றாள் ஜானகி.

"நீ, இங்க உன் பேமலி ஃப்ரண்ட்ஸை பார்க்க வந்திருக்க, சரி. ஆனால் நான் தான் காரணம்னு ராஜ் சொல்கிறான்" என்றான் ரகுவீர்.

"ராஜ், என் அண்ணன் ஃப்ரண்ட் அதுனால கேட்டிருப்பார். நீங்க அவங்களுக்காக உங்கள் கருத்தை மாத்திக்க வேண்டாம். நான் ஒரு சௌத்இண்டியன் பீஜீ பார்த்துட்டேன்.ஆபீஸ்க்குப் பக்கம். நாளைக்கு வந்து வீட்டில் சொல்லிவிட்டு மாறிக்கிறேன் " என்றாள் ஜானகி.

"நீ எங்களை இன்சல்ட் பண்ற. உங்கள் அண்ணனே, எங்க வீடு உனக்குப் பாதுகாப்புன்னு சொன்னார்" என்றான் ரகுவீர்.

"சேஃப்டியை விட மரியாதை முக்கியம். நீங்க தான் என்னை ஏதோ உங்களை மயக்க வந்த மாதிரி, கார்ல்கேர்ள்ன்னு நினைச்சிங்க போல" என அவள் உடல் துடிக்கப் பேசி முடிப்பதற்குள், அவள் கன்னத்தில் ஓங்கி அறைந்து இருந்தான் ரகுவீர்.

"என்ன பேசுகிறோம்னு புரிஞ்சுகிட்டு பேசு, இடியட் கார்ல்கேர்ளாம், கார்ல்கேர்ள் உன்னை அப்படியா வச்சுருக்கோம் வீட்டில், விருந்தினர் அறையில் கூட இல்லாம, தன் பக்கத்து அறையில் தங்க வைத்திருக்கிறார்கள். இனி இதுமாதிரி பேசினே பாரு,பேசும் முன்ன உன் வார்த்தையை யோசித்துப் பேசு" எனஅவளை நேராக நிறுத்தி, கண்களை ஊடுருவிப் பார்த்த கண்டிப்பான வார்த்தைகளுடன் சொன்னான்.

அவள் கன்னத்தைப் பிடித்துக் கொண்டு கண்களிலிருந்து கண்ணீர் வழிந்தபடி, உடல் நடுங்க நின்றாள். அவளை அப்படிப் பார்க்கப் பொறுக்காத ரகுவீர், அவளை இழுத்து தன்னோடு சேர்த்து அனைத்துக் கொண்டான். அவளின் கண்ணீரால் அவன் டீசர்ட் நனைந்திருந்தது.அவள் உச்சந்தலையில் முத்தமிட்டான்

"அழாத, அழாத. உன்னை நான் அப்படி நினைப்பேனா, யோசிக்காமல் பேசலாமா. அப்படி நினைத்தால், யாருன்னே தெரியாதவர்கள் வீட்டுக்கு வந்து இப்படி உன்னைச் சமாதானம் செய்வேனா சொல்லு " என்றான்.

அவன் இதயம் படபடக்கும் சத்தம் கேட்டது, அதில் அவன் வார்த்தைகளின் உண்மையை உணர்ந்தவள், அவன் சமாதானத்தில் மேலும் குலுங்கி அழுதாள். ம்ப்ச் என அவள் முதுகைத் தடவினான்.

"பாகல் மிர்ச்சி. காரமா இருந்தால் தான் மிர்ச்சி நல்லா இருக்கும். இது என்ன கொடமிளகாய் மாதிரி சவசவன்னு நல்லா இல்லையே" என்றான்.அவளை உட்காரவைத்து தண்ணீர் கொடுத்தான்.அவள் கொஞ்சம் குடிக்க வாங்கிக் கீழே வைத்தான்.

"நிஜமாகவே நீங்க என்னைத் தப்பா நினைக்கலைல?" என்றாள்.

"நான் நினைக்கிறது அவ்வளவு முக்கியமா உனக்கு,ஏன் இப்படி ஃபீல் பண்ற " என்றான் ரகுவீர். அவள் இந்தப் பேச்சுவார்த்தையில் அவன் தன்னைத் தவறாக நினைக்கவில்லை என்பதில் சகஜமானாள்.

"ஆமாம், நீங்க தானே MDsir, எனக்குக் கான்டேக்ட் சர்டிபிகேட் தரனுமே அதுனால தான்." என்றவள்."சரி, மெயில் டிக்டேட் பண்ணுங்க டைப் பண்றேன் " என்றாள்.

"அது மறந்துடிச்சு, அப்பறம் சொல்கிறேன்." என்றான்.

"தெரியும் முன்னாடியே தெரியும், உங்கள் கான்பிடென்சியல் மெயில் என்னன்னு" என்றாள் ஜானகி.

"ஆமாம், இரண்டு வாரமா வேலை பார்க்கிற ட்ரைனி கேன்டிடேட், கோடிகளில் டீல் க்ராக் பண்ற எபிலிட்டி இருக்கவங்களுக்கு, இதைப் பற்றித் தெரியாதா என்ன?" என்றான்."கான்பிடென்சியல் முடிந்ததா போகலாமா?" என்றாள்.

"அந்தக் காயம் இன்னும் வலிக்கிறதா" என்றான்.

"லேசா,அப்ப அப்ப வலிக்குது." என்றாள். "காயத்தைக் காட்டு "என்றான் ரகுவீர்.

"நெட்பேங்கிங் வைத்து இருக்கீங்க இல்லை.ஒரு பத்து லட்சம் என் அக்கவுண்டுக்கு டிரான்ஸ்பர் பண்ணுங்க" என்றாள்.

அவன் புரியாமல்,"இப்ப எதுக்கு அவசரமா " எனக் கேட்டான்.

"ஆமாம், நீங்க தானே என் காயத்தைப் பார்க்கனும்ன்னு சொன்னீங்க. சைட், ஸீயிங் பீஸ்" என அவள் தன் இடுப்பின் பாகத்தைச் சுட்டிக் காட்டி கேட்டாள் ஜானகி.

அவன் அடக்க மாட்டாமல் சிரித்தான்."உன் வாய் இருக்கிறதே அப்பா, சரி அக்கவுண்ட் நம்பர் சொல்லு." என்றான் ரகுவீர்.

"சீரியஸ்லீ, உலகத்துலையே ஒரு பொண்ணோட இடுப்பை சைட் அடிக்க, பத்து லட்சம் குடுக்கறது mr.ராத்தோட் ஆகத் தான் இருப்பார்" என்றவள் மீண்டும் அடக்கமாட்டாமல் சிரித்தாள்.

"இப்ப எதற்குச் சிரிக்கிற"என்றான்.

"இல்லை, ஃபண்ட் ட்ரேன்ஸ்ஃபர் பண்றேன் சொன்னீங்களே, அதில் ரீசன் கேட்டு ஒரு ஆப்சன் வருமே , நீங்க என்ன எழுதுவீங்க.ஹிப் ஸீயிங் பீஸ் ... அப்டீன்னா" என்றாள்.

அவள் சொன்ன விதத்தில் அவனுக்கும் சிரிப்பு வந்தது. "சான்சே இல்லை,ஏன் உலகத்திலேயே இடுப்புக் காயத்தைக் காட்டப் பணம் கேட்டவ-ளும் நீதான்" என்றான்.

"ஜான்வி இது உன் முடியா" எனச் சின்னப் பாலிதீன் கவரில் இருந்த ஒரு முடிக் கற்றையைக் காண்பித்தான்.

"ஹலோ, நான் உங்க கிட்ட என் முடிய காணோம்னு கேட்டனா? அது எப்படிங்க தெரியும்" எனக் கேட்டாள்.

"இப்படித்தான் "என அவள் ஜடையைப் பற்றி இரண்டு முடி டெக்சரை-யும் ஒப்பிட்டுப் பார்த்தான். "ஹலோ என்ன பண்றீங்க, ஜடையை விடுங்க வலிக்குது" என்றாள்.

"ஒரே முடி தான், இது என்னோட குர்தால இருந்து கிடைத்தது, எப்படிச் சொல்லு" என்றான்.

"எனக்கு என்ன தெரியும்" என திரும்பிக் கொண்டாள் ஜானகி. ரகு-வீருக்கு சந்தேகம் உறுதிப்பட்டது. அவளைத் தன் புறம் திருப்பி, சுவரோடு நிற்க வைத்து, தன் கைகளை இருபுறமும் வைத்து மறித்துக் கொண்டான்.

"சொல்லு, இல்லைனா விடமாட்டேன்" என அவளை நெருங்கி ஸ்மெல் செய்து, என்ன பெர்ஃயூம் இது, ஆளை தூக்குது" என்றான் .அவளுக்கும் அதே நிலை தான்.

'கனவுலையாவது விட்டுட்டுப் போயிடுறான். இப்ப அதுவும் முடியாதே, அய்யோ என்னை மயக்குகிறானே, அவன் என்ன என்னைய ஏதாவது செய்-யறது, நான் அவனை ஏதாவது செஞ்சுடுவேன் போல இருக்கே.கிஸ் அடிச்-சிறாதடி ஜானி பேபி, இப்ப தான் உன்னை நல்லவன்னு சொல்லியிருக்-கான்.கைப்புள்ளைய விட மோசமா மாட்டிக்கிட்டேன்'.என மனதில் புலம்ப எக்ஸ்பிரஸன் மட்டும் ஜானகியின் முகத்தில் தெரிய ரகுவீர் அவளை ரசித்-துக் கொண்டிருந்தான்.

ஒரு ஐடியா தோன,அவன் கைகளின் வழியே கீழே குனிந்து தன்னை விடுவித்துக் கொண்டு வந்தாள். அவனின் அடுத்த ஆக்சனுக்குள் பேச ஆரம்பித்தாள்.

"கேட்கிறது மட்டும், கேளுங்க ரோட் சைட் ரோக்கான்னு, ஆனால் ரோட் சைடு ரோமியோவுக்குக் குறைஞ்சவர் இல்லை நீங்க. தெரியாமல் கால் தவறி உங்க மேல விழுந்தேன், அதுக்கு இப்படியா கட்டி பிடிப்பாங்க, அப்படி டைட்டா இறுக்கீட்டிங்க மூச்சு முட்டுது. நான் மட்டும் ஸ்ட்ராங்கா இல்-லைனா, mrs.ராத்தோட ஆயிருப்பேன். கஸ்டப்பட்டு வெளியே வந்தேன். இதற்குத் தான் காலா காலத்துல கல்யாணம் பண்ணணும் சொல்றது. வீட்டில்

சொல்றத கேட்கனும். நான் உங்க மேல விழும்போது, என் முடி விழாதா, உங்க ஊர் உப்பு தண்ணிக்கு என் முடி பூரா கொட்டுது" என அவள் பேசி முடித்தாள்.

இப்போது அவன் தான் எம்பேரஸ் ஆனான். "சாரி ஜான்வி, சாரி, எனக்கே தெரியாமல், எப்படி நான் இப்படி. உன்னை ரொம்ப ஹேர்ட் பண்ணேன்னா? அதுல தான் மறுபடி வலிக்குதா என்ன? அப்ப நான் சுய நினைவில் இல்லைனா, ஒரு பெண்ணைத் தொட கூடத் தயங்க மாட்டேன்னு தெரியுதே. சாரி, என்னைய மன்னிச்சிடு "என அவன் தன்னில் வைத்த நம்பிக்கை பொய்ததில் தடுமாறினான்.

"நீ வந்ததும் சொன்னது சரிதான் கதவை திறக்கறேன்" என அவன் போனான்.

அவனின் அந்தப் புலம்பல் அவளை அசைத்தது. அவனைப் பின் தொடர்ந்தவள், அவனைக் கையைப் பிடித்து நிறுத்தி, அவன் உதடுகள் மேல் ஓர் விரலை வைத்தாள்

"உஸ், சுப் எங்க MD sir.கொஞ்சம் நல்லவர் தான் கழுத்தை நெரிப்பார், கன்னத்தில் அடிப்பார். ஆனால் வரம்பு மீற மாட்டார். நீங்க ஒண்ணும் அவரைத் தப்பா பேசாதீங்க" என்றாள் ஜானகி.

அவன் அவளையே பார்த்திருந்தான்.அவள் அவன் கண்ணைப் பார்த்து, "இங்க பாருங்க வீரூஜீ, உங்களை நம்பி எங்க வேணும்னாலும் நான் உங்க கூட வருவேன். உங்கள் மேல நம்பிக்கை இருக்கு.எங்க அப்பாஅண்ணனுக்குப் பிறகு , உங்ககிட்ட பாதுகாப்பா பீல் பண்றேன் போதுமா?" என்றாள்.

"தாங்க்ஸ், மேரி ஜான். என்னைப் புரிஞ்சுகிட்டுக்கு, எனக்கும் புரிய வச்சத்துக்கு" என்றான் ரகுவீர். இருவரும் புரிதலின் ஓர் அத்தியாயத்தைக் கடந்து சென்று கொண்டிருந்தனர். தன்னைப் பற்றி அவன் தவறாக நினைக்கக் கூடாது என்று அவளும், அவள் தன்னைத் தவறாக நினைப்பாளோ என்ற அவன் பதட்டமும் , ஒருவர் மேல் மற்றவர் வைத்த அன்பையே காட்டியது.

அவன் காலையில் வெறித்த பார்வையும், பேசாதே என்றதும் அவளைத் துரத்தி, வீட்டை விட்டு வெளியேற்றியது. அவள் தன் வார்த்தை வீரியத்தால் வீட்டையும், அவனையும் புறக்கணித்ததை, அவனால் சகிக்க முடியவில்லை. தான் பார்த்த கோணத்தில் தவறு இருக்குமோ, எனும் சந்தேகம் வந்தவுடனே, ஏன் அதுக்கும் முன் அவளுக்கு முடியவில்லை எனத் தெரிந்தவுடன், அவளைக் காண ஓடி வந்தான் ரகுவீர்.

அன்பெனும் பாதையில் இவர்கள் நடக்கும் போது,முட்களாக வரும் தொல்லைகள் சவால்களைக் கடந்து, காதல் எனும் இலக்கை சென்றடைவார்களா என்பதைப் பொறுத்திருந்து பார்ப்போம். இருவரும் கீழே அறைக்கு வந்து சேர்ந்தனர்.அங்கே அமிர்தாவுடன் பல்லாஜீ மற்றும் ராம் இவர்களுக்காகக் காத்திருந்தனர்.

நமது அருகில் இருக்கும் மனிதர்களோ அல்லது பொருளோ எதுவாகி-னும் அதன் அருமை தெரிந்தாலும் கூட, அதைப் பெரிதாகக் கொண்டாட மாட்டோம்.

குழந்தைகளிடம் நூற்றுக்கணக்கான பொம்மைகள் கேட்பாரற்று இரைந்-துக் கிடக்கும், ஆனாலும் அடுத்தக் குழந்தையின் பார்வை அதன் மேல் பட்டால் பொறுத்துக் கொள்ளாது, மறைத்து வைக்கும்.

ஏன் மகளிருக்கும் கூடப் புடவை கடைக்காரர் விரித்துப் போட்ட நூறு புடவையைக் காட்டிலும் , பக்கத்தில் பார்த்துக் கொண்டு இருக்கும் பெண்-மணி கையில் உள்ள புடவை தான் சிறந்தது எனத் தோன்றும். அந்தப் பெண்மணி அந்தப் புடவையை நிராகரிக்கப் போனதும் கூட அதுவே தான் தனக்கும் வேண்டும் என எடுத்துச் செல்லும். மேற்கூறியவை சில உதார-ணங்களே. இது மனித மனம் சம்மந்தப்பட்டது.

இங்கும் ரகுவீர், ஜானகியிடம் காட்டிய அதே கரிசனம், கேரிங் எல்லா-வற்றையும் ராமும் காட்டினான். அதுவும் தோழமை தான், அந்த எல்லையை ராம் என்றும் தாண்ட மாட்டான், ஏனெனில் அவன் சூடு பட்ட பூனை. ஆனால் இது ரகுவீருக்குத் தெரியாது. கீழே இறங்கி வந்தவன் ஹாலில் ராமைப் பார்க்கவும், இதழ்கள் சிரித்தாலும், இதயத்தில் கரித்துக் கொட்டி-னான்.ரகுவீர் அவளுக்கு ஒருபடி முன்னே இறங்கினான். அவள் விழுந்தா-லும் பிடிக்க வசதியாய் இருக்க வேண்டுமே .

"வந்துட்டான் உங்க ஊர்காரன், இனி எனக்குப் புரியாதபாஷையில கதைப்பியே" என்றான் ரகுவீர்.

"ஹலோ,இப்ப அவரை எதுக்குத் திட்டுறீங்க உங்களுக்கு எங்க ஊரு ஆளுங்கன்னாலே வில்லனா தான் தோணும்". என்றாள் ஜானகி.

"ஆமாம் உனக்கு அவன் தானே ஹீரோ. மாட்டை அடக்குவானோ?"

"கேட்டு பார்த்திருவோமா,பொங்கல் இரண்டு வாரத்தில் வருது. ஊருக்கு போகும் போது ஒரு சான்ஸ் கொடுக்கலாம். ஆள் நல்லா தானே இருக்கான். எனக்கு மேட்சா இருப்பானான்னு பார்த்து சொல்லுங்க. நீங்க தான் எல்லாத்-தையும் கரெக்டா ஜட்ஜ் பண்ணுவீங்களே" என்றாள் ஜானகி.

"திமிரப் பாரு நான் பார்த்துச் சொல்லனுமாம். நான் என்ன மேட்ச் மேக்-கரா" என்றான்.

"ஆமா,உங்க கிட்ட கேட்டேன் பாருங்க, ஆமாம் மயூக்கு பார்க்க மாட்-டீங்களா?" என்றாள். "மயூவும் ,நீயும் ஒன்னா?" என்றான் ரகுவீர். அதற்குள் தளம் வந்திருந்தது.

" வேலை முடிஞ்சதா புத்தரூ " என்றார் பல்லாஜீ.

" முடிஞ்சது மாமாஜீ, ராம் எப்படி இங்கே" என்றாள் ஜானகி.

"நம்ம அமிர்தாவுக்குப் போன் போட்டார், நான் தான் இங்க வரச் சொன்னேன். சங்கா ஹைனா புத்தரு"என்றார்.

"பஹூத் சங்காஹை, அங்கிள்ஜீ" என்றான் ரகுவீர்.(ரொம்ப நல்லது அங்கிள்ஜீ)

"ராம், என்ன திடீர்ன்னு" என்றான் ரகுவீர்.

"தங்கச்சிய பார்க்க வந்தேன்" என்றான் ராம்."ஜான்வியவா?" என்றான் ரகுவி.

ஜானகி அவனை முறைத்தாள்.

"ஐயோ, அண்ணா, ராம் எனக்குத் தான் அண்ணா, ஜானகிக்கு அத்தை மகன் வேணும் முறை மாப்பிள்ளை" என்றாள் அமிர்தா.

'ஐய்யோ, இவ வேற, அவனே வேணும்னே வெறுப்பேத்துறான். இவ வேற புளியப் போட்டு விளக்குறா' என்றது ஜானகியின் மைண்ட் வாய்ஸ்.

"யூ மீன், கஸின்ஸ். ஆனால் நாங்க இங்க அவர்களை ப்ரதர் அண்ட் சிஸ்டராகத் தான் பார்ப்போம்" என்றான் ரகுவீர்.

'இப்ப நீயே உனக்குச் சூனியம் வச்சுக்கோ, வாடி மச்சான் என்னைக்காவது என் கிட்ட மாட்டாமலா போயிடுவ' என்றது மீண்டும் ஜானகி மைண்ட் வாய்ஸ்.

"பேசிகிட்டே நின்றாள்,ப்ரீத்தோ ரொட்டிய காலி பண்ணிடுவா, வாங்க போகலாம்," எனப் பீச் சைடு கூட்டி வந்தார் ஓமி பல்லா.

பல்லாஜீயின்,பீச்ஹவுசுக்கு நடை தூரத்தில் அந்தப் பீச் இருந்தது. நீண்ட தூரத்துக்கு மணற்பரப்பு .அது ஒரு ப்ரைவேட் இடமாக இருந்தது. ஆர்பாட்டம் இல்லாத கடல்.அங்குச் சூரியன் இன்னும் சிறிது நேரத்தில் அஸ்தமனம் ஆகும்.தற்போது பொன்னிறமாக ஒளிர்ந்தது வானமும், கடலும்.

கடலலைகள் போட்டி போட்டு, ஒன்றை ஒன்று துரத்திக் கொண்டிருந்தது. அதே போல் பிள்ளைகள் ஒன்றோடு ஒன்று விளையாடிக் கொண்டிருந்தது.

இரு குடும்பங்களின் மகன்கள் மருமகன்கள் பெண் பிள்ளைகள் என அந்த இடமே களை கட்டியது.

அங்கு ஓரிடத்தில் வாலிபால் நெட் கட்டப்பட்டிருந்தது.வாலிபால் விளையாட முடிவு செய்யப்பட்டது. ராத்தோட்ஸ் ஒரு பக்கமும், பல்லாஸ் ஒரு பக்கமும் நின்றனர். ராம் பல்லாஸ் பக்கம் நின்றான்.

ஒரு புறம் ராஜ், ரகுவீர் பின்னால் நிற்க, அமர்சிங் ரன்வீர் முன்னால் நின்றனர்.அந்தப் பக்கம், பல்லாஜி ,ராம் பின்னால் நிற்க, ஜெய் அவன் ஜீஜூ முன்னால் நின்றனர்.

இரண்டு பக்கத்துப் பெண்களும் அவரவர் தரப்பை உற்சாகப் படுத்த, ஜானகி இரண்டு பக்கமும் சீயர் அப் செய்தாள் .கேம் படு சுவாரஸ்யமாகவும், நகைச்சுவையாகவும் சென்றது. சீரியஸ் கேம், சொதப்பல் கேம் எனக் கலக்கலாக முடிந்தது.

பெண்கள் கயிறு இழுக்கும் போட்டி, நடைபெற,அதில் கலந்து கொள்ளும் பெண்களைத் தேர்வு செய்யும் போது, ரகுவீர் ராம் இருவரும் ஒரே நேரம் "ஜான்வி நோ" என்றும், "ஜானகி நோ" என்றும் சொன்னார்கள்.

பெண்களுக்குக்கான போட்டி, ஆண்களும் கலந்து கொண்டு சுவாரஸ்யமானது. போட்டிகள் முடியும் நேரம், இருள் பரவியது. அதே நேரம் செயற்கை ஒளிகளால் மின்னியது அந்த இடம்.அழகான இரவு, ரம்மியமான நிலவு, குளுமையான காற்று, கடலலைகளின் மெல்லிய சப்தம், கண்ணை உறுத்தாத விளக்குகள் என மயனின் மாய உலகம் போல் இருந்தது அந்தக் கடற்கரை.

மண்ணில் விளையாடியதில் புழுதி படிந்தவர்கள், கை கால்களைக் கழுவி வந்தனர். ஜானகியும், ப்ரீத்தோ மாமியும் அவர்களுக்குத் தேவையானதை எடுத்துத் தந்தனர்.

அந்த நேரம், பிங்கியின் ஃபியான்சி ஜிதேந்தர் சிங் வந்து சேர்ந்தான். அவன் ஒரு சிங்கர்.எல்லாருடனும் கலகலப்பாகப் பழகினான். தீபதி அவனின் விசிறி ஆனாள். ரன்வீர் அவளை முறைத்துக் கொண்டிருந்தான்.

அந்த இரவு பொழுதை எல்லோரும் ரசிக்க, பில்லோ பாசிங் கேம் விளையாடினர்.ஜிதேந்தர் ஒரு பாடலை இசைக்கப் பில்லோ பாசாகும் அவன் நிறுத்தும் இடத்தில் பில்லோ வைத்திருப்பவர்,ஏதாவது செய்ய வேண்டும்.

முதலில் நின்றது அமர்சிங்கிடம், அவன் தன் பாணியில் ஹரிணியிடம் ப்ரபோஸ் செய்து படத்தின் காட்சியை செய்தான். அடுத்தது, ஜெய்பிரகாஷ் பல்லாவிடம் வந்த நிற்க, ஹர்லினை இழுத்துக் கொண்டு டூயட் ஆடியவன், இடையே ஜானகியை கை பிடித்து அழைத்துக் கொண்டான்.

ஜானகியும் பதி,பத்னி அண்ட அவள் என ஆக்ட் செய்தாள் ரகுவீர் முறைக்க, ஜெய்யுடன் சேர்ந்து ஆடினாள்.அதைப் பார்த்து அனைவரும் சிரித்தனர்.

ஹர்லின் லுக் விட்டதில்.எல்லாரும் சேர்ந்து, "ஜெய் பாயீ, இன்றைக்கு முனு அடி மனுசன் தான்" என்றனர்.புதியவர்கள் குழம்ப, அறிந்தவர்கள் அதை அடுத்தவருக்குச் சொன்னார்கள்.

அடுத்தப் பில்லோ அமிர்தாவிடம் நிற்க, ராம் உடன் சேர்ந்து பாசமலர் வசனம், ஹிந்தியில் மொழி பெயர்த்து நடித்தனர். ராஜ்வீரிடம் நிற்க, ஒரு ஸாயரி கவிதை சொன்னான்.

பல்லாஜி -ப்ரீத்தோ ஷம்மி கபூர்-ஸாயிரா பானு நடித்த‘ ஜங்கிலி’ படத்திலிருந்து "சாஹே கோவி முசே சங்கிலி கஹே..என்ற பாடலை ஆக்ஷனுடன் கலக்கினார்கள்.எல்லோரும் கை தட்டி ஆரவாரம் செய்தனர்.சிருஷ்டியின் டேர்ன் வர, மாதிரி அழகியாய் கேட் வாக் செய்து, ஃப்ளையிங் கிஸ்,அதுவும் ரகுவீரை பார்த்தே பறக்க விட்டாள்.

ஜானகிக்கு பொசு பொசு வென இருந்தது. ரகுவீர் அவளை வெறுப்பேற்ற அதனைப் பெற்றுக் கொள்ளும் ஆக்ஷன் செய்தான். ரன்வீர் முறையில், ஹேப்பி நீயு இயர் டான்ஸ் ஆடினான்.

பிங்கி, தீப்தி இணைந்து ராம் ரத்தன் தன் பாயோ....பாட்டுக்கு ஸ்டெப் வைத்து ஆடினர்.ரகுவீர், ஜானகி மட்டுமே மிஞ்ச, ஹரிணி, ரகுவீரை ஒரு

பாட்டு பாடச் சொன்னாள்.

"யாரு, இவரு பாட்டு, ஹரிணி தீ, கிண்டல் பண்ணாதீங்க" என்றாள் ஜானகி.

"ரகுவி, இதுக்கு மேலும் பேசாம இருந்தால் அது அசிங்கம். என் மானத்தைக் காப்பாற்று"என்றாள் ஹரிணி.

"ஆமாம் பய்யா பாடுங்க' என்றனர் வீர் பிரதர்ஸ்.

"ரொம்ப நாள் ஆச்சு டா, ஸ்ருதி சேராது" என்றான் ரகுவீர்.

ஜிதேந்தர், "பய்யாஜீ நான் ஆரம்பிக்கிறேன் நீங்க ஜாய்ன் பன்னுங்க சரியா போகும்" என்றான். ஜிதேந்தர் ஒரு பஞ்சாபி பாட்டு ஆரம்பித்து, சினிமா பாட்டில் விட, ஸ்ருதி அட்ஜஸ்ட் செய்து பாடினான்.

"தனு இத்தனா மே ப்யார் கரான்" ஏர்லிப்ட் படத்தின் பாடலை,கண்ணை மூடி லயித்து, மனதில் நிறுத்தி பாடினான்.

ஜானகி அசந்து போனாள், ரகுவீர் பாடுவான் எனக் கற்பனை கூட இல்லாததால் அவனைக் கண் இமைக்காது பார்த்திருந்தாள்.ரகுவீர் அவளைக் கண்களாலே கேள்வியாகவும் கேலியாகவும் பார்த்தான். இவளும் மெச்சுதலாய் பாராட்டினாள். நிஜமாகவே ரகுவீருக்கு அவள் பாராட்டு மகிழ்ச்சி அளித்தது.

"ஜானகி,ரகுவி, லைட் மியுக் ஸிங்கர் நல்லா பாடுவான். பிஸ்னஸ் பிஸில எல்லாம் மறந்துட்டான். பல்லா அங்கிள்க்கு தான், தாங்க் பண்ணனும், இன்னைக்கு இப்படி ஒரு மீட்டுக்கு. தாச்க்ஸ் அங்கில்ஜீ "என்றாள் ஹரினி.

அந்தப் பாடலில் இருந்த உணர்வு, எல்லாரையும் மயக்கியது.அதை அப்படியே தொடர்ந்து ஜானகி, "இன்னும் கொஞ்சம் நேரம் இருந்தா தான் என்ன" எனப் பாடினாள் தமிழ் பாடல்.

ஜிதேந்தர்,"மோஹ்,மோஹ்" பாட்டைப் பாட அதில் ரகுவீர், ஜானகியும் இணைந்தனர்.இப்படியே ஒரு மணிநேரம்,இசை மழை பொழிந்தது.

செவிக்கு, உணவில்லாத பொழுது சிறிது வயிற்றுக்கும் ஈயப்படும். என்றபடி, உணவுப் பரிமாறினர்.

நான் வெஜ்ஜை, ஒரு பிடி பிடித்தான் ராம். "ஆண்டிஜீ, இன்னும் ரெண்டு சேர்த்து போடுங்க, இந்த ஜானகியை தூக்கியதிலேயே என் கை ஒடஞ்சு போச்சு" என்றான் ராம்.

"நீ என்னைத் தூக்குனியா,பொய் சொல்லாதே" என்றாள் ஜானகி.

அதே நேரம் அருகில் இருந்த ரகுவீர், ராமை அதிசயமாகப் பார்த்தான்.

"ஏன் சொல்லமாட்ட மகாராணி, ரகுவீர் நீங்களே சொல்லுங்க, பார்க்கத் தான் ஆள் ஸ்லிம், ஆனால் சரியான வெயிட் குண்டச்சி" என்றான் ராம்.

"பொய் சொல்லாத ராம்" என்றாள் ஜானகி அழாத குறையாக.

"இங்க இருந்த யாருக்குமே தெரியலை நீ பொய் சொல்ற" என்றாள்.

"Mr.ராத்தோட் , நேற்று பார்ட்டியில கேக் கட் பண்ணிட்டு இறங்குன பிறகு இவளை நீங்க பார்த்தீங்களா?" எனக் கேட்டான்.

ரகுவீர், என்ன பதில் சொல்லுவான்,அவன் மனதை உலுக்கிய காட்சியைப் பற்றி அல்லவா அவன் பேசப் போகிறான். காதை தீட்டி ராமின் வார்த்தைகளைக் கவணித்துக் கொண்டிருந்தான்.

ராமே தொடர்ந்தான். "நீங்க பார்த்திருக்க மாட்டீங்க ஏன்னா, ஜானகியை அறிமுகப்படுத்தி என் பாட்னர் கிட்ட பேசிகிட்டு இருந்தேன்,அப்போ அமுதன் இவளை வழியனுப்பும் வழிய பார்க்கப் போனான். நான் தான் இவள் பக்கத்தில் நின்னேன். என் பாட்னருக்கு புரையேற, தண்ணீர் எடுக்கப் போனேன். வந்து குடுத்துட்டு நிக்கிறேன் அப்டியே சாஞ்சிட்டாள்." என்றான்.

"ஏய் ஜானகி சரக்கை,கிரக்கை மாத்தி குடிச்சியா?" என்றான் ராம். ஜானகி அவனைத் துரத்தி,துரத்தி அடித்தாள்.

"அடிக்காதடி" என்றபடி. mr.ராத்தோட் காப்பாத்துங்க,உங்க ட்ரைனீட்ட சொல்லுங்க சார். கஸ்டப்பட்டு லிப்ட்ல இருந்து ரூம் வரைக்கும் தூக்கிட்டு போனேன்" என்றான். "அதுக்கப்புறம், டாக்டரை கூட்டிட்டு வந்தீங்களா?" எனக் கேட்டான் ரகுவீர்.

"இல்லையே,அமுதன் இவ மட்டையானதை பார்த்து, பெயின் கில்லர் போட்டது, தூங்கட்டும்னு சொன்னான்."என்றான் ராம்.

"அமிர்தா நீ பாவம்டி ,பாலன் ஒரு இடத்தில் படுக்க மாட்டீங்கிறான்" என்றான் ராம். அமிர்தாவுக்கு வெக்கம் பிடுங்கியது, "போங்க அண்ணா உங்களுக்கு விவஸ்தையே இல்லை"என்றாள்.

"ஆமாம்டி, உன் மாமன் மகளுக்கு விவஸ்தை இருக்கு, எனக்கு இல்லை. இதுகளுக்குப் பணிவிடை செய்யத் தான் மும்பை வந்தேன் பாரு" என்றான்.

"இந்த ஞாயத்தைக் கேளுங்க, என் ரூம்ல, காலைல இருந்து இவ கப்ஸா பண்ணிக் கிட்டா, சரி ராத்திரியாவது தூங்கலாம்னா, அம்மனி அங்க மயங்கி கிடந்துச்சு. இவ பாசமலர், அமுதன் அந்த ரூம் ஷோபால படுத்துக்கிட்டான். அந்த ரூம்ல அவள் அத்தான் தொல்லை தாங்கலை" என நீட்டி முழுங்கினான்.

ரகுவீருக்கு தேவையான அத்தனையும் அவன் செவிக்கு வந்தது.

"இவ்வளவு குத்தம் சொல்றவன், எதுக்கு இப்ப வந்த?" என்றாள் ஜானகி.

"அதுவும் தலைவிதி, உங்க அண்ணன் போறதுகுள்ள பத்துத் தரம் போன். போதாதற்கு என் பாட்னர் வேற உன் நலம் விசாரிச்சார்" என்றான் ராம்.

"என் மைதிலி கூட ரொமான்ஸை விட்டுட்டு, உனக்காக வந்தேன். என் தியாகத்தைப் புரிஞ்சுக்கோ" என வராத கண்ணீரை சிந்தினான் ராம்.

"மைதிலி யாருடா"எனக் காசிப் கேட்க வந்தாள் ஜானகி.

"ஆமாம் நீதான் ஜானகி, இந்த ராமசந்திரனை வேணாம்னு சொல்லிட்ட, அது தான் இந்த ராம்க்கு ஏற்ற மைதிலி.இது புது ஸ்கூல் ப்ரண்டு, உன்னைய விடச் சின்னவ, நல்லவளும் கூட" என்றான் ராம்.

"அடப் பாவி"என்றாள் ஜானகி. ரகுவீர், திடிரென்று,"ஆமாம் mr.ராம், உங்க பாட்னர் பெயர் என்ன" என்றான். "உங்க பிஸ்னஸ் ரைவல், ராக்கேஷ் ரெனாவத்" என்றான் ராம்.

மனதின் வார்த்தை-23

விருந்தோம்பல் என்பது நம் இந்திய குடும்பங்களுக்கே உரிய பண்பு. அதுவும் பஞ்சாபிகள், அன்பை காட்டுவதில் நம் தமிழக கிராம மக்களை ஒத்தவர்கள். வருடத்தின் முதல் நாள் இனிமையாகவே முடிந்தது இரு குடும்பத்தினருக்கும். நிறைவு விருந்தாக ஐஸ்கிரீம் பார்ட்டி அதைப் பார்த்தவுடன், ஆளுக்கு ஆள் ஜானகியைத்தான் கலாய்த்தார்கள்.

"ஜானி இது உன் வாய்க்கா, அல்லது என் தம்பி தலைக்கா" என்றாள் ஹரிணி.

"என்ன தீதி சொல்றீங்க உங்க தம்பி ஐஸ்கிரீம் போட்டா ஹேர்வாஷ் பண்ணுவார் அதுவும் இந்த நைட்ல " என்றாள் ஜானகி, ஒன்றும் அறியாதது போல்.

"ஹரிணி, ஜானகி ஏதாவது ப்ராங் பண்ணி உன்னோட ஐஸ்க்ரீமும் சேர்த்து சாப்பிடுவாளே தவிர யாருக்கும் தரமாட்டாள்."என்றாள் சிம்மி.

"சிம்மி தீதி ,அது எல்லாம் முன்னாடி, இப்ப பாஸ்க்கு ஐஸ் வைக்கிறதுன்னா அவங்களுக்கு ரொம்ப இஸ்டம் இல்லை ஜானி தீதி " என்றாள் தீப்தி. ஜானகி அவளை முறைத்தாள்.

"ஹலோ என்ன ஐஸ் வச்சாலும் எங்க பய்யா, மனசை கரைக்க முடியாது, என்ன பய்யா சரி தானே" என ரன்வீர் கேட்டான். ரகுவீர் பேசாமல் ஜானகியை பார்த்துக் கொண்டிருந்தான்.

"அதெல்லாம், ஐஸை கொட்டி, ஏற்கனவே கரைச்சுட்டா ஜானி," என்றான் ராஜ் வீர். "ராஜ்,யூ டூ" என்றாள் ஜானகி. "அப்படியா" என்றனர் பல்லாஸ்.

"என்ன கோரஸ்ல அதிர்ச்சி ஆகுறீங்க" என்றான் ராம்.

"ஏன்னா முதல் பலிஆடு நான் தான்" என்றான் ஜெய்.

"ஹலோ, நீ வேணும்னா ஆடுன்னு சொல்லிக்க, என் சாலே சாப் இராஜஸ்தானி ஸேர்" என்றான் அமர் சிங். "அபிஷேகம் ஆனது ஐஸ்ல அது ஆடு என்ன, சிங்கம் என்ன?" என்றான் ராம். "உங்களை என்ன செஞ்சா" என ஆர்வமானான் ரகுவீர்.

"அந்தச் சோக கதையை கேளுங்க, எனக்கு ஹல்தி வச்சாங்க, எல்லாரும் மஞ்சள் வைக்க, இவள் என்னைய வச்சு செஞ்சா. ஹல்தி முடிஞ்சு குளிக்கப் போனேன். உங்களுக்காகத் தண்ணீர் எடுத்து வச்சிருக்கேன், என்னை தான் கட்டிக்கலை, நான் நிரப்பி வச்ச தண்ணிலையாவது குளிங்கன்னு, அம்ரூ என்னமோ சொல்லி கூப்பிட்டாளே என்னைய என்ன அது.

எனக் கேட்டான்.

"ஜெய் அத்தான்" என அமிர்தா எடுத்து கொடுக்க, ஹாங், ஜெய் அத்தான்னு, ரொமான்டிக்கா கூப்பிட்டாள். (இப்போது, ரகுவீர், ஜானகியை முறைத்தான்.)

அது அவங்க ஊர்ல அத்தான்னு கூப்பிடருது, முறை பையன்களைக் கூப்பிடுவாங்கலாம். அம்ரூ கூடப் பாலனை கூப்பிடுவா, அதுனால நம்ம மேலயும் ஒரு ஆசை இருக்கு இதையாவது நிறைவேத்தலாம்னு நம்பி போனேன்." என்றான் ஜெய்

" அப்புறம் என்ன ஆச்சு" என்றான் ராஜ் வீர்.

"அது தண்ணீ இல்லைபா, ஐஸ் பார் கரைஞ்சு தண்ணீயா மாறி இருந்தது. இதுல இன்னும் நாலு பொண்ணுங்கள கூட்டிட்டு வந்தா என்னைய ராஜகுமாரன் போலக் குளிப்பாட்டுறேன்னு " என்றான் ஜெய்.

"இவருக்குப் பெரிய மன்மதன்னு நினைப்பு" என ஹர்லின் நொடித்தாள்.

"ஐந்து பேர் சேர்ந்து, குடத்தில தண்ணீரை நிறைச்சு, கதறக் கதற ஊத்துனாளுங்க" என்றான் ஜெய். எல்லாரும் விழுந்து விழுந்து, சிரித்தனர்.

"லைப்ல இதெல்லாம் சகஜம் பா" என்றாள் ஜானகி.

"எது ஜன்னி வந்து சாகறதா" என்றான் ரகுவீர் வேகமாக.ஜானகி முகம் சோகமாக,ஜெய்க்கு தாங்கவில்லை.

"ஹே ப்ரோ, ஆனா ஜானி ரொம்ப நல்லவ அப்படி சீக்கிரம் ஜன்னி வந்து சாக விடமாட்டாள். கையோட கசாயமும் கொண்டு வந்து மூக்க புடிச்சு ஊத்தி விட்டுட்டுத் தான் போனாள் " என்றான் ஜெய்.

"அதென்ன மூக்க பிடிச்சு "என அவன் ஜீஜூ கேட்டான்

"அப்பதான, மூச்சு விட வாயை திறப்போம், அப்ப மருந்தை ஊத்தலாம்" என்றான்ரகுவீர். "ப்ரோ யூடு" என ஹை பை கொடுத்தான் ஜெய், ரகுவீருக்கு.

"அவனுக்குத் தெரியும், உங்கமாதிரி அதுக்காக, அவன் என் கழுத்தை நெரிக்கலை" என்றாள் ஜானகி, ரகுவீரை அட்டாக் செய்து. "ப்ரோ இது என்ன எப்பவுமே, டாம்& ஜெர்ரியா" என்றான் ஜெய்

"முதன்முதல் பார்த்த நிமிசத்தில இருந்து" எனக் கோரஸ் பாடினர் அமிர்தாவும் ராஜ் வீரும். அதன்பின் மீண்டும் நேயர் விருப்பமாக, ஏர்போர்ட் அபிஷேகம் வர்ணனை செய்யப் பட்டது. இப்போது ஜானகி கையில் கோன் ஐஸ் இருக்க, அனைவரும் உஷாரானார்கள். சிரித்து முடிந்து கிளம்பும் நேரம் வந்தது.

விடை பெற்று முதல் காரில் ஹரினி குடும்பம் தீப்தி ,சிருஷ்டி உடன் கிளம்பினர்சிம்மியும் அவள் கனவனும் வீட்டுக்கு பிள்ளைகளைத் தூக்கி சென்றிருந்தனர்.பிங்கி, ஜிதேந்தரில் லயித்திருந்தாள்.மற்றவர்கள் சாப்பிட்டதை ஒழித்துப் போடுவதில் ப்ரீத்தோ மாமிக்கு உதவிக் கொண்டிருந்தனர்.

ரகுவீர் தனியாக நின்ற ஜானகியிடம் வந்தான். "ஜான்வி அம்ரூவை கூட்டிட்டு என்னோட கிளம்பு" என்றான் ரகுவீர்.

"ம் போங்க, நான் இங்க இருந்துட்டு மாமாஜீ கிளம்பும் போது, நாளை மறுநாள் ஆபீஸுக்கு நேரா வர்றேன். " என்றாள் ஜானகி.

"நோ வே.என் கூட இப்பவே கிளம்புங்க" என்றான் அதிகாரமாக.அவன் சொன்ன விதத்தில் ஜானகிக்குக் கோபம் வந்தது.

"நீங்க இப்படி அதிகாரம் பண்ண நான் உங்க பொண்டாட்டி இல்லை" என்றாள் ஜானகி சுறுக்கென்று. அவள் முன் ஒரு எட்டு வைத்து, அவள் கையைத் தன் ஒரு கையால் வளைத்துப் பிடித்துப் பின்னால் நிறுத்தி அவளைத் தன் அருகில் கொண்டு வந்தான். தன் கை அவளை வளைவில் நிறுத்தி."அப்படின்னா தான் சொன்னதைக் கேட்பேன்னா, அதையும் செய்-வேன்" என அவள் கண்களை ஊடுருவியவன்,காற்றில் ஆடிய கற்றை அவளின் முடியை மற்றொரு கையால் ஒதுக்கி, ஒரு மயக்கும் புன்னகையு-டன் "கிளம்புடா" என்றபடி விடுவித்தான்.

ஜானகி நிலையை விவரிக்க வேணுமா என்ன. வயிற்றில் இருந்த பந்து நெஞ்சில் ஏறி வந்து குதிக்க, இதயம் படபடத்தது. கண்கள் சிமிட்டாமல் அவனையே பார்த்திருந்தாள்.

ப்ரித்தோ மாமி அங்கு வந்தவர், "புத்தருஜீ, ஜானகியும், அம்ரூவும் நாளைக்கு இங்க இருந்துட்டு வரட்டும். பிங்கிக்கு ஷாதிக்குப் பர்சேஸ் பண்-ணனும்,நகை கடை துணிக்கடை எல்லாம் போகனும், இவங்க இருந்தா எனக்கு வசதி புத்தருஜீ, நாளைக்குக் கொண்டு வந்து விட்டுட்டு போறேன்" என்றார் ரகுவீரிடம்.

ஜானகி இப்போ என்ன செய்வீங்க என்பது போல் பார்த்தாள்.பல்லாஜீ வந்து "ஜானகி அம்ரூ என் பொறுப்பு, நான் பார்த்துக்குறேன். நீங்க கவலை படாமல் கிளம்புங்க தம்பி" என்றார்.

ப்ரீத்தோவிடம்,"ஆண்டிஜீ, நம்ம ஜிவல்லரி இருக்கு, பாபுஷா தான் இருப்பாங்க, நான் சொல்லிடுறேன். நீங்க அங்க போய் நகை எடுத்துக்குங்க " என விசிட்டிங் கார்ட் கொடுத்தான் ரகுவீர்.

"ஆண்டிஜீ, எனக்குத் தெரிஞ்ச டிசைனர் பொட்டிக் இருக்கு,போங்க நான் சொல்லி வைக்கிறேன்." என்றான் ராம்."ஆகா, ரெண்டு பேரும் சொல்-லீட்டிங்களா, பார்ப்போம் தப்பிக்க முடியுமான்னு." என்றார் ஓமி பல்லா.

"பாப்பாஜீ, ஒரே கடையில் கொண்டு போய் விட்டாலும், அங்கேயே எல்-லாமே கிடைச்சாலும், இவங்க ஒரு நாள் முடியாம வரமாட்டாங்க" என்றான் ஜெய்.

பெண்கள் அனைவரும் அவனைக் கூட்டாக முறைத்தனர், இரு நாளைக்கு வச்சுக்குறோம் என்று.

'அவசரப் பட்டு வாயை விட்டுட்டனோ?' என மைண்ட் வாய்சில் இல்லை, அவுட் வாய்சில் புலம்பினான். எல்லாரும் விடைப் பெற்றனர்.

வேறு வழியில்லாத ரகுவீர், ஜானகியைப் பார்த்துக் கொண்டே இருந்தான். வாய்ப்புக் கிடைத்த போது,ஆயிரம் அட்வைஸ் செய்தான்."அந்த காயம் வலி இருந்தா அலையாத, ஆண்டிகிட்ட தயங்காம சொல்லு. " என்றான்.

"நீங்க கவலை படாமல் போங்க, நான் என்ன சின்னப் புள்ளையா?" என்றாள்.

ஓகே,பை என்று ஜானகியை, இழுத்து இலேசாக அனைத்து டேக் கேர் என்றபடி கூலர்ஸை மாட்டி, தம்பிகளுடன் ஜீப்பை வேகமாக ஓட்டிச் சென்றான்.

ஜானகிக்கு ஆயாசமாக இருந்தது. இது என்ன விதமான பாசம், இரண்டு வாரத்தில் என்னிடம் இவ்வளவு அன்பு அக்கறை. என்னை ஊருக்கு போக விடுவானா தெரியலையே என நினைத்தாள் ஜானகி.

அமுதன், மயூரி,பாலன் மற்றும் மஞ்சரி இரவு பத்துமணி, மதுரையில் வந்து தரை இறங்கினர். அவர்கள் கார், விமான நிலையத்தில் நிறுத்தி விட்டு சென்றிருந்தனர். அதில் ஏறி திண்டுக்கல் செல்லும் நான்கு வழிச் சாலையில் பயணம் செய்தனர். மதுரையில் ஒரு கார்டன் ரெஸ்டாரெண்டில் காரை நிறுத்தினான் அமுதன்."வீட்டுக்குப் போய்டலாம் அமுதன்" என்றாள் மயூரி.

"இல்லம்மா இங்க சாப்பிடுவோம்." என நான், பட்டர் பீன்ஸ் குருமா, சென்னா மசாலா,ருமாலி ரொட்டி, தோசை, சில்லி கோபி என வகையாய் ஆடர் செய்தான்.

"இவ்வளவு எதுக்குப்பா"என்றாள் மயூரி.மஞ்சரி இந்தக் கேள்வி எல்லாம் எழுப்ப வில்லை. அவள் உண்டு டிபன் உண்டு என்றிருந்தாள். பாலனுக்கும் நல்ல பசி. சாப்பிட சாப்பிட தான் பசி தெரிந்தது. மயூரி,அமுதனும் நன்றாகச் சாப்பிட்டனர். அடுத்த முக்கால்மணி நேரத்தில், திண்டுக்கல் அடைந்து, மலைப் பாதையை அடைந்திருந்தனர்.

மயூரி, அமுதனிடம், "கொஞ்சம் வண்டிய நிறுத்துங்கப்பா" என்றாள் .

"ஏம்மா,என்ன செய்யுது" என மலை ஏறும் முன் வெளிச்சம் உள்ள ஒரு வீட்டின் அருகே நிறுத்தினான்.பாலனை எழுப்பினான்.

மயூரி,-இடது பக்க கதவை திறந்து இறங்கினாள். மஞ்சரி அசந்து தூங்க, அவளை எழுப்ப வேண்டாம் எனச் சைகை செய்தான்.

மயூரி அருகில் சென்று என்ன வென்று கேட்க, வாமிட் வருவதாகச் சொன்னாள். அவள் தலையைப் பிடித்துக் கொண்டான் அமுதன். அவள் சாப்பிட்ட அனைத்தையும் வாந்தி எடுத்தாள்.

தண்ணீர் பாட்டில் எடுத்துவாய்கொப்பளிக்க வைத்து, முகத்தைக் கழுவி விட்டான்.அவள் நிற்க முடியாமல் துவழ, தோளில் தாங்கினான் அமுதன்.

தன் கர்சீப் எடுத்து அவள் முகம் துடைத்து, தண்ணீர் கொஞ்சமாகக் குடிக்க வைத்தான்.

"வீட்டுக்கு போயிடலாமா, சமாளிக்க முடியுமா" எனக் கேட்டான்.

அங்கு மரத்தில் தொங்கிய புளியம் பழத்தை பறித்து ,செங்காயாக இருந்-ததை, கடிக்கச் சொன்னான். அவள் முகத்தைச் சுளிக்க, கொஞ்ச நேரம், பொறுத்துக்கோ எனச் சொல்லி, ஏசி ஆப் செய்து, ஜன்னலை திறந்து விட்-டான்.

மஞ்சரி அப்போது தான் முழித்துப் பார்த்தாள். "மயூ என்ன ஆச்சு" என்றாள்.

"ம் குழந்தை அழுதது" என்றான் பாலன். "என்ன ப்ரோ"என்றாள் மஞ்சு.

"ஒருத்தி அரை மணி நேரமா வாந்தி எடுத்துக்கிட்டு இருக்கா, இப்ப கேளு" என்றபடி காரை ஸ்டார்ட் செய்தான். பதினைந்து நிமிடத்தில் வீட்டில் இருந்தனர்.

மயூரியை கைத் தாங்கலாகக் கூட்டி வந்தான் அமுதன். மஞ்சரி தொடர்ந்து வந்தாள்.தெய்வா, "என்னடா ஆச்சு "எனப் பதறி வந்தார். இங்க மலை ஏறும் போது வாந்தி வேறு ஒன்னும் இல்லை என்றான் பாலன்.

"தலை வலிக்குதா"எனக் கேட்டார் தெய்வா.மயூரி ஆம் எனத் தலை-யாட்ட.

சுக்கை உரசி பத்து போட்டு விட்டார். அது விறுவிறுவென நெற்றியில் பிடித்தது.சுக்கு மல்லி காபி, பனங்கற்கண்டு போட்டுக் கொண்டு வந்தார் தெய்வா.

அதற்குள் பேச்சுச் சத்தம் கேட்டு, ராகினி வந்தார்."என்ன ஆச்சு " என்-றபடி வந்தவர். மயூரி தலையைப் பிடித்து அமர்ந்திருப்பதைப் பார்த்து, அவள் தலையைப் பிடித்து விட்டார். மயூரி, ராகினியின் மடியில் தலை வைத்துப் படுத்துக் கொண்டாள்.

மஞ்சரி," மாஸியை பார்த்துட்டு,ஓவர் பில்டப் விடாதடி "என்றாள்.

நீங்க போய் ரெஸ்ட் எடுங்க, நாங்க பார்த்துக்குறோம் எனப் பெண்மணி-கள் இருவரும், மற்ற மூவரை அனுப்பி வைத்தனர்.பத்து நிமிடத்தில் கீழே வந்த அமுதன் கையில் தலைவலி மாத்திரை இருந்தது. அதைப் பார்த்து அவள் முழித்தாள்.

"எனக்கு மாத்திரை வேண்டாம். தெய்வா அத்தை கொடுத்ததில் சரியா-யிடுச்சு" என்றாள் மயூரி.

"பொய் சொல்லாத, ட்ராவல் அழுப்பு இருக்கும் . மாத்திரை போடு சரி-யாகிடும்" என்றான் அமுதன்.பத்து நிமிடம் ஆட்டம் காட்டி ஒருவழியாக மாத்திரை போட்டாள் மயூரி.தன் அம்மாக்கள் இருவரையும், அனுப்பி விட்டு அவளை மாடிக்கு அழைத்துச் சென்றான் அமுதன்.

"மஞ்சரி,அங்க தூங்கட்டும், நீ ஜானகி ரூம்ல தூங்கு. அப்ப தான், நான் வந்து பார்க்க முடியும். " என்றவன்."இந்த ட்ரஸ்ஸை கழட்டு " என்றான் அமுதன்.

அவள் அவனை அதிர்ச்சியாகப் பார்த்தாள்

"ஹே,என்னை அப்படிப் பார்க்காதம்மா, நான் குட் பாய்" எனக் கண்கள் சிரிக்க அவளைப் பார்த்தான். அவன் பார்வையில் கன்னங்கள் குங்குமம் பூசியது. அவள் முகம் சிவப்பது அவளுக்கே தெரிந்தது.

"நைட் ட்ரெஸ் போட்டுக்க, இதில் வாமிட் ஸ்மெல் அடிக்கும்னு சொல்ல வந்தேன்" என்றான் அமுதன்." ஜானகியிது இருக்கும் பாரு, மஞ்சரி படுத்-துட்டா".என்றான் அமுதன். மயூரி தயங்க, அவனே ஜானகி யின் நைட் சூட்டை எடுத்துக் கொடுத்தான்.கீஸர் ஆன் செய்து அனுப்பி வைத்தான்.

அவள் உடல் கழுவி,உடை மாற்றி வந்தாள் .அந்த உடை அவளது மேனியின் வளைவுகளைக் காட்ட கொஞ்சம் சங்கடமாக நெளிந்தாள். படுக்க முடியும்னா படுத்துக் கண்ணை மூடு என்றவன். அவள் கட்டிலில்ப-டுக்க தலையனையை உயர்த்தி வைத்து, அவளைப் படுக்கச் சொன்னான். அவளுக்குப் போர்வை போத்தி விட்டான்.

மணி பணிரெண்டை நெருங்கியது. "ஏதாவது வேணும்னா, கால் பண்ணு தூங்குமா, குட் நைட் " என அவள் முடியை கோதிவிட்டு, கண்ணை மூடித் தூங்கு. என விளக்கை அணைத்து கதவை மூடிச் சென்றான் அமுதன்.

புது வருட கொண்டாட்டங்களை முடித்துக் கொண்டு, தங்கள் பணியி-டங்களுக்கு இன்று புது உற்சாகத்தோடு கிளம்புகின்றனர் மக்கள். அது என்-னவோ,புது வருடம் எதையோ கூட்டி வருவது போல் ஒரு பிரம்மை. நமக்கும் தெரியும். இருந்தாலும் நம்பிக்கை, இருந்துவிட்டுப் போகட்டும் . நாமும் புது வருட நம்பிக்கையைப் பின் பற்றுவோம். இந்த வருடம் மார்கழி, பின்பனியை கொஞ்சம் சீக்கிரம் கூட்டி வந்தது எனலாம். அதுவும் இந்த மலையூரின் சிலுசிலுப்பு கேட்கவே வேண்டாம்.

ஆறரை மணிக்கு குறைந்து அருணன் குதிரையை ரதத்தில் பூட்டுவது இல்லை போலும். அவன் வராமல் தேரை யார் ஓட்டுவது, அதனால் எஜமானர் ஆதவனின் தரிசனமும் தாமதமாகிறது. எந்த நேரம் எஜமானர் எழுந்தருளினாலும், அவர் குறும்புத்தனம் குறைவதில்லை. கன்னிப்பெண்கள் கன்னம் தொட்டு விளையாடும் கள்ளத்தனமும் மறைவது இல்லை அவன் அக்கிரமத்தை அதட்டிக் கேட்பாரும் இல்லை. ஏதாவது கேட்டால் எரித்து விடுவானே கதிர் அவன். மேகங்களில் பவனி வந்த கதிரவன், மஞ்சரி அறையை எட்டிப் பார்த்தான். "சூரிமாமா கெட்அவுட் "எனச் சொல்லி ஸ்கீ-ரினை விரித்தாள் மஞ்சரி.

வேறு யாராவது கெட்அவுட் சொல்லியிருந் தால் பொசுக்கி இருப்பார். மஞ்சரி மாமா என்றதால் மயங்கி அடுத்த அறைக்குச் சென்றார்.

மயூரி, இரவு மாத்திரை போட்ட வீரியத்தில் இவர் வந்தது கூடத் தெரி-யாமல் தூங்கினாள். கோபமான சூரியன் உற்று பார்க்க, அமுதன் அங்கே வந்து திரைச்சீலை மூடி, ஆதவனை மறைத்தான்.கோபம் கொண்ட ஆதவன் இடைவெளியில் புகுந்தான். அமுதன் மயூரிக்கும் அவனுக்கும் நடுவில் வந்து நின்று கொள்ள, அமுதன் முதுகை துளைத்து பார்த்து விட்டு, வெளியே

தானே வருவ என உருமி விட்டு உயரே செல்ல உத்தரவிட்டான் ரதத்தை.

அமுதன், இரவின் களைப்பு நீங்கி வந்தவன், துவண்ட கொடியாய் கிடக்கும் தன் மாமன் மகளை, வைத்த கண் வாங்காமல் பார்த்திருந்தான். முதன்முதலில் அவளைப் பார்த்த தினத்தை நினைவில் கொண்டு வந்தான்.

நான்கு வருடங்களுக்கு முன் அன்று ஒரு முழு நிலவு நாள். மும்பை மெரைன் டிரைவ் பகுதியில், இவன் நண்பர்களுடன் நடந்து சென்றான். அப்போது இவனைக் கடந்து சென்ற பெண்ணின் துப்பட்டா இவன் மீது தடவி சென்றது. அதில் அவள் வாசமும் அவன் நாசியை வருடிச் சென்றது.

"ஸ்வர்னி,துப்பட்டாவைப் பிடி" என்ற குரலில் அவள் -அந்த ஸ்வர்னியை பார்க்க அவன் மனம் ஏங்கியது.

"ஸ்வர்னி,"அமுதனின் அம்மாவை அவன் அப்பா அப்படித்தான் காதலோடு கூப்பிடுவார்.பிள்ளைகள் குடும்ப வாழ்வில் விருப்பமாக ஈடுபாடு கொள்ள மிக முக்கியமான காரணம்,தாய் தந்தை தான். அவர்கள் அன்யோன்யம் அன்பை பார்த்தே, சிறியவர்களுக்கும் அதில் நாட்டம் வரும்.பார்வதி போல் விநாயகர் பெண் கேட்டார் என்பார்கள். ஆனால் அமுதன் 'ஸ்வர்னி' என்ற பெயரில் தன் காதலைத் தேடினான்.

அமுதனின் கேப் வரவும், அதில் ஏறுவதற்காக அவசரமாக வந்தான், அந்த இடத்தில் அதிக நேரம் வண்டியை நிறுத்த இயலாது. எனவே வேகமாக வந்தவனை இடப்புறமாக எதிரில் கடந்த மயூரியின் துப்பட்டா, அவன் கை கடிகாரத்தில் மாட்டியது அவனை வருடிச் சென்றபடி. தன் மேல் பட்ட துப்பட்டாவின் மணத்தை ஒரு நொடியில் உள்ளே நிறைத்தவன், தன் கையில் மாட்டியதை கவனிக்க வில்லை. துப்பட்டா அவள் கழுத்தில் இழுப்பட்டது. அவள் இவன் பக்கம் திரும்பி, "ஹலோ மிஸ்டர், மேரி துப்பட்டா " என்றாள் மயூரி.

அமுதன் கேப் கதவை வலது கையால் திறக்க பின்னால் இடது கையில் மாட்டிய துப்பட்டாவோடு, கார் கண்ணாடியில் மருண்ட விழிகளோடு தெரிந்தாள் மயூரி. அவன் திரும்பும் முன்னே, அவள் ஷாலை இழுக்க, அதில் கோர்க்கப்பட்ட மணிகள் அறுந்தன. பாதிக் கீழே விழுந்தோட ஒரு சரம் இவன் கடிகாரத்தில் சிக்கியிருக்க,"ஸாரி ஸார்" என்றபடி ஓடிவிட்டாள்.

கண்ணாடியில் தெரிந்த பிம்பமும், ஸாரி ஸார் குரல், ஸ்வர்னி என்ற பெயர், ஒரு நாள் முழுதும் வாட்டி எடுத்தது அமுதனை. அவன் குழப்பம் தீர, அடுத்த நாள் ஏர்போர்ட் டில் அவள் அண்ணனை வழியனுப்ப தோழியோடு வந்தாள் அவள்.

ராஜ்வீருடன் நின்ற பெண்ணைக் கண்டவன் மனம், துள்ளியது. இவனுக்குத் தெரிந்தவள் தானோ என்று, உற்சாகம் கொண்டான். பியான்சியைப் பற்றிச் சொன்னானே, என ஒரு நிமிடம் அமுதன் மனம் அட்டாக் ஆனது, பின் மஞ்சரி ரகுவீரிடம் இழைந்ததில் மயூரி வேறு யாரோ என உறுதி செய்தான்.

ராஜ்வீரும், அமுதனும் ஒரே காலேஜ் என்று பார்த்தோம்,பைனல் செமஸ்டர் வகுப்புகளுக்காக லண்டன் செல்கின்றனர். பயணத்தின் போது தன் தங்கை, சித்தப்பா மகள், ஸ்வர்னமயூரியைப் பற்றி ராஜ் சொன்னான்.அன்று முதல் அவன் மனதில் குடி கொண்ட மங்கை அவன் மாமன் மகள் மயூரி.

மயூரியை, விழி எடுக்காது பார்த்திருந்தான் அமுதன்.அவளை பார்த்த நாள் முதலாய், அவள் மேல் ஆசைக் கொண்டான், தன் மாமன் மகள் என்றதும் பாசம் வந்தது.அதன் பின் நேசம் வளர்ந்தது அவனுக்குள்.

ஜானகி, எம்பிஏ படிக்கச் சென்ற போதிலிருந்து, அவள் லீவுக்கு வரும் போது, அவள் பேச்சுக்களைக் கூர்ந்து கேட்பான், எங்காவது மயூரியை பற்றிச் சொல்வாள் என்று ,ஆனால் நேரடியாக எதுவும் கேட்க மாட்டான்.

ஜானகி, பெங்களூரில் வீடு எடுத்து தங்கிய போதும், நேரடியாக போகவோ, பேசவோ மாட்டான். ஆனால் அவள் மேல் கொண்ட நேசம் மட்டும் வளர்ந்தது.

அவளிடம் சொன்னதும் இல்லை. அமுதன் தன் தாயை பார்த்தே வளர்ந்தான், எனவே தான் பிறந்த குடும்பத்தைப் பிரிந்து அம்மா சிரமப்படுவது போல், வேறு யாரும் சிரமப் படக் கூடாது என்று மயூரியிடம் விலகியே இருப்பான்.

ஆனால், அவனுடைய இயல்பான குணமே, மயூரியை அவன் பால் ஈர்த்தது. அவனுக்காக அவள் புவாஷாவுக்காக தன் வீட்டினரிடம் கேள்வி எழுப்பினாள்.

அமுதன் அவளையே பார்த்திருந்த நேரம், மெல்ல கண் விழித்தாள் மயூரி. பூ மலர் வதைப் போல் தன்னை மறந்து பார்த்திருந்தான் நம் நாயகன். கண் விழித்த மயூரி, தான் உறங்கவே இல்லையோ எனக் குழம்பினாள் ஒரு நொடி, பின் சமாளித்து அவனைப் பார்த்து முறுவலித்தாள்.

" குட் மார்ணிங், எப்படி இருக்க?" என்றான் அமுதன்.

"குட் மார்ணிங், நல்லா இருக்கேன், நைட் முழுதும் இங்கேயேவா நின்னீங்க" என்றாள் மயூரி.

"தங்கனும்னு ஆசை தான், ஆனா என்ன உரிமை இருக்கு? தப்புல்ல" என்றான் அமுதன்.

"என்ன தப்பு, எனக்கு உடம்பு முடியாம இருந்ததே, அதுவும் இல்லாமல், உரிமை ஏன் இல்லைனு சொல்றீங்க. நான் உங்களுக்கு ஒண்ணுமே இல்லையா." என்றாள் மயூரி.

அமுதன் சிரித்து விட்டு," ஆர்க்யூமெண்ட் அப்புறம் வச்சுக்கலாம், குளிச்சிட்டு கீழே வா" என்றான்.

"எஸ்கேப் ஆகுறீங்க, என்னைக்கு இருந்தாலும் பதில் சொல்லனும்" என்றபடி குளியலறை புகுந்தாள் மயூரி.

காலை உணவுக்கு, கூடியிருந்தனர் சிவ மாளிகையில் அனைவரும். அமுதன்

புது வருட வாழ்த்துக்களை ஆசியுடன் பெற்றுக் கொண்டான்.

"என்னப்பா, எப்படி இருந்தது மும்பை" எனக் கேட்டார் சிவகுருநாதன்.

"ஜானகியோட பாஸை பார்த்தேன் அப்பா. நல்லா பார்த்துகிறாங்க" என்றான் அமுதன்.

" ஆமாம்ப்பா, மயூரியோட ப்ரதர் தானே, ஜானகி யோட பாஸ்" எனக் குண்டைத் தூக்கிப் போட்டார் சிவகுரு.

அமுதனுக்குப் புரை ஏறியது.அவன் தலையைத் தட்டி தண்ணீர் கொடுத்தார் ராகினி. "மயூரி அண்ணன்னா,ரகுவீரா? ராத்தோட் குரூப்ஸ்லயா, ஜானகி வேலை பார்க்குறா?" என ராகினி கேள்வியாய் அடுக்க.

"அப்பா,நான் உங்கிட்ட அப்படியா சொன்னேன்? பாருங்க அம்மா எவ்வளவு எக்ஸைட் ஆகுறாங்க. அம்மா மயூரியோட கஸின் ப்ரதர். மயூரி அம்மாவோட அக்கா பையன். உங்களுக்குத் தெரியாது" என்றான் மூச்சை இழுத்து விட்டு.

மயூரி வாய்க்குள் ரொட்டியை அமுக்கி சிரிப்பை கட்டுப்படுத்தினாள். அதனை பார்த்த அமுதன் அவளை முறைத்தான்.

"மயூ பேட்டா, உன் மாஷா எந்தக் குடும்பம் டா, எனக்கு அவங்களைத் தெரியுமா, குடும்பப் பேர் சொல்லு " என்றார் ராகினி.

இப்போது மயூரிக்குப் புரை ஏறியது. அவள் இருமி கண்ணெல்லாம் சிவந்து போக, சிவகாமி அப்பத்தா, மருமகளைச் சத்தம் போட்டார்.

"ஏத்தா, மருமகளே, இப்படித்தான் சாப்பிட விடாம கேள்வி கேப்பியா, இப்ப யாரா இருந்தா நமக்கென்ன சம்மந்தமா பண்ணப் போறோம் " என்றார்.

அந்த நேரம் லேட்டாக வந்து சேர்ந்த மஞ்சரி, தாத்தா,அப்பத்தா வணக்கம்,புதுவருசம் ஆசீர்வாதம் பண்ணுங்க என்று காலைத் தொட்டு வணங்கினாள்.

"சீக்கிரம், தொங்க,தொங்க தாலிய கட்டிக் கிட்டு, தீர்க்க சுமங்கலியா சந்தோஷமா இரு." என்றார்கள்.

"அப்பத்தா,வைரத்துல தாலி கட்டி, கழுத்தோட கருகமணி கட்டி, தீர்க சுமங்கலியா இருன்னு" ஆசிர்வாதம் பண்ணுங்க. என்றான் பாலன்.

இப்போது, மயூரி மஞ்சரிக்குக் கொஞ்சம் தமிழ் புரிய ஆரம்பித்து இருந்தது.

"அப்பத்தா, அது மட்டும் நடக்கட்டும், உங்களுக்கு ஸ்வீட் கடையவே கொண்டு வந்து தர்றேன்" என்றாள் மஞ்சரி.

"இம்புட்டு ஆசை இருந்தா, அப்பன் ஆத்தா கிட்ட சொல்லி மாப்பிள்ளை பார்க்கலாம்ல" என்றார் அப்பத்தா.

"நீங்க வேற அப்பத்தா, மாப்பிள்ளை ரெடி ரூட் கிளியர் ஆக மாட்டேங்குது." என்றாள் மஞ்சரி.

"அது என்னடி அப்படி"என்றார் தெய்வா.

"மயூரியோட பெரியப்பா மகனுக்குத் தான் என்னைப் பேசி முடிஞ்சு, ஒரு பால்ய கல்யாணம் ஆயிடுச்சு. ஆனால் அவருக்கு ஒரு அண்ணன், இவளோட பெரிய பெரியப்பா மகன் ரகுவீர், படே பய்யா இருக்காரு, அவருக்கு ஷாதி செய்யாம நாங்க பண்ணிக்க முடியாது" என்றாள் மஞ்சரி.

"ஏம்மா அப்படியா " என்றார் தாத்தா."அவருக்கு முதல்ல கல்யாணம் பண்ண வேண்டியது தானே " என்றார், இவர்கள் பேச்சை கேட்டபடி வந்த சண்முகம்.

"அவரு தான் பிடிகுடுக்க மாட்டேன் அடம் பிடிக்கிறாரே." என்றாள் மஞ்சரி.

"அவருக்கு யாரையும் பிடிக்கலையாம்" என்றாள் தொடர்ந்து.

"பிடிக்கிற மாதிரி பொண்ண காட்டனும்" என்றார் தாத்தா.

"அதெப்படி, பார்க்கவே விடவில்லை பய்யா" என்றாள் மயூரி.

"எங்க ஜானகி மாதிரி பொண்ண கொண்டு போய் நிறுத்து, எந்தக் கொம்பனும் மாட்டேன்னு சொல்ல மாட்டான்" என்றார் சண்முகம்.

"அப்ப, கொண்டு வந்து நிறுத்துங்க, எங்க படே பய்யா முன்னாடி, உங்க ஜானகி அவ்வளவு சமத்தான்னு பார்ப்போம்" என்றாள் மஞ்சரி.

"ரகுவீருக்கு, ஜானகியா?" என யோசனை ஓடியது ராகினிக்கு.

"ஆனா ,எட்டு வயசுக்கு மேல வித்யாசம் வருமே" என்றார் ராகினி.

"ஏத்தா மனசு ஒத்துப் போனா வயசு என்ன பெரிய விசயமா" என்றார் சிவகாமி.

"எனக்கும் உங்க அத்தைக்கும் பத்து வருஷம் வித்யாசம்" என்றார் சிவ பரங்கிரி ஐயா.

"அது எதுக்குப்பா இந்த பேச்சு ராகினியவே அவங்க ஒத்துக்க மாட்-டேங்கிறாங்க" என்றார் சிவகுருநாதன். அவர் சொல்லவும்,மயூரிக்கு முகம் சிறுத்துப் போனது.

"அப்டி இல்ல மாஷ௵இந்த தடவை மும்பை போன போது, இந்த டாபிக் வந்தது." என ஆரம்பித்து, மயூரி கேட்டது அந்த வீட்டினர் பதில், தாதிஷா கண்ணீர் எல்லாவற்றையும் சொன்னாள் மஞ்சரி.

இதைக் கேட்ட ராகினி, மயூரியை கட்டிக் கொண்டார். "எனக்காகச் சண்டை போட்டியா பேட்டா." என அழுதார். "என் நிலைமை யாருக்குமே வரவேண்டாம் பேட்டா" என்று விட்டு, தனது அறைக்குச் சென்றார் ராகினி.

சிவகுருநாதன், அவர் பின்னால் சென்றார் சமாதானம் செய்வதற்காக.இது வழக்கமானது என்பது போல் மற்றவர் அவரவர் வேலையைச் செய்தனர்.

அவர்கள் இருவரும் ரூமிற்குச் சென்ற நேரம், ஜானகியின்போன் வந்தது.

"அப்பா, மாமாஜீ,ப்ரீத்தோ மாமி அன்புத் தொல்லை தாங்கலை" என்-றாள் ஜானகி.

"அப்படி என்ன பண்ணார் பல்லாஜீ " என்றார் சிவகுரு.

"பாருங்க, மலை போல ரொட்டிய அடுக்கி, காவோ புத்தரூ, காவோ புத்தரூ ன்னு, சாப்பாடு போட்டே கொள்றார் என்றாள் ஜானகி.

"மாமான்னா அப்படித்தான், இன்னைக்கு என்னடா ஆபீஸ் போகலையா?" என்றார்

"இல்லப்பா, ப்ரீத்தோ மாமியோட சேர்ந்து இன்னைக்குக் கல்யாண ஷாப்பிங்" என்றாள் ஜானகி.

"என்னடா உங்க மாமாஜீ, எனக்கும் தெரியாம உன்னைய யாருக்கு கட்டி கொ டுக்கப் போறாரு" என்றார் சிவகுரு.

"அப்பா, போங்கப்பா, நீங்க என்னைய பேக் பண்றதுலையே இருப்பீங்க, உங்க கட்சி கா. மாதாஜீகிட்ட குடுங்க போனை" என்றாள் ஜானகி.

"என்னடாம்மா, அப்பாகிட்டயே கோச்சுகிட்ட. எனக்கும் பேரன்,பேத்திய பார்க்கனும்னு ஆசை இருக்காதா" என்றார் சிவகுரு.

"ஏதேது, நான் ஊருக்கு வர்ற அன்னைக்கு மாப்பிள்ளையோட நிப்பீங்க போல இருக்கே. பார்த்தாச்சா உங்க மருமகனை. எனக்குப் பிடிக்கலைன்னாலும் பண்ணி வைப்பீங்களோ?" என்றாள் ஜானகி.

"ஏண்டா, உனக்குப் பிடிக்காமல் யாரையாவது கல்யாணம் பண்ணி வைப்பனா? உனக்குப் பிடிச்ச பையன் எங்க இருந்தாலும் சொல்லு கொண்டு வந்து நிறுத்துறேன்." என்றார்.

"அப்பா,ப்ரீத்தோ மாமி கூடப் பிங்கி ஷாதி ஷாப்பிங் முடிச்சிட்டு வர்றேன். அப்புறம் பேசலாம், உங்க ஜமாயிஷா எங்க இருக்கார்னு" என்றாள் ஜானகி.

"ஏண்டா, ஜமாயிஷாவா? மருமகப்புள்ள இல்லையா? அம்மா பக்கம் சாஞ்சிடுவ போல இருக்கே ?" எனக் கேட்டு சிரித்தார் சிவகுருநாதன்.

"போங்கப்பா, நேரமாயிடுச்சு.மாதாஜிகிட்ட சாய்ந்திரம் பேசுறேன் " என்றபடி போனை வைத்தாள் ஜானகி.

மனதின் வார்த்தை-24

அமுதன் நான்கு நாட்களாக வேலை நடக்கும் பக்கம் போகாததால் இன்று காலை உணவு முடிந்ததும் கிளம்பி விட்டான்.மயூரி தானும் வருவதாகச் சொல்ல, தன் மடிக்கணினியைக் கொடுத்து, சில தகவல்களை எடுத்து ஆய்வு செய்து வைக்கச் சொல்லிச் சென்றான். மயூரி அவன் சொன்னதைக் கர்ம ஸ்ரத்தையுடன் செய்தாள். மஞ்சரி அவளுக்கு உதவி செய்வதாகச் சொல்லிக் கொண்டாள்.

மும்பையில் முதலில் ஜவுளி ஷாப்பிங் செய்யச் சென்றனர் பல்லாஜீ குடும்பத்தினர்.ப்ரீத்தோ மாமியின் மருந்து சிறப்பாகவே வேலை செய்தது. ஜானகிக்கு,ரணம் நன்றாக ஆறி இருந்தது.

முதலில் பஞ்சாபி குர்தீஸ்,வெஸ்டர்ன் வேர் ஜமிக்கி சேலைகள்,குழந்தைகள் ரெடிமேட் எனத் தேவையானதை ரகுவீர் சொன்ன கடைக்குச் சென்று எடுத்தனர்.பின்னர் சர்டிங்,சூட்டிங் குர்தா என இவர்கள் மில் கடைக்குச் சென்றனர். லெஹங்கா,சோளி போன்ற அவுட்பிட்களுக்கு, ராம் சொன்ன பொட்டிக் சென்றனர்.

ரகுவீர் புண்ணியத்தில் எல்லா ஜவுளி பொட்டலத்தையும் சண்டிகர் அனுப்ப ஏற்பாடு செய்யப்பட்டது. மதிய உணவுக்குப் பின்னர் "ஸ்வர்னி ஜுவெல்லர்ஸ்" சென்றனர்.பிள்ளைகளை வீட்டிற்குக் கூட்டிக்கொண்டு ஜெய்யும்,அவன் ஜீஜுவும் புறப்பட்டனர்.

ரகுவீர் தந்தை ராஜேன் அங்கு ஜுவெல்லரியில் இருந்தார். நேற்று பிள்ளைகள் அங்குச் சென்று வந்ததைச் சொல்லிக் கொண்டு இருந்தனர். அதனால் பல்லாஜீயிடம் மிகுந்த மரியாதையாக பழகினார். ஸ்வர்னி ஜுவெல்லர்ஸ், மூன்று தளங்களுடன் செல்வ வளத்துடன் இருந்தது.ராஜேன் சொன்னார்,'இது என் தாதிஷாவின் ஆசைக்காக,அவர் பாபுஷா வைத்துக் கொடுத்தது. எங்க வீட்டில் ரிடையர் ஆக வேண்டியவரை இதில் ரெஸ்ட் எடுக்க விடுவார்கள்." என ஜோக் அடித்தார்.

ஜானகி அமிர்தாவைக் காட்டி பல்லாஜீயிடம் "உங்கள் தோஸ்த் கீ பச்சியாங், பஹுத் ப்யாரி ஹை" என்றார் ராஜேன்.[உங்கள் நண்பரின் மகள்கள் மிகவும் அன்பானவர்கள்]

"காலை நேரம் இவர்கள் பஜன், கீத் உடன் தான் எங்கள் வீட்டின் அன்றைய நாள் தொடங்கும்" என்றார் ராஜேன்.

"எல்லாம் எங்க பஹன்ஜீ சொல்லி குடுத்தது. அவர்கள் ஒரு கல்வியாளர் ஆச்சே அதனால் எல்லாக் கலைகளையும் சொல்லிக் கொடுத்து இருக்கிறார்கள்" என்றார் ஓமி பல்லா, ஆனால் ராஜேனுக்குத் தெரியாது, பல்லாஜீ புகழும் பஹன்ஜீ தன் தங்கை என்று.

ப்ரீத்தி, சிம்மி, பிங்கி, ஹர்லின் நகை செலக்ட் செய்வதில் மிகவும் ஆர்வமாக இருந்தனர். ஜானகி, அமிர்தாவுக்கு அவர்கள் டேஸ்ட் ஒத்துப் போகவில்லை அதனால் கடையை வேடிக்கை பார்த்தனர்.

ரகுவீர்,ஜானகியுடனான நட்பிற்குப் பிறகு, சிருஷ்டியுடன் பேசுவதில் தயக்கம் இல்லாமல் பேசிப் பழகினான். இளம் பெண்கள் மீதான பார்வை மாறியிருந்தது. பகுத்து அறியும் தன்மை வந்தது. எனவே முசுடாக இல்லாமல், சிருஷ்டியுடனும் சகஜமாகப் பேசினான் .பொதுவாக இதைக் கண்ட, ஷப்னம் தன் மகனுக்குச் சிருஷ்டி மீது ஒதுக்கம் இல்லை என்பதே ஒரு ப்ளஸ் பயிண்டாகத் தெரிய, ராஜ்வீர் மஞ்சரி திருமணத்திற்கு முன் ரகுவீருக்கு ஷாதி செய்ய வேண்டும் என்ற ஆர்வத்தில் மகனைப் பேசி சரிக்கட்டி விடலாம் எனும் தைரியத்தில் மேத்தா குடும்பத்துடன் பேச ஆரம்பித்தார்.

பல்லா குடும்பம், ஸ்வர்னி ஜுவெல்லர்ஸில் இருந்த நேரம், ஷப்னம், பூனம் இருவரும் சிருஷ்டியுடன் வந்து சேர்ந்தனர். ஜானகி அமிர்தாவை

அங்கு எதிர் பாராமல் அதிசயிக்க, ப்ரீத்தோ குடும்பத்தினரை அவர்களுக்கு அறிமுகம் செய்து வைத்தாள் ஜானகி. சிருஷ்டி, அமிர்தாவுடன் சிம்மி க்ருப்-புடன் இணைந்து நேற்றைய விசயங்களைப் பேசிக் கொண்டு நகையைப் பார்த்துக் கொண்டிருந்தனர்.

பிங்கிக்கு கல்யாண நகை எடுக்க வந்திருப்பதாக ப்ரீத்தோ சொன்னார். ஷப்னத்திற்கு மிகவும் மகிழ்ச்சியாக இருந்தது. “நானும் ஸகாயிக்கு (நிச்சயம்) நகை எடுக்கலாம்ன்னு வந்தேன்” என்றார் ஷப்னம்.

“ரொம்பச் சந்தோஷம், யாருக்கு ஷாதி” என ப்ரீத்தோ கேட்டார்.

ஷப்னம், "கிட்ட தட்ட உறுதியானது மாதிரி தான். அதோ சிருஷ்டி, எங்க வழி சொந்தம், ரகுவீருக்கு இவள் ரிஸ்தா வந்திருக்கு. இந்த ஷாதி நடந்தால் ஹரினிக்கும் ரொம்ப நல்லது அதுதான், பெரியவங்களை வரவச்சு பேசனும்." என்றார்.

ப்ரீத்தோ,"அப்படிங்களா, ரகுவீர் பேட்டாஜீக்கு பொண்ணு பிடிச்சிருக்கா" எனக் கேட்டார்.

"எந்தப் பொண்ணையும், ஏறெடுத்து பார்க்காத என் பையன்,சிருஷ்டி கிட்ட நல்லா பழகறான். அதுதான் சம்பந்திய வர சொல்லி இருக்கேன்." என்றார் ஷப்னம். இதைக் கேட்டுக் கொண்டிருந்த ஜானகிக்கு, மனதில் ஒரு பெரிய பாராங்கல்லை தூக்கி வைத்தது போல் மிகவும் சங்கடமாக இருந்தது.

ரகுவீருக்குக் கல்யாணம், சிருஷ்டியுடன் என்பதில,தனக்கு ஏன் இவ்வ-ளவு வருத்தம். இது என்ன உணர்வு எனப் புரியவில்லை. இது காதலா என்ற கோணத்தில் யோசிக்க அவளுக்குத் தோணவும் இல்லை.அதற்கும் காரணம் இருந்தது. ஜானகியின் பார்வையில் இருந்த ‘வீரூ", தன் அன்னை-யின் செல்லக் கண்ணன்.பால கோபாலனாகவே, ராகினி அவனை உருவகப் படுத்தி இருந்தார்.

திடீரென அவளுக்குத் தலை பாரம் ஏறியது. இவர்கள் பேசிக் கொண்டி-ருக்க ஓர் ஓரத்தில் போய் உட்கார்ந்து விட்டாள். மற்றவர் பார்வையில் படா-தவாறு கிப்ட் ஐயிட்டம் வைத்திருந்த இடத்தில் சென்று அமர்ந்தாள். இப்-போது வரவா என்பது போல், கண்ணீர் துருத்திக்கொண்டு இருந்தது.

பல்லாஜீ அவரிடம் வந்து," ஜானகி புத்தர், இங்க என்னடா பண்ற, முடி-யலையா,என்ன செய்யுது" என்றார்.

"மாமாஜீ, தலை வலிக்குது, நான் வீட்டுக்கு கிளம்பவா என்றாள்."

"சரிடா வா நான் கூட்டிட்டு போறேன்" என்றார் ப்ல்லாஜீ.

"வீட்ல தாமாத்ஜீ, ஜெய் புள்ளைங்க எல்லாரும் இருக்காங்க, இரு வண்டி எடுக்கிறேன்" என்றார்.

"இல்லை, மாமாஜீ நீங்க இருங்க, நான் அமிர்தாவோட வீட்டுக்கு போறேன்" என்றவள். அமிர்தாவை அழைத்தாள்.

"மாமாஜீ, நான் போன பிறகு மாமிகிட்ட சொல்லுங்க, இல்லைனா, பாதி-யில் வந்துருவாங்க. நீங்க இன்னொரு தரம் அலையாதீங்க" என்றபடி வரவ-

ழைக்கப்பட்ட புன்னகையுடன் மற்றவர் அறியாமல் வெளியே வந்தாள்.

அவள் கேபில் ஏறவும், ரகுவீர் கார் ஜுவெல்லர்ஸ்க்குள் வரவும் சரியாக இருந்தது. ஜானகி ரகுவீரை பார்த்தாள். சிருஷ்டிக்கு நகை எடுக்க வந்தி-ருப்பான் என நினைத்துக் கொண்டாள். இதில் அவள் மனம் மேலும் புண் பட்டது.

பல்லா பிச் ஹவுசுக்கு சென்றவள், வீட்டுக்குள் செல்லாமல், அருகில் இருக்கும் பீச்சில் காற்று வாங்குவதாக ஜெய்யிடம் சொன்னாள். அமிர்தாவை இழுத்துக் கொண்டு பாறை மறைவில் சென்றவள்,அவள் மடியில் படுத்துக் கொண்டாள். கண்ணீர் ஆறாகப் பெறுக்கெடுக்க, ஜானகியின் நிழலான அமிர்தாவுக்கும் ஒன்றும் புரியவில்லை.

ஜானி, "என்னடி ஆச்சு, ஏன் இப்படி இருக்க, ஏதாவது சொல்லுடி" என்றாள் அமிர்தா. "யாராவது எதாவது சொன்னாங்களா? "என்றாள். ஜான-கியிடம் பதில் கண்ணீராக மட்டுமே இருந்தது.

இங்கு ஜுவெல்லரிக்குள் உள்ள வந்த ரகுவீரின் கண்கள் ஜானகியை தேடின. மகனைக் கண்ட பெற்றவர்கள் மகிழ்ந்தனர். அவன் சிருஷ்டிக்காக வந்திருப்பதாக நினைத்தனர். உள்ளே வந்த ரகுவீர், md அறைக்குச் சென்று, புதிய நகை, வேலைப்பாடு போன்றவற்றை, லேப்டாப்பில் ஆராய்ந்-தான்.அரை மணிக்குப் பின் வெளியே வந்தான்.

ப்ரீத்தோ ஆண்டியிடம் சென்றவன், "ஆண்டிஜீ, நகை டிசைன் எல்லாம் பிடிச்சு இருக்கா" எனக் கேட்டான்.

"ஹாங்,பேட்டாஜீ, பஹுத் ஸங்கா ஹை, எதை எடுக்கறது ,எதை விட்-றதுன்னு தெரியலை." என்றார்.

"எல்லாத்தையும் எடுத்துக்குங்க ஆண்டிஜீ" என்றான் ரகுவீர்.

"ஜானகி, அமிர்தா எங்கே ஆண்டிஜீ" என்றான் ரகுவீர்.

"பல்லாஜீ கூட நின்னு பேசிகிட்டு இருந்தாள் பேட்டாஜீ" என்றார்.

"சரிங்க ஆண்டிஜீ ,நான் பார்த்துக்கிறேன்" என்றவன் பல்லாஜீ யை நோக்கி நகர்ந்தான்.

அதற்குள்,ஷப்னம் அவனைப் பிடித்துக் கொண்டு சிருஷ்டி மீது ஒவ்-வொரு நகையாக வைத்து நன்றாக உள்ளதா எனக் கேட்டார்.

"அம்மா,என் கிட்ட எதுக்குக் கேட்டுகிட்டு, போடறவங்களைக் கேளுங்க"என்றான் ரகுவீரை பேச்சில் இழுத்து, ஏதோ ஒரு நகையைச் செலக்ட் செய்த பிறகே, ஷப்னம் அவனை விடுவித்தார். ஒரு மணிநேரத்-திற்குப் பின் ஒருவழியாகப் பல்லாஜீ யைப் பார்த்தான். அதற்குள் பல்லாஸ், நகை செலக்ஸன் முடித்துப் பில்லிங் வந்திருந்தனர்.

",அங்கிள்ஜீ, எங்க ஜானகி, அமிர்தாவைக் காணோம்" எனக் கேட்டான்.

"ஜானகிக்கு தலைவலி தம்பி அதுதான்,கெஸ்ட் ஹவுஸ் போய்விட்டாள்" என்றார்.

"என்கிட்ட அவ ஒருவார்த்தை சொல்லலை, நீங்க எப்படித் தனியா அனுப்புனீங்க, ராகினி நாளைக்கு இது தான் நீ என் மகளைப் பார்த்துக்கும் லட்சனமான்னு கேட்டால் என்ன பதில் சொல்லுவேன்" எனப் பொரிந்து தள்ளினார்.

அங்கே நின்ற ராஜேன்,"ஜானகி அம்மா பெயர் என்ன சொன்னீங்க"எனக் கேட்டார்."ராகினி, ராகினி சிவகுருநாதன் பாயீ ஸாப்" என்றார்

"அவள் அம்மா இராஜஸ்தானியா?" எனக் கேட்டார் அதிரடியாய்.

ப்ரீத்தோ பதில் சொல்லும் முன், பல்லாஜீ, பேச்சை மாற்றினார்.

"ப்ரீத்தோ, சிம்மி மகள் அழுக ஆரம்பிச்சுட்டா போகலாம் வாங்க" என்றார்.

அதற்குள் பில்லுக்குப் பல்லாஜீ கார்டை கொடுக்க, பின் நம்பர் அடிக்கச் சொன்னார் சிப்பந்தி. சேதாரம் தள்ளுபடி செய்திருந்தனர் ராத்தோட்ஸ்.

ரகுவீர்,விடைப் பெற்றுக் கிளம்பினான்."பேட்டாஜீ, நாங்க நாளைக்குக் கிளம்புறோம். பத்திரிக்கை வைக்க வருவோம்" என்றவர்.

"ஜானகி அருமையான பொண்ணு, எங்க எல்லாருக்கும் உயிர். பார்த்துக்குங்க பேட்டாஜீ" என்றார்.

"அங்கிள்ஜீ, நீங்க சொல்லனுமா,அவள் எங்க வீட்டுப் பொண்ணு. நான் நைட்டே வந்த பிக்கப் பண்ணிக்கிறேன்" என்றான் ரகுவீர்.

ஜானகிக்காகத் தன் வேலை எல்லாம் ஒதுக்கி, ஷாப்புக்கு வந்தான். அவளுக்குப் பிடித்தது போல் நகை எடுத்துக் கொடுக்க விரும்பினான். ஏமாற்றமாக உணர்ந்து திரும்பினான்.காரில் போகும் போதே, ஹெட் போனில் ஜானகியுடன் பேச அழைப்பேசியில் அழைத்தான். ரிங் போய்க் கொண்டே இருந்தது.

ஜானகி, தன் போனில் அழைப்பு வருவதைப் பார்த்துக் கொண்டே இருந்தாள்.

"போனை எடுடி"என்றாள் அமிர்தா." இல்லை என்னால் பேச முடியாது" என சொன்னாள்.

"இல்லைனா, அண்ணன் வந்துடுவார்" என்றாள் அமிர்தா.அடித்து ஓய்ந்தது போன். அடுத்து அமிர்தாவின் போன் அடித்தது.அவள்,பெயரைப் பார்க்க ரகுவீர் தான். "ஹலோ, அண்ணா" என்றாள் அமிர்தா. "எங்கம்மா இருக்கீங்க"என்றான் ரகுவீர்.

"பல்லா மாமாஜீ வீட்டுக்குப் பக்கத்தில்" என உன்மையைச் சொன்னாள்.

"பக்கத்திலனா,எங்க பீச்சிலயா,ஜான்விக்கு முடியலைனு சொன்னார், பக்கத்தில் இருக்காளா கொடு" என்றான் ரகுவீர்.

"இல்லைனா, லேசா தலைவலி தான். ஒன்னும் இல்லை" என்றாள்.

"போனை அவகிட்ட கொடுமா" என்றான் .ஜானகி முடியாது எனத் தலை ஆட்டினாள்.

"இல்லைனா, அவள் கடல் பக்கத்தில் நிற்க்கிறா, நான் போன் பண்ணச் சொல்றேன், ஏதாவது முக்கியமா சொல்லனுமா" என்றாள் அமிர்தா.

"பேகை பேக் பண்ணி ரெடியா இருங்க, நான் நைட் போகும் போது பிக்கப்

பண்ணிக்கிறேன் என்றான் ரகுவீர்.

"சரிங்க அண்ணா"எனப் போனை வைத்தாள்.

"ஏண்டி,என்ன ஆச்சுன்னு சொல்லு, நைட் வந்து பிக்கப் பண்றதா அண்ணா சொல்றார்" என்றாள் அமிர்தா.

ஜானகி அதிர்ந்து," இல்லை, வா நம்ம மாமாஜீ, வரவும் சொல்லிட்டு போவோம்." என்றாள் ஜானகி.பல்லாஜீ வீட்டுக்கு சென்றனர் இருவரும். இவர்கள் வீட்டுக்கு சென்ற அரை மணியில் பல்லாஜீ, ப்ரீத்தோ வந்து சேர்ந்தனர்.

ப்ரீத்தோ, வந்தவுடன் ஜானகியை பிடித்துக் கொண்டார்."புத்தரூ இது சரியில்லை, உங்க அம்மானா சொல்லாம வருவியா மாமி தானேன்னு வந்துட்ட" என்றார்

"மாமிஜீ, அப்படி இல்லை, நான் முடியலைனு சொன்னா நீங்களும் கிளம்புவீங்க, பிங்கிக்கு வந்ததோட ஷாப்பிங் முடியட்டும்னு தான் வந்துட்டேன்" எனப் பல சமாதானம் சொல்லி சரிக்கட்டினாள். இப்போதே போறேன்னு சொன்னால் அதுக்கும் பேசுவார்கள் என்று ஜானகி, அமைதியானாள்.

ப்ரீத்தோ, ஒரு சேலை, சுடி செட், தங்கச் சங்கிலி என ஆளுக்கு ஒரு தட்டை ஜானகி அமிர்தாவிடம் நீட்டினார். ஜானகி, "இது எதுக்கு மாமாஜீ" என மறுத்தும் விடவில்லை.இரவு உணவு,அனைவரும் சாப்பிட்டு முடித்தனர்.

"நாளைக்கு நாங்க சண்டிகர் போறோம். அடுத்தத் தடவை பார்க்கும் போது தாமாத்ஜீயோட பார்க்கனும் .சும்மா, வேண்டாம்னு சொல்லக்கூடாது, யாரை பிடிச்சு இருக்கோ சண்டைப் போட்டுன்னாலும் , ஷாதி பண்ணிக்கோ" என்றார் ப்ரீத்தோ.

"சண்டைதான், உங்க லாட்லி, நல்லாப் போடுவாளே, ஆனால் எல்லாம் வெட்டிச் சண்டை." என்றான் ரகுவீர். ஐயோ வந்துட்டானே என அவள் மனம் பதறியது ஜானகிக்கு.

"வாங்க பேட்டாஜீ, சாப்பிடலாம்" என்றார் ப்ரீத்தோ.

"இல்லை, அம்மா காத்துக்கிட்டு இருப்பாங்க" என்றான்.

"புத்தரூஜீ, இங்க இருந்து போக ஒருமணி நேரம் ஆகும். இங்கே சாப்பிட்டுப் போகலாம். அம்மாகிட்ட சொல்லிட்டா, நிம்மதியா தூங்குவாங்கல்ல "என்றார் ப்ரீத்தோ.

"ஜானகி புத்தரூ,பேட்டாஜீக்கு எடுத்து வை" என ப்ரீத்தோ ஏவினார்.

ஜானகி பதில் பேசாமல் அவனுக்குத் தேவையானபடி டிபன் எடுத்து வைத்தாள். ரகுவீர் வந்து டேபிளில் அமர்ந்து அவள் முகத்தையே பார்த்-

திருந்தான். ஜானகி அவன் முகத்தையோ கண்ணையோ பார்க்காமல் பரிமாறினாள். அமிர்தா அருகே நின்று வேண்டியதை கேட்டாள். வைக்கிறதை வைமா என்றான் ரகுவீர்.

ஒரு வார்த்தை பேசாத ஜானகி கிளம்பும் நேரம் ப்ரீத்தோவை கட்டியனைத்து அழுதாள். பல்லாஜீயிடம், தன் அப்பாவிடம் உரிமை பாராட்டுவது போல் தழுவி அழுதாள்.

"மாமாஜீ, மாமிஜீ எவ்வளவு ப்ரேவ் ஜானகியை க்ரை பேபி ஆக்கீட்டிங்க.' என்றாள் அமிர்தா.சிம்மி,ஜெய்,ஹர்லின், பிங்கி எல்லோரும் வந்து வழி அனுப்பினர்.

ஜெய்"ஹேய்,ஜானி பேபி,இந்த ஜெய்அத்தானை மறந்துடாத, ஹர்லினை சரிகட்டிட்டு மஞ்சள் தாலியோட வந்துடுறேன்,அம்ரூ கரேக்டா" எனக் கேட்டான்.

"சரிங்க ஜெய் அத்தான் உங்களுக்காகக் காத்துகிட்டு இருப்பேன்" எனச் சொல்லி அழுதாள் ஜானகி.

"சீ, பாகல் கைகி, திமாக் கராப் ஹை க்யா? இப்படி யாராவது அழுவாங்களா?, என்னைய தப்பா நினைப்பார் ரகுவீர் ப்ரோ.இன்னைக்கு நான் செம டயர்ட், மூனடி மனுசனா,ஹர்லின் ரூமுக்கு போக முடியாது, கருனை காட்டு"எ னக் கை எடுத்து கும்பிட்டான். எல்லாரும் சிரிக்க, அழுது சிரித்த கண்களோடு விடைப் பெற்றாள் ஜானகி.

இரவின் நிசப்தம்.இது மனித மனங்களில் அடக்கி வைக்கப்பட்டிருக்கும் உணர்வுகளை ஒத்தது. இந்த இரவின் மடியில் தான்,இளைப்பாறுவோம்,நாம் மனிதர்களும்,நம் மனங்களும். காலையில் ஆசிரியர் நடத்திய பாடத்தை, இரவில் உறுபோடும் மாணவர்கள் இருப்பது கடினம். ஆனால், ஒவ்வொரு நாளும் பயிலும் அனுபவப் பாடம் இந்த இரவின் நிசப்தத்தில், கண் முன்னே விரியும்.

பல நேரங்களில் நாம்,இலக்கின்றி வெறித்தபடி இருப்போம். ஆனால் இலக்கே அதில் தான் உருவாகும். வெற்றிடத்தில் தான் ஏதோ ஒன்றை நிரப்ப இயலும், அந்த வெறித்த பார்வைகூட,வெற்றிடத்தை உருவாக்கிக் கொள்ளும் ஒரு செயல் தான். அதில் எதை நிரப்புகிறோம் என்பதில் இருக்கிறது, மனிதனின் வாழ்க்கை.பகலில், ஒளிர்விடும் ஆதவனுக்கு மாற்று என நாம் சந்திரனை சொல்ல இயலாது. அது,அது,அதன் நிலைகளில் தான் இருக்கும்.

இங்கு ஜானகியின் எண்ண ஓட்டம் குழப்பத்தில் இருக்கிறது. குழம்பிய குட்டைப் போல், சிக்கி உள்ளது. ரகுவீர், பல்லாஜீயின் வீட்டில் இருந்து ஜானகி, அம்ரூவுடன் கிழம்பினான். இருவரும் பின் சீட்டில் ஏறிக் கொண்டனர்.

மேற்கு கடற்கரைச் சாலையில் கடலை ஒட்டிய பயணம், ஆழிப்பேரலையின், அலைகளை உள்ளடக்கிய இந்த அரேபியக் கடல், அவ்வப்போது

சீற்றத்தை காட்டிக் கொண்டே தான் இருக்கும்.

மனம் அமைதியின்றி,இருக்கும் போது யார் மேலாவது நாமும், சீற்றத்தைக் காட்டிக் கொண்டே தான் இருப்போம். இன்று ஜானகி அந்தத் தருணத்திற்காகக் காத்திருந்தது போல் உள்ளது. இந்தச் சீற்றத்தில் சிக்கப் போவது அம்ரூவா, ரகுவியா என்பதை,இனி வரும் உரையாடலை வைத்தே கணிக்க முடியும்.

அந்தக் கடற்கரைச் சாலை விளக்குகள், அதில் ஏற்றப்பட்ட, மின்சாரத்தின் அதிர்வுகளைத் தாங்க மாட்டாமல், வெப்ப ஒளியை உமிழ்ந்து கொண்டு இருந்தது போல் இருந்தது ஜானகிக்கு. காணும் காட்சிகள், நம் மனதை ஒத்தே, காட்சி பொருளாகும்.

ரகுவீர்,ஜானகியின் முகப் பாவனையை வைத்தே, பூகி ஸேரிணி(பசித்த பெண் சிங்கம்) போல் இருக்கும், இவளிடம் எதுவும் வாயாடக் கூடாது என முடிவு செய்து, அம்ரூவிடம் பேசினான்.

"அம்ரூ, நாளைக்குல இருந்து, நீங்க ரெண்டு பேரும், கஜேன் சாசாஷா வோட கம்பைன் ஆகிக்கோங்க. அவர் தான் ஆபீஸ் வருவார். உங்க வேலையும் அவரே சொல்லுவார்" என்றான் ரகுவீர்.

" Md, சார் ஆர்டர் படி நடக்க ஆயத்தமா இருக்கோம். அவர் சித்தம், நம்ம பாக்கியம என்னடி அமித்து ." என்றாள் ஜானகி. அவள் பேச்சு, அவனுக்குச் சிரிப்பை வரவைத்தது.அவன் சிரிப்பதைப் பாரத்து அவளுக்கு எரிச்சல் மண்டியது.வாயை கோணை வலித்துத் திரும்பிக் கொண்டாள். அவளையே பார்த்திருந்த ரகுவீருக்கு இன்னும் சிரிப்பு அதிகமானது.

"ஹூஸூர், (எஜமான்),இஸ் குலாம் (அடிமைகள) ,இந்த நிர்வாக மாற்றத்திற்கான காரணத்தை அறியலாமா?" என்றாள் ஜானகி பவ்யாமான நடிப்பில்.

ரகுவீர் வாய்விட்டே சத்தமாகச் சிரித்தான். அமிர்தாவும் சிரித்து வைத்தாள். ஜானகிக்கு எரிச்சல் இன்னும்அதிகமானது."நீ, எதுக்குடி சிரிக்கிற, பெரிய பாசமலர் சிவாஜி, சாவித்திரி கொன்னுடுவேன்" என் ஜானகி தமிழில் திட்டினாள்

"இது சீட்டிங், எனக்குத் தெரியாத பாஷையில் பேசாதீங்க, அம்ரூ உன்னைய திட்டினாளா? " என்றான் அமிர்தா "ஆமாம் அண்ணா" என்றாள்.

"என் தாய் மொழியில் பேச உங்க அனுமதி வாங்கனுமா.இது எந்த ஊர் நியாயம்" என்றாள் ஜானகி.

"சரி, விசயத்துக்கு வர்றேன், நாம எடுத்த ஆர்டர்னால, எனக்கு நிறைய வேலை இருக்கு. நானும் ராஜூம் அதிக நேரம் ஃபேக்டரில, மில்லில் இருக்க வேண்டியது உள்ளது. சாசாஷா ரொம்ப அலைய முடியாது. அதுனால அவர் ஆபிஸ்க்கு வருவார் என்றான்.

"நீங்க,அவரோடவே போய்ட்டு வந்துருங்க,இல்லைனா இன்னோரு வண்டி நம்மது எடுத்துக்குங்க,வேற வேண்டாம் நான் அரேஞ்ச் பண்றேன் "

என்றான்.

"அப்ப,வரும் போது,அந்த ஏழு மலை ஏழு கடல் இதெல்லாம் தாண்ட வேண்டாமா?" என்றாள் ஜானகி.

ரகுவீர் ஒரு நிமிடம் அதிர்ந்து பின் சிரிப்புடன் ,"இப்ப அதுக்கு அவசியம் இல்லை, ஆனால் இன்னும் கவனமாக இருக்கனும். இது விளையாட்டு இல்லை, ஜான்வி உனக்குத் தான், முக்கியமா சொல்றேன்" என்றான் ரகு-வீர்.

அவள் யோசனையாகப் பார்த்திருக்க, "ஜான்வி சொல்றது காதில் விழுந்ததா" என்றான் அழுத்தமாக."ஹாங்' என்றாள் ஜானகி.

"கவனமா இருக்கனும் அம்ரூ, இவளையும் சேர்த்து பார்த்துக்கடா, நான் சொன்னதைக் காதில வாங்குன மாதிரி தெரியலை" என்றான் ரகுவீர்.

பேச்சை மாற்ற ரகுவீர் அமிர்தாவிடம் கேட்டான்,"அம்ரூ, இன்னைக்கு ஷாப்பிங் எப்படி இருந்தது. உங்க டேஸ்ட்டுக்கு ஒத்துப் போச்சா?" என்றான்.

"நல்லா இருந்தது அண்ணா, நீங்க சொன்ன கடை, ப்ரீத்தோ மாமிக்கு ரொம்பப் பிடிச்சு இருந்தது." என்றாள் அம்ரூ.

"ஆமாம், இவர் சொன்னது, ப்ரீத்தோ மாமிக்கு தான் பிடிக்கும், நார்த் இண்டியன் கிளிட்டர். ஆனால் ராம் அத்தான் சொன்ன பொட்டிக் நம்ம டேஸ்ட், என்னடி அமித்து, என்ன சொல்லு நம்ம ஆளுங்களுக்குத் தான் நம்ம டேஸ்ட் புரியும். " என்றாள் ஜானகி. ரகுவீரை, நீ வேற்று ஆள் எனத் தள்ளி வைக்கும் பாங்கு.

இதைக் கவனித்த ரகுவீருக்கு நிச்சயம் ஏதோ ஒரு கிச்சடி இருக்கு என நினைத்தான்."ஜான்வி சொல்றதும் சரிதான் என்னடா அம்ரூ, நானே ப்ரீத்தோ ஆண்டிக்கு பிடிச்ச மாதிரி இருக்கனும்னு, தேடித் தேடி இந்தக் கடைய சஜஸ்ட் பண்ணேன். தாங் காட் அவங்களுக்குப் பிடிச்சது." என்றான் அவளை ரிவர்வியூ மிரரில் பார்த்தபடி.

"அமித்து நமக்கெல்லாம், வாங்கும் போது இது போலக் கிளிடரியா இருந்தா தொட்டு கூடப் பார்க்க கூடாது. நம்ம காஞ்சிபுரம் போய்டுவோம் பட்டு சேலை எடுக்க அது தான் அழகு" என்றாள் ஜானகி. மீண்டும் ரகுவீ-ரைப் பார்த்தவாறு.

" ஆமாம்டி ஜானி, இது மாதிரி ட்ரெஸ் போட்டாலும் நம்ம ஊர்காரங்க-ளுக்கு, எங்க வேல்யூ தெரியப் போகுது, அதுகளுக்கு, ஒன்றையடி ஜரிகைப் போட்டு, கணம்மா எட்டு முழம் புடவைக் கட்டனும். பழைய பஞ்சாங்கத்தை விடாதுங்க நம்ம ஆளுங்க" என்றாள் அமிர்தா. தன்னையறியாமல் ரகுவீ-ருக்குச் சப்போர்ட் செய்தாள். ஜானகி முன் கண்ணாடி வழியாக அவனைப் பார்க்க அவன் நமட்டுச் சிரிப்புச் சிரித்தான்.

"சரியா சொன்னடா அம்ரூ வேல்யூ தெரியாதவங்க கிட்ட வேணும்னே கேட்க மறுப்பவர்களிடம், என்ன சொல்லியும் பிரயோஜனம் இல்லை" என்-றான் ரகுவீர். ஜானகி ரகுவீருடன் சேர்த்து அமிர்தாவையும் முறைத்தாள்.

அமித்துப் பாவமாகப் பார்த்து விட்டு, "ஆனால் அண்ணா, இப்ப எங்க காஞ்சிப் பட்டுலையும், நார்த்&சௌத் சங்கமம் என்று இங்க உள்ள வேலைப் பாடோட வருது" என்றாள் அமித்து.

"ஆமாம், நான் கூட விளம்பரம் பார்த்து இருக்கேன்" என்றான் ரகுவீர்.

"புடவையில் கூடச் சங்கமம் செய்யும் பெருந்தன்மை நம்ம கிட்ட தான் இருக்கு அமித்து, வந்தாரை வாழவைக்கும் தமிழ் நாடு. இங்க இருக்கவங்க மனிதர்களைக் கூடத் தள்ளி வைக்கிறாங்க. அது அவங்க வீட்டு பெண்ணாக இருந்தாலும்." என ஒரு குத்து குத்தினாள். இதுவரை ரகுவீரிடம் இதுபோல் எதுவும் பேசியதில்லை.ரகுவீர் சிருஷ்டி திருமணப் பேச்சே, அவளைப் பாதித்து இருக்க, ஒரு இயலாமை தாய் மடியை தேடியது. இவன் தான் இவன் குடும்பம் தான் என்ற எண்ணம். ஆனால் ரகுவீருக்கு இது இரண்டிலும் சம்பந்தம் இல்லை, அதனால் அவள் ரியாக்சன் எதற்கு என்பதே புரியவில்லை.

ரகுவீர், சிறுகவன சிதறலில் , ஒரு டூவிலரை இடிக்கப் போய், மயிரிழையில் மாற்றி, சுதாரித்தான்.

"அண்ணா,பார்த்து நீ பேசாம இருடி," என ரகுவீரை எச்சரித்து, ஜானகியைத் திட்டினாள் அமிர்தா. "இப்ப திடிரென எதுக்கு இதைச் சொல்றா" என்றான் ரகுவீர்.

"அண்ணா, நீங்க டென்ஷன் ஆகாமல் காரை ஓட்டுங்க, அவள் மனசு சரியில்லைனா, எல்லாரையும், இப்படித்தான் குதறுவா" என்றாள் அம்ரூ.

அவன் கண்ணாடி வழியே, ஜானகியை பார்க்க அவள் தன்னைச் சமாளிக்கப் பெரும் பாடுபடுவது தெரிந்தது. கண்ணீரை காட்டாமல் இருக்கப் போராடிக் கொண்டிருந்தாள்.

அமிர்தாவின் மடியில் தலை வலிக்குது என்ற அறிவிப்போடு படுத்து விட்டாள். அவளும், இவள் முதுகை வருடி ஆறுதல் தந்தாள். இவர்களின் அன்யோனியம் கண்டு ரகுவீர் அதிசயித்தான்.

கார் மலபார் ஹில்ஸ் ராத்தோட்ஸ், ஸ்வர்ன மஹலுக்கு வந்து சேர்ந்தது.

ரகுவீர், டிஸ்யு பாக்ஸ் எடுத்து , அமிர்தாவிடம் நீட்டினான். அவளும் வாங்கிக் கொண்டு , ஜானகியை எழுப்பினாள். டிஸ்யூ கொண்டு முகம் துடைத்து, தன்னைச் சமன்படுத்தி இறங்கினாள்.

ரகுவீர் அவர்களை முன்னால் அனுப்பி விட்டு செக்யூடிட்டி, ரிஸப்ஷனை பார்த்து விட்டு மேலே வந்தான். தாதிஷாவுக்கு, கால் வலிக்கத் தூக்கம் வராமல் ஹாலில் ஸ்பாட் லைட் மட்டும் போட்டு அமர்ந்து இருந்தார். அவரைப் பார்க்கவும், தன் தாய் வயது ஆனால் இப்படித்தான் இருப்பார் என எண்ணம் தோன்றியது ஜானகிக்கு. இவ்வளவு நேரம் ஜானகி உள்ளம் தேடிய தாய் மடி அங்கே இருந்தது.

"என்ன ஆச்சி, இங்க உட்கார்ந்து இருக்கீங்க, தூங்கலையா" என்றபடி அவரைக் கட்டிக் கொண்டாள்.

"ஜானி பேட்டா,வாங்கடா, வாடா கண்ணு, இந்தத் தாதிஷாவை விட்-டுட்டு போய்ட்ட பார்த்தியா?" என்றார்.

"அதான் வந்துட்டேனே, நாநிஷா கிட்ட " என்றபடி ரகுவீர் வருகிறானா எனப் பார்த்துக் கொண்டாள். அதே நேரம் அவனும் சரியாக உள்ளே நுழைந்தான்.

ரகுவீர் "தாதிஷா உங்க லாட்லீய கூட்டிட்டு வந்துட்டேன் சரியா?" என்-றான்.

'எலி எதுக்குடா கோமணத்தோட ஓடுதேன்னு பார்த்தேன். பாட்டிச் சொல்லை தட்டாத பேரனா, நான் கூட நம்ம மேல ஷாப்ட் கார்னர் இருக்-கும்னு நினைச்சேன்' என மனதில் நினைத்தாள்ஜானகி.

"என்னடா, அப்படிப் பார்கிற என்றார்" தாதிஷா.

"இல்லை, நீங்க இங்க உட்கார்ந்து இருந்தீங்களா, உங்களோட அவுட் லைன் என் மாதாஜி மாதிரி இருந்தது. அது தான் என் மாதாஜி வயசானா உங்கள மாதிரி தான் இருப்பாங்க, ஏண்டி அம்ரூ " என்றாள் ஜானகி.

"இதிலென்னடி சந்தேகம் அத்தை அவங்க அம்மா மாதிரி தானே," எனும் போது அமிர்தா,காலை ஜானகி யாரும் அறியாமல் மிதிக்க அப்போது சுதாரித்து, "தாதிஷாவும் இருக்காங்க " என முடித்தாள் அமிர்தா.

"அதுனால தான் நாநிஷான்னு கூப்பிடலாம்னு ஆசை, உங்க பேரன் விடமாட்டேன்கிறார்" என்றாள் ஜானகி சலுகையாக

இவ்வளவு நேரம் அழுகை முகத்தில் இருந்தவள், தாதிஷாவை பார்த்-தவுடன் மகிழ்ச்சி அடைவதைப் பார்த்து, ஆச்சரியம் அடைந்தான். அவள் முகத்தில் அந்த மகிழ்ச்சியை நிலைக்க வைக்க அவனும் அனுமதித்தான்.

"ரகுவி, பேட்டா, புலானே தோ [கூப்பிடட்டும் விடுப்பா], எனக்கும் ராகினி மகள் கூப்பிட்ட திருப்தி இருக்கும்" எனத் தாதிஷா கண் கலங்கி-னார்.

ஜானகியும் உணர்ச்சி வயப் பட்டு ,"நாநிஷா" எனக் கட்டிக் கொண்டாள். "நானும்," என அமிர்தாவும் அவர்களைக் கட்டிக் கொண்டாள். ரகுவீர் டிராமா பார்பது போல் பார்த்து நின்றான்.

"ஹலோ நாடங்கி, முடிஞ்சுதா உன் நாடகம்" என்றான் ரகுவீர். "பிச்சர் ஆபி பாகி ஹை" என ஹிந்தி பட டையலாக் சொன்னாள் ஜானகி.

தன் நாநிஷாவின் காலுக்கு ஆயில் போட்டு மசாஜ் செய்தாள். அமிர்தா வெண்ணீர் கொண்டு வரச் சென்றாள்.ஜானகி, தன் சிறுவயதில் தன் அப்-பத்தாவுடன் சேர்ந்து செய்த லூட்டிகளைச் சொல்லிக் கொண்டே அவருக்கு மசாஜ் செய்தாள் ரகுவீர் உட்கார்ந்து கதைக் கேட்டான்.

"ஒரு தடவை அப்படித் தான், நாநிமா, எங்க வீட்டுக்கு பக்கத்துத் தெரு-வில் இருக்கிற மாந்தோப்பு, அது கல்லாமை காய், மாங்காயே செம டேஸ்ட் எங்க எல்லாருக்கும் ரொம்பப் பிடிக்கும். அந்தத் தோட்டக்காரருக்கு எங்க-ளைக் கண்டாளே ஆகாது." என்றாள் ஜானகி.

"அவரை என்ன பாடு படுத்துனியோ" என்றான் ரகுவீர். "ஆமாம், நீங்க தான் வந்து பார்த்தீங்க," என்றாள் ஜானகி.

"அப்பறம் கேளுங்க, அங்க போய் மரத்தில் ஏறி மாங்காய் பறிச்சிட்டு இறங்குறோம், தோட்டக்காரர் பார்த்துட்டார்".

"எல்லாரும் மாங்காயப் போட்டுட்டு,ஆளுக்கு ஒரு பக்கம் ஓடிட்டாங்க. நாம் மட்டும் என் ஸ்கர்ட்ல கட்டிகிட்டு தான் வந்தேன்."

"ஆனால், என்னை அடையாளம் பார்த்துட்டாரு. எனக்கு முன்னாடி எங்க வீட்டுக்குப் போய்க் கம்ளைண்ட் பண்ணீட்டாரு" "அப்ப,நல்லா அடி வாங்குனியா" என்றான் ரகுவீர்.

"என்ன சேட்டை பண்ணாலும், நம்மை யாரும் டச் பண்ண முடியாது. ஏன்னா, நான் சிவகாமி பேத்தியாச்சே" என்றாள் ஜானகி. தாதிஷாவுக்கே அந்த அப்பத்தா மேல் பொறாமை வந்தது.

"எங்க அப்பத்தா, தோட்டக்காரரை பார்த்து, மாங்காயை திங்க தான போறோம், அதுவும் என் பேத்திக்கு பிடிச்சு, அவள் சாப்பிட உன் மாமரம் கொடுத்து வச்சுருக்கனும் என்றார். அன்னைக்கே, தாத்தாகிட்ட சொல்லி, அந்தத் தோப்பை, இரண்டு பங்கு விலைக்குக் கொடுத்து என் பெயருக்கு வாங்குனாங்க ' எனப் பெருமை பேசினாள்.

அமிர்தா, ஹாட் வாட்டர் கொண்டு வர,அதைக் கொண்டு ஒத்தடம்கொடுத்தாள். தாதிஷா வலி குறைந்து கண்ணயர தயாரானார். ரகுவீர் அவரை ரூமிற்குள் அழைத்துச் சென்றான்.

அமிர்தா ரூமிற்குச் சென்று விட்டாள், அவளுக்குத் தான் தூக்கம் வந்துவிடுமே.

ஜானகி அவனுக்காகக் காத்திருந்தாள்.

"என்ன மூட் சரியாகிடுச்சா?" என்றான் ரகுவீர். "அது நாநிஷா கூட ,உங்க கூட டூ தான்" என விரலில் க்ராஸ் காட்டினாள்.

"குட் நைட், ஆனால் உங்க கனவுல பேய் வரட்டும்"என்றபடி உள்ளே போக முயற்சிக்க.

அவளின் கையைப் பிடித்து இழுத்து, நெருங்கி நின்று,"ஏன் நீ தான் வாயேன்" என்றான் ரகுவீர். "என்ன?" என அவள் பத்ரகாளி ஆனாள்.

"நீதானே, கனவுல பேய் வரட்டும்னு சொன்ன?" என்றான்

அவளை உற்று நோக்கி அவள் விழிகளோடு இவன் விழிகள் உறவாட, அவள் விழிகள் இவனுக்கு உண்மையைக் கூறின. அவளுக்கு அவன் மேல் இருக்கும் ஈர்ப்பையும் சொன்னது. அவன் மேல் இருந்த கோபம் மறந்து போய், அவனையே பார்த்திருந்தாள்.அவனின் மயக்கும் புன்னகையில் தன்னைத் தொலைத்தவள், மீண்டது, அமிர்தாவின் குரலில். அவன் கையைப் பிடிக்கவும் இல்லை. தள்ளச் சொல்லவும் இல்லாமல், ஐயோ இப்படி நிற்கிறானே என அவஸ்தையாகவும், அகன்றுவிடுவானோ என ஏக்கமாகவும் உணர்ந்தாள். நொடிக்கு நொடி மாறும் அவள் முகப் பாவத்தில், சொக்கித்-

தான் நின்றான் ரகுவீர்.

நீண்ட நாடகத்தின் முடிவாக, சிரித்து, "என் கனவில் வந்து சேரு, மேரி-ஜான். மேரி சுடைல் பேபி" என முன் நெற்றியில் முட்டி, இதழ் ஒற்றிச் சென்றான்.

அவள் கன்னம் சிவந்து, அங்கேயே நின்றாள். அவன் லிப்ட் வரை சென்றவன், திரும்பி நின்று அவளைப் பார்க்க, அவளும் நிமிர அவனின் கண்சிமிட்டலில் மேலும் சிவந்து உள்ளே ஓடினாள்.

மனதின் வார்த்தை-25

ஞாயிறு முடிந்து வரும் திங்கள் கிழமை, பரபரப்பை கூட்டிக் கொண்டு வரும் அந்த வாரத்தின் தொடக்க நாளாகக் கருதப்படுவதால் முக்கியத்துவம் பெறுகிறது. அந்த நாள் முந்தைய வாரத்தின் அலுப்புகளை, ஞாயிறு அன்று, ஒரு ரெப்ரெஸ் பட்டன் போட்டுப் புத்துணர்ச்சி பெறுவது. அன்று ஏறும் சக்தி, அடுத்த ஆறு நாட்கள் செல்லும்.

இன்று அதிகாலை ஜெய்பூர் செல்லும் விமானத்தில், ஹரிணி அமர்சிங் குடும்பம் தீப்தியுடன் இராஜஸ்தான் சென்றது. சிருஷ்டி இன்னும் இரண்டு நாட்களில் கிளம்புவாள். மும்பையில் சில வேலைகள் மீதமிருந்தன.அதனால் அவள் தங்கி விட்டுச் செல்வதாக ஏற்பாடு. இன்று காலையில் ராத்தோட்க-ளின் பழக்க வழக்கங்களை அறிந்து கொள்ள வேண்டும் என்று அனைவரு-டனும் சேர்ந்தது உண்ண காலை உணவுக்கு வந்து விட்டாள்.

சிருஷ்டியை பொறுத்தவரை ரகுவீர் பழகுவதற்கு ஏற்றவனாக இருந்தான். அவனுடனான திருமண வாழ்க்கை, இந்தக் குடும்பம் எல்லாம் சரிவரும் எனத் தோன்றியது.ரகுவீரின் கேரிங் நேச்சர் அண்ட் பர்ஸனாலி ட்டி மீது ஓர் ஈர்ப்பும் இருந்தது.அவளிடம் ரகுவீருக்கும் எந்தக் குறையும் இல்லை, ஆனால் ஜானகி மேல் இருந்த ஈர்ப்பு இல்லை. சிருஷ்டியின் சம்பந்தம் வந்-தது அவனுக்குத் தெரியாது. தீப்தி போலச் சிருஷ்டியும் தன் தாய் வழி உறவு என்று இருந்தான்.

ஜானகி, பூஜை அறையில், பாடிக் கொண்டிருந்தாள்.

"அலைபாயுதே கண்ணா,என் மனம் அலைபாயுதே"

எனும் போது ரகுவீரே, கண்முன்னே மாயக் குழலுடன் கண்ணனாகத் தோன்றினான் அவள் மனதில்.

"குளிர்ந்த நிலவு பட்ட பகல் போல் எரியுதே.
திக்கை நோக்கி என் இரு புருவம் நெரியுதே."

அவன் அருகாமையில் இல்லாத இரவு, அவன் முகம் காணாத பொழுது, தனக்கும் இப்படித்தான், அவன் வரவை நோக்கி புருவம் நெரிந்-ததே. என மனதில் உருகினாள்.

"கனிந்த நின் வேணு கானம் காற்றில் வருகுதே.

கண்கள் சொருகி ஒரு விதமாய் வருகுதே"

எனும் போதே, அவன் அன்று பீச்ஹவுசில் பாடிய குரல் காதில் ஒலித்தது. அதை நினைத்து இப்போதும் உருகுவதாய்த் தோன்றியது.

"கதித்த மனத்தில் உதித்த பதத்தை ,எனக்கு அளித்து மகிழ்ந்தவா,

தனித்த வனத்தில் அணைத்து எனக்கு உணர்ச்சி கொடுத்து முகிழ்த்தவா."

உனக்காகக் கனிந்த என் மனதில் உன்னைத் தந்து என்னை மகிழ்த்தவா.

தனித்து நான் நின்ற போது அணைத்து, உணர்ச்சி தந்து என்னை மலரச் செய்தவனே... என ஏங்கினாள்.

"அலைகடல், அலையினில் கதிரவன் ஒளியென

இணையிரு கழலெனக் களித்தவா.

கதறி மனமுருகி நான் அழைக்கவோ,

இதர மாதருடன் நீ களிக்கவோ.

இது முறையோ,இது தகுமோ,தருமம் தானோ ?"

நான் ஏங்கி தவிக்கையில், எனக்கு ஆதரவு தந்தவனே, மனதார நான் உன்னை அழைத்திருக்க, நீ அடுத்தவரை பார்திருப்பாயோ என அந்த வரிகளைப் பாடுகையில் கண்ணீர் சொரிந்தது. பாடலின் ஒவ்வொரு வரியிலும் கண்ணனை மறந்து, மனம் கவர்ந்த கள்வனாம் ரகுவீரை நினைத்தாள்.பக்தி ரசம் சொட்டிய பாடலில், அவளே ராதையாக மாறி பிரிவு துயரத்தை பாடினாள்.

அவள் பாடிய பாவத்தில், இரஜஸ்தானி, பக்த மீராவைக் கண்டார்கள்.

இவள் பாடி முடிக்க , நாநிஷா அவளை அணைத்துக் கொண்டார்.

ரகுவீர், அவள் குரல் கேட்கவே, எப்போதும் பூஜை நேரத்தில் ஆஜராகி விடுவான். இன்றும் அந்த நேரம் வந்தவன் அவள் அனுபவித்துப் பாடுவதில் அசையாது நின்றான். அவளின் உணர்வுகள், அவனிடத்தில் வந்து முறையிடுவது போல் ஒரு உணர்வு எழுந்தது. அவள் பாடும் பாடலின் அர்த்தம் புரிந்து இருந்தால், அன்றே அவளோடு அக்னி வலம் வந்திருப்பான் ரகுவீர். ஆனால் விதியின் கையில் நாம் யாவரும் விளையாட்டுப் பொம்மைகள் தானே.

பூஜை முடிந்து, அனைவரும், டைனிங் டேபிளில் கூடினர்.ஜானகியின் பாடலை பற்றிப் பேசிக் கொண்டு இருந்தனர். "மீரா பாய் மாதிரி பாடினடா, ரொம்ப அருமை " என்றார் ஷப்னம்.

"ஆமாம், அர்த்தம் புரிஞ்சா இன்னும் நல்லா இருக்கும்." என்றார் பூனம்.

"என்ன ஒரு ஃபீல், காணாஜீயே (கண்ணன்) வந்திடுவார் போலயே" என்றார் அமரேன்.

"ஜானி பேட்டா, இது எந்தக் கண்ணன் சொல்லு, காதை பிடித்து இழுத்து வந்து கட்டி வைக்கிறேன் உனக்கு" என்றார் அமரேன். ஜானகியின் பார்வை கீழே இருந்தது, அதற்கு முன் ஒரு நொடி ரகுவீரை வருடி-

யது.அதை யாரும் கவணிக்கவில்லை.

ரகுவீர், அருகில் இருந்த சேரில் சிருஷ்டி வந்து அமர, ஜானகிக்கு பாடலின் கடைசி வரிகள் நினைவுக்கு வந்தது. தட்டை தூக்கிக் கொண்டு போய்க் கிச்சன் மேடையில் வைத்து சாப்பிட்டாள் ,அமிர்தாவுக்கு, தோசை வார்த்துத் தர இதுதான் வசதி என்ற அறிவிப்புடன்.

ஜானகி, அமிர்தா இருவரும் இன்று முதல் கஜேந்தர் சிங் ராத்தோட்டின் தலைமையில் வேலை செய்யப் போகின்றனர்.

கஜேன், இவர்களிடம் அதிகம் பழகியது இல்லை. பாசத்தை, நட்பை கொண்டாட மாட்டார் அதே நேரம் ஜானகியின் முயற்சி வெற்றி பெறும் போது, பாராட்ட தயங்கியதும் இல்லை.காலை உணவுக்குப் பின் தோழிகள் இருவரும் அலுவலகம் செல்ல தயாராகி நின்றனர்.

ரகுவீர், வேறு டிரைவரை அழைத்துப் போகச் சொல்லி , கட்டளை இட்டுக் கொண்டிருந்தான். நடுவில் பேசிய கஜேன், "ரகுவீ, நான் என் காரில் கூட்டிட்டு போறேன், திரும்ப வரும் போது அநேகமாகக் கூட்டிட்டு வந்துடுறேன். இல்லைனா வேற ஏற்பாடு செய்யலாம்". என்றார்.

ஜானகி அமிர்தா அலுவலகத்திற்குக் கஜேந்தர் உடன் கிளம்பினர். ஜானகிக்கு , ரகுவீரிடம் ஒரு சந்தேகம் கேட்க வேண்டியது இருந்தது.

அமிர்தா பெரியவருடன் நடக்க, ஜானகி பின் தங்கினாள், அதைப் பார்த்த ரகுவீர், ஓர் எட்டில் அவளுடன் இணைந்து, "சொல்லு , மிர்ச்சி என்னவேணும், ஏதாவது டவுட் இருக்குமே?" எனக் கேட்டான் சிரித்தமுகமாக.

"எனக்கு ஒன்னும் கேட்க வேணாம். எதுவாக இருந்தாலும் நான் என் புதுப் பாஸ் கிட்ட கேட்டுப்பேன்" என்றாள்.

"பக்கா நோ டவுட், ஓகே கேரி ஆன்" என்றவன். "ராஜ் கிளம்பலாமா" என்றான்.

"இதோ வந்துட்டேன் பய்யா, ஜானி , நீ பாபுஷா கூடத் தானே போற, சீக்கிரம் போ, அவருக்கு வெயிட் பண்ற பழக்கமே கிடையாது. ஸ்டிரிக்ட் ஆபீஸர். எங்களையே அப்படித் தான் ட்ரிட் பண்ணுவார்" என்றான் ராஜ்.

ஜானகி, ஓர் தலை அசைவுடன் முன்னே சென்றாள். வீர் ப்ரதர்ஸ் இருவரும் உடன் வர,லிப்ட்டை நோக்கி நடந்தனர். லிப்டில், ஜானகி ஏறிய பின்னர், ரகுவீர் உள்ளே வந்தான். ராஜ் உள்ளே வரும் போது

" ராஜ், பைல் அங்க டைனிங் பக்கத்து டேபிள்ல வச்சுட்டேன் எடுத்துட்டு வா கீழே வெயிட் பண்றேன்" என்றான் ரகுவீர்.

லிப்ட் கதவு மூடவும்,"இப்ப சொல்லு என்ன ஆச்சு உனக்கு" என்றான் ரகுவி.

"எனக்கென்ன ஆச்சு,ஒன்னும் இல்லை. ஐயம் பைன் " எனத் தோளை குளுக்கினாள் ஜானகி.அவள் கண்களை நேராகப் பார்த்து நின்றான் ரகுவீர்.

அவளையே இமைக்காது பார்க்க, ஜானகிக்கு மூச்சு முட்டியது. அவள் அவஸ்தையைப் பார்த்தவன். "ஒரு வாரத்திற்கு டைட் செட்யூல், ஆபீஸ் சாசாஷா கண்ட்ரோல் தான்.ஏதாவதுன்னா எந்த நேரமா இருந்தாலும் கால் பண்ணு. " என்றான் ரகுவீர் அவளையே பார்த்தபடி சொன்னான்.

அவள் கண்கள் ஒளி இழந்து சோகமாக இருந்தது. "பார்த்து கேர்புல்லா இருக்கனும். உனக்கு ஏதாவதுன்னா என்னால முடியாது" என்று அவன் நிறுத்தினான்.

அவள் ஆர்வமாகப் பார்த்ததில், "உங்க அண்ணனுக்கு யார் பதில் சொல்றது. ஸ்வரூ வேற அங்க இருக்கா", என்றான் வேண்டும் என்றே ரகு-வீர்.

"என்னைய யாராவது கடத்தினாளோ, அல்லது கொன்று போட்டாளும், அதுக்காக மயூரியை பலி வாங்குற அளவு தாழ்ந்து போக மாட்டான் எங்க அண்ணன்" என்றாள் ஜானகி.

அவள் வார்த்தைகள் இவன் மனதை நோகடித்தது. ஜானகியின் வாயை கைகளால் பொத்தி, "ஏக் சப்த் ஔர் நஹி. வாயை மூடு.பேசறதப் பாரு எக்கு தப்பா ஏதாவது பேசாத" என ஆதங்கப்பட்டவன்.

அவளை இழுத்து அணைத்து, " லூசு மாதிரி பேசறதை விடு." என்று சொல்லி,அவள் முன் நெற்றியில் இதழ் ஒற்றி, லிப்ட் கதவு திறக்கவும் அவளை விடுவித்தான். லிப்ட் பார்க்கிங் ஏரியாவில் வந்து நிற்க, கஜேன் ரெடியாக நின்றார். ஜானகி அவனை நிமிர்ந்தும் பார்க்காமல் ஓடி-னாள்.ஆனாலும், அவன் பார்வை அவளைத் துளைத்தது என்பதை உணர்ந்-தாள்.

கஜேன் முன் சீட்டில் அமர்ந்து இருந்தார். நல்ல ஈடு தாடாக, சற்றே பெரிய மீசை வைத்திருந்தார். அழுத்தமான முகம். ஒரு காதில் வைர கடுக்-கன்.பின் சீட்டில் ஏற்கனவே அமிர்தா இருந்தாள், ஜானகி ஓடி வந்து அதில் இடது புறம் ஏறிக் கொண்டாள். ரகுவீர் காரை ஸ்டார்ட் செய்து, இவர்கள் வண்டிக்குப் பின் வந்து நின்றான். ராஜ் வந்து ஏறிக் கொண்டான்.

முதல் கார் கிளம்பி செல்ல அதற்கு இணையாகவே, ரகுவீர் காரை ஓட்-டினான். கஜேன் கார் வலது புற லைன் மாற, ரகுவீர் இடது லைனை பிடித்-தான்.

ஜானகி கண்கள் அவனைத் தேட, ஓர் இடத்தில் இடது திருப்பத்தில் ரகுவீர் இடது பக்கம் வளைந்தான். கார் கண்ணாடியை இறக்கி, கையை ஆட்டி அவளிடம் விடைப் பெற்றான். ஜானகி இருந்த வண்டி நேரே சென்-றது.

அலுவலகம் வந்ததும், கஜேன் நேரே தனது அறைக்கு அவர்கள் இரு-வரையும் அழைத்துச் சென்றார். அவர் தனது சீட்டில் அமர்ந்தவர், எதிரே இருந்த சீட்டில் அவர்களை அமரச் சொன்னவர், அவர்களைப் பற்றி விசா-ரித்தார்.

ஜானகி,"நாங்க தமிழ் நாட்டில், சௌத் மதுரை பக்கம். அப்பா,கன்ஸ்டக்சன் பிஸ்னஸ், தாத்தா, பழங்கள், மூலிகைகள் அண்ட் ப்ளவர்ஸ் எக்ஸ்போர்ட் பிஸ்னஸ். அம்மா இன்டர்நேஷனல் ஸ்கூல் வச்சு இருக்காங்க. அமிர்தா என்னுடைய கஸின், அவளும் எங்கள் ஊர் தான். அவங்களுக்கு விவசாயம்."

"எங்க ஸ்கூலில் ஸ்கூலிங், யூஜி சென்னையில், பீஜி பெங்களுரில் படிக்கிறோம்" என்றாள். அவள் பேசுவதைக் குறுக்கிடாமல் கேட்டார் கஜேன். பின்னர்

"ஓகே பைன், நீங்க ரெண்டு பேரும் தானே கம்பெனி டீல்ஸ்ஜ ஸ்டடி செய்தது" எனக் கேட்டார்.

ஆம் எனத் தலை ஆட்டினர்."அதில் என்ன புரிந்தது " எனக் கேட்டார்.

"நமக்குக் கிடைக்க வேண்டிய ஆர்டர்கள், சொற்ப அமௌண்ட் வித்யாசத்தில் ஒரே கம்பெனிக்குப் போகிறது. சின்னக் காண்ட்ரேக்ட் மட்டும் நமக்கு ஐ மீன் ராத்தோட் க்ரூப்க்கு வருகிறது." என்றாள் ஜானகி.

"இதுக்குக் காரணம் என்ன, ஏதாவது ஐடியா இருக்கா?" என்றார் கஜேன்.

"இங்கு வேலை பார்ப்பவர்கள் எப்படின்னு, எனக்குத் தெரியாது. ஆனால் கம்ப்யூட்டர் ஹேக் பண்றாங்க. அதை நான் ப்ரூப் பண்ணியது தான், இப்ப வந்த டீல் நமக்குக் கிடைச்சது. அதைச் சம்பந்தம் இல்லாத ஒரு இடத்தில் வைத்து கொடேஷன் ரெடி பண்ணுனதுனால தான் ஆர்டர் கிடைத்தது. " என்றாள் ஜானகி. கஜேந்தர் மிகவும் கவனமாக எல்லாவற்றையும் கேட்டுக் கொண்டார். இதுக்கு ஒரு சொல்யூசன் வேணுமே" என்றார்.

"முதல்ல சைபர் க்ரைம்ல இதைக் கம்ப்ளைண்ட் செய்யனும். அதன் பிறகு சிஸ்டம் சைட், நம்மை ஹேக் செய்ய முடியாத படி ப்ரோடக்ட் பண்ணனும்" என்றாள் ஜானகி.

"வெரி குட்.ஜானகி அண்ட் அமிர்தா".

"இப்ப அதுக்கான வேலையைத் தான் பார்க்கப் போறோம்." என்றார் கஜேன்.

"ஒரு சாப்ட்வேர் கம்பெனியோட அசைன் பண்ணியிருக்கு. அவங்க இங்க வரும் போது இங்க உள்ள ப்ராப்ளம் சொல்ல ஆள் வேணும். இது எல்லாம் அடிசனல் வொர்க், அதுனால ஜென்ரல் வொர்க்கர்ஸ் இதில் இல்லை. உங்களுக்குப் பக்கத்துக் கேபின். யூ கேரி ஆன்.அங்க உங்களுக்கு உதவி செய்வாங்க" என்றார் கஜேன்.

அவர்கள் சென்றதும் யாருக்கோ போன் செய்தார்," நீ சொன்னது சரி தான். லட்கீ பஹூத் தேஜ் ஹை.போகப் போகப் பார்ப்போம்" என்றார் .

சிறுமலை உச்சியில் இருக்கும் வெள்ளி மலையில் நின்றனர், அமுதன், மயூரி, மஞ்சரி மற்றும்பாலன். அங்கே ஒரு குறிப்பிட்ட உயரம் வரை ஆளுக்கு ஒரு டூவீலரில் வந்தனர். அமுதனுடன் மயூரி அமர்ந்துக் கொண்-

டாள். ஜீன்ஸ் பேண்ட் என்பதால் இரண்டு புறமும் கால் போட்டு, அமர்ந்து வந்தாள் மயூரி.

அந்தப் பயணத்தை மிகவும் ரசித்தாள் மயூரி.மலைகளின் ஊடே, இரு-புறமும் மரங்கள் அடர்ந்து வளர்ந்திருக்க, மூலிகைகள், பூக்களின் வாசனை காற்றில் கலந்து ஒரு புத்துணர்ச்சி நிரம்பி இருந்தது. சில இடங்களில் நிறுத்தி, அங்கிருந்த அறிய வகைச் செடிகளைக் காண்பித்து அவளுக்கு விளக்கம் சொல்லி வந்தான் அமுதன், அதோடு சேர்ந்த சிறு கதைகள் நினைவுகள் என்று அமுதன் மீது மயூரியின் ஈர்ப்பு அதிகரித்தது.

அகஸ்தியர் மலை வரை வந்தவர்கள், அங்கிருந்து, 40நிமிட நடை பயணத்தில் மலை உச்சியை அடைய வேண்டும். இது ஒரு சிறிய மலை-யேற்றம் தான்.சிறியவர்கள் அனுபவித்து மகிழலாம்.

மதியம் வெயில் தாழ்ந்த பிறகு கிளம்பினர், எனவே மலை பிரதேசம் ஆனதால் வெயில் அவ்வளவாகத் தெரியவில்லை.பைக்கை அந்தப் பாதை-யில் நிறுத்தி விட்டு, பாறையில் ஏற ஆரம்பித்தனர்.

மஞ்சரிக்கு முதலில் எக்சைடிங்காக இருந்தது. பாலன் அவளுடனே வந்-தான். ப்ரோ, இது என்ன, அது என்ன, ஏது,எப்படி என எல்லா டபல்-யூஹெச் (Wh) கேள்விகளையும் கேட்டபடி வந்தாள். கொஞ்சம் ஏறிய பின்னர்ப் பேச்சுக் குறைந்தது. பாலன் என்ன வென்று பார்க்க மூச்சு வாங்க ஏறினாள்.அவளை பாதுகாப்பாக,கூட்டிச் சென்றான்.

"ஐ லவ் யூ பய்யா, எங்க பய்யா கூட இவ்வளவு பொறுமையாக என்-னைக் கூட்டிக்கிட்டு போக மாட்டான்" எனக் கட்டிக் கொண்டாள்.

நேற்று பார்த்த படத்தின், வா வா டியரு பிரதர்....எனப் பாடி நின்றாள்.

அமுதன், மயூரியை கையைப் பிடித்து அழைத்துச் சென்றான். ஓரிடத்தில் அவள் ஸ்லிப் ஆகத் தெரிந்தாள்,அமுதன் அவள் கையைப் பற்றி இழுத்து அணைத்துக் கொள்ள, அவள் இதயத் துடிப்பை வேகமாக அடிப்பதை உணர்ந்து , கூல் என முதுகைத் தடவி சமாதானம் செய்தான்.

வெள்ளி மலை உச்சியியை அடைந்தனர்.அங்கு வெள்ளை நிற பாறை கற்களைக் காட்டி, இதன் காரணமாகச் சில்வர் மௌண்டைன் என ஆங்கி-லேயர் அழைத்தது தமிழில் வெள்ளிமலை ஆனது என விளக்கினான்.

திறந்த வெட்ட வெளியில் இருந்த சிவலிங்கம், தெய்வீகம் நிறைத்து நின்-றது. அதன் அருகே சென்று வணங்கி பின்னர் அம்மனிடம் செல்ல, அங்கி-ருந்த குங்குமத்தை, அமுதன் எல்லோரும் அணிந்து கொள்ள எனக் கையில் எடுத்தினான். மயூரி, தன் பர்ஸ் கீழே விழுந்ததை எடுக்கக் குனிந்தவள் எழவும், அமுதன்,பாலன்,மஞ்சரிக்கு கொடுத்து இவளுக்குக் கை நீட்டவும் சரியாக இருந்தது. அமுதன் கைகளில் இருந்த குங்குமம் மயூரி நெற்றி வகி-டில் அபிஷேகம் ஆனது.

அமுதன் பதறி அதைத் துடைக்கப் போக, மயூரி " சோடியே ஜீ,ரஹ்னே தீஜியே" (இருக்கட்டும் விடுங்கள்) என்றாள்.

"தாதிஷா, சொல்லுவாங்க, மந்திர்ல கிடைக்கும் பிரசாதம், கடவுளின் ஆசிர்வாதம் என்று". என உணர்ச்சி வயப்பட்டாள் மயூரி.

"ஆமாம், விடுங்க ப்ரோ மயூக்கே ப்ராப்ளம் இல்லையே" என்றாள் மஞ்சரி.

"பாலன் ப்ரோ, அந்த வ்யுல நிக்க வச்சு ஒரு போட்டோ எடுங்க, ராஜ் ஐ, வெறுப்பேத்தனும் " என்றாள் மஞ்சரி.

அமுதன்,மயூரிக்கு ஒரு ஸ்பேஷ் கொடுத்து விலகிச் சென்றனர்.

அமுதன் மயூரியிடம், "மயூரி, இதையெல்லாம் சீரியஸா எடுத்துக்காத, எனக்கு இது சரியா வருமான்னு தெரியலை" என்றான்.

முகம் வாடிய மயூரி,"என்னைய உங்களுக்குப் பிடிக்கலையா?" எனக் கேட்டாள். மனதில் ஏக்கத்துடன்.

"பிடிக்கும், அதனால தான் வேண்டாம்னு சொல்றேன்" என்றான் அமுதன்.

அவள் புரியாமல் பார்த்தாள்.

"எனக்கு எங்க அம்மாவை ரொம்பப் பிடிக்கும், அருமையான பெண்மணி, அவங்க பிறந்த வீடு எப்படி அவங்களைப் புரிந்து கொள்ளாமல் போச்சுன்னு, எனக்கு ஆதங்கம் இருக்கு. என்ன தான் அப்பா,அவங்களைத் தங்கமா தாங்குனாலும், பிறந்த வீட்டை பிரிந்த வருத்தம்,சோகம் வேதனை எல்லாம் அவங்க கண்ணில் தெரியும்.

தெய்வா அம்மாவுக்கு, மாமா வீட்டில் இருந்து வந்து நிப்பாங்க, அப்கோர்ஸ் அம்மாவுக்கும் சேர்த்து தான் அத்தை, மாமா எதுவுமே செய்வாங்க, இருந்த போதும், அம்மா அந்த நேரம் படும் மனவேதனை எனக்கு ரொம்பக் கஷ்டமாக இருக்கும். அதே மாதிரி நீயும் வந்து இங்க கஷ்ட படறதை என்னால் பார்க்க முடியாது" என முடித்தான்.

அவன் தோள்களில் கை வைத்து அழுத்திய மயூரி,"எனக்காக இவ்வளவு யோசிக்கிறீங்களே உங்களை எப்படி நான் விடமுடியும். நான் காத்திருப்பேன் நீங்களும், எங்க வீட்டு ஆளுங்களும் சரின்னு சொல்லும் வரை " என்றாள் உறுதியாக.

மனதின் வார்த்தை-26

வெள்ளிமலை சித்தபுருஷர்கள் வசித்த மலை. அது மகத்துவம் வாய்ந்தது.

அனுமன் தூக்கிச் சென்ற சஞ்சீவினி மலையின் சிறு பகுதி இங்கே விழுந்ததாகவும் அதனால் இங்கு அறிய வகை மூலிகைகள் பரவி கிடப்பதாகவும், புராணம் கூறும் வரலாறு.

அகத்தியர் மலை என்று பெயரிடப்பட்டு, சித்தர்கள் இங்கே தவமிருந்து ஈசனை வழிப்பட்டதாகவும். மானிடர் குறை தீர்க்க, அவர்கள் நல்வாழ்வுக்காக, மருத்துவத்தைக் கையில் எடுத்த சித்தர்கள், பல மூலிகை செடிகளை,

இங்கே பயிரிட்டு வளர்த்தனர் என்பதும் குறிப்பிடத்தக்கது.

ஆங்கிலேயர் காலத்தில், இதன் குளுமை அவர்களுக்கு உகந்ததாக இருந்ததால் , இங்குச் சாலை வசதிகளை ஏற்படுத்தினர். இது வனத்துறை கட்டுப்பாட்டில் இருந்த காலத்தில், அமுதனின் கொள்ளுப் பாட்டனார், பிரிட்டிஷ் அரசாங்கத்தின் வனத்துறை அதிகாரியாகி இருந்தார். அவர் தான், இங்கு முதலில் மக்களைக் குடி வைக்கும் முயற்சியில் இறங்கினார்.

அவரது முயற்சி பலனாகத் தன் சொந்த பந்தங்களை இங்குக் குடி-யமர்த்தினார். அதன் பின் பிற மக்களும், இங்கு வந்து குடியமர்ந்தனர். இதனால் அவர்கள் குடும்பத்திற்கென நல்ல பெயர் இருந்தது.இந்தவெள்-ளிமலை சிவனும்,அவர்கள் குடும்பத்திற்கு, அவ்வளவு நெருக்கமானவர் அதனாலேயே குடும்பத்தில் சிவ நாமம் ஒட்டிக் கொண்டது.இதன் கட்ட-மைப்பை மாற்றி அமைக்க உத்தரவு இல்லாததால் திறந்த வெளி இயற்கை கோவிலாக உள்ளது.

மயூரி சொன்னது போல், இது தெய்வ சங்கல்பம் தான். அமுதனுக்கும் அது தெரியும் .மயூரி உனக்காக நான் காத்திருப்பேன் என்ற நொடியில், தன் மனதில் ஏற்றி வைத்தான் அவளை.

"ஸ்வர்னி, எனக்காக நீ கஷ்டப்படக் கூடாதுங்கிறது தான். உன்னைத் தவிர வேறு யாரும் என் வாழ்க்கை துணையாக வரவும் முடியாது. இன்-னைக்கு இந்தச் சிவமும்,சக்தியும் ஆசிர்வாதம் செய்த பின் வேறென்ன வேண்டும்?" என அவன் தன் உள்ளம் திறந்து உரைத்தான் அமுதன்.

அவன் ஸ்வர்னி என்று சொன்னதில் உருகித்தான் போனாள் ஸ்வர்ன மயூரி. கண்களில் ஆனந்தமாகக் கண்ணீர் பெருக, அவளுக்கு வார்த்தைகள் வரவில்லை தன் நிலை வெளிப்படுத்த. அவனை ஓடிவந்து அணைத்துக் கொண்டாள். அவன் மார்பில் தஞ்சம் கொண்டவள், அவனும் அதே மோன நிலையில் இருப்பதை உணர்ந்தாள்.

அவர்களுக்குப் பேசும்மொழியே தேவைப் படவில்லை. அந்த அணைபில் இருந்த அன்பும் ,நேசமும் போதுமானதாக இருந்தது."ஸ்வர்னி" என அவள் முகம் நிமிர்த்திப் பார்க்க, அவள் கண்களில் மகிழ்ச்சி பொங்க அவனைப் பார்த்தாள்.

கண்கள் பேசிய மொழி, இந்தச் சங்கமத்திற்க்காகத் தான் தங்கள் பிறப்பு என்பதைப் பேசின. அவனின் ஆனந்தப் பார்வை ,ஆசையாக மாறிய நிமி-டம், மயூரிக்குள் பெண்மை விழித்தது. காலம் காலமாய், செய்து வரும் தம் பணியை நிறைவேற்ற ரதிதேவியுடன் வந்து விட்டான் மன்மதன்.

அவனுக்குச் சிவனார் வாசம் செய்யும் சித்த பூமிக்கு வருவதில் சிக்கல் தான். இருப்பினும் அம்மையப்பன் ஆசி வழங்கியதால், அம்பைஎடுத்துக்-கொண்டு. தைரியமாக வந்து விட்டான்.

அவன் பார்வையில் இருந்த ஆசை, நேசம் அப்பட்டமாகத் தெரிய, அவளின் பளிங்கு முகம், குங்குமம் பூசிக் கொண்டது. அவள் தன் பார்வை-

யைத் தழைத்து, அவனிடமிருந்து விலகினாள்.அவனும் அவளைத் தடுக்க-வில்லை

அமுதனும் நேரமாவதைக் கருத்தில் கொண்டு, பாலனையும்,மஞ்சரியை-யும் அழைத்தான்.

"உங்க லவ் ஸ்டோரி ஆரம்பிச்சுடுச்சா ப்ரோ " என்றபடி வந்தாள் மஞ்-சரி.

"சும்மா இருடி, சாட்டர் பாக்ஸ் "என அவளைக் கிள்ளினாள் மயூரி.

"ஆ, வலிக்குது, பய்யா இவ என்னைய கிள்ளுறா" எனக் குற்றபத்தி-ரிக்கை வாசித்தாள் அமுதனிடம்.

"ஏம்மா அவளைக் கிள்ளுற, அவள் என்ன பொய்யா சொன்னா?" என்-றான் அமுதன்.அவனை முறைத்த மயூரி,"உங்களுக்கு அவளைத் தெரியாது, அவள் எங்க வேணாலும் வாயை திறந்துடுவா. மஞ்சி பேசாம இருக்கனும். நான் சொல்லாமல் யார்கிட்டயும் சொல்லக் கூடாது . ப்ராமிஸ் பண்ணு" என்றாள் மயூரி.

"வேற யார்கிட்டயும் சொல்ல மாட்டேன், உன் பய்யா கிட்ட மட்டும் சொல்லுவேன்" என்றாள் மஞ்சரி.

"வேற வினையே வேணாம், ரகுவி பய்யாவுக்குத் தெரிஞ்சது அவ்வளவு தான்" என்றாள்.

"ஏண்டி, உனக்கு உங்க படே பய்யா மட்டும் தான் ஞாபகத்தில் இருப்-பாரோ? என் ராஜ் ஐ மறந்துட்ட பார்த்தியா?"என்று குறைப் பட்டாள் மஞ்சரி.

"அப்படி இல்லடி, ராஜ் பய்யா கிட்ட பயம் இல்லையே, அதுனால தான். நானே தான் என் விருப்பத்தைச் சொல்லுவேன் ஆமாம் தெரிஞ்சுக்கோ" என்றாள் மயூரி.

ஒருவரை ஒருவர் கலாய்த்த படி, மலையில் இருந்து இறங்கினர்.அமு-தன், மயூரி கை பிடித்து இறக்கும் போதெல்லாம், பாலனும் மஞ்சரியும் ஓட்டிக் குவித்தனர்.

" நான் அண்ணின்னு சொன்னதுக்கு யாரோ என்னை வேண்டாம்னு சொன்னாங்க, இப்ப என்னவாம்" என்றான் பாலன்.

"நான் சொல்லவும், நீ கேட்டுகிட்டியாக்கும், வேற அதே மாதிரி தானே கூப்பிடுற " என்றாள் மயூரி. இப்படியே பேசிக் கொண்டே இறங்கியவர்கள், பைக் நிறுத்திய இடத்திற்கு வந்தனர்.

அமுதன் பாலனை முன்னாடி போகச் சொல்லி சைகை செய்தான். பாலன், மஞ்சரியை அழைத்தாக் கொண்டு முன்னே சென்றான்.

அமுதன், மயூரியை பார்த்துத் திரும்பினான். செங்கொழுந்தானாள் மயூரி. "போகலாம், இபபடி பார்த்தால் எப்படி" என அவள் கேட்டாள்.

ஸ்வர்னி, என்ற அவன் குரலில் அவள் விழி உயர்த்த, அவளைப் படம் பிடித்துக் கொண்டான் தன் கை பேசியில்.

காதல் அரும்பிய, சிவந்த வதனமும், செஞ்சாந்து சிந்திய பிறைநிலா நெற்றியும், அமுதனின் அருகாமையில் மயூரி, புதுப் பெண்ணின் பொழிவுடன் ஆசையும்,நாணமும் போட்டியிட்ட கண்கள் ஆயிரம் கதைப் பேச ஆயத்தமாய் இருக்க, அவளைத் தோளோடு அணைத்து, அந்த உணர்வுகளைப் படம் பிடித்துக் கொண்டான் அவளின் அமுதன்.

அவளின் உணர்வுகளை, பிதிபலித்த கண்களுக்கு நன்றி சொல்லும் விதமாக, அவன் அதரங்கள் அவற்றிடம் கவிதை மொழி பேசின. அவள் இமை மூடி இன்ப உலகில் சஞ்சரித்து நின்றாள்.

"போகலாமா, "என்ற அமுதன் வார்த்தையில் மயூரி இந்த உலகில் தரையிறங்க, "அம்மா தேடுவாங்க, அதுவும் இல்லாம ஒன்அவர்ல, காதலில் இவ்வளவு டெவலப்மெண்ட் உன் மச்சானுக்குத் தாங்காது கண்மணியே, வா போகலாம்" என்றான் அமுதன்.

மீண்டும் அவனை அணைத்து, அவன் கன்னங்களில் இதழ் பதித்து, அவனை அதிர்ச்சியில் ஆழ்த்தி விட்டு, "வாங்க போகலாம்" என்றாள்.

இங்கு ஒரு காதல் இனிமையாய் இனிதே அரங்கேறியது. இவர்களை இனிமையான பைக் ரைடில் தனிமை கொடுத்து முன்னே செல்வோம்.

சிவ மாளிகையில்,"அண்ணி உங்க ஃப்ரண்டு பர்கா பாண்டே, வர்றாங்கலாம், ரிஸார்ட் புக் பண்ணச் சொல்லி போன் வந்தது" என்றார் சண்முகம், தனது அண்ணியான ராகினியிடம்.

"அப்படியா, எப்ப தம்பி வர்றாங்க" எனக் கேட்டார் ராகினி.

" நேற்றே இராமேஸ்வரம் வந்துட்டுங்கலாம், இங்க வந்துட்டு அப்படியே மீனாட்சி அம்மன் கோவில் போற ப்ளான். இராமேஸ்வரத்தில் இருந்து கிளம்பிட்டாங்க" சண்முகம்.

"அண்ணன் எங்க அண்ணி, அவங்க ஃப்ரண்ட் வர்றாறே, இவரும் சின்னபையனா மாறிடுவாரே."எனக் கேட்டார்.

"ஆமாம் தம்பி, இவர் வர்றது தெரியாதே சஸ்பென்ஸ் ட்ரிப் போல இருக்கு. உங்க பய்யா,காலேஜ் டேஸ்க்கு போயிடுவார்" என்றார் ராகினி.

அப்போது தான், சிவகுரு நாதன் உள்ளே வந்தார், "ஸஒன்யேஜீ, உங்க தோஸ்த் வர்றாங்க. உங்களுக்கு ஏற்கனவே தெரியுமா? " எனக் கேட்டார்.

"எவனும் என் கிட்ட ஒன்னும் சொல்லையே எவன் வர்றான், ரெட்டியா, பாண்டேயா?" எனக்கேட்டார்.

"பாண்டே பாயிஷா தான் வர்றார் போல ஏன் தம்பி" என்றார் ராகினி.

"ஆமாம் அண்ணி, அவர்தான் பேசினார்" என்றார் சண்முகம்.

"தெய்வா, தெய்வா" எனச் சண்முகம் கூப்பிட, "இதோ வர்றேங்க" எனக் குரல் கொடுத்தபடி வந்தார்.

"இன்னைக்கு, அண்ணன் ப்ரண்ட்ஸ் வர்றாங்க, இராத்திரி சாப்பாட்டுக்கு ரெடியா இருந்துக்க " என்றார்.

இவர்கள் டிஸ்கஸனில் இருந்த போது, அமுதன், மயூரி வந்து சேர்ந்தனர். மயூரி குங்கும அபிஷேகத்தில் இருந்தாள். இதென்னமா இப்படி என்றார் தெய்வா.மஞ்சரி உள்ளே வந்தவள், "எல்லாம் உங்க மூத்த மகன் கைங்கர்யம்" என்றாள்.

பாலன் நடந்ததைச் சொல்ல, அமுதன் பேசாமல் நின்றான். மயூரியின் சிவந்த கன்னங்களும், கண்களும், அவளைக் காட்டி கொடுத்தது. இவர்களைப் பார்த்த, சிவகுரு, ராகினி ஜோடி, இது என்ன வரலாறு திரும்புகிறதே என வியந்து பார்த்தனர்.

சிவகாமி,"ஏம்பா பெரியவனே, புள்ளையத்தான் உன்னை மாதிரியே பெத்தேன்னா அவன் வேலையும் உன்னை மாதிரியே செய்யறான்." என்றார்.

"அம்மா, பேசாம இருங்க, ஏதாவது சொல்லிக்கிட்டு. ராணி சம்யுத்தையைக் கடத்துன மாதிரி ராகினியை கடத்தியதாக ஏற்கனவே நினைக்கிறாங்க. நீங்க வேற, சின்னதுக கிட்ட எனக்கு மரியாதையே இல்லாம பண்ணிடுவீங்க" என அவர் குறைப் பட்டார்.

'மாஷூ, இதெல்லாம் சொல்லவே இல்லை. உங்களைப் போய்த் தப்பா, நினைப்போமா,நீங்க தான் எங்களுக்கு ஐடியல் ரொமாண்டிக் ஹீரோ" என்றாள் மஞ்சரி.

"அம்மா கேட்டுகிட்டீங்களா, இந்தப் பேத்தி என்ன சொல்றா பாருங்க,"என மொழி பெயர்த்தார்.

"எங்க மகன், எப்பவும் பெத்தவங்க சொல்லுக்குக் கட்டுப் பட்டவன். ராகினியோட தாதிம்மா, என் மாமனார் கிட்ட கேட்டு கிட்டாங்க, அங்க இருந்தா அவளுக்குப் பாதுகாப்பு இல்லைனு, அவங்களும் பேத்திய எப்படியோ போன்னு அனுப்பலை. என் மாமனார் அவ்வளவு பெருந்தன்மை. நீங்க அனுபுங்க தங்கச்சி, என் பேத்தி யாட்டம் பாத்துக்கிறேன்னு வாக்கு கொடுத்தாங்க.

ராகினியை அழைச்சிட்டு வரச் சொல்லி பெரியவன் கிட்ட சொன்னோம். இங்க நம்ம வீட்ல வச்சிருந்தா, யாரும் எதுவும் பேசுவாகன்னு, அந்தக் காலம் அப்படி , அதுனால எங்க மாமனாரும் மாமியாரும் ராகினியை தனியா வேற வீட்டில் வச்சு பார்த்துக்கிட்டாங்க.

இன்னொரு சமயம் வெள்ளி மலை கோவிலுக்கு, போயிருந்தப்ப பெரியவன் கையிலிருந்த குங்குமம், ராகினி நெற்றியில் விழ தெய்வ சங்கல்பம்ன்னு சொல்லிட்டாங்க எங்க மாமனார்." என நிறுத்தினார் சிவகாமி.

ஏற்கனவே அங்கே வந்திருந்த சிவபரங்கிரி தாத்தா தொடர்ந்தார்,

" நாங்க எவ்வளவு சொல்லியும், ராகினி தான் சாமான்யமா ஒத்துக்கலை. அடைக்கலமா வந்தேன், நான் உங்களுக்குப் பாரமாக இருக்க விரும்பலை. வெளிநாட்டுல இருக்கத் தன் தாதிஷா உறவினர் வீட்டுக்குப் போறேன்.உங்கமகனை கட்டாயப் படுத்தா தீங்க என்று சொல்லுச்சு எங்க மருமகள்." என நிறுத்தினார்.

"ஏன் அப்படிச் சொன்னீங்க " என மஞ்சரி, மயூரி ராகினியிடம் கேட்டனர்.

"என்னைய அழைச்சிட்டு வந்ததில் அவங்களுக்குக் கெட்ட பெயர். அது என்னைக் கல்யாணம் செய்தால் உறுதி ஆகிவிடும்னு பயந்தேன்." என்றார் ராகினி.

"ஊரென்ன ஆயிரம் சொல்லும் நீ சொல்லு என் பேரனை பிடிச்சிருக்கான்னு. உங்க வீட்டுக்கு நான் கூட்டிட்டு போறேன் சம்பந்தம் பேசுறேன் என்றார் எங்க ஐய்யா", என்றார் சிவபரங்கிரி.

"அப்பறமும் தயங்கி என் மகனுக்குப் பிடிச்சிருக்கான்னு கேட்க சொல்லுச்சு என் மருமகள்" என்றார் சிவகாமி.

அப்பா, என்ன சொன்னீங்க, எனக் கேட்டான் பாலன்.

" ஒரே வார்த்தையில் கவுந்திட்டாள் உங்க ராகிம்மா" என்றார் சிவகுரு.

"அப்படி என்ன சொன்னீங்க அப்பா" என்றான் அமுதன்.

"என் வாழ்க்கையில், துணையாக ஒருத்தி வர முடியும்னா ,அது நீ மட்டும் தான். இல்லை னா நானும் இப்படியே இருந்திடுவேன் எனச் சொன்னேன்." என்றார். மயூரி,மஞ்சரி,பாலன் மூவரும் கலகல வெனச் சிரித்தனர்.

"ஏண்டா, எவ்வளவு சீரியஸ் விசயம், பரிச்சை எழுதற மாதிரி சொன்னேன்டா உங்க அம்மா கிட்ட, நீங்க இப்படிக் கிண்டல் பண்ணி சிரிக்கிறீங்க" என்றார் சிவகுரு.

பாலன் சிரிப்பின் ஊடே, "இல்லைப்பா, என்றவன், அப்பத்தா ஆரம்பத்தில் ஒரு டயலாக் சொன்னீங்களே திருப்பிச் சொல்லுங்க "என்றான்.

"எதடா சொல்ற,என்றவர், ஹாங்... ஏம்பா பெரியவனே, புள்ளையத்தான் உன்னை மாதிரியே பெத்தேன்னா அவன் வேலையும் உன்னை மாதிரியே செய்யறான். அப்டின்னு சொன்னனே அதுவா" என்றார் சிவகாமி.

"ஆமாம் அப்பத்தா, அதோட இதையும் சொல்லுங்க டயலா கூட அதே தான் சொல்றான்" என்றான் பாலன்.

"ராகிம்மா, அப்பா உங்க கிட்ட அமுதன் அண்ணன் வயிற்றில் இருக்கும் போது, எத்தனை தடவை வாழ்க்கை துணை டயலாக் சொல்லியிருப்பாங்க" எனக் கேட்டான்.

"தினமும் சொல்லுவாங்க ' எனக் கன்னங்கள் சிவக்க ராகினி சொன்னார்.

"மாஸிஷா, உங்க பையன்,அபிமன்யு மாதிரி வயித்துக் குள்ளயே, இந்த டயலாக் கத்துக்கிட்டு இப்ப டெலிவரி பண்ணிட்டார். எங்க மயூகிட்ட". என அவள் பெரிய குண்டாக வீசினாள் மஞ்சரி.

எல்லாரும் அதிர்ச்சியாக, அமுதனிடம் கண்ணாலே கேட்டார் ராகினி. அவன் ஆம் எனக் கண்ணால் பதில் சொன்னான். மயூரியின், சிவந்த முகமே அவள் சம்மதம் சொன்னது.

ராகினி, "மயூம்மா,இது விளையாட்டு இல்லைடா, வாழ்க்கை. பாபுஷா-வுக்குத் தெரிஞ்சா என்ன சொல்லுவான்" என்றார் ராகினி.

"புவாஷா, அடுத்த ப்ளைட்ட பிடிச்சுச் சம்பந்தம் பேச வருவார் உங்க சோடா பாயீ. இப்பவே எங்கூட வரனும்னு ஒரே அடம். நான் தான் பொறுங்-கன்னு சொல்லிட்டு வந்தேன்." என்றாள் மயூரி.

அவரின் கவலை கொண்ட பார்வை அவளுக்குக் கவலை தர "புவாஷா,நான் உங்க பஹூவா வருவதில் உங்களுக்கு விருப்பமில்லையா?" என மயூரி கேட்டாள்.

"என்னடா பேட்டா இப்படிக் கேட்டுட்ட, என்னோட தம்பி மகள் உன்னை வேண்டாம்னு நினைப்பேனா, என்னை மாதிரி உன்னையும் அவங்க நிராக-ரிக்கக் கூடாதேன்னு கவலை தான்.

ஒரு பொண்ணுக்கு பிறந்த வீடு, புகுந்த வீடு இரண்டுமே அவசியம்டா. சரி விடு, எனக்காகப் போராடாத நான் உனக்காக அவங்களைச் சந்திக்கி-றேன்.

ஸூன்யேஜி, நமக்கு டிக்கெட் போடுங்க ராத்தோட் மேன்சன் போவோம்" என்றார் ராகினி.

"போகலாம் மா, கொஞ்சம் பொறுமை, பொங்கல் முடியவும் போகலாம். தை பிறந்தால் வழி பிறக்கும்னு சொல்லுவாங்க" என்றார் சிவகுருநாதன்.

"நீ போய் டிரெஸ் சேஞ்ச் பண்ணிக்கடா மயூ. அமுதன், பாண்டே பாய்ஷா வர்றாங்க" என்றார் ராகினி.

"அப்படியாமா,எப்ப வர்றாங்க" எனக் கேட்டான் அமுதன். "ஆந்தி வே" என்றார் ராகினி.

"டெல்லிவாலா மாமாஜீயா மாஸி" எனக் கேட்டாள் மஞ்சரி.

"ஆமாடா, தெரியுமா பார்த்திருக்கியா?" எனக் கேட்டார் ராகினி.

"சின்ன வயசுல,டெல்லி போன போது அவங்க வீட்ல தங்கினோம்." என்றாள் மஞ்சரி. "சரிடா,போய் ரெஸ்ட் எடுங்க, லுக்கிங் சோ, டயர்ட்." ராகினி.

சிறியவர்கள் அங்கிருந்து தங்கள் அறைக்குச் சென்றனர். ராகினி, தெய்வா இரவு டின்னருக்கு சாப்பாடு ப்ளான் செய்தனர். அவங்க வெஜிடே-ரியன் தெய்வா.என நார்த்,சௌத் கலந்த டின்னருக்கு ஏற்பாடு செய்தனர்.

இரவு 8 மணி அளவில், சிவகுரு நாதனின் ஃப்ரண்ட்ஸ் வந்தனர்.இவர்-கள் மங்கள் பாண்டே குடும்பத்தை எதிர்பார்த்து இருக்க, ரெட்டி குடும்பமும் வந்து சேர்ந்தது.

மங்கள் பாண்டே, அவர் மனைவி பர்க்கா பாண்டேயும், அவர்களுக்கு இரண்டு மகன்கள், ஒருவன் IAS OFFICER , டில்லியில் சென்ட்ரல் கவர்ன்மெண்ட் ஹோம் மினிஸ்ட்ரி ஆபீஸர். திருமணம் ஆகி மருமகளும் IAS, ஹீயுமன் ரிஸோர்ஸ் டிபார்ட்மெண்ட். இரண்டாவது மகன் ஏர்போர்ஸ் பைலட். திருமணம் ஆகவில்லை.டில்லியில் வசிக்கின்றனர்.பாண்டே கன்ஸ்-

டக்சன் பிஸ்னஸ்.

ராஜசேகர் ரெட்டி, பார்வதி ரெட்டி, இவர்கள் இரண்டு பெண்மக்கள், மூத்தவள் திருமணம் ஆகிவிட்டது. இரண்டு பேரும் சாப்ட்வேர் என்ஜினியர்-கள். பேத்தி இரண்டு வயது தியா வை இவர்கள் வளர்க்கின்றனர்.

சின்ன மகள் ஜானகி வயது, டாக்டர் பீஜி படிக்கின்றாள். அவளுக்கு மாப்பிள்ளை தேடுகின்றனர். ஸ்ரீ மதி,ஸ்ரீ நிதி..இதில் ஸ்ரீ நிதி இவர்களுடன் தியாவை தூக்கிக் கொண்டு வந்தனர்.

"ஹரே வாங்கடா,வாங்க" என்று சிவகுரு நண்பர்கள் இருவரையும் கட்-டிப் பிடித்துக் கொண்டார்.

"வாங்கம்மா,வாங்க தங்கச்சி " என இரு பெண்மணிகளையும் வரவேற்-றார்.

ஸ்ரீ நிதியிடம் பாசமாகத் தலை கோதினார். தியா குட்டியை பார்த்து,"ரெட்டி தாத்தா ஆயிட்டான்" என மகிழ்ந்தனர்.

சிறியவரகள் இறங்கி வந்தனர். அமுதன், பாலன் வாருங்கள் எனக் கரம் குவித்து, காலைத் தொட்டு வணங்கினர்.

"மாமாஜீ, என்னை ஞாபகம் இருக்கா? யாருன்னு கண்டுபிடிங்க" என மஞ்சரி புதிர் போட்டாள்.

"ஆமாம், இந்த உருண்டை முகம் மறந்துடுவோமா? எங்களை எல்லாம் சப்போர்டிங் ஹீரோவா மாத்தியது " என்றார் பாண்டே.

"ஹேமந்த்-பங்குரி மகள், மஞ்சரி" என்றார் ரெட்டி.

பாண்டே கொஞ்சம் தொந்தியோடு இருந்தார். பர்க்கா, காட்டன் சாரியில் அமெரிக்கையாக இருந்தார். ஒரு என்.ஜீ.ஓ வைத்து நடத்துகிறார்.

ராஜசேகர், சிக்ஸ் பேக் பிட் பாடி, அவர் மனைவி பார்வதி பெரிய குடும்-பத்துப் பெண். ராகினி அண்ணன்களை விசாரித்து விட்டு அண்ணிகளிடம் வந்தார். இவர்கள் இருவருக்கும், ராகினி திருமணத்திற்குப் பின் தான் திரு-மணம் நடந்தது. எனவே தங்கை முறையில் போய் நின்று விட்டு வந்தார். இருவரையும் பாபி என்றே அழைப்பார்.தெய்வா, சிவகாமிக்கு இவர்களை ஏற்கனவே அறிமுகம் இருந்தது.

மயூரியை தன் தம்பி மகள் என அவர்களுக்கு அறிமுகம் செய்து வைத்-தார்.ஜானகியோட ஒன்னா படிச்சா,MBA, ப்ராஜெக்ட் நம்ம கம்பெனி ல செய்யறா என்றார்.

ஸ்ரீ நிதியுடன், மயூரி,மஞ்சரி ஃப்ரண்ட் ஆனார்கள். அழகான ஃப்ராக் போட்டு ததக்கா, பிதக்கா என நடைபயின்ற தியா அங்குச் சென்டர் அட்-ராக்ஸன் ஆனால்.

"சரிடா, ரிசார்ட்டுக்கு போய்ட்டு வர்றோம். சண்முகம் கிட்ட ஏற்கனவே சொல்லியாச்சு " என்றனர்.

"நீ சொல்லுவ, அதெல்லாம் உங்க தங்கச்சி விட்டால் போங்க" என்றார் சிவகுரு. "ரிசார்ட்டும் உன்னுது தானடா" என்றார் ரெட்டி.

"நான் தான், உன் தங்கச்சி கிட்ட பேசிக்கன்னு சொல்லிட்டேன்." என்றார்.

"ராகினி உன் அண்ணன்கள் என்னமோ சொல்றாங்க பாரு"என்றார்.

"என்னங்க பாய்ஷா, உங்க மூனு பேருக்கும் மேல பேச்சுலர் ரூம் ரெடி, பார்வதி பாபி, ஸ்ரீ நிதி பாப்பாவோட கீழ இருக்க ரூமை சேர் பண்றாங்க. எனக்குப் பர்க்கா பாபிகிட்ட நிறையப் பேச வேண்டியது இருக்கு ஸோ, நாங்க ஒரு ரூமை சேர் பண்ணுவோம். வேறென்ன வேணும் பாய்ஷா?" என்றார் ராகினி.

"ஒன்னும் வேணாம் தங்கச்சி மா, உங்க ஆர்டரை ஃபாலோ பண்ணுவோம்" என்றனர். எல்லாரும் சாப்பிட்டு முடித்து, ஹாலில் பேசிக் கொண்டிருந்தனர். "தியா குட்டி, அமுதன், பாலனிடம் நன்றாக ஒட்டிக் கொண்டது."

அதன் தெலுங்கு கலந்த இங்கிலீஸ் கார்டூன் லாங்வேஜ் , இவர்களுக்குப் பொழுது போக்காக இருந்தது. அது தன் சித்தியை, "பின்னி" என்று அழைத்துப் பேசியது. அதே வயது மஞ்சரி, மயூரியும் பின்னி ஆனார்கள்.

அது பேசும் மொழியில் கார்ட்டூன்கேரக்டர் பாதிப்பு இருந்தது. இவர்களுக்குப் புரியாததை ஸ்ரீநிதி விளக்கிச் சொன்னாள்.

"நாளைக்கு எங்க போறதா ப்ளான் எனக் கேட்டார்" சிவகுரு.

"ராமேஸ்வரத்தில் ஸ்ரீக்கு ஏதோ பரிகாரம் செய்யச் சொன்னாங்க, மங்கள் ஃப்ரீயாக இருக்கவும்,ரெண்டு பேரும் சேர்ந்து ப்ளான் பண்ணினோம் .உன்னைப் பார்க்கிறது மெயின் அஜன்டா" என்றார் ரெட்டி.

"நாளைக்கு மீனாட்சி கோவில் போகலாமா என்றார் " பாண்டே.

"போகலாம், பிள்ளைகளைக் கேட்ப்போம் வந்ததுன்னா, டெம்போ சொல்லிடுறேன்" என்றார் சிவகுரு. சிறியவர்கள், தியாவுடன் மாடியில் பேசிக் கொண்டிருந்தனர்.

"இன்னும், மெயின் விசயத்துக்கு வரலையே " என்றார் சிவகுரு.

மங்கள் பாண்டே தான் ஆரம்பித்தார்."ராகினிம்மா, நாங்க ஒரு விசயம் பேசதான் வந்தோம், இருபத்தாரு வருசத்துக்கு முன்னாடி ஆரம்பிச்சது, ஆரம்பிச்ச இடத்திலையே முடிக்கிறது தான் சரி,அதுக்குத் தான் முக்கியமா வந்தோம் " என்றார்.

"ஆமாம் பாய்ஷா நீங்க சொல்றது கரெக்ட் தான். நானும் நீங்க வரும் முன்னே சிவாகிட்ட அதைத்தான் சொன்னேன்" என்றார் ராகினி.

"செகாவத் வீட்டில் ஷாதி, தெரியும்னு நினைக்கிறேன். ஹேமந்தோட அண்ணன் பொண்ணுக்கு, அவன் உங்களைக் கூப்பிடனும்னு நினைக்கிறான். அவனால் வந்த பகையை, அதே ஊர்ல வச்சே முடிக்கனும்னு நினைக்கிறான் உன் பிறந்த வீட்டு ஆளுங்களும் வருவாங்க என்ன சொல்றீங்க" என்றார் ரெட்டி.

"நீ சொல்றதும் சரிதான் ராஜூ அவங்கப் பொண்ணு இங்க இருக்கு மயூரியை சொல்றேன்.அது அவங்களுக்குத் தெரியனும் நம்ம மேல வீண் பலி

வரக் கூடாது. அன்றைக்கும் சரி, இன்றைக்கும் சரி, ராகினிக்காகத் தான் எல்லாமே. திரும்பவும் அவள் மனசை காயப்படுத்தினால் நான் தாங்கிக்க மாட்டேன்." என்றார்.

"சரிப்பா ராகினி அப்பா,அம்மாவுக்கும் வயசாகுது,அவங்களுக்கும் மகளைப் பார்க்கனும்னு இருக்காதா" என்றனர். ராகினி அம்மாஅப்பாவின் நினைவில் கண் கலங்கினார்.

ஹேமந்துக்குப் போன் போட்டார் பாண்டே ஒரே ரிங்கில் போனை எடுத்-தார். ஸ்பீக்கரில் இருந்தது. "சிவாகிட்ட பேசலாமா பாண்டே," என அவரின் ஆர்வமான குரலில் சிவகுருவும் நெகிழ்ந்து போனார்.

ஸ்பீக்கரை ஆப் செய்து"பக்கத்தில் தான் இருக்கான் பேசு" என்றார் பாண்டே.

"சிவா இப்பவாவது என் கூடப் பேச ஒத்துகிட்டியே தாங்க்ஸ் டா, எனும் முன்னே குரல் தளுதளுத்தது. எங்க வாழ்க்கைக்காக, உங்க ரெண்டு பேர் மனசை காயப்படுத்திட்டேன்டா, என்னை மன்னிச்சிடு" என்றார் ஹேமந்த்.அவர் பேசப் பேச சிவகுரு கண்களில் கண்ணீர் தளும்பியது பேச முடியவில்லை.

மனதின் வார்த்தை-27

பிரிந்தவர் கூடினால் பேசவும் வேண்டுமோ, ஆனால் பேசுவதே அலைபேசி-யில் எனும்போது பேசித்தானே ஆகவேண்டும்.

ஹேமந்த், உண்மையான உணர்வுடன் தன்னை மன்னிக்கச் சொல்லி கேட்டவுடன், சிவகுரு கண்கலங்கினார் அவரால் பேச முடியவில்லை. ரெட்டி அவரைச் சமாதானம் செய்து "தங்கையா, நீ பேசும்மா " என்றார்.

ராகினி தெளிவாக இருந்தார்.பாதிக்கப்பட்டவர் அவர் தான் பாதிப்பின் விளைவு தான் இவர்கள் திருமணம். அதில் அந்தத் திருமணத்தில் அவர் திருப்தியுற்றே இருந்தார். அதனால் ஹேமந்த் மேல் என்றும் குறைப் பட்டது இல்லை.

"நமஸ்தே ஜீஜூஷா ஆப் கைசே ஹை?" எனப் பேச்சை ஆரம்பித்தார் ராகினி. குரலை அடையாளம் கண்டவர் பேசமுடியாமல் ஆடிப் போனார் ஹேமந்த்.

ராகினி எதுவும் நடக்காதது போல் தொடர்ந்தார்.

"பம்மி நல்லா இருக்காளா ஜீஜூ, நீங்க எங்களை நம்பி மஞ்சரியை அனுப்பியது சந்தோஷம். மஞ்சரி அப்படியே பம்மி தான். எனக்குப் பம்மி-யவே பார்த்த மாதிரி இருந்தது." என ராகினி சகஜமாகப் பேசிக் கொண்டே சென்றார்.

"ராகினி, நான் தான் உன்னோட கூனேகார்(குற்றவாளி). என் சுயந-லத்துக்கு உன்னைப் பலிகடாவா ஆக்கிட்டேன். என்னைய மன்னிச்சுடுமா "

எனக் குற்ற உணர்ச்சியோட பேசினார் ஹேமந்த்.

"ஜீஜூஷா, நீங்க இவ்வளவு கவலை படற மாதிரி ஒண்ணும் இல்லை. சிவா மாதிரி ஒரு அருமையான மனிதர் கிடைக்க நான் குடுத்து வச்சிருக்கனும். நல்ல அன்பான குடும்பம். அருமையான பிள்ளைகள். எனக்குன்னு தனிப்பட்ட அடையாளம் எனச் சந்தோஷமா இருக்கேன். மஞ்சரியை கேட்டு பாருங்க." என்றார் ராகினி.

"ரொம்பச் சந்தோஷம்மா எனக்குத் தெரியும் சிவா உன்னை நல்லா வச்சுப்பான்னு. அதனாலதான் நாங்க ப்ளான் பண்ணி அங்க அனுப்புனோம். அது எல்லாம் சரிதான். ராணி மாதிரி ராத்தோட் குடும்பத்தில் இருந்து போக வேண்டியவ, அது என்னால தானே முடியாமப் போச்சு" என்றார் ஹேமந்த்.

"யாரு இல்லைனு சொன்னாங்க தாதிஷா வந்து முறைப்படி தாரைவார்த்து கொடுத்தாங்க எனக்கு எந்தக் குறையும் இல்லை." என்ற குண்டை வீசினார் ராகினி. இந்த விசயம் மற்றவர்களுக்குத் தெரியும்.

"இருங்க உங்க தோஸ்த் இப்ப தான் ரெடியாகி இருக்கார்.அதென்ன ரெண்டு பேருக்குள்ளயும் எதுவும் ரகசியம் இருக்கா?" எனக் கேட்டார் ராகினி.

"அவன் இன்னும் அதை உன்கிட்ட சொல்லலையா, நீ நேரா வாம்மா, அப்ப சொல்றேன். இங்க படே பய்யாவோட பொண்ணு மோனல் ஷாதி நடக்குது. நீங்க ரெண்டு பேரும் கட்டாயம் வரனும். நிறைய ஆட்களின் முகத்திரையைக் கிழிக்கனும். இன்னும் எத்தனை நாள் தான் மாமாஷா மாமிஷா உன்னைப் பிரிஞ்சு இருப்பாங்க.மஞ்சரி அங்க நடந்தது சொல்லி இருப்பாளே.வாங்க ஊர் உலகத்துக்கு முன்னாடி தெரியனும்" என்றார் ஹேமந்த்.

"வர்றேன் நிறையச் சீக்ரெட் இருக்கும் போலக் கட்டாயம் வர்றேன்" என்றார்

ராகினி. சிவகுரு போனை , வாங்கி மற்றவர்களை அமைதியாக இருக்கச் சொல்லிவிட்டு. போனை ஸ்பீக்கரில் போட்டார் "ஹேமா, எப்படிடா இருக்க?" என்றார்.

"உன் புண்ணியத்தில் நல்லா இருக்கேன்டா, எல்லாத்தையும் மறந்திட்டு வாடா, உன் கூடச் சேர்ந்து டெல்லியை சைக்கிளில் சுத்தனும்டா" என்றார் ஹேமந்ந்.

"நான் ஓட்டிடுவேன் இன்னும் ஃபிட் தான். நீதான்டா பின்னாடி உட்கார முடியாம தொப்பை வச்சிருக்க" என்றார் சிவகுரு.

"நானும் ஃபிட் தான். நீயா நான் குண்டா இருப்பேன்னு கற்பனை பண்ணாத." என்றார் ஹேமந்த். "போதும் நிறுத்துடா வயசான ஷமிகபூர் மாதிரி இருக்க. அதெல்லாம் மஞ்சரி, உன் போட்டாவை காண்பிச்சுட்டாள்" என வம்பிலுத்தார்.

"மறுபடியும் உதய்பூர் ஹவேலிகளைச் சுத்திப் பார்க்கலாமா?" எனக் கேட்டு ஓர் சிரிப்பு சிரித்தார் ஹேமந்த்.

"ஐயா ராசா உன் கூடப் பேசாம இருந்ததுக்கு இது ஒன்னு தான் லாபம். போட்டு குடுத்துடாத" என்றார் சிவகுரு.

"டேய், உன் ரொமான்ஸ் ஆரம்பிச்ச இடம். திரும்பி பார்க்க வேண்டாமா, மலரும் நினைவுகள்."என்றார் ஹேமந்த்.

"அது ராத்தோட்'ஸ் ஹவேலியில், நமக்கென்னடா அங்க வேலை, கடத்த வேண்டியதை கடத்தியாச்சு " என ராகினியை பார்த்துக் கொண்டே சொன்னார்.

" ஜீஜூ, இதெல்லாம் டூமச். இதுல பஞ்ச பாண்டவர்களும் கூட்டு சதியா?" என்றார் ராகினி.

"ஆமாம், தங்கையா உனக்கு இன்னும் சொல்லலையா இந்தப் படவா" என்றார் ரெட்டி.

"அரே சாலா, நீங்களே ஒருத்தன ஒருத்தன் வாரிக்கங்கடா, ஒழுங்கா பக்காவா அரேஞ்ச்மெண்ட் செஞ்சுவை. இவனைக் கூட்டிட்டு வர்றோம். அவன் பல்லாவையும் வரச் சொல்லிடு." என்றார் பாண்டே..

"சிவா, படே பய்யா பொண்ணு ஷாதி வந்துடுடா, எல்லாம் செட்டில் பண்ணிடலாம். உன்னைய எதிர் பார்த்தே இருப்பேன்டா." என மீண்டும் பல முறை அழைப்பு விடுத்துப் போனை வைத்தார்.

இங்கு நன்பர்கள் கூடிக் குழாவி கொண்டு இருக்கட்டும் நாம், மலபார் ஹில்ஸ்சை எட்டிப் பார்த்துவிட்டு வருவோம்.

ஜானகி, அமிர்தா கஜேந்தருடன் ஆபீஸ் சென்றவர்கள் அவருடனே ஆறறை மணிக்கெல்லாம் வீடு வந்து சேர்ந்தனர். ஜானகிக்கு பொழுது போகவில்லை. ரகுவீரும் இரவு லேட்டாகத் தான் வருவான்.

ஜானகி, வந்த சிறிது நேரத்தில், சிருஷ்டி, சில பொருட்கள் வாங்கவெனப் பக்கத்தில் ஷாப்பிங் சென்றாள். ஜானகி ரன்வீரும் இனைந்து ஷாப்பிங் சென்றனர். சிருஷ்டி ஒரு ப்ராஜெக்ட்காக சில பொருட்களை வாங்கினாள் . ஜானகிக்கு பெயிண்ட், ப்ரஸ் பார்க்கவும் கற்ற கலை ஆவலைத் தூண்ட, பெயிண்டிங் கேன்வாஸ் மற்றும் தேவையான பொருட்களை வாங்கிக் கொண்டாள்.

ஸ்வர்ன மஹலின் மொட்டை மாடி அவளுக்கு மிகவும் பிடிக்கும். அதனால் அத்தனையும் அங்கே அடுக்கச் சொன்னாள்.ஸ்வர்ன மஹலின் மொட்டை மாடியும் கூடக் கலைநயம் வாய்ந்ததாக இருந்தது. பணம் இருந்து ரசனையும் இருந்தால் போதும் எதையும் எப்படியும் மாற்றலாம்.

ஒரு பக்கம் சிறிய நீச்சல் குளம், மறுபுறம் ஓர் சூட். நடுவில், புல்வெளி, ஓரங்களில் க்ரோட்டன்ஸ் அழகாக வடிவமைக்கப்பட்டு இருந்தது.

நடுவில் வந்து அமர்வதற்கு வசதியாக நாற்காலிகள், டீப்பாய். இவள் ஓர் ஓரத்தில் வைத்து, கீழே அமர்ந்து வரைந்துக் கொண்டிருந்தாள்.

ஜானகி, தனது பெயிண்டிங் சாமகிரிகளை இங்கே வைக்கச் சொன்னாள். அவளுக்குப் பாலகோபாலை, சித்திரங்களாகத் தீட்ட வேண்டும் என்ற ஆவல் இருந்தது. இப்போது மாலைப் பொழுதில் அவளுக்குக் கிடைத்த நேரத்தில் அதனைப் பயனுள்ளதாக மாற்ற விரும்பினாள். மனதும் அதற்கு ஏற்ப இருந்-தது.

மாலை சிருஷ்டியை பார்க்க, ஷப்னம் ரூமிற்குச் சென்ற போது ரகுவீரின் சிறுவயது போட்டோக்களைக் காட்டிக் கொண்டு இருந்தார். அதில் தன் அம்மா ராகினியுடன் இருந்த புகைப் படங்களும் அடங்கும். அவை சரியாக அடுக்கப் படாமல் இருந்தது.

"ஆண்டி, இதையெல்லாம் குடுங்க , நான் அழகா டிஸ்ப்ளே பண்ணி கொண்டு வர்றேன் " என வாங்கி வந்தாள். இன்று மாலை கடைக்குச் சென்-றபோது ஆல்பம் தயாரிக்கத் தேவையானவற்றை வாங்கி வந்தாள்.

ரகுவீரின் சிறுவயது, புகைப்படம் பார்த்து தன் தாய் சொன்ன "வீரூ" கதைகளைச் சேர்த்துச் சித்திரம் வரைய ஆசைப்பட்டாள்.அமிர்தா வேறு வேலை இருப்பதாகக் கீழே தங்கி விட இவள் தூரிகைப் பெண்ணாய் மாடி ஏறிவிட்டாள்.

முதல் போர்டை எடுத்து அதில் மாயக் கண்ணன் நந்தர் இல்லத்தில் தொட்டில் இட்டதை கண்ணன் முகச் சாயலை, ரகுவீராக வரைந்தாள். அதன் அவுட்லையனை வரைந்துக் கொண்டிருந்தாள் ஜானகி. வண்ணம் தீட்டுகையில், அவள் அன்னையின் வர்ணணை நினைவில் வந்தது.

"தன் பால் முகம் காட்டி பாலகனாய்,
தரணி வந்த என் கனியமுதே,
யதுகுலம் காக்க வந்த கோபனோ,
நீ,ரகுகுலம் தழைக்க வந்த ரகுவீரா"

என தன் அன்னை வ்ரஜபாஷை எனும் இராஜஸ்தானி பழம் மொழியில் மகாகவி சூரை உள்வாங்கி அவர் சொன்ன மொழிகளைத் தமிழில் மொழி பெயர்த்தாள் ஜானகி.முதல் கோட்டிங் பெயிண்டிங்கை அவள் முடிக்-கும் போது, அதில் சாயல் தெரியாது. ரகுவீர் அவ்விடம் வந்தான்.

இரவு மணி பத்தை தொட்டுக் கொண்டிருக்க ரகுவீர் வீட்டுக்கு வந்தான். அமிர்தா ஜானகியை அழைக்க லிப்ட் நோக்கி வந்தாள், அதைக் கண்ட ரகுவீர்,

"என்னம்மா இந்த நேரம் எங்கப் போற" எனக் கேட்டான்.

"இல்லைண்ணா, ஜானி மாடியில் உட்கார்ந்து பெயிண்ட் பண்ணிக்கிட்டு இருந்தாள்.அது தான் கூப்பிடபோறேன் போன் பண்ணா நீ தூங்குடின்னு சொல்றா" என்றாள்.

"சாப்பிட்டாளா" எனக் கேட்டான்.

"ஒரு வேலையை ஆரம்பிச்சா சாப்பாடே வேண்டாம் அவளுக்கு." என்-றாள்.

"சரி நீ போய்ப் படு. நான் சாப்பிட வச்சு அனுப்புறேன்" என்றவன். ஜஹுனுவை அழைத்தான்."பாய்ஷா கூப்பிட்டிங்களா" என்றபடி வந்தான் ஜஹுனு.

"இரண்டு பேர் சாப்பிடற மாதிரி, டின்னர் ஹாட்கேஸ்ல வச்சு டெரஸ்க்-குக் கொண்டு வா" எனச் சொல்லி தன் அறைக்குக் குளிக்கச் சென்றான்.

பத்து நிமிடத்தில் அவன் மொட்டை மாடியில் நின்றான். ஒரு முக்கால் பேண்ட் டீசர்ட் சகிதம். ரிலாக்ஸாக வந்தான்.

ஜானகி மும்முரமாகப் பெயிண்டிங்க் செய்து கொண்டிருந்தாள், தலை லேசாகக் களைந்து காற்றில் ஆட, உதடைக் கடித்துக் கொண்டு சீரியஸாகத் தன் சித்திரத்தில் லயித்து இருந்தாள்.கண்களில் என்ன வென்று சொல்ல இயலாத ஒரு ரம்யமான பாவம்.

ரகுவீர் ஜானகியை, இமைக்காது பார்த்திருந்த நேரம் எவ்வளவு எனக் கேட்டாள், அவனுக்கும் தெரியாது. அவளைப் பார்த்தவுடன், நாள் முழுதும் அலைந்து திரிந்த அலுப்புக் காணாமல் போனது. அந்த நாளின் முடிவு அவள் தரிசனம் இன்றி அரைகுறை ஆகியிருக்கும் ரகுவீருக்கு.

"பாய்ஷா காணா" என ஜஹுனுவின் குரலில் இவ்வுலகம் வந்தவன். அங்கிருந்த டீப்பாயில் வைக்கச் சொன்னான். அரை மணி நேரம் சென்று ஃப்ரூட் சாலட் வித் ஐஸ்கிரீம், எனச் சொல்லி அனுப்பிவிட்டான்.

இவர்கள் பேச்சுக் குரலிலும் அவள் அசையவில்லை. அவளின் மோன நிலை பார்த்து, இவள் அப்படி என்ன செய்கிறாள் என்ற வியப்பு வந்தது அவனுக்கு.

சத்தம் செய்யாமல் அவள் பின்னே போய் நின்றவன். அவள் கண்களை மூடினான் ரகுவீர்.

ஜானகிக்கு, அவன் ஸ்பரிசம் உறைத்தது ஆனால் அவன் கண்களை மறைத்ததை உணர்ந்தாள் இல்லை. அவள் இருந்தது மோன நிலை.

அவள் அசையாமல்,பதில் இல்லாமல் இருக்க, பயந்தது ரகுவீர் தான்.

"ஜான்வி ஜானு" என அவன் இருமுறை அழைக்க, அவள் "ம்" என்று மட்டும் சொன்னாள். திரும்ப அவன்,"ஜானு" என மெல்ல அழைக்க.

"வந்துட்டிங்களா, எவ்வளவு நேரம் உங்களுக்குக் காத்திருப்பது" என்றாள் தமிழில்.

"ஜான்வி' எனச் சத்தமாக அவளை உலுக்கினான்.அவள் அப்போது தான் விழித்தது போல், அவனைத் திரும்பி மலங்க மலங்க விழித்துப் பார்த்-தாள்.

"எந்த உலகத்தில் இருக்க?" என அவன் கேட்க.

"பிருந்தாவனத்தில் ராமன் வருவானா?" எனத் தமிழில் கேட்டாள்.

ரகுவீருக்கு எப்படி அவளை அனுகுவது எனத் தெரியாமல், பக்கத்தில் இருந்த தண்ணீர் எடுத்து அவள் மேல் தெளித்தான்.

"தண்ணீர் முகத்தில் தெரிக்க, அதிர்ந்தவள்,அவன் முன்னே நிற்கவும்.

"கட்வா கரேலா, இப்படித்தான் யாரையாவது கூப்பிடுவாங்களா,போ மேன்" என அவன் நெஞ்சில் கை வைத்து தள்ளினாள்.

"ஏய்,லால் மிர்ச்சி, கண்ணைத் திறந்துகிட்டே தூங்குவியா? இதில கேள்வி வேற, அரைமணி நேரமா ஒருத்தன் உன்னைக் கூப்பிட்டுகிட்டு இருக்கேன்" என்றான்.

அவள் தன் ப்ரஸ்ஸை தின்னரில் போட்டாள்.அந்த பொருட்களை ஒதுங்க வைக்க ஆரம்பித்தாள்.

அவள் மணிக்கட்டை பிடித்து அழைத்து வந்தவன். சேரில் அமர்த்தி, ஒரு ப்ளேட்டில் உணவு வைத்துக் கொடுத்தான். அவள் கைகளில் தின்னர் வாடை அடித்தது.

"நீங்க சாப்பிடுங்க நான் கை கழுவிட்டுச் சாப்பிட்டுக்கிறேன்" என்றாள்.

அங்கிருந்த பைப்பில் கழுவியும் வாடை போக வில்லை.

அவளை அழைத்து அருகில் உட்கார வைத்தவன், ரொட்டியை பிய்த்து தால் தொட்டு அவளுக்கு ஊட்டினான். அவள் மறுத்தும் விடவில்லை. அவன் அடுத்த வாய்க் கொண்டு வர நீங்க சாப்பிடுங்க என்றாள். இருவரும் மாற்றி, மாற்றி ஒரே தட்டில் உணவை பகிர்ந்தனர். அவன் ஊட்டியதில் அவளுக்குப் பிடிக்காத ரொட்டியும் அமிர்தமானது.

இவ்வளவு நேரம் என்ன செய்யற, பரிட்சைக்குப் படிக்கிற மாதிரி எனக் கேட்டான் "எனக்குக் கிருஷ்ண லீலா வரையனும்னு ஆசை அதுதான் ஒரு முயற்சி' என்றாள் ஜானகி.

"உனக்குக் கோபம் தான் சட்டுனு வரும். பெயிண்டிங்கும் வருமா, உனக்-கும் அதுக்கும் சம்மந்தம் இருக்க மாதிரியே தெரியலையே" என்றான் ரகுவீர்.

ஜானகிக்குக் கோபம் வந்து, அவனை முறைத்தாள்.

"ஷாங், யஹ் சஹி ஹை, இது தான் சரி " என்றான் ரகுவீர்.

என்ன லுக்கு என்ற படி அடுத்தவாய் இட்ட ,அவன் விரலோடு சேர்த்-துக் கடித்தால்." ஏய் " என அவன் கத்த.

"ஓ,சாரி,சாரி" எனப் பொய்யாக நடித்தாள். சாப்பாடு காலியானது. இவர்-கள் வயிறு நிறைந்தது. ஜ°குனூ வந்து, ஃப்ரூட் சாலட் கொடுத்து விட்டு, பாத்திரங்களை எடுத்துக் கொண்டு நகர்ந்தான்.

அவள் பெயிண்டிங் பொருட்களை ரூம் செல்பில் எடுத்து அடுக்கினர்.

ஃப்ரூட் சாலட்டில் ஐஸ்கிரீம் கலந்து, ஸ்பூன் போட்டு அவளிடம் நீட்டி-னான்.

ஆளுக்கொன்று கையில் வைத்துக கொண்டு பேசிக்கொண்டே சாப்பிட்-டனர்.

அன்றைய நாள் நடந்ததைப் பற்றி இருவரும் பகிர்ந்துக் கொண்டனர். ஜானகி, இருங்க உங்களுக்கு ஒரு சர்ப்ரைஸ் என்று அன்று மாலையில் ஷப்னத்திடம் எடுத்து வந்த போட்டோக்களைக் கொண்டு வந்தாள்.

உங்கது தான், ஆண்டி குவிச்சு வச்சிருந்தாங்க. எந்த ஆர்டர்ல அடுக்கடும். டிஸ்ப்லே கார்ட் வாங்கிட்டேன். பேஸ்ட் பண்ணா லேமினேட் பண்ணித் தருவாங்க. டிஜிட்டலைஸ்டும் பண்ணிடலாம். இதெல்லாம் பொக்கிஷம் தானே.

என அவளே பேசிக் கொண்டு போக, ரகுவீர் பார்வை ஒரு போட்டோவில் நிலைக் குத்தி நின்றது. அவன் பார்வை திசையில் அவளும் பார்க்க, ராகினியுடன் ரகுவீர் இருந்த புகைப் படம். இன்று அவனைப் பேச வைக்க வேண்டும் என முடிவெடுத்தாள்.

இந்தப் போட்டோஸ் அங்கிள் ஆண்டியோட இருக்கறது, 5-6 பேஜ் ஒட்டிடலாம். இது ஹரினி தீதீ யுடன் என ஒவ்வொன்றாய் சொல்லிக் கொண்டே சென்றவள்.

"இது யாரு mr.ராத்தோட், இந்த லேடி நிறையப் போட்டோஸ்ல இருக்காங்க. அந்தப் போட்டோஸ்ல தான் நீங்க நல்லா சிரிக்கிறீங்க. மத்தது எல்லாம் பார்த்தால் உங்களைச் சிடு மூச்சின்னு சொல்லிடுவாங்க." என ஜானகி கேள்விக்கும் பதில் இல்லை.

"நான் ஒன்னு செய்யவா, இதில் உங்க போட்டோவை மட்டும் கட் பண்ணி கொலாஜ் பிச்சரா ஃப்ரேம் பண்ணவா?" எனக் கேட்டவள் அவன் பதில் சொல்லாமல் இருக்கவும் கத்தரிக்கோல் எடுத்து வந்தாள்.

ஒரு போட்டோவை வெட்டுவது போல் பாவனைச் செய்ய, ரகுவீர் "நோ" எனக் கத்தினான்.

"நோ ஜானு நோ, இதைக் கட் பண்ணாத என் புவாஷா இதிலையாவது என் கூட இருக்கட்டும்." எனும் போதே, அவன் கண்களில் இருந்து கண்ணீர் வந்தது

அவன் சேரில் அமர்ந்து தலை கவிழ்ந்து இருக்க, தன் தாய் மேல் அவன் பாசம் இத்தனை ஆண்டுகள் கழித்தும் பசுமையாக இருப்பதை எண்ணி வியந்தாள்.

"அது யாரு, நான் வந்ததில் இருந்து பார்க்கவே இல்லையே, ஜாடை மயூரி மாதிரி இருக்கு " என்றாள் அவனைப் பேச வைப்பதற்காக.

"அவங்க என் புவாஷா. ஸ்வர்ன ராகினி ராத்தோட். இப்ப என்ன சர்நேம்னு கூட எனக்குத் தெரியாது" என்றான் ரகுவீர் வருத்தத்துடன்.

"அன்னைக்கு மயூரியும்,இது போல் ஏதோ சொன்னாளே, என்ன ஆச்சு அவங்களுக்கு" என்றாள் ஜானகி ஒன்றும் அறியாதது போல்.

" நான் பிறந்த போது மாஷாவுக்கு, உடம்புக்கு முடியலை. அதனால் என்னைப் பார்த்துக்கிட்டதே என் புவாஷா தான். அப்ப காலேஜ் படிச்சாங்க, ஆனால் அப்பவே எனக்கு ஒரு அம்மாவா எல்லாம் செய்வாங்க. லோரி (தாலாட்டு) பாடி தூங்க வைக்கிறது, சாப்பாடு ஊட்டுறது, குளிக்க வைக்க எல்லாம் புவாஷா தான். ஒரு நாள், நான் நாலு வயசு இருக்கும் போது, புவாஷாவுக்கு ஷாதின்னு சொன்னாங்க. புவாஷா, உதய்பூர்ல தான் இருப்-

பாங்கன்னு சொல்லவும், எனக்கு, ஒரே ஷாக், அழுது ஆர்ப்பாட்டம் பண்ணேன்.

அப்பதான், நான் உன்னையும் என் கூடக் கூட்டிட்டு போயிடுவேன் "வீரூ" ன்னு சொன்னாங்க. அதனால் சந்தோஷமா ஷாதிக்கு போனேன். " என்றவன்,அந்த சிறுவன் வீரூவாக, அதே நினைவில் மௌனமானான்.

"அதுக்கப்புறம் என்ன ஆனது?" எனக் கேட்டாள் ஜானகி.

"புவாஷாவின் ஷாதி அன்னைக்கு, என்ன என்னமோ நடந்தது. எனக்குச் சரியாக ஞாபகம் இல்லை. நைட்ல நான் தூங்கிட் டேன் நடுக் கூடத்தில் ஷாதி நடந்தது. நான் சத்தம் கேட்டு எழுந்து வந்தேன், அப்போது புவாஷாவை படி தாதிஷா, கையைப் பிடிச்சு, மறைச்சு கூட்டிட்டு போனாங்க. ஒரு நாலு பேர் பூபாஷா வயசுல இருந்தாங்க.அவங்கள்ல ஒருத்தர் கிட்ட புவாஷா கையைக் கொடுத்து, தூரமா கூட்டிட்டுப் போகச் சொன்னாங்க. புவாஷா அழுதாங்க.

படிதாதிஷா தான் கட்டாயமா அனுப்பி வச்சாங்க. அந்தக் கூட்டிட்டு போனவர் தான் பூபாஷாவாக இருக்கனும். " என வேதனையாகச் சொல்லி முடித்தான் ரகுவீர்.

"அவர் தான் பூபாஷான்னு எப்படி உறுதியா சொல்றீங்க" எனக் கேட்டாள் ஜானகி.

"ஏன்னா புவாஷாவுக்கு அவரைப் பிடிச்சது. அது தான். அதுனால தான் எனக்குப் புவாஷா மேல கோபம். என்னை விட்டுட்டுப் போய்ட்டாங்கன்னு." என்றான் ரகுவீர்.

"ஆனால், தாதிஷா அன்னைக்குப் படி தாதிஷா சொன்னதா சொன்னது,. கஜேன் சாசா சொன்னது, எல்லாம் வச்சு பார்க்கும் போது, அவர் தான் பூபாஷாவாக இருக்கனும்னு வேண்டிகிட்டேன்" என்றான் ரகுவீர்.

ஜானகிக்கு அவன் தன் அம்மா மீது வைத்த பாசத்தைப் பார்த்து கண்கள் கலங்கியது. "நீங்க வளர்ந்த பின்பு தேடனும்னு தோனலையா?" எனக் கேட்டாள் ஜானகி.

"எந்தக் கூட்டத்துக்குப் போனாலும் எங்கையாவது என் புவாஷாவை பார்க்க மாட்டமான்னு ஏங்குவேன். எந்தப் பேஸிஸ்ல தேடருதுன்னு தெரியலை. முதலில் அவங்களைப் பிரிந்த சமயம், காய்ச்சல் வந்து ரொம்ப நாள் கஷ்டப்பட்டுத் தான் என்னைத் தேற்றினாங்க. இங்க இருந்தா அவங்க ஞாபகம் வரும்னு டேஹராடூன் அனுப்பிட்டாங்க. அதுக்கப்புறம் படிப்பு, MBA ,பாரின் போனேன். வந்து பிஸ்னஸ். என நாள் ஓடிடுச்சு" என்றவன் ஓர் பெருமூச்சு விட்டான்.

"சரி,இதெல்லாம் எடுத்து வச்சுட்டு வா, படுக்கலாம்" என்றான் ரகுவீர்.

"என்ன சொன்னீங்க" என அவள் அதிர்ச்சியாகி கேட்கவும்,

"ஆமாம் இதுக்கு ஓன்னும் குறைச்சல் இல்லை. என் மேல நம்பிக்கை இல்லாமலா இந்த நடுராத்திரியில் என் கூடப் பேசிகிட்டு இருப்ப" எனக்

கேட்டான்.

"ம், செல்ப் காண்பிடென்ஸ், எனக்குக் கராத்தே எல்லாம் தெரியுமாக்கும்" என்றாள் ஜானகி.

ஒரே இழுப்பில், அவளை இழுத்து கைகளைப் பின்னால் இருக்கக் கட்டி, மற்றொரு கையால் அவள் வாயைப் பொத்தி தூக்கினான். அவள் திமிறி-யும் ஒன்றும் முடியவில்லை. அவளை இழுத்துச் சுவரோரம் திருப்பி நிறுத்தி வாயைப் பொத்தினான்.

"இப்போ சொல்லு என்ன பண்ணுவ" என்றான் ரகுவீர். அவன் கையைக் கடித்து, தன் வாயை விடுவித்துக் கொண்டவள் " பாகல் ஹை க்யா ஆப். (நீங்க என்ன லூசா), பேசிக் கிட்ட இருக்கையில் யாராவது இப்படிச் செய்-வாங்களா?" எனக் கோபமாகக் கேட்டாள் ஜானகி.

"ப்ராக்டிகல் க்ளாஸ், ஜானு பேபி. நாளைக்கு ஏதாவதுன்னா சமாளிக்-கனும்." என்றான்.

"யாராவது இப்படிப் பிடிச்சா கையைக் கடிக்கனும், இது கரெக்ட். காலை வச்சு, பின்னாடி ஒரு எத்து எத்தனும். அவன் அசரும் போது, திரும்பிடு. கையை இப்படி மடக்கு, என அவள் கைகளில் செய்து காண்பித்தான்(முஷ்-டியை இறுக்கி). அதை வைத்து மூக்கு மேல நெற்றி கிட்ட ஒரு குத்து விடு, அவன் பொரி கலங்கி நிக்கும் போது எஸ்கேப்" என்றான்.

அவள் "ஒரு டெமோ பார்ப்போமா " என்றாள் ஜானகி.

"உனக்குச் சொல்லி தரும் போது அதுக்குக் கவுண்டர் கொடுக்க எனக்-குத் தெரியாதா" என்றவன்.

அவளை நெருங்கி, அவள் கூந்தல் ஒதுக்கி மண்டையைத் தட்டி" இதையும் கொஞ்சம் யூஸ் பண்ணு ஜானு பேபி" என்றவன்.அவள் கண்க-ளோடு உறவாட மெய் மறந்து நின்றனர்.அவள் முகத்தை விரலால் அளக்கத் தொடங்கினான். அவளும் மயங்கி நிற்க, பின் சுதாரித்தவன்.

"இது ரொம்ப ஆபத்து கீழே இறங்கு, போ என விரட்டி. லைட் ஆப் செய்து அவளோடு லிப்டில் வந்து,அவள் ரூமில் விட்டுவிட்டு, " குட் நைட் டியர்" என அணைத்து விடுத்துச் சென்றான்.

மனதின் வார்த்தை -28

அதிகாலைப் பொழுதில் ஐந்தரை மணிக்கெல்லாம் குளிரையும் பொருட்படுத்-தாமல் சுறுசுறுப்பாக இயங்கியது சிவமாளிகை.

நேற்று இரவு நண்பர்கள் கூடிப் பேசிய பிறகு சிவகுரு காலையில் மதுரை மீனாட்சி அம்மன் கோவில் செல்வதைப் பற்றி, இளையவர்களிடம் கேட்டார். அடுத்த நாள் வேலைகளைப் பற்றிக் கலந்தாலோசித்து, அதிகாலை கிளம்ப-லாம் என ஒரு மனதாக முடிவானது.

ராகினி, மூன்று புதிய பட்டுச் சேலைகளை, ப்ளவுசுடன் கொண்டு வந்-தார். எல்லாம் ஜானகி, அமிர்தாவுக்காக வாங்கப்பட்டது. பச்சையில் மஞ்சள் பார்டர், வைலட் வித் மெரூன். சிவப்பில் பச்சை பார்டர் என அளவான கரையுடன், வெயிட் குறைவான அழகிய உயர்தரப் பட்டுச் சேலைகள். அதற்கேற்ப ஆரி த்ரெட் வொர்க் செய்யப் பட்ட ரிச் டிசைனர் ப்ளவுஸ் என எல்லாம் அழகாக இருந்தது. இது ராகினி, சொந்தத்தறி வைத்திருக்கும், டிசைனரான செட்டிய வீட்டு ஆச்சியிடம் ஸ்பெஸலாக நெய்து வாங்கியது.

அந்தச் சேலைகளைப் பார்க்கவும், மயூரி மஞ்சரி, மற்றும் ஸ்ரீ நிதி மூவ-ருக்கும் மிகவும் பிடித்தது. நாளை காலை கட்டச் சொன்னார் ராகினி. பெண்-களும் மறுப்புச் சொல்லாமல் சரி என்றனர்.

மஞ்சரிக்குச் சேலை கட்டி தயார் செய்தாள் மயூரி. ஒரு போட்டோ எடுத்து ராஜ்க்கு அனுப்பிட்டு வரேன்டி. மாஸியை உனக்கு உதவிக்கு அனுப்-புகிறேன் எனச் சொல்லிச் சென்றாள் மஞ்சரி.

மயூரி அறைக் கதவை ராகினி தட்டிக் கொண்டிருந்தார். "ஆயி புவாஷா" எனக் குரல் கொடுத்தாள் மயூரி. தனக்கு சேலை கட்டிக் கொள்ள மயூரி சிரமப்பட்டுக் கொண்டு இருந்தாள். ராகினி, நகை மற்றும் பூவுடன் வந்தார். அதற்குள் சிவகுரு அழைப்பு சத்தம் கேட்க, அங்கே வந்த அமு-தனிடம். மயூ கதவைத் திறக்கவும் இதைக் கொடுத்து விடு, எனச் சொல்லி அவ்விடத்தை விட்டு நகர்ந்தார்.

தன் புவாஷா தான் அழைப்பது என அவரைக் காக்க வைக்கக் கூடாது என நினைத்து, இன்ஸ்கர்ட் ப்ளவுசுடன் ஒரு ஷாலை மேலே போட்டுக் கொண்டு, "புவாஷா, இந்தச் சாரி கட்டி விடுங்கள், மஞ்சு அவளுக்கு ட்ரெஸ் பண்ணவும் போய்ட்டா" என்றபடி கதவைத் திறக்க, அங்கே அமுதன் நின்றான். அவனை எதிர் பாராத மயூரி அதிர்ச்சியில் திரும்பிக் கொண்டாள். அமுதனும் அவளை அப்படி எதிர் பாராததால் சாரி என்றபடி திரும்பினான்.

"அம்மா, இதைக் கொடுக்கச் சொன்னார்கள்" என அவன் கையில் வைத்திருந்ததை திரும்பிப் பார்க்காமல் நீட்டினான் பின்னாடி தட்டை மட்டும் நீட்டியவாறு. அவளும் திரும்பிப் பார்க்காமல், கையை நீட்டத் தட்டு எங்கே எனத் தெரியாமல் துழாவினால்.

அவனும் அதை உணர்ந்து "இருமா" என்னவன், அவள் பக்கம் திரும்பி, டிரஸ்ஸிங் டேபிள் மேல் அவைகளை வைத்தான். கண்ணாடியில் அவள் உருவம் தெரிந்தது. அவள் அழகில் தன்னை மறந்தவன், இங்கிதம் மறந்து அவளையே அவள் தன்னவள் என்ற உரிமையில்ரசனையாகப் பார்த்திருந்-தான். நேற்று இந்நேரம் கூட அவனுக்கு அந்த உரிமை இல்லை. பெண்-ணாவாள் தன் மனம் திறந்ததில் தலைகீழ் மாற்றம்.

அவளும் அதே நேரம் கண்ணாடியில் அவனைப் பார்த்து விட்டாள்.

"ஐயோ" என அவள் கண்ணை மூடினாள்.அவளை நெருங்கி, காதோரம் "ஸ்வர்னி, சேலைக் கட்ட உதவிப் பண்ணவா?" என அவளிடம் ஹஸ்கி

வாய்சில் கேட்டான் அமுதன். மயூரிக்கு மூச்சு அடைத்தது. சமாளித்து

" ஆசையைப் பாரு, இங்கிருந்து இப்ப கிளம்புறீங்களா, இல்லை புவா-ஷாவைக் கூப்பிடவா?" என திணறிக் கொண்டுக் கேட்டாள்.

"கூப்பிடு அவங்களையே கேட்போம், என அவள் இடையில் இரு கைக-ளையும் கோர்த்துக் கொண்டு, அவளை அவன் பக்கம் திருப்பிக் கொண்டு தன் வாயால் காற்றை ஊதி அவள் முடியை ஒதுக்கிக் கூசச் செய்-தான். கண்களோடு உறவாடி அவளை மயக்கிக் கொண்டிருந்தான். நெற்-றியில் முட்டி, "என்னை மயக்குறியே, என்னையவே பொறுக்கிப் பயலா மாத்திட்ட" என அவளோடு இழைந்து கொண்டிருந்தான்.அவள் அவனைப் பிரித்து நெஞ்சில் கை வைத்துத் தள்ளிக் கொண்டு கதவு வரை வந்தாள்.

"ஜாவ்,ஒழுங்கா போங்க, இந்த வேலையே இங்க ஆகாது" என்றாள் மயூரி.

"ம்,அப்படியா" என்ற அமுதன்,அவளை இழுத்து அணைத்து, இதழோடு இதழ் ஒற்றி, அவள் சுதாரிக்கும் முன் விடுவித்து,

"சீக்கிரம் வாடி என் பொண்டாட்டி" எனத் தமிழில் சொல்லி விட்டு, சிரித்துக் கொண்டே சென்றான்.

அவன் சென்ற பின்னும் அவளுக்குப் படபடப்பு குறையவில்லை. அவன் இதழொற்றலை நினைத்துக் கன்னம் சிவந்து நின்றாள்."பர்த்தமிஸ் கைக்கா, ஹிம்மத் தோ தேக்கோ.சப் மேரி கல்தீ ஹை. (பொறுக்கி பையன்,தைரியத்-தைப் பாரு, எல்லாம் என் தப்பு) என அவனை உதட்டளவில் வைது. உள்-ளத்தில் மகிழ்ந்து கொண்டிருந்தாள் மயூரி.

"மயூம்மா ரெடியாகிட்டியா கதவை திறடா " என்ற ராகினியின் குரலில் தலையை வெளியே விட்டுப் பார்த்து, உறுதிப் படுத்திக் கொண்டு திறந்தாள்.

ராகினி உள்ளே வந்து ஐந்து நிமிடத்தில் அவளைத் தேவதையாக மாற்-றினார்.

சிவப்பு சேலை, பச்சை ரவிக்கை, அதற்கேற்ப கற்கள் பதித்த நகை செட், ஜடையில் அடர்த்தியாகத் தொங்க விடப் பட்ட குண்டு மல்லிப்பூ, லேசான ஒப்பனை, விழிகளில் மை எழுதி, தன் தம்பி மகளைத் தேவதை ஆக்கினார்.

ஹாலில் பெரியவர்கள் கூடியிருக்க, மஞ்சரி தன் போட்டோ சூட் பாலனைக் கொண்டு முடித்து வந்தாள். மயூரி அலங்காரம் முடித்து, சிறு க்ளட்ச் கையில் பிடித்து நடந்து வந்தாள். அவள் வருகைக்காகக் காத்திருந்த அமுதன் , விழி எடுக்காமல் கண்ணால் அவளைப் பருகினான். அவளுடன் சேர்ந்து படிகளில் இறங்கினான். பொற்சிலை ஒன்று, தரையிறங்கி வருவது போல் இருந்தது.

கீழே பாண்டே அவர் மனைவி ரெட்டிக் குடும்பம் தயாராக நின்றது. தாத்தா அப்பத்தா தங்களுக்கு நடக்க இயலாது என வீட்டிலிருந்து விட, தெய்வா சண்முகமும் வீட்டில் தங்கினர்.

ஸ்ரீ நிதி தியாவிற்கு அழகிய பட்டுப்பாவாடை அணிவித்து இருந்தாள்.

ஏசி டெம்போட்ராவலர் ஏற்பாடு செய்து இருந்தார் சிவகுரு.பெரியவர்கள் முன் இருக்கையில் அமர, சிறியவர்கள் பின் இருக்கைக்கு வந்தனர்.பயணம் மிகவும் சுவாரஸ்யமாகச் சென்றது. ஸ்ரீநிதி, இவர்களிடம் தோழமையுடன் பழகினாள்.

ஜானகி, அமிர்தா பற்றி மயூரியும், மஞ்சரி ராஜ் பற்றியும் பேசிக் கொண்டே வந்தனர். தியா குட்டி, ஒவ்வொரு மடியாகத் தாவி அவர்களை அன்புத் தொல்லை செய்து வந்தது. ஃப்ரீயின் பேச்சில்,பாண்டேவின், இளையமகளின் ,ஏர்ஃபோர்ஸ் பைலட், அமித்பாண்டே அடிக்கடி வந்தான். மஞ்சரி தான் கேட்டாள், "அமித் உங்களை ரொம்பப் பாதிச்சு இருக்கிறாரே ஸ்ரீ" என்றாள்.

ஸ்ரீயின் கன்னங்கள் செம்மையுற, "சத்தமா சொல்லாத பெரிசுங்க காதில் விழுந்திடும். கேரியர் செட்டில்,ஆகாமல் சொல்லக் கூடாது. இதுங்க உடனே திருமணம் ப்ரபோசல் ஆரம்பிச்சுடும்" என ரகசியம் சொன்னாள்.

"இங்கே எல்லாம் அப்படி இல்லை, நம்ம அமுதன் ப்ரோ மயூரியின் லவ் ஒன் அவர்ல டெவலப் ஆகி பாஸ்ட் பிரிண்ட் லவ். நான், பாலன்லாம் பாரு சின்னதில் இருந்து வேற ஆப்ஸனே இல்லாமல் உட்கார்ந்து இருக்கோம்" என மஞ்சரி குறைபட்டாள்.

"மஞ்சி ஆல் ரெகார்டட் ,இருடி ராஜ் பய்யாவுக்கு அனுப்புறேன்" என்றாள் மயூரி.

"அனுப்பு,அனுப்பு, அப்படியாவது சீக்கிரம் ஷாதி பண்றானான்னு பார்ப்போம்" என அலுத்துக் கொண்டாள்.

"மஞ்சரி, உனக்குக் கேரியர் பத்தி யோசனை இல்லையா " என்றாள் ஃப்ரீ.

"ஆமாம் என்ன படிச்சாலும் கடைசியில் வீட்டில் உட்காரப் போறோம். நான் படிக்கிறதே, மயூக்காகத் தான்." என்றாள் மஞ்சரி.

"ஆகா,இதுவல்லவோ இலட்சிய நட்பு" என்று கலாய்த்தான் பாலன்.

ஒரு மணிநேரத்தில் மதுரையை அடைந்து, மீனாட்சி அம்மன் கோவில்,தெற்கு பக்க கோபுர வாசலுக்குச் செல்ல ஆவணி மூல வீதியில் இறங்கினர் .செல் போன் உள்ளே அனுமதி இல்லை, எனவே அனைவரது போனையும் ஒரு பையில் போட்டு ட்ரைவரிடம் கொடுத்தனர். இவர்களை அழைத்துச் செல்ல கோவில் சேவகர் வந்திருந்தார்.

பூ ,மலை வாழைப் பழம்,மாலை எல்லாம் திண்டுக்கல்லில் ஏற்பாடு செய்து இருந்தார் சிவகுரு.பெரிய மாலை மணம் கமழ்ந்து கொண்டிருந்தது. அம்மனுக்குப் பட்டு, சுவாமிக்குப் பட்டு எனத் தாம்பூலம் நிறைந்து இருந்தது. அமுதன்,பாலன் தட்டை தூக்கிக் கொண்டனர்.

அந்தப் பிரம்மாண்ட கோபுர நுழைவாயில் மனிதா நீ எவ்வளவு அற்பமானவன், என்பதை உணர்த்துவதாக இருந்தது. உள்ளே நுழைந்தவுடன் ஓர் அற்புதமான ஆன்மீக உணர்வைத் தந்தது மீனாட்சி, அரசாட்சி செய்யும்

அந்த ஆலயம்.

மதுரை,தாமரைப்பூ போல் அடுக்காக வீதிகளைத் தமிழ் மாதங்களின் பெயர்களில் கொண்டது. கோவிலுக்கு உள்ளே சுற்றி வரும், வீதியை ஆடி-வீதி என்பர். சித்திரை ஆவணி மாசி வெளி என நான்கு புறமும், திசைக-ளுடன், மாதங்களை இணைத்து வீதிகளுக்குப் பெயர் சூட்டி இருப்பர்.இங்கு இருக்கும் ஒவ்வொரு இடத்திற்கும் திருவிளையாடற் புராண கதை உண்டு.

தெற்கு கோபுரம் வழியாக ஆடி வீதி கடந்தால் பொற்றாமரைக் குளம் இருக்கும். அந்தக் கரையில் இருக்கும் பிள்ளையார், விபூதி அபிஷேகத்து-டன் எப்போதும் இருப்பார். கூன்பாண்டியன், வெப்பு நோயை ஞானசம்பந்தர், திருநீறு பூசிக் குணமாக்கியதின் அடையாளம், மந்திரமாவது நீறு.

சிவகுரு குடும்பத்தினரை அந்தக் கோவில் சேவகர், மீனாட்சி அம்மன் சன்னதிக்கு அருகில் அழைத்துச் சென்று நடையில் அமர வைத்தார்.

அம்மன் அன்று வைரகிரீடம் தரித்து பச்சை பட்டுடுத்தி, தெய்வீக கலை அழகுடன் இருந்தாள். மூக்குத்தியுடன் சுடர் தரும் அமுதாக இருந்தாள் கடம்பவன சுந்தரி.

மதுரை வாழ் மக்களுக்கு இந்த மீனாட்சி அம்மையும், சுந்தரேஸ்வரர் பெம்மானும் தான் அம்மையப்பன்.அவர்கள், திருக் கல்யாணம் தான் மதுரை-யின் சீர்மிகு வைபவம். தீபம் காட்டி அம்மையின் அருளை அனைவருக்கும் வேண்டிப் பட்டர் குங்குமப் பிரசாதம் வழங்கினார்.

அனைவரும் மெய்யுருகி நின்றனர். இவர்கள் கையால் தந்த மாலைக்குப் பதில் அவள் மணமாலைத் தருவாள் என்பது உறுதி.சுவாமி சன்னதிக்குச் செல்லும் முன் முக்குறுணி பிள்ளையார் கம்பீரமாகக் காட்சி தந்தார்.

அமுதன்,மயூரி,மஞ்சரி,ஸ்ரீநிதிக்கு கோவிலின் சிறப்புகளை விளக்கிக் கொண்டே வந்தான். சுந்தரேஸ்வரர், வெள்ளியம்பலத்தில் பாண்டியனுக்காக, கால் மாற்றி நடனமாடும் நடராஜராக நின்றிருந்தார்.

நேரே எம்பெருமானை அருகிலிருந்து தரிசிக்கும் பேறு பெற்றனர் இந்தச் சிவ குடும்பத்தினர். சுற்றுப் பிரகார மண்டபத்தில் திருவிளையாடற்புராண 64, கதைகள் சிற்பங்களாக இருந்தது, அதனை விளக்கிச் சொல்லி வந்தார் சிவ-குரு நாதன்.

ராகினி, தம்மைச் சார்ந்தவருக்காய் நெக்குருகி பிரார்த்தனை செய்-தார்.ஒவ்வொரு இடமாகத் தரிசித்து, திருக் கல்யாண மண்டபத்திற்குள் வந்து அமர்ந்தனர். இங்குக் கூட்டம் கொஞ்சம் குறைவாக இருக்கும். அவரவர் தனியாக அமர்ந்து அவ்விடத்தை அனுபவித்துக் கொண்டிருந்தனர்.

மயூரிக்கு அமுதனுடன் இங்கு வந்ததில் பரம சந்தோஷம். இவர்கள் ஜோடியாக வந்து கொண்டிருக்க, சிலர் ஜோடிப் பொருத்தத்தை மெச்சிப் பேசிக் கொள்ள, அமுதன் அவளுக்கு மொழிப் பெயர்த்தான். அவளுக்கு அதில் பூரிப்பு வந்தது.

ராகினியும்,சிவகுருவும் தாங்கள் முதல் முறை இந்தக் கோவிலுக்கு வந்த நிகழ்வை நினைத்துக் கொண்டு இருந்தனர். அப்போது அவர்களுக்கு மணம் ஆகவில்லை. ஒரு பெண்மணி இவர்கள் முகம் பார்த்து ,சீக்கிரம் திருமணம் ஆகும் எனக் குறி சொல்லிச் சென்றது. அதை நினைத்துக் கொண்டிருந்தனர்.

அப்போது ஒரு கம்பளத்துக்காரப் பெண்மணி வந்து இவர்கள் முன் நின்று....

"சித்தர் மலையில் குடியிருக்க.
சீதா தேவி போல் மகள் உனக்கு.
சூதானமா வச்சுக்கத் தாயீ.
ராவணன் வாறான் சிறையெடுக்க.
ராமன் பக்கத்திலிருந்தாலும் பயனில்லை.
கடலோரம் வசிக்கும் மகள்,
தீவில் சிறை இருக்கும் சாபம் உண்டு.
மீனாட்சியைக் கும்பிட்டு,
மூன்று மகராசிகளுக்கு,
கன்னிப் பெண்ணுக்கு,
சிற்றாடை கட்டினவளுக்கு,
சந்தனம் குங்குமம் சூட்டி
நிறைக்க வளையல் போடு.
அந்தச் சத்தம் அவள் காதில்
ஒரு தாயின் கோரிக்கையாய் ஒலிக்கட்டும்,
உம் மகளைக் களங்கமில்லாமல்
காத்துத் தருவாள் என் தாயீ" எனச் சொல்லிய பெண்மணி, காசுக்கும் கை ஏந்தாமல் மறைந்து விட்டாள்.

ராகினிக்கு அந்தப் பெண்மணிப் பேசியதில் பாதிப் புரியவில்லை.

"சிவூ, அவங்க என்ன சொல்லீட்டுப் போறாங்க" எனப் பதறினார் ராகினி.

"இருமா,ஒண்ணும் பயப்படாத.எல்லாம் சரியாகிடும்." எனத் தேற்றியவர்.

அந்தப் பெண்மணி பேசியதை நினைவில் கொண்டு வந்தவருக்கு,

வளையல் வாங்கிப் போட சொன்னது மனதில் நிற்க சிவகுரு கோவில் கடைக்கு, (கோவில் உள்ளேயே இருக்கும்) ராகினியை அழைத்துச் சென்று . டஜன் டஜனாக வளையல் எல்லாச் சைசிலும் வாங்கினார். சந்தனம்,குங்குமம் பிரசாதமும் வாங்கிக் கொண்டனர்.

திருக்கல்யாண மண்டபத்தில் வந்து, தியா பாப்பாவை அமரவைத்து, சந்தனம், குங்குமம் பூசி வளையல் மாட்டினார் ராகினி. பின்னர் மஞ்சரி,மயூரி,ஸ்ரீ நிதியை அமரவைத்து வளையல் மாட்டி, சீக்கிரம் திருமணம் ஆக வேண்டி பிராத்தித்தார்.

பர்க்கா, பார்வதி மற்றும் அங்கு வந்த மற்றொரு பெண்மணியையும் அழைத்து அமரச் செய்து வளையல் பூட்டினார் ராகினி பார்வதி, ராகினியையும் அமர வைத்து இதே போல் செய்தார். சிவகாமி தெய்வா ஜானகி, அமிர்தாவுக்கு எடுத்துக் கொண்டனர். மீதி இருந்ததை, குளக் கரையில் அமர்ந்து வருவோர், போவோர், அனைத்துப் பெண்களுக்கும் கொடுத்தனர். இதற்கிடையில், பாண்டே,ரெட்டி பிரசாதம் வாங்கி வர,அதனைச் சாப்பிட்டுப் பசி ஆறினர்.

கோவிலை விட்டு வெளியே வந்து, புது மண்டபம் போன்ற இடங்களைக் காட்டி, காலை உணவுக்குக் காளவாசல் பைபாஸ் சாலையில் உள்ள நட்சத்திர உணவகத்துக்கு அழைத்துச் சென்றார் சிவகுரு.திருப்பரங்குன்றம் முருகப் பெருமானை உச்சி காலப் பூஜையில் தரிசித்து, இரண்டு மணிக்கு வீடு வந்து சேர்ந்தனர். தெய்வா சூடான உணவு தயாரித்துப் பரிமாறினார்.

****

மும்பையில், ஜானகி, கஜேந்தருடன் வேலையில் மும்மரமாக இருந்தாள். இரண்டு மணியைத் தாண்டி நேரம் ஓடிக் கொண்டிருக்க, இவர்கள் சாப்பிடவில்லை. ஸர்குன் கஜேந்தருக்கு போன் செய்து எடுக்காததால், ஜானகிக்கு போன் செய்தார்.

அவள் புது நம்பராக இருக்கவும்,எடுத்து ஹலோ என்றாள்.

"பேட்டா, ஸர்குன் பேசுகிறேன்.ராஜ்ஜின் மாஷா அங்கிள் பக்கத்தில் இருக்கிறாரா?" என்றார்.

"ஜீ ஆண்டி, அவங்களோட தான் ஆண்டி வேலை பார்க்கிறேன்" என்றாள் ஜானகி.

"சரியா போச்சு நீயும் அவரோட சேர்ந்தவளா?, மணி இரண்டுக்கு மேல ஆச்சு, சாப்பிடச் சொல்லு அல்சர் இருக்கிறது, அப்பறம் வயிறு எரிச்சல் எடுக்கும்" என்றார் ஸர்குன்.

"சரிங்க ஆண்டி இதோ எடுத்து வைக்கிறேன்" என்றாள் ஜானகி.

"ஜானி, நீ சாப்பிடல்லைனா அம்ரூவும் சாப்பிட்டு இருக்க மாட்டாள். சாப்பாடு சேர்த்து அனுப்பி இருக்கிறேன், சேர்ந்து சாப்பிடுங்க" என்றார் ஸர்குன்.

ஆபிஸ் அறையை ஒட்டிய டைனிங் அறையில் எல்லாம் எடுத்து வைத்து, கஜேந்தரை வந்து அழைத்தாள்.

"இது ஒன்னு மட்டும் செக் பண்ணிட்டு வந்து சாப்பிடுறேன், நீங்க சாப்பிடுங்க" என்றார் மணியைப் பார்த்தவாறே.

"நோ வே இடிஸ் பாசிபில் ப்ளைட்ட பிடிக்கப் போறீங்களா, ட்ரைனை பிடிக்கப் போறீங்களா, பஸ்ஸை பிடிக்கப் போறீங்களா, இல்லை ஆபீஸ்ல தொல்லை பண்ற எலியை தான் பிடிக்கப் போறீங்களா? வாங்க பாஸ் சாப்பிடலாம்" என்றாள் ஜானகி.

கஜேந்தர்,ஓர் நிமிடம் ஆடித்தான் போனார். தன் தீதீஷா தான் கண் முன்னே நிற்பதோ என்று.இதே போல் அவர் காலேஜ் படிக்கும் போது ராகினி அவரிடம் பேசியது உண்டு. கண்கள் பனிக்க, "வருகிறேன் பேட்டா,காணா லகாவ்(சாப்பாடு எடுத்து வை)" என்றார்.

"அதெல்லாம் ஆச்சு வாங்க நீங்க சாப்பிட்ட பிறகு , நான் ஆண்டிக்கு மெஸேஜ் பண்ணனும்" என்றாள் ஜானகி.

டைனிங்கில் அமிர்தாவும் இணைய, இருவருமாக அவருக்குப் பார்த்துப் பார்த்துப் பரிமாறினர். ஒரு பிடி சாதம் அதிகமாகச் சாப்பிட்டார்.

"உனக்குப் பொண்ணு இருந்திருந்தால் தெரிஞ்சு இருக்கும்" என்ற மாஷாவின் குரல் அவர் காதுகளில் எதிரொலித்தது.

தனக்கென ஓர் பெண் குழந்தை இல்லாதது குறையோ? ஆனால் நான் ஹரிணி, மயூரியிடம் பாசமாக இல்லையா என அவர் அந்த அப்பா-மகள் உறவின் அருமை உணர முடியாமல் அல்லாடினார்.

அந்த நேரம், சட்டெனப் புரை ஏறியது கஜேந்தருக்கு. கண் மூக்கெல்லாம் சிவந்து, கண்ணீர் வந்தது. முச்சு விடச் சிரமப் பட்டார். அப்படியே மூச்சுப் பிடித்துக் கொண்டது. ஜானகி துரிதமாகச் செயல் பட்டு முதுகில் நீவி விட்டாள்.கோர்ட்டைக் கழட்டி, சர்ட் பட்டன் திறந்து விட்டு,நெஞ்சில் நீவி விட்டு,

"அமித்து டேபிள் ஃபேன் கொண்டு வந்து வை, ஏசியை ஸ்பீடா வை" என்றாள்.

அவர் சுவாசம் கொஞ்சம் சீரானதும்,வியர்வையைத் துடைத்து,கொஞ்சமாகத் தண்ணீர் கொடுத்தாள்.முகத்துக்கு நேரே ஃபேன் காற்றுப்பட்டது. ஈரத் துணியில் முகத்தைத் துடைத்து விட்டாள் ஜானகி.

"அங்கிள்,ஆர் யூ ஓகே" எனக் கேட்டாள்.அவளைப் பார்த்துப் புன்னகைத்தார்.

"இவ்வளவு சீக்கிரம் ரெகவர் ஆனது இன்னைக்குத் தான்" என்றார் கஜேன்.

"ஆமாம், இந்த ட்ரிக் எப்படித் தெரியும்?" எனக் கேட்டார்.

"உங்க சேம் ஃப்ளட்,எங்கள் வீட்டுலையும் இருக்கிறது "எனத் தன் தாயை நினைத்துச் சொன்னவள். "எங்க அம்மாவுக்கு இது மாதிரி வரும், எக்ஸ்பீரியன்ஸ்" என்றாள்.

"என்னை மாதிரியே இன்னொரு ஜீவனா?, எங்க தீதீஷாவுக்கும் இப்படித்தான் வரும்" என்றார் கஜேன் பழைய நினைவுகளில் மூழ்கி.

"அவங்க மேல, உங்க எல்லாருக்கும் கோபமோ? ரகுவீர் சொன்னார்" என்றாள்.

கஜேன் யோசித்து விட்டு,"விதி யாரை விட்டது. எனக்கும் தீதீக்கும் ஒன்றறை வருஷம் வித்தியாசம் தான்."

"நாங்க இரண்டு பேரும், எல்லா ரகசியமும் ஸேர் பண்ணிக்குவோம். எங்க தீதீ, அவங்க லவ்வை என்கிட்டயும் மறைச்சது தான் எனக்குக் கோபம்" என்றவர் தொடர்ந்து,

"இது தான் உண்மையென்று நான் நினைத்துக் கிட்டு இருக்கிறேன். மாஷா சொல்றதைப் பார்த்தால் தீதீ மேல தப்பு இல்லாத மாதிரி இருக்கிறது. இது உண்மைன்னா, நான் தான் பெரிய துரோகி, குற்றவாளி எல்லாம். ஹே பகவான் என் தீதீஷா எந்தக் கஷ்டமும் பட்டிருக்கக் கூடாது" என வேண்டிக் கொண்டார்.

மலையூரில் ராகினி, அமைதி இன்றி இருந்தார். ஜானகிக்கு போன் செய்தார். கஜேனுடன் பேசிக் கொண்டிருக்கையில் போன் வந்தது.

"மாதாஜி, என்ன இந்த நேரம் போன், எல்லாம் நல்லா இருக்காங்களா? தாத்தா, அப்பத்தா ஓகே தானே?" எனப் பதறினாள்.

"எல்லாரும் நல்லா இருக்கோம், எனக்கு ,நான் உன்னை ரொம்ப மிஸ் பண்ணேன் அது தான் கால் பண்ணேன்" என்றார் ராகினி.

"நான், நல்லா இருக்கேன்.எனக்கு என்ன குறை.இப்ப கூடப் பாருங்க எங்க பாஸோட வீட்டில் இருந்து சாப்பாடு வந்தது அவரோடு சேர்ந்து சாப்பிட்டோம்" என்றாள் ஜானகி.

"ஜானும்மா போற வர்ற பக்கம் பார்த்து கேர்புல்,கவனமா போகனும் ஸோனூ" என்றார் ராகினி.

"மா, நான் என்ன சின்னக் குழந்தையா, ஐ வில் டேக் கேர் மை செல்ஃப். கவலை படாதீங்க. இன்னைக்கு ஏன் இவ்வளவு கவலை. விசயம் என்ன?" என்றாள் ஜானகி.

"பாண்டே மாமாஜீ, ரெட்டி மாமாஜீ, வந்துருக்காங்க. அதுனால மீனாட்சி அம்மன் கோவில் போய்ட்டு வந்தோம்" என்றார் ராகினி.

"வாவ், சூப்பர். மாமி இரண்டு பேரும் வந்துருக்காங்களா, ஆர்வ,அமித், ப்ரீ சிஸ்டர்ஸ்... எல்லாரும் வந்துருக்காங்களா?" எனக் கேட்டாள்.

"பாபி இரண்டு பேரும், ப்ரீநிதி மட்டும், ப்ரீஅக்கா பாப்பா வந்திருக்கு" என்றார் ராகினி. "ஓகே,மா சாய்ந்திரம் வந்து பேசறேன். ஐ மிஸ் யூ ஆல்" என்றாள் ஜானகி.

மாலை நேரம் ஆபீஸ் முடிந்து கஜேந்தருடன் வந்தவளிடம் ஸர்குன் நடந்ததை அறிந்து நன்றி கூற,"ஆண்டி, இதென்ன நன்றி சொல்லி அந்நியம் ஆக்குறீங்க. நானும் உங்களுக்கு ஹரிணி தீ, மயூ மாதிரி பொண்ணா நினைச்சுக்குங்க" என்றாள் ஜானகி.

ட்ரெஸ் மாற்றி டெரஸ் கார்டன் வந்து விட்டாள். இன்று அமிர்தாவும் உடன் வந்தாள். ஆல்பம் அடுக்கும் வேலையை அவளிடம் தந்து விட்டு, ஜானகி, பெயிண்டிங்கை தொடர்ந்தாள்.

ராஜ் தன் வேலையைச் சீக்கிரம் முடித்தவன் இவர்களைத் தேடி அங்கேயே வந்து விட்டான். மஞ்சரி அனுப்பிய போட்டோக்களைக் காட்டி யார்

எவரென விசாரித்து தெரிந்து கொண்டு இருந்தான்.

"இது தான் உன் புவாஷா.உன் பூபாஷா. தாத்தா,அப்பத்தா, தெய்வாம்மா, சண்முப்பா," பாண்டே, ரெட்டியையும் காட்டினாள்.ப்ரீநிதி, குட்டி தியாவைப் பார்த்துக் கொஞ்சிக் கொண்டு இருக்கையில் ரகுவீர் வந்தான்.

ரகுவீரைக் கண்டதும், ராகினி இருக்கும் படங்களை மறைத்தான் ராஜ்வீர்.

"இன்னைக்குப் பாபுஷாவுக்குப் புரை ஏறியதாமே, நீ நல்லா பார்த்துக் கிட்டியாம். நமக்கும் ஒரு பொண்ணு இருந்திருந்தால் இது மாதிரி என்கிட்ட பழகி இருப்பாள். நீ ரன்வீருக்குப் பின் பெண் பிள்ளை பெற்றிருக்கலாம், அப்டின்னு மாஷா கிட்டச் சண்டை போட்டுகிட்டு இருக்கார்" என ராஜ் சிரித்தான்.

"சாசாஷாவா அப்பிடி சொன்னாங்க ஏய் ஜான்வி, உன் கிட்ட நிஜமாகவே ஏதோ ஜாதூ(magic) இருக்கிறது. " என்றான் ரகுவீர்.

எங்கோ கோவிலுக்கு ஷப்னத்துடன் சென்று விட்டு சிருஷ்டியுடன் வந்து சேர்ந்து வந்தான் ரகுவீர்.அவன் தாய் வழி உறவினர் வீட்டு விசேஸம்.அங்கு எல்லாரும் சிருஷ்டியுடனான அவன் ஜோடிப் பொருத்தத்தைக் கிசுகிசுத்துக் கொண்டிருந்தனர். அதைப் பற்றிப் பூனத்திடம் ஷப்னம் பேசிக் கொண்டிருந்ததை ஜானகி கேட்டிருந்தாள்.அதனால் மனதில் ரகுவீர் மேல் ஒரு கோபம் இருந்தது. அதனால் அவனுக்குப் பதில் சொல்லாமல் பேசாமல் இருந்தாள்.

அதே நேரம் ராகினியிடம் இருந்து வீடியோ கால் வந்தது ஜானகிக்கு.

ரகுவீர் தெரிந்துக் கொள்வானா ஜானகி யாரென்று.

மனதின் வார்த்தை-29

மனதின் வார்த்தைகளை வெளிப்படுத்த இறைவன் கொடுத்த வரம் கலைகள். அது எந்த ரூபமாக இருந்தாலும் சிறப்பு தான். கதை,கவிதை, நாட்டியம், நாடகம்,பாட்டுச் சித்திரம்,சிற்பம் என ஆயக் கலைகள் அத்தனையும் சொல்லலாம்.

இங்கு ஜானகி,மனதில் நிறைந்து இருப்பது சந்தேகமின்றி அவள் குடும்பம். தாய் தந்தை அண்ணன்கள், தம்பி அப்பத்தா தாத்தா.அவர்களுக்குப் பின்னே அவளே அறியாமல் நிறைந்திருப்பது அவன் தான்.

தன்னை அன்னை சிறு குழந்தை முதல் வர்ணித்த அவன். கோபிகைகள், கண்ணன் மேல் கொண்ட மயக்கம் போல் அவள் கொண்ட மயக்கம் அவன்.

சிறுபிராயத்து அவனை அவள் அன்னை வர்ணித்ததை அவன் சிறுவயது நிழற்படம் கொண்டு உயிர்ப்பிக்க நினைத்தாள் அவள்.

இதில், ஜானகி அவள் அன்னை மீது கொண்ட பாசமும், அவள் அவன் மீது கொண்ட நேசமும் அடங்கும். இது அவளும் அவள் மனதும் அன்றி

அவள் நிழலான அமிர்தாவும் அறியாள்.

ராகினிக்கு இன்னும் மனசு ஆறவில்லை. தன் மகளை வீடியோ காலி-லாவது பார்த்து விட வேண்டும் என்று ஆவி துடித்தது. ஜானகியின் போன் டீபாயில் இருக்க, வீடியோ காலிங் என அழைப்பு வந்தது. ரகுவீர் தான் போனுக்கு அருகில் இருந்தான்.

"ஜான்வி, மாதாஜீ ன்னு போட்டுருக்கு உங்க அம்மாவா?" எனக் கேட்-டான் ரகுவீர். அவள் ஆமாம் என்று விட்டு வேகமாக வந்தாள். ரகுவீர் ராகினியை பார்த்து விடுவானோ என்ற பதட்டத்தில் வந்தாள்.

ரகுவீர் ஏதோ ஓர் ஆர்வத்தில் ஸ்வைப் செய்து ஆன் பண்ணி விட்டான். ராஜ், அமிர்தா, ஜானகிக்கு ஹார்ட் பீட் வேகமாக அடித்தது

ரகுவீர் ஜானகியின் அம்மா என்ற நினைப்பில் ,"நமஸ்தே ஆண்டிஜீ" என ஆரம்பித்தான். "நமஸ்தே பேட்டாஜீ" என்றது அந்தப் பக்கத்துக் குரல்.

"ஆப் கைசே ஹை" என்றான் ரகுவீர்.

"நல்லா இருக்கிறேன் பேட்டாஜீ, ஜானகி இல்லையா " எனக் கேட்டது அந்தப் பக்க குரல்.

"இதோ ஆண்டிஜீ குடுக்குறேன்" என அவளிடம் நீட்டினான்.ஜானகி குழம்பிய படி போனை வாங்கினாள் இவனுக்கு அம்மா முகம் மறந்து போனதா என்ன என்ற குழப்பம்.

"ஹலோ, ஜானி பேட்டா கைசி ஹோ? "என்ற பர்க்கா பாண்டேவின் குரலில் குழப்பம் தீர்ந்து குதூகலம் வந்தது ஜானகியின் குரலில்.

"ஹலோ மாமிஜீ எப்படி இருக்கீங்க, பாண்டே டார்லிங் எங்கே என்ன பண்றார் " எனக் கேட்டாள்.

ரகுவீர் இவளைப் பார்த்துக் கொண்டே இருந்தான்."உன் டார்லிங்க்கு என்ன ஓரே ஜாலி தான்.உங்க ஊரில் பிரண்ட்ஸ் கூட இருக்கார்ல . நீ என்ன பண்ற மேரி பஹூரானி" என்றார் பர்க்கா.

"போங்க மாமி இந்தப் பஹூரானிக்கு ஒண்ணும் குறைச்சல் இல்லை. வாய் மட்டும் தான் சொல்லுது, நீங்க தான்,IAS ஆபீஸருக்கு ஜோடியா இன்னோரு IASஆபீஸரை பஹூரானியா ஆக்கிட்டிங்களே. அப்புறம் என்ன?" என்றாள்.

"பைலட் ஆபீஸருக்கு ஜோடியா வந்திரு. அப்பவும் பஹூ தானே. சோட்டி பஹூ" என்றார் பர்க்கா.

"ஓகே நான் ரெடி எப்ப திருமதி அமித் பாண்டேயா வரணும்னு சொல்-லுங்க மும்பை டூ டெல்லி ப்ளைட் பிடிச்சுடுறேன்." என்றாள் ஜானகி. இங்கே பக்கத்தில் காதை தீட்டி வைத்துக் கேட்டுப் புகைந்து கொண்டிருந்தான் ரகு-வீர்.

அங்கே பர்க்கா பேச்சைக் கேட்டு, ப்ரீநிதி ஜெர்க்கானாள் .மஞ்சு,மயூவும் ஒருவரை ஒருவர் பார்த்துக் கொண்டனர். அமுதன்,பாலன் இயல்பாக இருந்-தனர்.

அவர்களுக்கு ஜானகி எப்படிப் பேசுவாள் என்பது தெரியும் ஆதலால்.மேலும் சில விசாரிப்புகளுக்குப் பிறகு பர்க்கா தன் கணவரிடம் தொலைப்பேசியைக் கொடுக்க, "ஹேய் மேரே டார்லிங் மாமூ, எப்படி இருக்கீங்க" என்றாள் ஜானகி. இங்கே ஒருவனுக்கு அனல் மேல் விழுந்தது போல் இருந்தது.கூப்பிடற ஆட்கள் எல்லாம் டார்லிங் தான் என மனதில் ஜானகியை வைதான் ரகுவீர்.

"சூப்பர் டா மேரி ஸோனு " என்றார் பாண்டே.

"என்ன மாமூ, நான் இல்லாத நேரம் வந்திருக்கீங்க" என்றாள் ஜானகி.

"இப்ப என்ன, நீ இருக்க இடத்தில் வந்த பார்த்தால் போச்சு" என்றார் பாண்டே.

"வாங்க,வாங்க, சோட்டே பேட்டேவோட வாங்க. அப்பதான் பார்ப்பேன்" என்றாள் ஜானகி.

"ஏண்டா மும்பையில் சுயம்வரம் வைக்கப் போறீயா, பல்லா எல்லாம் சொல்லிட்டான்" என்றார் பூடகமாக.கன்னம் சிவந்தது ஜானகிக்கு என்னத்தைச் சொன்னாரோ என எண்ணியவள்

"மாமாஜீ, நீங்க பைலட்டோட வாங்க, அதே ஹெலிகாப்டரில் டெல்லி வந்துடுறேன். இந்த மும்பை உப்புக் காற்று ஒத்துக்கலை." என்றாள் ஜானகி.

"நிஜம்தானே சொல்லு,இப்பவே மாமா வந்து கடத்திடுவேன்" என்றார் பாண்டே.

"ஆமாம், ஆமாம் நீங்க தான் கடத்துறதுல எக்ஸ்பேர்ட் ஆச்சே, ருக்மணியை கிருஷ்ணன் கடத்த உதவுன அர்ஜுனன் மாதிரி கடத்தி விட்டீர்களே மலையூருக்கு." என ஒரு போடு போட்டாள் ஜானகி.

"அம்மாடி, இந்தப் பாண்டே மேல கருணைக் காட்டு, ரெட்டி மாமாகிட்ட பேசு அவன் பதில் சொல்லுவான்" என்று கொடுத்தார்.

"மருமகளே எப்படி இருக்க" என்றார் ராஜசேகரரெட்டி.

"வணக்கம் மாமையா, நல்லா இருக்கேன் ஃப்ரீ சிஸ்டர்ஸ், அத்தம்மா எல்லாம் நலமா "என்றாள் ஜானகி. "எல்லாம் நல்லா இருக்கோம், என்ன சொல்றாங்க ராத்தோட்ஸ்" எனக் குண்டு வீசினார் ரெட்டி.

"மாமையா " என அவள் பதற. "உங்க அப்பா,அம்மா பக்கத்தில் இல்லடா, நாங்க தான் உங்க அம்மா போன்ல கால் பண்றோம்" என்றார்.

"நான் உங்க கூடக் கான்ஃப்ரன்ஸ் கால் வர்றேன். ஒரு ஆள் என்னையவே முறைச்சு கிட்டே இருக்கு பின்னாடி, தெரியுதா உங்களுக்கு" எனக் கேட்டாள்.

"நல்லா தெரியுது. உங்கப்பன் வர்றான். அப்பறம் பேசுவோம்" எனக் கட் செய்தார் ரெட்டி.

அவள் போனை வைத்து விட்டு, அமிர்தா இருக்குமிடம் சென்றாள்."ராஜ், மஞ்சரி போட்டோ காட்டு" என்றாள். புவாஷா இருந்த படத்தை ஹைட் பண்ணியதால் தைரியமாகக் காட்டினான் ராஜ்.

சிருஷ்டி, ஷப்னம் கூப்பிடுவதாகக் கீழே சென்றுவிட்டாள்.

மயூரி,மஞ்சரி பட்டுச் சேலையில் பாந்தமாக இருந்தனர். மயூரி முகத்தில் ஒரு புதுக்களை இருந்தது.

"ஏண்டி ஜானி இதென்ன பெரியத்தான் இவளைக் கல்யாணம் பண்ணிக்கிட்டாறா?. இரண்டும் பாரு ஒரே மாதிரி பொண்ணு மாப்பிள்ளை மாதிரி "என அமிர்தா ஜானகி காதைக் கடித்தாள்.

"அவளுக்காவது வாய்க்கட்டும். அத்தை மகனோட ஜாலியா சுத்துறா பாரு. நீ இங்க கடந்து காயிற, என்னைய பாரு என்ன செய்யரதுன்னே தெரியாமல் சுத்துறேன், எல்லாம் தலையெழுத்து." என அழுத்துக் கொண்டாள் ஜானகி.

ராஜ் போட்டோக்களைக் காட்ட, ரகுவீர், பார்த்தான்.தன் தங்கையைப் பட்டுப் புடவையில் பார்த்தவனுக்குப் பூரிப்பு தாங்கவில்லை. "ஆமாம் காலையில், மந்திர் போறதாகச் சொன்னாள்" என்றான் ரகுவீர்.

"இந்தப் பொண்ணு யாரு ஜானி" என ராஜ் கேட்டான்."அப்பாவோட பிரண்டு மகள், பெயர் ப்ரீநிதி.mbbs பண்றா.ஹைதராபாத்" என்றாள் ஜானகி.

"அப்ப அமித் பாண்டே யாரு?" என்றான் ரகுவீர். ஜானகி அவனை முறைத்தாள்.

"இது பேட் மேனர்ஸ், நான் பேசும் போது ஒட்டுக் கேட்கறது" எனக் கோபம் கொண்டாள் ஜானகி.

"ஆமாம், ஆல் ஓவர் இந்தியா உனக்கு மாமாஜீ, அவங்களுக்கு இருக்கப் பசங்க கிட்ட இருந்த ப்ரபோஸல் வரும். ஒரே டிமாண்ட் தான் ஜானகி தேவிக்கு" என்றான் ரகுவீர் பட்டென.

"ஆமாம், அழகோடு சேர்ந்து அறிவாளிப் பொண்ணு எங்க கிடைக்கும் சொல்லுங்க" என்றாள் ஜானகி.

"ஆமாம் அதோடு நான் கட்டிக்கிறேன் ஷாதி பண்ணிக்கிறேன்னு, ஓப்பனா சொல்ற பொண்ணும் எங்க கிடைக்கும்" என்றான் ரகுவீர். சற்று முன் பாண்டே தம்பதியிடம் ஜானகி அமித் பற்றிப் பேசிய வார்த்தைகளை மனதில் வைத்துக் கொண்டு.

"ஏதோ உங்ககிட்ட வந்து ப்ரபோஸ் பண்ணின மாதிரி பேசுறீங்க. இல்லை எத்தனை பேரிடம் நான் ப்ரபோஸ் பண்ணி நீங்க பார்த்து இருக்கீங்க" எனக் கோவப்பட்டாள் ஜானகி.

"ஆகா என்கிட்ட ப்ரபோஸ் பண்ற ஐடியா வேற இருக்கா உனக்கு, தெரியும் உன்னை மாதிரி பொண்ணுங்க கடைசியில் எங்க வந்து நிப்பீச்கன்னு, ச்சே, எல்லாம் ஒரே குட்டையில் ஊறிய மட்டைகள். ஸ்வருவுடைய ஃப்ரண்டுன்னு நினைச்சது தப்பா போச்சு" என அவனும் யோசிக்காமல் அவள் மேலிருந்த பொசசிவ்னெஸ்ஸில் பேசினான்.

"பய்யா, ப்ளீஸ், நீங்க பார்த்த மற்றபொண்ணுங்களைக் கம்பேர் பண்ணி ஜானியை பேசாதீங்க. ஜானகி வேற யாரோ இல்லை. அவ நம்ம" என ராஜ் பேசி முடிக்கும் முன் இடையிட்ட ஜானகி.

" ராஜ் இது எனக்கும் உன் பய்யாவுக்கும் உள்ளது.இதல் நீ குறுக்க வராத. இன்னிக்கு உறுதியா தெரிஞ்சுக்குவோம், என் மேல் இவருக்கு இருக்க உயர்ந்த அபிப்ராயத்தை" என்றவள் ரகுவீர் பக்கம் திரும்பி,

"லுக் மிஸ்டர். ராத்தோட் நான் உங்க வீட்டில் தங்கி இருந்தால் உங்க அடிமை கிடையாது. நான் யாரிடம் பேசனும்னு எனக்குத் தெரியும். என் கேரக்டர் பத்தி நீங்க ஒன்னும் சர்டிபிகேட் பண்ண வேண்டாம்" என வார்த்தைகளைக் கொட்டினாள் ஜானகி.

அவளை முறைத்துப் பார்த்தான் ரகுவீர்," எங்க கம்பெனியில வேலை பார்க்கிற, ராத்தோட் மேன்சன்ல தங்கி இருக்கும் போது, நீ எங்க பொறுப்பு தானே, அப்ப தன்னால் எனக்கு ரைட்ஸ் இருக்குக் கேள்வி கேட்க," என்றான் ரகுவீர்.

"சரி ஃபைன், உங்களுக்கு என்னைப் பற்றி என்ன தெரியவேண்டும். நான் எப்படி இங்க ஜானகி சிவகுரு நாதனா வந்தேனோ, அதே மாதிரி தான் திரும்புவேன். எங்க அப்பா,அம்மாக்கு என் மேல் நம்பிக்கை இருக்கு. அதனால் தான் இங்க வரை அப்பிச்சு இருக்கிறார்கள்.அஸ் ஏ கம்பெனி எம்டி, உங்களுக்கு என் மேல நம்பிக்கை இல்லையென்றால் என்னை ட்ரைனில இருந்து ரிலீவ் பண்ணுங்கள். நான் உங்கள் கம்பெனி, ராத்தோட் மேன்சன் ஈவன், மும்பையை விட்டுப் போகவும் ரெடி " என்றாள் ஜானகி.

"ஜானி என்ன பேச்சு இது. கோவத்தில் பாதியில் விட்டுவிட்டு போறதுக்கு , எதற்கு MBA சேரனும். வந்த வேலை தான் முக்கியம் .உங்கள் மாஷாவை நினைத்து பாரு அவங்களுக்காகத் தானே இங்க வந்தே " என நினைவு படுத்தினான் ராஜ்.

"அதுக்காக செல்ப் ரெஸ்பெக்ட்ன்னு ஒன்று எனக்கு வேண்டாமா?, எப்ப பாரு உன் பய்யா, என் கேரக்டர் மேல சந்தேகப்படுகிறார். அன்னைக்கு நீயு-இயர் டே லையும் அப்படித் தான் பேசினார்.உண்டா இல்லையான்னு கேளு." என ரகுவீரை நேராக நோக்கினாள்.

"ஜானி பேசாமல் இருடி, உன்னை அவங்களுக்கு இரண்டு வாரமா தானே தெரியும். ஏதோ மிஸ் அண்டர் ஸ்டாண்டிங் கில் பேசி இருபாங்க." என அமிர்தா அவளைச் சமாதானம் செய்தாள்.

" ஆமாம் நீ என்னைய அடக்கு, என் கேரக்டர் பற்றி எப்படிச் சொல்கிறார், உனக்குக் கோபம் வந்து சொன்னியாடி, என் கஸின் அப்படி இல்லைன்னு, கஸினா கூட வேண்டாம் கூடவே இருக்கே இல்லை பிரண்டா, அதுக்காகவாவது கேட்கலாம். உனக்கும் என் கேரக்டர் அப்படித் தான்னு தோனுது போல, பேசாத நீ, உனக்குத் தான் இங்க வந்து புதுசா அண்ணன்லாம் கிடைச்சுறுச்சில்ல அதான் என்னைய மறந்துட்ட போடி" என அமிர்தா-

விடம் ரகுவீர் மேல் இருந்த கோபத்தைத் திருப்பியவள், அங்கிருந்த டெரஸ் ரூமிற்குள் போய்க் கதவை அடைத்தாள் ஜானகி.

ராஜ்,"ஜானி கதவைத் திற, தயவுசெய்து. நீ யாரென்று எனக்குத் தெரி- யாதா. பய்யா அந்த மீனிங்ல சொல்லலை.கதவை திறமா" எனக் கெஞ்சி- னான்.

"ராஜ், தயவுசெய்து என்னைய கொஞ்ச நேரம் தனியா விடு. நானே கொஞ்ச நேரத்தில் என்னைச் சமாளிச்சுட்டு வந்துக்குவேன்" என்றாள்.

அமிர்தா தான்,"விடுங்கண்ணா வீட்டையும் இப்படித்தான், யாரும் எதுவும் சொல்லக் கூடாது. அத்தை எதாவது சொன்னா, மாமாவையும் சேர்த்து வச்சு செய்வா.

ரகுவீர் அண்ணா, ஜானகி நெருப்பு மாதிரி அவளை அவ்வளவு எளிதாக யாரும் நெருங்க முடியாது. பல்லா அங்கிள், பண்டே அங்கிள் அவங்க பசங்க எல்லாரும் அவளுக்கு க்ளோஸ் ஃபேமலி ஃப்ரண்ட்ஸ்.

லாங் வெகேஸன் நேரத்தில், எல்லாரும் அவங்க ஆச்சி,மாமா வீட்டுக்கு போவாங்க, அத்தைக்கு, அதான் ஜானகி அம்மாவுக்கு அது போல் போக முடியாத சூழ்நிலை. எங்க மாமா, பிள்ளைகளுக்கு ஏன் அத்தைக்கே அந்த ஏக்கம் வரக் கூடாதுனு, அவங்க ஃப்ரண்ட்ஸ் வீட்டுக்கு அனுப்புவாங்க. அத்தை அவங்களை அண்ணன் முறை கொண்டாடுவதால்,இவள் மாமாஜீ ன்னு உறவுமுறை கொண்டாடுவாள்"என அமிர்தா நீண்ட விளக்கம் தந்தாள்.

ரகுவீர், தான் அவசரப்பட்டு வார்த்தையை விட்டோமோ என யோசித்- தான் .அவனின் வருத்தம் அவன் முகத்தில் தெரிந்தது.

ராஜ் மறுபடியும் சென்று "ஜானி, ப்ளீஸ் வெளியே வாடா, மஞ்சரி அனுப்பிய மற்ற வீடியோ எல்லாம் காட்டுறேன்" என்றான்.

அதற்கு அவ்விடம் பதிலில்லை.ரகுவீர் அழைத்தாள் திறப்பாளோ, என்- னவோ, மௌனமாக நேரம் கடந்தது. ரகுவீரும் வாயைத் திறப்பதாக இல்லை.

அமிர்தா தான் அவர்களைச் சமாதானம் செய்து, அவ்விடம் விட்டு நகர்த்தினாள். அவள் அறியாத ஜானியா ஏதோ ப்ளான் பண்ணிதான் ரூமில் அடைந்து இருக்கிறாள் என்று புரிந்து கொண்டவள்,

"வாங்க மொட்டைக் கோபுரத்து முனி இறங்கவும் அதுவே வரும்னு எங்க ஆச்சி சொல்லுவாங்க.அது மாதிரி வருவாள்" என ராத்தோட் ப்ரதர்ஸ்ஐ கூட்டிச் சென்றாள்.

ரகுவீருக்கு மனசே இல்லை. அவள் மேல் கோபமும் இருந்தது, ஆதங்- கமும் இருந்தது. ராட்சஸி என மனதில் திட்டிக் கொண்டான். ஹாலில் வந்து எல்லாரும் அமர, கஜேனும் அமரேனும் ஜானகியைக் கேட்டனர்.

"அமிர்தா கூடச் சண்டை போட்டு டெரஸ்ல உட்கார்ந்து இருக்கா" என ராஜ் சொன்னான் ரகுவீர் பேரை எடுக்காமல்.

"அவளை அப்படியே விட்டுட்டு வந்துட்டிங்களா நீங்க, சண்டை போட்டா சமாதானம் பண்ணனுமா இல்லையா." என்ற கஜேன் நான்

போறேன் காற்று வாங்கியும் ரொம்ப நாள் ஆச்சு என லிப்ட் ஏறப் போனார்.பய்யா நானும் வரேன் என அமரேனும் சேர்ந்து போனார்.

ரகுவீருக்கு தான் எதுவும் புரியவில்லை. யாரிடமும் ஒட்டாத கஜேன் சாச்சாஷாவே ,இவளைத் தேடி ஓடுகிறார்.இவள் என்ன மோகினியா, தேவதையா,என மனதில் அதிசயித்தான். இல்லை இல்லை இது ஒரு குட்டி பிசாசு என நினைத்துக் கொண்டான். ரூமில் அடைத்து உட்கார்ந்தவள்,ரகுவீர் மேல் கோபம் இருந்தாலும் அதைப் பொருட் படுத்தவில்லை. பாண்டேவுக்கும், ரெட்டிக்கும் கான்ஃப்ரன்ஸ் கால் போட்டாள்.

அவரும் ஹலோ,ஹலோ என ஆளுக்கு ஒரு பக்கம் போனைப் பிடித்துச் சென்றனர்.சிவகுருவுடன் அமர்ந்து பேசிக் கொண்டு இருந்தவர்கள்.

"மாமாஜீ, சத்தம் வரலையா" எனக் கேட்டாள் ஜானகி.

"உங்கப்பாவுக்குக் கேட்காத தூரம் எப்படி வர்றது அதுக்குத் தான் ஆக்டிங்". என்றார் பாண்டே.

"ஜானகி, நாங்க உங்கப்பா அம்மாவை கூட்டிக்கிட்டு இன்னும் ஐந்து நாளில் ஹேமந்த் அண்ணன் மகள் கல்யாணத்துக்கு,உதய்பூர் வர்றோம். நீ செய்ய வேண்டியது ராத்தோட்ஸ் எல்லோரும் அங்க வரனும். உன் மூனு மாமன்கள் அவர்கள் பையன்கள், உங்க நானா,நாநி எல்லாரும் அங்க வர்ற மாதிரி ப்ளான் பண்ணு. இதில் தான் உங்க அம்மாவை அவங்க வீட்டோட சேர்க்கனும்" என்றார் ரெட்டி.

"மாமையா, பிரச்சனை ஒன்னும் வந்துடாதே" எனக் கேட்டாள் ஜானகி.

"கலகம் பிறந்தால் தான் நன்மை கிட்டும். கூட்டிட்டு வா அந்த மாமன்களா,இந்த மாமன்களான்னு பார்த்திருவோம்" என்றார் பாண்டே.

"எனக்கென்னமா இவங்க எல்லாம் அம்மா மேல் பாசமா இருக்க மாதிரி தோனுது.பிரச்சினை உதய்பூர்ல தான்னு தோனுது" என்றாள் ஜானகி.

"ஆமாம்டா, அதுக்குத் தான் அங்கே போகப் போறோம்" என்றார் ரெட்டி.

"ரொம்பக் கஷ்டம் மாமாஜீ , உங்க கிட்ட பேசறதுக்கே ஒரு ஆளு பயங்கரமா முறைக்குது. இன்ன கேள்வின்னு இல்லை. எங்க உன்மையைச் சொல்லிட்டு போங்கடான்னு வந்துருவோம்னு தோனுது" என்றாள் ஜானகி.

"ஜானிம்மா, இன்னும் கொஞ்சம் பொறுமையாக இரு. இப்ப தெரிஞ்சது சொத்துக்கு வந்திருக்கன்னு சொல்லுவாங்க. கீளின் செக்காக அம்மா அவங்க பிறந்த வீட்டுக்கு போகனும்" என்றார் பாண்டே.அதற்குள் கதவு தட்டும் சத்தமும், மாமாக்களின் குரலும் கேட்டது.

"மாமாஜீ, இங்க மாமாஷா இரண்டு பேர் கதவை தட்டுறாங்க.நான் கோபமா இருக்கேன். அதுக்குத் தான் சமாதானம் செய்ய வந்திருக்காங்க" என்றாள் ஜானகி.

"சுலபமா இறங்கிடாத,வச்சு செய்யீ ,உன் மாமன்களை" என்றார் ரெட்டி.

"டன்,மாமையா, நீங்க சொல்லி,உங்கள் பேச்சைத் தட்டுவனா" என்றாள் ஜானகி.

ஜானி,ஜானகி,எனக் கதவைத் தட்டிக் கொண்டிருந்தனர். சீனியர் ராத்-தோட் ப்ரதர்ஸ். ஜானகி மெல்ல வந்து கதவைத் திறந்தாள். முகம் கழுவி வந்திருந்தாள். அவள் வாடிய முகம் பார்த்து, அமரனுக்குப் பொறுக்க முடி-யவில்லை.

"ஏண்டா, இப்படி க்ரை பேபி, ஃபேஸ். இது நல்லாவே இல்லையே" எனச் சொன்னார் அமரேன்.

"உன்னைய யாராவது ஏதாவது சொன்னாங்களா?" என்றார் கஜேன்.

"அதை விடுங்க அங்கிள் பேசி என்ன ஆகப் போகுது." எனச் சோக-மாகச் சொன்னாள் ஜானகி.

"அப்ப இங்க தான் ஏதோ,அம்ரூகிட்ட சண்டைனா அவ இல்லை அழுவா?" என ஆராய்ந்தார் அமரேன்.

"ராஜ், ரன்வீர் யாருன்னு சொல்லு" என்றார் கஜேன்.

"ம்கூம்,வேண்டாம் அங்கிள்,உங்கள் ஒற்றுமையான குடும்பத்தில் என்-னால் பிரச்சினை வேண்டாம். பாஸ் திட்டுனா பொறுத்துக்கனும். என்ன பண்ண சர்டிபிகேட் வேணுமே. இல்லைனா டிகிரி வாங்க முடியாது. அதுவும் இல்லைனா யாரு நம்மை மதிப்பாங்க" எனச் சோக கீதம் பாடினாள் ஜானகி.

"உன்னைய ஒருத்தன் திட்டினா அவனுக்கும் அறிவில்லை, அவன் குடும்பத்துக்கும் அறிவில்லைனு அர்த்தம்" என்றார் கஜேன்.

"அதான் தெரியுமே"என முணுமுணுத்தவள்."அங்கிள் அப்படிச் சொல்-லாதீங்க, நீங்க வேணா உங்களைத் திட்டிக்கலாம், ஆனால் அதைக் கேட்க எனக்குத் தான் கஷ்டமா இருக்கும் " என்றாள் ஜானகி.

கஜேன் முழித்தார் "அப்பத் திட்டினது. ரகுவி யா?" என்றவர்.

"அவனுக்குப் பொண்ணுங்கன்னா வெறுப்பு, அதுனால அப்படித் திட்டி இருப்பான். நீ கவலை படாத நான் சொல்லி வைக்கிறேன் "என்றார் கஜேன்.

"பரவாயில்லை அங்கிள்நீங்க இரண்டு பேரும் என்கிட்ட பாசமா இருந்தா அதுவே எனக்குப் போதும்" என்றாள் ஜானகி.

"மாமூ, உங்க நேடிவ் எது" என்றாள் ஜானகி.

"நாங்கள் மார்வாடி, உதய்பூர். அங்க தான் ஹவேலி இருக்கிறது" என்-றார் அமரேன். "அதென்ன ஹவேலி" என ஜானகி கேட்க.

"அரண்மனை மாதிரி இருக்கும்" எனக் கஜேன் சொன்னார்.

"என்னைய அங்க கூட்டிட்டு போறீங்களா" எனக் கேட்டாள் ஜானகி.

"ஒரு ஷாதி கூட வருது , நம்ம மஞ்சரிக்கு கஸின், ஆனால் பாபுஷா,மாஷா வர மாட்டாங்க. " என்றார் கஜேன்.

"அங்கிள்,ப்ளீஸ் கூட்டிட்டு போங்க.எனக்கு ஹவேலி, ஒட்டகம் எல்லாம் பார்க்கனும்" என்றாள் ஜானகி. "பார்க்கலாம் " என்றவர்கள்.

வெகு நாள் கழித்து,அந்த முன் இரவு காற்று,நிலவு எல்லாவற்றையும் ரசித்தனர். ஜானகி, அவர்களுடன் சிரித்துப் பேசி கதை அடித்துக் கொண்டிருந்தாள். அமரேன் போனில் டோட்டல் குடும்பத்தையும், மொட்டை மாடி டின்னருக்கு அழைத்தார்.

"இன்றைக்கு என்ன ஸ்பெஸல், டெரஸ்ல டின்னர்" என்றபடி எல்லாரும் வந்து சேர்ந்தனர். எல்லோரும் நன்றாக என்ஜாய் செய்தனர் அந்தச் சூழ்நிலையை.

ரகுவீர் மனதில் நினைத்தான்.'நேற்று என்னைய ஏற வச்சா மாடிக்கு, இன்னைக்கு முழுக் குடும்பத்தையும் டெரஸ்க்கு ஏத்திட்டாள். வசதி இருந்தும் அதை அனுபவிக்க முடியாமல் பறந்து கொண்டிருந்தோம். இது புதுவித உணர்வு. எல்லாம் இந்தக் குட்டி பிசாசு பண்ண வேலை. எல்லார்கிட்டையும் நல்லா பேசுறா, என் கிட்ட மட்டும் சண்டை கட்டி ஏறுறா. இவளை நான் ஏதாவது சொன்னா, எனக்கே தாங்க முடியலை. என்னையவே என்மேல் கோவப் பட வைக்கிறாளே? அடிப் பாவி,அரை மணியா, நானே என்னை நொந்தக்குற மாதிரி இப்படிப் புலம்ப விட்டுட்டாளே' என ரகுவீர் மனதில் குமுறினான்.

அவளும் ரகுவீரை கண்டு கொள்ளவே இல்லை. சரியான கோபத்திலிருந்தாள். அவன் பக்கம் மறந்தும் திரும்புவது இல்லை.சிருஷ்டி தான் ரகுவிக்குத் தேவையானதைத் தேடிதேடி பரிமாறினாள். ஜானகிக்கும் தன் மாமன்களுடன் பேச நிறைய விசயம் இருந்தது.

உதய்பூரைப் பற்றி, அங்கிருக்கும் ஹவேலிகளைப் பற்றி, அதில் வரையப் பட்டிருக்கும், சித்திரங்களைப் பற்றி என வாய் ஓயாமல் பேசிக் கொணாடிருந்தாள் ஜானகி. அமிர்தாவையும் தவிர்த்தாள். அதிலிருந்து முனி இன்னும் இறங்க வில்லை என்பதை அறிந்தாள் அமிர்தா.

ஜானகி பேசிப்பேசி உதய்பூர் செல்லும் ஆவலை அவர்கள் மனதில்விதைத்தாள். நேரம் கடந்து கொண்டிருக்க தூங்குவதற்காக எனப் பெரியவர்கள் கிளம்பினர். ஜானகியும், கஜேனுடன் கீழே இறங்கினாள்.

கீழ் தளத்துக்கு வந்தவள், தன் நாநிஷா காலைப் பிடித்துக் கொண்டு இருப்பதைப் பார்த்து, காலுக்கு, ஆயில் தடவி விட்டாள். உதய்பூர் பற்றி அவரிடமும் பேசினாள். அவர் கோபமாக மறுத்தார்.

" நாநிஷா நம்ம ராஜ்காகப் பார்க்கனும்ல, அவன் பாவம் தானே அப்புறம் மஞ்சரி வீட்டில் என்ன மரியாதை இருக்கும். மஞ்சரியும் கல்யாணம் பண்ணி வந்து எப்படி எல்லாரோடும் ஒட்டுவாள்." என மூளைச் சலவை செய்தாள் ஜானகி. பின்னர் ரகுவீர், அமிர்தா வரும் சத்தம் கேட்டு நாநியிடம், ஏதோ சொல்லி விட்டு ரூமிற்குள் சென்று படுத்து விட்டாள்.

மனதின் வார்த்தை -30

நாம் பேசும் வார்த்தைகள் நம்மிலிருந்து உருவாவது தான். உள்ளத்தில் அடங்கி இருக்கும் உணர்வு குவியலைச் சொல்லால் வடிக்கும் போது அதிக கவனம் தேவை, இல்லையேல் பின்னாளில் வருந்த வேண்டியது வரும்.

"தீயினால் சுட்ட புண் உள் ஆறும்,
ஆறாதே நாவினால் சுட்டவடு".

நல்ல இனிமையான வார்த்தைகள் பேசுவதால், ஒரு காரியம் நடந்தேறும் எனும் போது, கடுமையான வார்த்தைகள் எதற்கு, அவற்றிற்கு அங்கு என்ன வேலை.

இந்த வாக்கியங்களுக்கான அருமை, பேசிய பின்னே புரிகிறது. ஆனாலும் இந்த உணர்ச்சி வசப்படல் என்பது மோசமான ஒன்று,அறிவை மயக்கி தன் வேலையைச் சாதித்துக் கொள்ளும். இங்கும் நம் நாயகன், உணர்வு தந்த வேகத்தில் உளறிவிட்டு, இப்போது தூக்கம் இல்லாமல் தவிக்கிறான்.

ஜானகி, உதய்பூர் பயணத்துக்கான திட்டமிடலில் இருந்தாள். 'எல்லாரையும் சமாளித்தாலும், இந்த கட்வா வருவது சிரமம்.இன்னைக்கு என்னை என்னவெல்லாம் சொல்லிவிட்டான். ப்ரபோஸ் பண்ற ஐடியா வேற இருந்துதான்னு கேட்கிறான். இவரு பெரிய மன்மதன், ராஜா மகாராஜா, இவருக்காக ஏங்குறோமா என்ன? என ஒருபுறம் ஆத்திரப்பட்டாள், ஏண்டி உன் மனசில் ஆசை இல்லை?' என மனசாட்சி கேட்டது.

ஆமாம் எப்ப பார்த்தாலும் இப்படி சந்தேகப் படுபவனைக் கட்டிக்கிட்டு என்ன பண்றது. அதுக்கு சாமியாரினியா போய்டலாம். என்றது ஜானகியின் ஒரு மனம்.

ஆமாம் சாமியாரு நீ, நித்யானந்தாகிட்ட சாமியாரினியா போகக்கூட உனக்கு உனக்குப் பொறுமை கிடையாது என்றது மனசாட்சி. ஆமாம் கருமம் சை .இது என்னடா வாழ்க்கை இந்த மாதாஜியை அவங்க அம்மாவோட சேர்த்து வச்சிட்டு யார் கண்ணுளையும் படாமல் யாருமில்லாத தீவுலை போய் உட்காரனும் .என மனதில் நினைத்தாள் ஜானகி. இந்த எண்ணத்துக்கும் ததாஸ்து(அப்படியே ஆகட்டும்) சொல்லிச் சென்றனர் அஷ்டதிக்கு பாலகர்கள்.

இப்படி இவள் உழன்று கொண்டிருந்த போது, இரவு பத்தரை மணிக்கு, ராமிடம் இருந்து போன் கால் வந்தது. ஜானகி பயந்துதான் போனை எடுத்தாள்.

"ஹலோ ராம் ஆர் யூ ஓகே" என்றாள் பதட்டமாக. அந்தப் பக்கம் ராமின் பதில் குரல் "ஜஸ்ட் லிசன்" என ஹஸ்கி வாய்சில் கேட்டது.

அங்கு ராகேஸ் ரெனாவத் யாரிடமோ பேசும் குரல் கேட்டது. அது ஒரு டிஸ்கஸன் போல் இருந்தது. ராத்தோட் க்ரூப், ஸ்வர்னி மில்ஸ்

எனப் பேச்சு அடிபடவும், அதனை ரெகார்ட் செய்தாள் ஜானகி.

ராம் தான் இவளுக்கு தெரியப்படுத்த, போன் செய்துள்ளான் என்பதை யூகித்தாள்.அவள் கேட்ட விசயம், சரியாக விளங்க வில்லை. இருந்தும்

முழுதும் ரெகார்ட் செய்தவள், சிறிதும் தன்னையோ தன் கேரக்டர் பற்றி ரகு-வீர் சொன்னதையோ பொருட்படுத்தாமல், அவனதுஅறைக்கு இரவு உடை-யுடன் சென்றாள் ஜானகி.

ஜானகி, ரகுவீர் ரூம் பெல்லை அழுத்தினாள் அவன் தூங்காமல் புரண்டு கொண்டு இருந்ததால் உடனே எழுந்து வந்தான். அவர்கள் வீட்டில் எமஜென்சி எனில் இன்டர்காமில் முதலில் செய்தி வந்து விடும், எனவே இது என்ன புதிதாக பெல் சத்தம் என நினைத்தவன் விரைவாக கதவைத் திறந்தான்.

கதவைத் திறந்தவுடன் எதிரே ஜானகியைக் கண்டு அதிர்ச்சி, மகிழ்ச்சி அடுத்து குழப்பம் எல்லாம் வந்தது அவனுக்கு.

ஜானகி, "நான் உங்களை மயக்கவோ, ப்ரபோஸ் பண்ணவோ வரலை. நீங்க அப்படி பேசின பிறகு உங்கள் முகத்தில் முழிக்கக் கூடாதுன்னு தான் நினைச்சேன். மேட்டர் வெரி அர்ஜெண்ட்" என்றாள்.

அவன் பேசாமல் கையைக் கட்டிக் கொண்டு நின்றான், வேற என்பது போல். அவன் ஆட்டிட்யூட் அவளுக்கு எரிச்சல் தந்தது.

"Md,sir கேட்கிற மூடல இருக்கீங்களா, நான் தான் பேவகூஃப் கைகி இப்படி வந்து நிற்கிறேன்." எனத் தன் தலையில் அடித்துக் கொண்டாள்.

அவனுக்கு அவள் செயல் விளங்க வில்லை. உண்மையில் அவளிடம் மன்னிப்பு கேட்கத் துடித்தவன்,அவனது ஈகோ தடுக்க எப்படி ரியாக்ட் செய்-வது எனத் தெரியாமல் நின்றான்.

அவள் இவனிடம் பேசுவது முடியாத காரியம் என்று, ராஜின் அறை-யைத் தட்டச் சென்றாள். அதனை உணர்ந்தவன், அவள் முன்னே குறுக்கச் சென்று நின்றான். ஜானகி பல்லைக் கடித்து, கோபத்தைக் கட்டுப் படுத்தி நின்றாள்.அவன் இன்னும் அவளிடம் என்ன வென்று கேட்டான் இல்லை. அவளையே பார்த்துக் கொண்டு நின்றான்.அவள் திரும்பிப் போக முயன்-றாள்.

"சொல்றதுக்கு ஏதாவது இருந்தால் தான் சொல்லியிருப்பாயே" என்றான் ரகுவீர் கோபமாக.அவள், அவன் பக்கம் திரும்பி அவன் முகத்துக்கு நேராக, அந்த ரெகார்டட் ஆடியோவை ஆன் செய்தாள்.

அதில் ராக்கேஸ் பேசிக் கொண்டிருந்தான். இன்றைக்கு நைட் ராத்-தோட்ஸ், சிஷ்டத்துக்குள்ள புகுந்து ஹேக் பண்ணுங்க, இன்னும் ஒரு மாசத்-துக்கு எந்திரிக்கக் கூடாது. என்று ஆர்டர் கொடுத்துக் கொண்டிருந்தான்.

அதைக் கூர்ந்து கவனித்து" உனக்கு இது எப்படி வந்தது " என்-றான்."ராம் அத்தான் அனுப்பினார்" என வேண்டுமென்றே அத்தானில் அழுத்தம் கொடுத்தாள்.

அவன் அதை அலட்சியம் செய்து, "எனக்கு ஃபார்வேர்ட் பண்ணு" என்றான். "நம்பர் சொல்லுங்கள்" என்றாள் ஜானகி."உன்கிட்ட இல்லையா" எனக் கேட்டான் ரகுவீர்."அனாவசியமா தேவை இல்லாத நம்பரை சேவ்

பண்ற பழக்கம் இல்லை" என்றாள் வன்மத்துடன்.

அவள் ,அலைப்பேசியைக் கையிலிருந்து பிடுங்கி, இயக்கப் போனான். அது பாஸ்வேர்ட் கேட்டது.

"பாஸ் வேர்ட் சொல்லு " என்றான்.

"அது வெர்பல்,என்கிட்ட குடுங்க" என்றாள் ஜானகி.

அவன் கையில் பிடித்தவாறு, அவள் வாய்க்கு முன் நீட்டினான்.அவள் பேசாமல் இருந்தாள்.அவன் "இதுக்கெல்லாம் நேரமில்லை க்விக்" என்றான்.

"இவன் கிட்டப் போய் ப்ரபோஸ் பண்றாங்க மண்ணாங்கட்டி, உன்னை-யெல்லாம் கட்டிக்கிறதுக்கு, பாழுங்கிணத்துல விழுந்து தற்கொலைப் பண்-ணிக்கலாம். கட்வாகைகா" என்றாள் ஜானகி.

சத்தியமா நம்புங்கள் இது தான் அவளின் வாய்வழிச் சொன்னாள் திறக்-கும் மொபைல் பாஸ்வேர்டு. ரகுவீர் அதிர்ச்சியாகப் பார்க்க மொபைல் ஓப்-பனானது.அவன், தன் நம்பரை அதில் தேட ,நிஜமாகவே இல்லை. அவள் பொய் சொல்லியிருப்பாள் என்று நினைத்தவன், உண்மையில் டெலிட் செய்-திருந்தாள் என்ற எண்ணமே அவனுக்கு ஏமாற்றமாகவும், வருத்தமாகவும் இருந்தது. ஆனால் அவன் அறியாத ஒன்று ஜானகி அவன் மொபைல் எண்ணை மனதில் அச்சடித்து வைத்திருந்தாள் என்பது.

"ஏதாவது எமர்ஜென்சி வந்தால், என்ன பண்ணுவ இப்படி டெலிட் பண்-ணிவச்சிருக்க " என ஆதங்கப்பட்டபடி , தன் எண்ணை அதில் பதிவு செய்-தான்.

"உங்கள் கம்பெனி பிரச்சினை, அதனால் தான் உங்ககிட்ட வந்தேன். என் பிரச்சினைனா, நானே பார்த்துக்குவேன். அன்னைக்குத் தான் என் வாழ்க்கையின் கடைசி நாளாக இருந்தாலும் உங்க கிட்ட வரமாட்டேன்" என்றாள் ஜானகி துடுக்காக.

ஜானகியின் வார்த்தைகள் அவனைக் காயப்படுத்தின. கோபத்தில் அவள் தாடையை அழுத்திப் பிடித்தான். "இனி ஒரு வார்த்தை இப்படிப் பேசின, நல்லதுக்கு இல்லை, ஆமாம் சொல்லிட்டேன்" என்று அவள் கண்களைப் பார்த்து கடுமையாக எச்சரித்தான் ரகுவீர்.

ஜானகிக்கு மறுவார்த்தை பேசத் துணிவு வரவில்லை, ரகுவீர் கண்கள் அவளைப் பேச விட வில்லை. மௌனமாகத் தலைக் குனிந்தாள்.

ரகுவீர் மொபைலில் தன் சாசாஷா கஜேனை அழைக்கப் போனான், ஜானகி, அவன் கையைப் பற்றி, அவர் மாத்திரைப் போட்டுத் தூங்குவார் எழுப்பாதீங்க" என்றாள்.

"எங்களுக்குப் பிஸ்னஸ்க்கு அப்புறம் தான், தூக்கம் சாப்பாடு எல்லாம், என்றபடி இரண்டு சாசாஷாக்களையும், ராஜையும் ஆபீஸ் ரூமுக்கு வரச் சொன்னான்.

ஜானகி, "நீங்க ஃபேமலி மீட் பண்ணுங்க, நான் வர்றேன்" என அறைக்-குச் செல்லத் திரும்பினாள்.

""நீயும் வா, என் கூட " என லிப்டில் நுழைந்தான் ரகுவீர்.

ஆபீஸ் ரூமில் இருவரும் காத்திருக்க, முதலில் ராஜ்ஜூம்,பின்னாடியே கஜேன் அமரேன் வந்தனர்.அங்கே ஜானகியுடன் ரகுவீரை பார்க்கவும், அமரேன் தான் பதறினார் தன் தீதீஷாவை நினைத்து.

ரகுவீர், அவர்களின் டென்ஷனை ஏற்றாமல் சட்டென விசயத்தைச் சொன்னான்.

"அவன் என்ன சொன்னாலும் திருந்த மாட்டான் போலயே" என்றார் கஜேன்

"இது போல ஏற்கனவே நடந்து இருக்கா, அங்கிள்" என்றாள் ஜானகி.

"ஆமாம் அவன் எங்க ஊர்க்காரன். எங்க தாதிஷாவுக்குச் சொந்தக்காரன் அவன் பர்தாதாஷா, எங்க வீட்டில் பல தலைமுறையா ரிஸ்தா வச்சு இருந்தாங்க, எங்க தீதீஷாவை கேட்டு, நாங்க மறுத்து அத்தை வீட்டுப் பக்கம் ரிஸ்தா பக்கா செய்தோம்,ஆனால் அதுவும் நடக்கலை. இவர்கள் கொஞ்சம் முரட்டுக் குணம் உடையவர்கள்." என்றார் கஜேன்.

ரகுவீர், அதற்குள் சிஸ்டம் செக்யூரிட்டியை அழைத்து இருந்தான்.ரகுவீர் விசயத்தைச் சொல்ல "சார்,ஆன்லைனில் இருங்கள் நான் செக் பண்றேன் " என்றான் அந்த ஆள்.

"சார் பிங்கர் பிரிண்ட் "என்றவுடன், ரகுவீர், கஜேன்,அமரேன் மூவரும் வைத்தனர். ஒரு பத்து நிமிட காத்திருப்புக்குப் பின்

"யெஸ் சார், சம்படி ட்ரைட். பட் நீங்க இந்த நேரம் எச்சரிக்கை பண்ணினது நல்லதாப் பேச்சு. இன்னும் ஒரு ஒன் ஹவர் சார். நான் ப்ரோக்ராம் செய்துட்டு கூப்பிடுகிறேன், உங்கள் மூன்று பேர் பிங்கர் பிரிண்ட் வேண்டும்" என்றான் .

ஜானி அந்த ஆடியோவை ப்ளே செய் கேட்போம் என்றான் ராஜ் அவள் தொலைப்பேசியை எடுத்தபடி. ரகுவீர் வேகமாக,"நோ, அவள் போன் வேண்டாம் நான் ப்ளே பண்றேன்" என்றான்.

ஜானகிக்கு சிரிப்பு வந்தது. 'அது,அந்த பயம் இருக்கட்டும்' என்று மனதில் சொல்லி, கண்களில் அதைக் கொண்டு வந்தாள்.

ரகுவீர் கோபத்தில் பல்லைக் கடித்தான் தாடை இறுக, குட்டி பிசாசு என அவளின் நாமகரணத்தைப் பாராயணம் செய்தான்.

அதற்குள் அவனுக்குப் போன் வந்தது. "ஜானகி நீயே போடுமா" என்று அமரேன் சொன்னார். ரகுவீர் பேசி முடித்து வரவும் இவள் வெர்பல் கடவுச்சொல்,"

"இவன் கிட்டப் போய் ப்ரபோஸ் பண்றாங்க மண்ணாங்கட்டி, உன்னையெல்லாம் கட்டிக்கிறதுக்கு, பாழுங்கிணத்துல விழுந்து தற்கொலைப் பண்ணிக்கலாம். கடவா கைக்கா" என்றாள் ஜானகி. மூவரும் சூழல் மறந்து சிரித்தனர் "இது யாருமா உங்கிட்ட மாட்டின அப்பாவி" என்றார் கஜேன்.

"இல்லை அங்கிள்,இது தமிழ்ப் பட டயலாக், நான் தான் ஹிந்தியில் டப் பண்ணிப் பேசிப் பார்த்தேன்" என்றாள் ஜானகி.

ரகுவீர் மட்டும் அவளை முறைத்த வண்ணம் இருந்தான். ராஜுக்கு புரிந்தது. ரகுவீரைப் பார்த்த வண்ணம் ரகசியமாக சிரித்தான்.

"நல்ல பொண்ணுமா நீ" என மற்ற இருவரும் சிரித்தனர்.

"பாபூ, அவளோட மொபைலை வேற யாராவது தொட்டா,ஓப்பன் பண்ணுனா இன்னோன்னு வரும், பயந்துறாதீங்க" என்றபடி அவர்களிடம் காட்டினான்

"ஜானகி, சந்திரமுகியாக மாறி, அருவாள் வைத்து வெட்டுவது, சதக் என ரத்தம் தெறிப்பது "-வந்தது.

இரண்டு சாச்சாக்களும்,ps.வீராப்பா போல் சிரித்துக் கொண்டிருந்தனர்.

"இது மாதிரி ஏதாவது போட சொல்லு ரகுவி, ஹேக் பண்றவன் ஷாக் ஆகனும்" என்றார் அமரேன்.

'குட்டி பிசாசு,எல்லாத்தையும் இவள் வழிக்குக் கொண்டு வந்துடுவாள்' என மனதில் திட்டினான் ரகுவீர்.

"ஏம்மா இந்த ஆடியோ எப்படி உனக்கு வந்தது " எனக் கேட்டார் கஜேன்.

"என் அத்தான் ஒருத்தர் அந்த ராக்கேஸ்க்குப் பிஸ்னஸ் பார்ட்னர்" என்றாள் ஜானகி. அது என்ன "அத்தான்" என இருவரும் கேட்டனர்.

"அமிர்தாவுக்குச் சித்தப்பா மகன் எங்க ஊரில் மில் வச்சு இருக்காங்க. எனக்கு அத்தை மகன் முறை" என்றாள் ஜானகி.

"அப்ப மாப்பிள்ளை ரெடி" என்றார் அமரேன்.

"ராம் வேற பொண்ணோட எங்கேஜ்டு" என்றான் ரகுவீர்.

"அப்ப இனிமே தான் மாப்பிள்ளை தேடனுமோ" என்றார் கஜேன்.

"அப்பா நான் ஊருக்கு வரும் போது மாப்பிள்ளை ரெடியாக இருக்கும்னு சொல்லியிருக்காங்க" என்றாள் ஜானகி.

"நீ பார்க்க வேண்டாமா?" என்றார் அமரேன்.

"அப்பாவே எனக்குப் பிடிச்ச மாப்பிள்ளை தான் பார்ப்பார்" என்றாள் ஜானகி.

"அவ்வளவு நம்பிக்கை, வாக்கு குடுத்துட்டு மாட்டிக்கா தடா ஜானி" என்றார் அமரேன்.

"நீங்க என்ன பண்ணுவீங்க மாமூ, மயூ யாரையாவது லவ் பண்றேன்னு சொன்னாள்னா?" எனக் கேட்டாள் ஜானகி.

நானும் மயூக்கு பிடிச்ச மாப்பிள்ளை தான் பார்ப்பேன்" என்றார் அமரேன்.

"சமாளிக்கிறீங்க,நேரடி பதில் சொல்லாமல்" என்றாள் ஜானகி.

சிஸ்டம் செக்யூரிட்டி டீமிடம் இருந்து ரகுவீருக்கு போன் வந்தது.

"Mr.ராத்தோட், நாங்கள் உங்கள் கம்பெனி மென்பொருட்களின் பாதுகாப்பை இன்னும் ஸ்ராங் பண்ணியிருக்கோம். யாராவது ஹேக் பண்ண ட்ரை பண்ணா, அவர்களுக்கு டேமேஜ் அதிகமாகும். திருப்பி நீங்க ஃபிங்கர் ப்ரிண்ட் வையுங்கள், 100 சதவீதம் பாதுகாப்பு ஆகும்" என்றனர். ரகுவீர், கஜேன்,அமரேன் ஃபிங்கர்ஸ் வைக்க, வேலை முடிந்தது.

"ஜானகிக்குத் தான் நன்றி சொல்லனும், இவ்வளவு பெரிய ஆபத்திலிருந்து தப்பிச்சு இருக்கோம். எவ்வளவு லாஸ் ஆக வேண்டியதை காப்பாற்றிக் கொடுத்து இருக்கிறாள் " எனக் கஜேன் சொல்லிவிட்டு, ஜானகியைப் பார்த்து

"ஏதோ விட்ட குறை, தொட்ட குறை தான்டா நீ இங்க வந்தது. நன்றிங்குற வார்த்தை கூடச் சின்னது தான். இருந்தாலும் சொல்றேன், தேவதைப் போல வந்த மகளே நன்றி." என்றார் கஜேன்.

"உனக்கு என்ன கைமாறு செய்யப் போறோம்னு தெரியலை, சொல்லுடா உன் ஆசை என்ன?" என்றார் அமரேன்.

"மாம்ஸ், உங்களுக்குத் தெரியாததா என்ன எனக்கு வேற ஒண்ணும் வேண்டாம், எனக்கு உங்க ஃபேமலியோட உங்க சொந்த ஊர் பார்க்கனும், கூட்டிட்டு போறீங்களா?" என்றாள் ஜானகி.

"இதென்னடா கேள்வி, கட்டாயம் போவோம், எல்லாரையும் சம்மதிக்க வைக்கிறது என் பொறுப்பு " என்றார் அமரேன்.

"சாசாஷா ரொம்ப நேரம் ஆகிறது போய்ப் படுங்கள் " என்றான் ரகுவீர். "சரி வாம்மா ஜானகி போகலாம்" எனக் கூப்பிட்டார் கஜேன். அவருடன் அவளும் சேர்ந்து நடந்தாள்.

ரகுவீர் ராஜைப் பார்க்க "பாபூ, நீங்க போங்க, ஜானி கிட்ட சில விசயம் கேட்க வேண்டியது உள்ளது" என்றான் ராஜ்.

"எனக்குத் தூக்கம் வருது அங்கிள், நிற்கவே முடியலை போகலாம்" என்றாள் ஜானகி.

"போய்ப் படுங்கடா, ரொம்ப நேரம் ஆச்சு அவளும் பாவம் தூங்கட்டும். நீ வாம்மா எதா இருந்தாலும் நாளைக்குப் பார்த்துக்கலாம்" என்றார் கஜேன்.

இந்தச் சாசாஷா, அன்பும் அதீத தொல்லை தான் என மனதில் நினைத்தான் ரகுவீர்.

"சாசாஷா, ஒரு முக்கியமான விசயம் ஒரு ஐந்து நிமிஷம், அனுப்பிடுறேன்" என ரகுவீர் சொன்னான்.

"சரிமா, சீக்கிரம் வந்துடு" என அவர் முன்னே போக ரகுவீரை திரும்பி முறைத்தவள்,

"அங்கிள் நான் உங்களோடையே வந்துடுறேன், எனக்குத் தூக்கம் ரொம்ப வருது" என்றவள் ,அங்கே நிற்காமல் முன்னேறினாள்.

மூத்த சகோதரர்கள் மெல்ல நடந்ததால், ஜானகியும் , மெல்லவே சென்றாள். எனவே ரகுவீர், ஒரு எட்டில் அவளை அடைந்து, அவள் கையைப்

பற்றி நிறுத்தினான் .

ரகுவீர், ஜானகி கையைப் பற்றி இருப்பதைப் பார்த்த அமரேன்,

"ஏதாவது முக்கியமானதாக இருக்கும் அதனால் தான், ரகுவி நிறுத்தியிருக்கான், என்னனு கேட்டுட்டு வா" என அவர்கள் கீழே இறங்கினர்.

"பய்யா காலைல 8 மணிக்கு ஒரு அப்பாயின்மெண்ட் இருக்கு, நான் வர்றேன், குட் நைட். தாங்ஸ் ஜானி, தாங்க்ஸ் ஃபார் எவ்ரித்திங்" என்றான் ராஜ். எல்லாரும் இறங்கி விட, ரகுவீர்ஜா னகி தனித்து நின்றனர்.

'இவக்கிட்ட எப்படி ஆரம்பிக்கிறதுன்னு தெரியலையே ‘என மனதில் நினைத்தான் ரகுவீர்.

'இந்தக் கடுவா நம்மளத் தனியா நிறுத்தி வச்சிருக்கு, என்ன பண்ணப் போகுதோ?‘என அவளும் மனதில் நினைத்தாள்.

இருவரும் ஒருவரை ஒருவர் பார்க்க தயக்கம் கொண்டனர்,பார்க்காமல் இருக்கவும் முடியாமல் நின்றனர். பெரிய டீல்ஸ் எல்லாம் அவனுக்குக் கை வந்த கலை, இன்னைக்கு ஒரு சின்னப் பெண்ணிடம் பேசுவதற்கு , யோசித்து நின்றான். ஜானகியின் பொறுமையின் ஆயுள் மிகவும் குறைவு.

"Mr. ராத்தோட், ஐந்து நிமிஷத்தில் அனுப்புறேன்னு சொன்னீங்க, அதைவிட அதிக நேரமே ஆயிடுச்சு தூக்கம் வருது பாஸ், உங்ககிட்ட சொன்னதுக்கு இது தான் தண்டனையா. செல் ஐ கோ?" என்றாள்.

அவளுக்கு உண்மையில் சொக்கியது. நின்று கொண்டே தூங்கினாள். அவள் தள்ளாடி விழப் போனவளைத் தாங்கினான் ரகுவீர். அவள் சமாளித்து நான் போறேன் என்றவளை, நடத்தி வந்து சோபாவில் உட்கார வைத்தான். வேலை முடியும் வரை அலார்ட்டாக இருந்தவள், அது முடிந்த திருப்தியில் தூங்கினாள். ராத்தோட் மேன்சனோ, அங்குள்ளவர்களோ,அவளுக்கு என்றுமே அன்னியமாகப் பட்டது இல்லை.

ரகுவீருடன், மிகவும் கம்ஃபர்டபில்லாக உணர்வாள். ஆழ்மனதில் பதிந்தது இது. அதனால் அவன் கடும் சொல் சொன்னாலும் முதலில் எகிறுவாள், பின்னர் அவன் சமாதானம் செய்ய வந்தால் உருகி அடங்கி விடுவாள். இது அவளுக்கு, அவன் மீதான அன்பு, காதல்.

தூக்கம் அவளை ஆட்கொள்ள, முழிக்கச் சொன்ன கட்டளையும் சேர்ந்து, கண்ணைத் திறந்து முழிக்க முயற்சித்து, பக்கத்தில் ரகுவீர் இருப்பதைப் பார்த்து, "நாளைக்குச் சண்டை போடுங்க,நான் தூங்கனும்" என்று, சோபாவில் சாய்ந்தவள், சைடில் விழுந்து அவன் தோள்களை அணைவாக வைத்துத் தூங்கினாள்.

ரகுவீர் , தன் தோளில் தூங்கிய ஜானகியின் முகத்தைப் பார்த்த வண்ணம் இருந்தான். அவள் தன் தோளில் சாய்ந்ததில், அலாதியான நிறைவு வந்தது. கை வளைவில் அவளைக் கொண்டு வந்தவன்அவள் தலையில் முத்தமிட்டு, "எங்கடி இருந்த இத்தனை நாளாக" எனக் கண்கலங்கினான்.

அவளின் தலை மேல் தன் தாடையைப் பதித்திருந்தவன்," ஏய்,குட்டி பிசாசு, தூங்குறதைப் பாரு,உனக்கு என்கிட்ட என்னடி உரிமை. என் குடும்பத்து மேல இது என்ன விதமான பாசம், அர்த்த ராத்திரியில் அலார்ட் குடுத்து பெரிய சங்கடத்திலிருந்து காப்பாற்றி இருக்கடி." என்றவன்.

அவளை இறுக்கி இரு கைகளிலும் அணைத்துக் கொண்டான், " என்னுடைய 'ஜான்' ஆக மாறி என் கூடவே இருடி ஜானு, உன்னைய தொலைச்சிடுவேனோனு பயமா இருக்கே. இப்படியே, என் கைவளைவில் வச்சுக்குறேன். உரிமையோடு வாடி இந்த ரகுவீரின் ஜானகியாக" என அணைப்பை அவன் இறுக்க, அவள்"ம்ம்" என முனங்கினாள்.

"சாரி,சாரி,சாரி "என ஒரு சாரி அவள் முன் சொல்லாதவன், அவள் தூக்கத்தில் இருக்கையில் ஓராயிரம் சாரி சொன்னான்.

அவளை அணைத்தவாறே குழந்தையாய் தூக்கியவன்,லிப்ட் வழியே தன் தளத்திற்குச்சென்றான். தன அறைக்கு பக்கத்தில் இருக்கும் அறையைத் திறந்து அவளைப் படுக்கையில் படுக்க வைத்தான்.அவளை படுக்கையில், கிடத்தி எழ முயன்றான்.

அவன் கழுத்தில் மாலையாகத் தன் கைகளைக் கோர்த்திருந்த ஜானகி. அவனிடம், மெல்லக் கண்கள் திறந்து, அவனைப் பார்த்துப் புன்னகைத்துக் கண்களில் காதலுடன் ஹஸ்கி வாய்சில், "I LOVE YOU, 'வீரூஜீ' " எனக் கூறி, அவன் கன்னத்தில் முதல் முத்தத்தையும் இட்டாள்.

ரகுவீருக்கு, அவள் வார்த்தையும், முத்தமும் அவன் உயிர் வரை சென்று தொட்டது. உணர்ச்சி வயத்தில் கண்ணீர் பெருகியது. அவளை இறுக்கி அணைத்துக் கன்னத்தில் முத்தமிட்டு,

"I LOVE YOU டி மேரி ஜான் .I LOVE YOU மேரி குட்டி பிசாசு

I LOVE YOU டி மேரி மிர்ச்சி" என்றவன். மீண்டும் முத்தமிட்டு விலகியவன். இனிமே பாருடி ரகுவீரின் ப்யார்.என்றவன் அவளுக்கு ஏசி ஆன் செய்து போர்வைப் போர்த்தி விடி விளக்குப் போட்டு, இரவின் அழகில் அவள் வடிவழகை ரசித்து விட்டு முகம் மலர்ந்த புன்னகையுடன் சீட்டி அடித்துக் கொண்டு சந்தோஷமாகத் தனது அறையை நோக்கிச் சென்றான்.

ரகுவீருக்கு டீன் ஏஜ் பாயாக மாறியது போல் ஓர் உணர்வு. தான் அவளால் நேசிக்கப் படுகிறோம் என்ற உணர்வு, இத்தனை நாள் தான் அவள் மீது கோபப்பட்டதற்கான காரணம் இந்தக் காதல் என்பதை உணர்ந்த தருணம், காற்றில் மிதந்தது போல் இருந்தது.

அவளின் கண்ணீர் தன்னைப் பாதித்தற்கான காரணம் காதல். அவள் மீது அவன் காட்டிய வன்முறைக்கும் காரணம் காதல். இரவு இரண்டு மணிக்கு ஒருவன் தன் காதலை உணர்ந்தான், என்றால் இந்த உலகம் என்ன சொல்லும். இருந்தாலும் அவன் மனம் சிறகடித்துப் பறந்தது.

தனக்குத் தானே பேசி சிரித்த தன்னைத் தானே விநோதமாக உணர்ந்தான். என்ன இது, ஐயோ அவளுக்கு நாளைக்கு எதுவுமே ஞாபகம் இருக்-

காது, ஆனால் எனக்கு இருக்குமே. நான் எப்படிச் சமாளிப்பேன்.மன்மத ராசா, என் நிலை உணர்ந்து கொஞ்சம் என்னைக் கட்டுக்குள் வைத்துக் கொள்ளுங்கள் எனக் காமதேவனுக்கும் ஆப்ளிகேஷன் வைத்தான்.

ரகுவீர் காதல் விடிந்த பின் குடிகாரன் பேச்சாகுமா? கண்காணக் கிடைக்காத காதல் ஓவியமாகுமா?. ஜானகி தேவி, ராமனை ரகுவரனைத் தேடி இருவிழி வாசலில் வைப்பாளா.

மனதின் வார்த்தை-31

இரவின் நிசப்தத்தில், தன் மனதின் வார்த்தைகளைத் தெள்ளத் தெளி-வாக அறிந்து கொண்டான் ரகுவீர் சிங் ராத்தோட். தன்னை ஒத்த இரா-ஜஸ்தானி இளைஞர்களுக்கு, பள்ளி செல்லும் வயதில் பிள்ளைகள் இருப்பது உறுதி.

இத்தனை ஆண்டுகள் அவனுக்குத் திருமணம் ஆகாமலிருந்தது, ஜான-கிக்காகத் தான் என்று தோன்றியது. அரைகுறை மயக்கத்தில் அவள் உளறிய வார்த்தைகள் ரகுவீரின் தூக்கத்தைக் கடத்திச் சென்றது.

இரண்டு மணி நேரம் முன்பும் அவன் தூங்காமல் புரண்டு கொண்டி-ருந்தான், இப்போதும் அதே நிலை தான். இரண்டுக்கும் காரணம் ஜானகி தான். ஆனால் மூன்று வார்த்தையில், அவனை முழுக் காதல் பைத்தியம் ஆக்கி விட்டாள் ஜானகி.இதை அறியாமல் அவள் உறங்கிக் கொண்டிருந்-தாள்.அதெல்லாம் ரகுவீருக்குப் பொருட்டே இல்லை அவனுக்கு, அரைகுறை மயக்கமோ, தூக்கமோ மனிதன் ஆழ்மனதின் உன்மையைப் பேசுவான்.

ஜானகி அம்மயக்கத்தில் அவன் மேல் உள்ளக் காதலை வெளிப்படுத்தி-னாள்.

அவள் வாய் வார்த்தையாகக் காதல் வெளியான தருணத்தில் அவன் மனதிலிருந்ததும் இதுவே என உறுதியானது.

அன்பே,சிவம் என்போம், அது புனிதமானது, இந்தக் காதலும் அப்-படித்தான் தூய்மையான அன்பு. இது ஆத்மாக்களின் இணைப்பு. ஒரு ஆத்மா மற்றொன்றில் தன் முழுமையை நிறைவு செய்வது.சிவமும்,சக்தியும் சரி பாதியாய் தம்மைப் பகிர்ந்து உணர்த்துவதும் இதைத் தான். இந்தப் பந்தம் கொண்ட ஆத்மாக்களை 'சோல்மெட்ஸ்' என்கிறோம்.

ரகுவீர் ஜானகியுடன் தன் ஒவ்வொரு சந்திப்பு, நிகழ்வு என அத்-தனையும் நினைவில் கொண்டு வந்தான்.முதல் சந்திப்பு, விமானநிலையத்தில் அவர்களின் மோதல். பூக்குவியலாய் தன்மேல் அவள் மோதிய தருணம், அவர்கள் கண்கள் கலந்தன. அன்றே அவள் தன் மனதில் இடம் பிடித்தி-ருப்பாள் சோர்னி (திருடி)என நினைத்தான்.

"கண்கள் படமெடுத்த அவளது பிம்பம்
கள்ளத்தனமாய்ப் பதுங்கியது அவனில்"

அன்று கொட்டிய ஸ்ட்ராபெரி மணம் இன்றும் உணர்ந்தான்.

அதன் ருசியை அவன் கண்களின் வழியே உணர்ந்தான்! ஆம் அவன் மேல் கொட்டி, வழிந்து அவள் வாயில் சிந்திய ஐஸ்கீரிம், அவள் சப்புக் கொட்டி நக்கியதை, இவன் கண்கள் தானே பார்த்தன. ஆகவே கண்கள் வழி ருசியும் அறிந்தான்.

அவன் கோபமாகத் திட்டியதில், கையை நீட்டி நிறுத்து என்றாள், அன்று ஒடித்துப் போட நினைத்த மனது,இன்று முத்தம் கொடுக்கத் துடித்தது.

ராஜின் வாகனத்தில் அவளைப் பார்த்த தருணம், திருடி என்று தான் திட்டியதை நினைத்தான். அன்றே சரியாகத் தான் கணித்தேன். இவள் திருடியது, என் மனதை அல்லவோ. என வியந்தான்.அடுத்து தொலைப்பேசி மாறியது. அப்பா, கழுத்தை வெட்டி கையில் கொடுத்திருப்பாள் சந்திரமுகி ஜானகி. குட்டிப் பிசாசு, சரியான பெயர் தாண்டி வைத்திருக்கிறேன் என , தன்னையே மெச்சி கொண்டான் ரகுவீர்.

அந்தக் கிரகப்பிரவேசம், மறுநாள் காலை வீட்டிற்குள் வரும் போது நடந்த மோதலையும், இன்று தன் காதலுக்கு ஆதாரமாக நினைத்தான், மனதில் குடியேறியவள் என் மாளிகையிலும் அன்றே குடியேறிவிட்டாளே என் கை தந்த குங்குமமும் சூடி. இரண்டாம் முறையாகக் கலந்தன கண்கள். இந்த முறை அணைப்பில் வெறுப்பில்லை. குங்குமம் சிந்தியதால் அவள் முகம் சிவந்ததா அல்லது என் கை அணைப்பில் அவள் சிவந்தாளா என இப்போது யோசித்தான்.

அதன் பின், அவலின் அறையில் டவளோடு பார்த்தது, அதை நினைக்கையில் அவன் உடல் சூடேறி, ஜானகியை அணைக்கத் துடித்தது அவன் மனமும் உடலும். ம்கூம் கொண்ணுடுவா என்றது மனசாட்சி.

அவனின் ஆசை 'ஆடி' வாகனத்தில் அவளை முன் சீட்டில் வைத்துப் பயம் காட்ட ஓட்டினான். அவளுக்காவது பயமாவது அன்றே என் சரிபாதியாய், சதியாய் என் அருகே தானே அமர்ந்து வந்தாள். அவள் ஊட்டிய ரொட்டியில் தாய்மை இருந்ததே என உருகினான்.

அவள் தொலைப்பேசியில் பேசும் தெணாவெட்டு, சௌத் இண்டியன் சாப்பாடு, காலையில் காற்றில் வரும் கீதம். அவளின் கீரோஸ்ட். என அடுக்கடுக்காய் அலை,அலையாய் அவளின் நினைவுகள் அவனை ஆக்கிரமித்தன. எப்போது உறங்கினானோ தெரியாது.

சிறுமலை, சிவகுரு நாதன் தன் நண்பர்கள், பண்டே, ரெட்டியுடன் மலைப்பாதையில் ஜாக்கிங் செய்து கொண்டிருந்தார். வேகமான மலைப் பயிற்சி அவ்வளவே. இன்று இரவு விமானத்தில் சென்னை சென்று, அவரவர் ஊருக்குச் செல்கின்றனர். இன்றிலிருந்து மூன்றாம் நாள் இரவில், மயூரி, மஞ்சரியுடன் ராகினி, சிவகுரு டெல்லி பயணம். அமுதன் அதற்கடுத்த நாள் நேராக உதய்பூரில் இணைகிறான்.

காலையில் தியா பாப்பா, சீக்கிரமே எழுந்து விட அவளைத் தோட்டத்தில் விளையாட விட்டு ப்ரீநிதி அமர்ந்திருந்தாள். அமுதன் காலை ஜாக்கிங் முடிந்து வந்து சேர்ந்தான். தியா அவனைப் பார்க்கவும், சந்தோஷமாக அவனுடன் ஓடிப் பிடித்து விளையாட ஆரம்பித்தது.

மயூரியும் தோட்டத்துக்கு வந்து சேர்ந்தாள் அமுதன் தியாவுடன் சரிக்குச் சமமாக விளையாடுவதைக் கண்டு வியப்பாக இருந்தது. அமுதனையே பார்த்துக் கொண்டிருந்தாள். ப்ரீநிதி அருகிலிருந்த கல்பெஞ்சில் உட்கார்ந்தாள்.

இருவரும், ஜானகியைப் பற்றிப் பேசினர். மயூரி தாங்கள் எம்பிஏ வில் சந்தித்தது பற்றித் தோழிகள் ஆனது பற்றிக் கூறினாள்.

ப்ரீநிதி, தங்கள் சின்ன வயதில், இவர்கள் விடுமுறைக்கு வருவது பற்றிக் கூறினாள். இரண்டு வருஷத்துக்கு ஒரு முறையாவது, அப்பாவின் நான்கு நண்பர்கள் குழு, குடும்பத்துடன் ஏதாவது ஒரு ஊரில் கூடுவோம்.

பல்லா மாமாவும் வந்துபோவார். ஒரு குட்டி இந்தியாவைப் பார்க்கலாம். இவர்கள் வம்பு சண்டை எல்லாம் மிகவும் சுவாரஸ்யமாக இருக்கும் என்றாள்.

பல்லா மாமா பொண்ணு சிம்மிதீ, எங்க எல்லாரையும் விட மூத்தவர்கள், எங்க அக்கா ப்ரீமதி, இவர்கள் பின்னாடியே அமுதன், ஜெய் பல்லா அமித் இவர்கள் ஒரு க்ரூப்.

ஆரவ் பய்யாவுடன்,நான், ஜானி,அவ கஸின் அம்ரூ, பம்மி பல்லா எல்லாம் ஒரு டீம். ஆரவ் பய்யாவும் ஜானியும் இருந்தால் போதும் எங்க டீம் தான் ஜெயிக்கும் என மலரும் நினைவுகளில் கரைந்தாள்.

அப்படி ஒரு கேங் வார்ல அமித் என் மண்டையை உடைச்சுட்டான். அதிலிருந்து அவன் எனிமி தான் என்றாள் ப்ரீநிதி. "ஆனால் அப்படி ஒன்றும் தெரியலையே. பேசும் போதே கன்னம் சிவக்கிறது" என்றாள் மயூரி.

"அதிலிருந்து அந்த டேயில் ஒவ்வொரு வருஷமும், சாரி கார்ட் அனுப்புவான், அப்படியே வளர்ந்துடிச்சி,"என்றாள் ப்ரீநிதி.

"எது? ப்யார், ப்ரேமா,காதல் அதுவா" என்றாள் மயூரி.

"யாருடைய ப்யார் பற்றி ஓடுது" என்றபடி வந்தான் அமுதன். அவன் கேட்டதிலேயே இருவரும் வெட்கத்தில் சிவந்தனர். அதைப் பார்த்த அமுதன்,

"ஹேய, கேர்ல்ஸ் எங்க ஊரு காத்து உங்களுக்கு ஒத்துக்கிச்சு போல இருக்கு, இரண்டு பேரும் கலர் ஏறிட்டே போகிறீங்க" என்றான்.

"எனக்கு ஒத்துக்கிச்சு ஆனால் ப்ரீநிதிக்கு டில்லியில் பொல்யூசன் இருந்தாலும் பரவாயில்லை அதுதான் சேருமென்று சொல்றா" என்றாள் மயூரி.

ப்ரீநிதி மேலும் வெட்கத்துடன், "மயூரி ப்ளீஸ் நஹி" என்றாள், அவளையே பார்த்த அமுதன்,"இப்ப புரியுது, பைலட் மேல இருந்து அம்பு

விடுகிறானா? என்றபடி அலைப்பேசி எடுத்து நம்பரைத் தட்டினான்.

ப்ரீநிதி சுதாரித்து வேண்டாம் என்பதற்குள், அமித் தொலைப்பேசியை எடுத்துவிட்டான், "ஹாய், அம்மு பாயீ எப்படி இருக்கிறீர்கள்" என்றான்

"ஃபைன்,நீ எப்படி இருக்க,இங்கே ஒரு ஆள் உன்னைப் பத்தியே பேசிக்கொண்டு இருக்கு" என்றான் அமுதன்.

"ஜானியா? என்ன வேண்டுமாம், படிப்பு முடிச்சுட்டாளா?" என்றான்.

"அவ எங்க இங்க இருக்கா மும்பையில் ப்ராஜெக்ட் பண்ணப் போயிருக்கா",என்றான் அமுதன்.

"மும்பையா, அங்க யாருப்பா இவளுக்கு வேலை குடுத்து மாட்டிக்கிட்டு முழிக்கிற புண்ணியவான்" என்றான், அமித்.

"ஏன் ஊர் உலகத்தில் நீ ஒருத்தன் தான் ஜானகிய சமாளிக்கிறவனா, வேற ஆளும் இருக்கு தம்பி" என்றான்.

"அதுசரி, அப்ப அங்க யாருப்பா நம்ம புகழ் பாடுகிறது" என ஆர்வத்துடன் கேட்டான் அமித்.

"இந்த நடிப்பு தானே வேண்டாங்கிறது. உனக்கு யாரென்று தெரியாது. சரி போ, காஞ்ச ரொட்டியை திண்ணுகிட்டு அங்கேயே இரு. சுடச் சுட ஹைதராபாத் பிரியாணி போடலாம் வேண்டாங்கிற" என அமுதன் ப்ரீநிதியைப் பார்த்துக் கொண்டே சொல்ல, அவள் சிரித்தாள்.

"ஹைதராபாத் பிரியாணி, அம்மு பாயீ, ஐ ஆம் டையிங் ஃபார் இட. சீக்கிரம் அனுப்பி வைங்க" என்றான் அமித்.

"உதய்பூர் வாடா, பொட்டலம் பண்ணிக் கொண்டு வருகிறோம்." என்றான் அமுதன்.

" கட்டாயம் பாயீ, ராஜஸ்தான் ரெஜிமென்ட்ல தான் டியூட்டி" என்றான் மேலும் சில பேச்சுக்கள் பேசி, கலாய்த்து ப்ரீநிதியையும் அசர அடித்து விட்டு தொலைப்பேசியை இருவரும் வைத்தனர்.

மும்பையில், முதல் நாள் நள்ளிரவில் வந்த தாக்குதலைத் தடுத்து நிறுத்தி, ராத்தோட்ஸ் க்ரூப் கம்பீரமாக நின்றது. ஜானகி இன்னும் ஆழ்ந்த நித்திரையில் தான் இருந்தாள் .அவளால் ஏற்பட்ட விளைவுகளை அவள் அறிந்தால் இல்லை.

அதிகாலையில் கண்ணயர்ந்த ரகுவீர், சில மணி நேர உறக்கத்திற்குப் பின் புத்துணர்ச்சியோடு எழுந்தான். பக்கத்து அறையில் ஜானகியைச் சென்று தரிசித்து மகிழ்ந்தான்.அறைக்குள்,வந்தவன் ஒரு கையைத் தலையணைக்கு அடியிலும் மற்றொரு கையில் இன்னொரு தலையணையை அணைத்த படி , இடைவரை மூடிய போர்வைக்குள்,ஆழ்ந்த நித்திரையிலிருந்த ஜானகியைப் பார்த்தான்.

தூங்கும் நேரத்திலும் என்ன ஒரு தெனாவெட்டு, அலட்சியமாகத் தூங்குறீயே என் குட்டிப் பிசாசே, என அவளுக்கு ஓர் பறக்கும் முத்தம் தந்தான். பின் தன் கண்ணே பட்டுவிடும், எனப் பார்வையைச் சிரமப்பட்டு அகற்றி

கர்டைன்ஸை வெயில் படாதவாறு இழுத்துவிட்டு வெளியேறினான்

கீழே டைனிங்கிற்கு வந்து சேர்ந்த ரகுவீரை, மனதில் தவிப்போடு வந்த அமிர்தா, "அண்ணா, ஜானி ரூமில் இல்லை" என்றாள்.

"ஆமாம், மிட்நைட்ல சாசாஷா அண்ட எங்களோடு சேர்த்து ஆபீஸ் வேலை பார்த்தாள் . அதுனால அங்கேயே, ஒரு படுக்கையறையில் தூங்குறா, எழுப்ப வேண்டாம், நீ வேண்டுமானால் கிளம்பு நான் ஆபீஸ்க்கு தான் போகிறேன் என்றான் ரகுவீர்.

"இருங்கண்ணா, அவளுக்கு மெசேஜ் பண்ணீட்டு வருகிறேன் " என உள்ளே சென்று தாதிஷாவிடம் சொல்லிவிட்டுக் கிளம்பினாள்.

ஜானகி, சுமார் பத்து மணிக்கு எழுந்தாள். தான் எங்கே இருக்கிறோம் என்று சற்றும் முற்றும் பார்த்தவள், ராத்தோட்ஸின் ஸ்வர்ன மஹால் என்பது நினைவுக்கு வந்தது. தான் இங்கு எப்படி வந்தோம் என யோசித்துப் பார்த்தாள் ஜானகி. கடைசியாக ரகுவீருடன் இருந்தது நினைவில் வந்தது.

தூக்கக் கலக்கத்தில் என்ன உளறினேன்னு தெரியலையே, என யோசித்தாள் ஜானகி. மணி பத்து என்று காட்டியது அலைப்பேசி கடிகாரம். அதைப் பார்த்து அலைப்பேசியை வைக்கப் போன நேரம், மெசேஜ் நோட்டிஃபிகேஷன் வந்தது.

அமிர்தா, ரகுவீரிடமிருந்து செய்தி வந்திருந்தது.அலுவலகம் செல்வதாக. ரகுவீர் அவளை இன்று வீட்டில் ஓய்வு எடுத்துக் கொள்ளுமாறு செய்தி அனுப்பி இருந்தான்.

இந்தக் கடவா, நமக்கு நல்ல விதமாக மெசேஜ் எல்லாம் அனுப்புது. நேற்று லாஸ் வராமல் காப்பாற்றியதுக்காக இருக்குமோ? போன தடவை டீல் க்ராக் பண்ணினதுக்கு, அடுத்த நாள் கழுத்தை பிடித்ததே. என யோசித்துக் கொண்டே கீழே இறங்கி வந்தாள்.

தாதாஷா, தாதிஷா ஷோபாவில் அமர்ந்திருந்தனர். ஷப்னம், புனம் கிட்சனில் வேலையாட்களுக்கு உத்தரவிட்டுக் கொண்டிருந்தனர். கஜேன் சாப்பிட்டுக் கொண்டிருக்க, ஸர்குன் பரிமாறிக் கொண்டிருந்தார். ஜானகியைப் பார்க்கவும், "ஜானகி நீயும் வந்து சாப்பிடு" என ஸர்குன் அழைத்தார்.

"ஒரு பத்து நிமிஷம், ஆண்டிஜீ குளிச்சிட்டு வருகிறேன் " என்றாள் அறையில் அமர்ந்திருந்த நானா, நாணிக்கு ஒரு குட்மார்னிங் சொல்லிய படி பறந்தவள் , ஸ்கர்ட் டாப்ஸில் ரிலாக்ஸாக வந்தாள் .

கஜேந்தர் அவளுக்காக,சாப்பாட்டை மெல்லச் சாப்பிட்டுக் கொண்டிருந்தார். ஜானகி அவருடன் சேர்ந்து கொண்டாள்.

"என்ன அங்கிள் பதினாறு முறை மென்று சாப்பிடுகிறீர்களோ?" எனக் கேட்டாள்."என்ன சொன்ன, புரியலை" என்றார் கஜேன்.

"இல்லை அங்கிள் மெதுவாகச் சாப்பிடுகிறீர்களே, அதுதான் வயசானவர்கள்... என இழுத்து. சாப்பிட மாதிரி, அதுதான் கேட்டேன். "என்றாள் ஜானகி.

அவர் சிரித்து விட்டு,"சொல்லு சொல்லு கிழவன் ஆகிட்டேன்னு சொல்ற அப்படித்தானே " என்றார் கஜேன்.

"ஐய்யோ, உங்களை அப்படிச் சொல்வேனா? நீங்க யெங் மேன்ல, ஏன் ஆண்டி அப்படித்தானே " என்றாள் ஜானகி.

"ஆமாம், மருமகள் வரப் போறா இன்னேரம் ரகுவி காலகாலத்துல ஷாதி பண்ணியிருந்தா, ராஜ்வி ரன்விக்கும் முடிஞ்சு, தாதாஷா, தாதிஷா ஆயி-ருப்போம்" என்றார் ஸர்குன்.

"ஸர்குன் சொல்றது சரிதான், நீ கவலை படாதே ஸரூ, ரகுவிக்கு நல்ல ரிஸ்தா வந்துருக்கு, நம்ம சிருஷ்டியை சீக்கிரம் பேசி முடிச்சு, ஷாதி பண்-ணிடுவோம். அடுத்தடுத்து, ராஜ்வி, ரன்விக்கும் முடிச்சிடுலாம் "என்றார் ஷப்னம்.

"பாபி, நீங்க இந்த முறை கண்டிப்பாக ரகுவி கிட்ட சொல்லிடுங்க, ஷாதி தள்ளி போட்டுட்டே போனால் நல்லதுக்கு இல்லை. " என்றார் ஸர்குன்.

ஜானகி, இரண்டு வாய் சாப்பாடு எடுத்து வாயில் வைத்தவள் அதற்கு மேல் உண்ண முடியாமல் தவித்தாள். சாப்பாடை அலைந்துக் கொண்டிருப்-பதைப் பார்த்த கஜேந்தர், ஒரு வாய், புளிப்புக் காரம் நிறைந்த சட்னித் தொட்டு அவளுக்கு ரொட்டியை ஊட்டினார்.

"ஜானகி, சாப்பிடு" என நீட்டினார். வேண்டாம் என மறுத்தும் அவர் விடுவதாக இல்லை. "நான் இப்படி ஒரு சமயம் சாப்பிட முடியாம தவிச்ச போது, என் தீதிஷா,இப்படித்தான் எனக்கு ஊட்டி விட்டார்" எனச் சொல்லிக் கொண்டே, கதைப் பேசி மூன்று ரொட்டிகளை ஊட்டி விட்டார்.

இதைப் பார்த்துக் கொண்டிருந்த தாதிஷாவிற்கு இவனுக்கும் ஒரு மகளைக் கடவுள் கொடுத்திருந்தால், சகோதரியை அறிந்து இருப்பான். என வருத்தப் பட்டார்.

சாப்பிட்டு ஹாலில் வந்து அமர்ந்த கஜேந்தர், "மாஷா, பாபுஷா,செகாவத் வீட்டு ஷாதி வருது, அவங்க நமக்குத் தான் முதல் மரியாதை கொடுத்து இரண்டு மாதம் முன்பே பத்திரிக்கை வச்சுட்டாங்க. எல்லாரும் போகலாம் மாஷா." என்றார்.

அவர் முகத்தைத் திருப்பிக் கொண்டார். "மாஷா,ராஜ்விக்காகப் பார்க்-கனும்ல" என்றார் தொடர்ந்து.

"உன் இரத்தம் தான் இரத்தம். எங்க மகள் என்னடா உயிரோட தொலைச்சிட்டு நிக்கிறோம்" என்றார் தாதிஷா.

"மாஷா, நான் சத்தியம் செய்யறேன். தீதிஷாவை உங்க முன்னாடி நிறுத்த வேண்டியது என் பொறுப்பு, இந்த ஒரு முறை எனக்கு வாய்ப்பு கொடுங்க" என்றார் கஜேன்.

"நாநிஷா, உங்க மகளும் உங்களைத் தேடி அங்க வந்தாங்கன்னா? அதைத் தவற விடக்கூடாது. வாங்க போகலாம், நானும் உங்க சொந்த ஊர் பார்க்க ஆசையாக இருக்கேன்" என்றாள் ஜானகி.

ஜானகியின் வார்த்தைகளில் என்ன இருந்ததோ, உங்கள் மகள் உங்களை அங்குத் தேடி வந்தால், எனச் சொன்னது,தாதிஷா விறகு மனதில் பட்டது.

"என் மகள் மட்டும் வரட்டும், நீ என்ன கேட்டாலும் தர்றேன்.உன் வாக்குப் பொன்னாகட்டும்" என்றார் தாதிஷா.

"பகவானிடம் ஒரே பிரார்த்தனை தான், நான் கண்ணை மூடும் முன் என் மகளைப் பார்க்கனும்" என நா தழுதழுக்கப் பேசினார் தாதாஷா.

"நானு, நீங்க இன்னும் நூறு வருஷம் உங்கள் மகளோட இருப்பீர்கள், கவலைப் படாதீர்கள்" எனச் சொல்லி அவரைக் கட்டிக் கொண்டாள் ஜானகி.

ஜானகியின் அணைப்பில் அவர்களுக்கு ராகினி தெரிந்தார். அதில் சமாதானம் அடைந்தவர்கள், கஜேனிடம் உதய்பூர் வருவதற்குச் சம்மதித்தனர்.

ஸர்குனுக்கு இப்போது தான் நிம்மதி ஆனது. தனிமையில் ஜானகி கையைப் பிடித்து,"நீ எனக்கு எவ்வளவு பெரிய உதவி செய்து இருக்க என உனக்குத் தெரியாது. நீ மனசு நிறைந்த வாழ்க்கை வாழனும்" என ஆசீர்வாதம் செய்தார்.

ஜானகிக்குச் சந்தோஷமாக இருந்தாலும், உங்களால் தானே என் வீரூஜீக்கு அவசரமாகப் பெண் தேடுகின்றனர். என மனதில் நொந்தாள்.

மதிய உணவுக்குப் பின், தன் மாடியறை மாளிகைக்குச் சென்றவள், தூரிகையுடன்,வன்னங்களைக் குழைத்து, ரகுவி புராணம் வரைந்தாள் . ஐந்து ஆறு மணி நேரத்தில், பத்துக்கும் மேற்பட்ட படங்கள்,சிலவை முழு ஓவியம், சிலது கோட்டு ஓவியம் என அவனின் பால காவியம், தன் அன்னையை யசோதையாக்கி வரைந்து முடித்தாள்.

இனி ராதா,கிருஷ்ணன் வரைய நினைத்தாள். சில படங்களை வரைந்தும் விட்டாள். கண்ணன் மடிதாங்கிய ராதை அவளாக இருந்தது. பார்த்தவுடன் தெரியாது, கவணித்துப் பார்த்தால் சாயல் புரியும்.

தடுமாறி விழும் ராதையை, ஒரு கையால் அணைத்து மயக்கும் புன்னகை சிந்தும் மாயக் கண்ணன்.இதற்கு அடியில் தமிழில் இந்த வாசகம் எழுதியிருந்தாள் ஜானகி.

சிறு பிராயம் முதல்
என்னில் நிறைந்தவனே,
உன் கையில் எனைத் தாங்கிய
என்மன்னவனே,
ருக்குமணியை நீ தேடி
மனம் முடித்தாலும்
இந்தப் பேதைக்கு என்றும் நீ
மணாளன் தான்.
ராதைக்கு என்றும் நீ

காதலன் தான்.
ஜானகியின் மனம் கவர்ந்த
ரகுவரன் தான்.
என்னை விட்டு நீ பிரிந்தாலும்
என்னுள்ளே என்றும் நீ இருப்பாய்,
எனைத் தேடி வருவாயோ என்
உள்ளம் கவர் கள்வனே.
உனக்காக நான் காத்திருப்பேன்
மண்ணிலும் ,விண்ணிலும்.
ஜானகி

ஜானகியின் இந்தக் காதலை அவன் அறிந்து கொண்டான். அவன் அறிந்ததை அவள் அறிவாளா அல்லது அறியும் முன்னே அசோகவனம் அணைத்திடுமோ. பொறுத்திருந்து பார்ப்போம்.

மனதின் வார்த்தை -32

ஜானகியின் மனதில் இரண்டற கலந்து இருந்தது பலகோபாலனாக அவள் அம்மாவால் வர்ணிக்கப்பட்ட "வீரூ" தான். இவளும், 'அந்த வீரு அப்புறம் என்ன செய்தானம்மா',எனக் கேட்ட போது, உனக்கு வீரூ,இல்லை, "வீரூஜீ" உன்னை விட வயதில் மூத்தவன் எனச் சொல்லியே வளர்த்த அன்னையின் கதைகளில் வந்தவன் அவளுக்கு மாயக்கண்ணன் தான்.

ஜானகி சிறு வயதில் செய்த சேட்டைகளுக்கும், அதுவே காரணமாக அமைந்தது.அம்மா சொன்ன கதையிலிருந்த வீருவும், கோகுலத்துக் கண்ணனும் அவளுக்கு ஒன்றே. டீவியில் பார்த்த கண்ணன் கதைகள் அவள் மனதில் வீருஜீயாகப் பதிந்தது. அவள் செய்த சாகசங்களில் அவளுடன் பேசி,அவளை உற்சாகப் படுத்தும் கற்பனை கதாபாத்திரம் வீருஜீ.

அவள், மும்பை வரும் போது , ஒரு பதட்டம் இருந்தது. வீருஜீயைப் பார்க்கும் பதட்டம். அவள் வளர வளர பலகோபாலனாக இருந்தவன், பிருந்தாவன கண்ணனாக மாறியிருந்தான். ஆனாலும் அவளுக்குத் தெளிந்த பிம்பம் இல்லாமல் இருந்தது. விமானநிலையம் மோதலில் அவளை அணைத்த உருவம் தான், வீருஜீ எனத் தெரிந்த போதே, அவள் மனம் அவனை நாடியது.

ரகுவீருடனான இரண்டாவது மோதலில், குங்குமம் கொட்டியதில் மெய்யுருகி நின்றாள்.அவன் தன் முடிக் கற்றையை ஒதுக்கி, நெற்றியில் முத்தமிட்ட பொழுது, கண்ணன் தொட்ட ராதையென மலர்ந்து நின்றாள்.

ஜானகி தன் ஓவியங்களை வரைந்து, முடித்துப் பத்திரப் படுத்திய பின்,அறைக் கதவை தாளிட்டு பூட்டி வெளியேற நினைத்த போது அமிர்தா வந்து சேர்ந்தாள். கடைசியாக வரைந்த ராதா கிருஷ்ணா அவள் கண்ணில்

பட்டது. அதைப் பார்த்த அமிர்தா சிலையென நின்றாள்"ஜானி, நிஜமாவாடி" எனக் கேட்டாள்.

"என்னடி நிஜமாவா, பேசாதே, நீதான் உன் அண்ணன் ஜால்ரா ஆச்சே போடி" என்றாள்.அமிர்தா, ஜானகியைக் கட்டி அணைத்து "போகிறேன், போகிறேன், இந்தப் பெயிண்டிங்கை சேர்த்து எடுத்துட்டு போறேன்" என அவள் முன்னேறினாள்.

"ஏய்,தொடாதடி இன்னும் ஈரமா இருக்கு, நடுல கை வச்சுறாத" என்றாள் ஜானகி.

"எங்களுக்கும் தெரியும், நாங்களும் பெயிண்டிங் கிளாஸ் எல்லாம் போயி-ருக்கோம்" என்றாள் அமிர்தா.

"ஏய், செமயா இருக்குடி. இந்த ராதை கண்ணுல என்ன ஒரு ஃபீல். ஜானி, நீ இப்படிக் கூட உருகுவியாடி. ஐய்யோ, என் ஜானி லவ் பண்றாளே! இதை யார்கிட்ட சொல்றது.பாலாகிட்ட சொல்லனும்." எனக் குதித்தாள். ஜானகி தோழியின் உற்சாக மிகுதியில் செய்வது அறியாது நின்றாள்.

"ஏண்டி இந்த அண்ணா ரொமான்டிக் லுக் கூட விட மாட்டார். அவரை மாயக்கண்ணனா மாத்திட்டியே. இந்த ஜானகி ஏற்ற ராஜா ராமனாக இருந்-தாக் கூட ,அவர் கேரக்டருக்கு ஒத்து போகும்" என அமிர்தா வம்பிலுத்-தாள்.

"ஏய்,ஓவரா ஓட்டாதடி அதெல்லாம் பேசுவாறு என் வீருஜீ." என ஜானகி சொல்லும் போதே கன்னம் சிவந்தது.

"ஹை ஹை பேசுவாறாம்ல வீருஜீ. எனக்கு என்னமோ நம்பிக்கை இல்லைபா, அது கூட ஸ்டிரிக்ட் ஆர்டர் தான் வரும். ஏண்டி எனக்குத் தெரியாம, ஹக்,கிஸ். இதெல்லாம் நடந்ததா? ராமனை, கண்ணனா மாத்-தியிருக்க?" எனக் கேட்டாள் அம்ரூ. பொதுப்படையாக மண்டையை ஆட்-டினாள் ஜானகி. "ஆமாவா,இல்லையா?" என அம்ரூ கேட்டாள்.

"ஆமாவும் இல்லை, இல்லையும் இல்லை. " என ஜானகி சொல்லவும்,

"குழப்பமா இருக்கே, ஐய்யோ ஆண்டவா, இவள் காதலுக்குத் தெளி-வைக் கொடு" என வேண்டினாள் அமிர்தா.

"அமித்து, எனக்கே இப்ப தான் உறுதியா தெரியுது, இது காதல்னு. ஏண்டி காதலுக்குக் கண் இல்லைனு சொல்லுவாங்க, அறிவும் இல்லையோ? அதுவே ஒரு கட்வா? எப்படா என்னைக் குதறலாம்னு திரியும். அதைப் போய் லவ் பண்றேன் பாருடி" எனப் புலம்பினாள் ஜானகி.

"அப்படியும், ஒரேயடியாகச் சொல்ல முடியாது ஜானி,நேற்று, பெரிய வேலையெல்லாம் செஞ்சியாம், அண்ணா சொன்னார், ஒரே பாராட்டு மழை தான். ஜான்வி இப்படி, ஜான்வி அப்படின்னு. விட்டால் கோவில் கட்டுவார் போல" என்றாள் அமிர்தா.

"ஆமாம், நான் போய்ச் சேர்ந்த பிறகு கட்டுவார்" என்றாள் ஜானகி.

"சீ,வாயைக் கழுவுடி, நல்ல வார்த்தை யே வராதா உன் வாயில்,ஜானி, உன் மனசில் இருக்கிறதை, அண்ணாகிட்ட சொல்லுடி. இப்படித் தயங்குனா எப்படி?" என்றாள் அமிர்தா.

"என்னை என்னடி செய்யச் சொல்ற, அவருக்கும் சிருஷ்டிக்கும் பேசி முடிக்கப் போறாங்க. நடுவில் போய் நான் குட்டையைக் குழப்ப விரும்பலை"

"ஜானி, படிப்பு முடிந்த உடனே மாமா எப்படியும் உனக்கு மாப்பிள்ளை பார்ப்பாங்களே ?" அப்ப என்னடி பண்ணுவ?" என்றாள் அமிர்தா.

"அப்பா என்னை ஃபோர்ஸ் பண்ண மாட்டாங்க, புரிஞ்சுக்குவாங்க. நான் இப்படியே இருந்துடுவேன் அமித்து. என்னால் வேற யாரையும், மனசில் கூட நினைக்க முடியலை." என்றவள் கண்களில் கண்ணீர் பெருகியது.

அவளை அணைத்து ஆறுதல் செய்த அமிர்தா,"நான் வேணும்னா பேச-வாடி" எனக் கேட்டாள். அவசரமாக மறுத்த ஜானகி,"என் பிரச்சினை நானே பார்த்துக்குவேன். நீ பேசாதடி ப்ளீஸ்." என்றாள்.

"சரிடி, உன் விருப்பம். என்னால் உன்னை ரொம்ப நாள் இப்படிப் பார்த்-துப் பொறுக்க முடியாது சீக்கிரம் சொல்லிடு" .

"உதய்பூர் போக எல்லாரும் ஒத்துக்கிட்டாங்க.அந்தப் பக்கம் அம்மா அப்பா அங்கிள்ஸ் எல்லாரும் வர்றாங்க. எல்லாம் நல்லபடியா முடிஞ்சு, இந்த மாதாஜீயை சேர்த்து வச்சிட்டா, என் பிரச்சினை முடிஞ்சது." என்றாள் ஜானகி.

"இங்கே ட்ரைனிங் மூனு மாசமாவது பண்ணனும்லடி" என்றாள் அமிர்தா.

"ம்ப்ச், அவ்ளோ நாள்லாம் இங்க இருந்தா, நான் என்ன செய்வேன்னு எனக்கே தெரியாது. எதையாவது செஞ்சு வச்சு, இவரு கல்யாணம் நின்-னுச்சுனா, அதுவும் தாங்காது. மாதாஜி இவங்க குடும்பத்தோட சேர்ந்துட்டா, எல்லா நல்லது கெட்டதுக்கும் வரனுமே. " என அவள் கவலைப்பட்டாள்.

"ஜானி, நீ உன் காதலை சொல்லு அண்ணாக்கும் உன் மேல் விருப்பம் இருக்கிற மாதிரி தான் தெரியுது. அவங்களுக்கு வேற எங்கையாவது எங்கே-ஜ்டு ஆகிறதுக்குள்ள சொல்லு".

"பார்ப்போம் சும்மாவே, அந்தக் கட்வாவை மயக்கத் தான் நான் வந்த மாதிரி பேசும் என்னால் முடியாதுடி. ஏதாவது மனசு நோகும்படி சொல்லு-வார், மாதாஜீ சேரட்டும் அப்புறம் பார்க்கலாம்." என்றாள் ஜானகி.

"ஜானி ராம் அண்ணா கிட்ட அதன் பிறகு பேசினியா?" எனக் கேட்-டாள் அமிர்தா.

"இல்லைடி போன் ஸ்விட்ச் ஆப்னு வருது." என்றாள் ஜானகி.

"இதையாவது ரகுவீர் அண்ணாகிட்ட சொல்லிட்டு வா, அவர் விசாரிப்-பார்" என அமிர்தா சொல்லவும்,

"ஆப்ஸ்ல இருந்து வந்தாச்சா உங்கள் அண்ணன்?" எனக் கேட்டாள் ஜானகி.

"தெரியலை நான் கேப்ல வந்தேன், அண்ணனை காலைல பார்த்தது. மதியம் கிளம்பி போய்ட்டார்" என்றாள் அமிர்தா.

" சரி வா, எனக்கு ஒரு காபி வேண்டும்" என்றபடி ஜானகி, அமிர்தா-வுடன் லிப்டில் கீழே இறங்கினாள்

அடுத்தத் தளத்தில் ஜஒகுனு ஏறிக் கொண்டான். கை நிறைய இஸ்திரி செய்த துணிகள்.அவனுடன் பேச்சுக் கொடுத்தனர். இன்னும் இரண்டு முறை ஏறி இறங்க வேண்டும் என அவன் சொன்னான்.

'ஜஒகுனு, எங்கள் துணியைக் கொடு" எனவாங்கிக் கொண்டனர். இது ரகுவி பய்யாவுடையது" என்றான் ஹேங்கரில் வைத்திருந்ததை காட்டி,

"இதைக் கொடு நான், அங்க தான் போகிறேன் கொடுத்துடுறேன்" என்றாள் ஜானகி.

"இல்லை தீதீ, அவர்கள் கபோர்டில் மாட்டனும்,உயரமாக இருக்கும். பய்யாஜீக்கு, மாத்தி வச்சா பிடிக்காது." என அவன் தயங்கினான்.

"அட ஜஒகுனு சும்மா கொடுத்து விடு ஜானி கிட்ட, அவளும் பழகிகிட்டும்" என அமிர்தா சொன்னாள். "தீதி , என்ன சொல்றீங்க, புரியலை" என்றான் ஜஒகுனு.

அமிர்தாவை முறைத்தாள் ஜானகி,

"ஜஒகுனு உங்க பய்யா ஒண்ணும் சொல்ல மாட்டார் குடு. நான் அவர் வந்துட்டாரான்னு பார்த்திட்டு, இல்லையென்றால் உன்னை கூப்பிடுறேன்" என்றாள்.

ஜானகி ஐந்தாம் தளத்தில் இறங்கிக் கொண்டாள். அமிர்தா ஜானகியிடம், "சொல்ல வேண்டியதை சொல்லிட்டு வாடி" என்றாள்.

ரகுவீரின் அறையைத் தட்டினாள், ஒரு பதிலும் இல்லை. திறந்து உள்ளே சென்றாள்.அவனோடு பேச வேண்டும் என்ற ஆர்வம் மேலிட்டது.

அந்த அறை எப்போதும் போல் பளிச்சிட்டது. அறையில் பொருட்கள் அடுக்கப் பட்டிருந்த நேர்த்தி, அவன் குணத்தைக் காட்டியது. அவன் இருப்பதற்கான சுவடே இல்லை. இன்னும் வரவில்லை போலும் என நினைத்தாள்.

கையில் வைத்திருந்த ஹேங்கர்களைப் பெட்டில் வைத்தாள். ஜஒகுனு சொன்னது ஞாபகம் வந்தது. பெட்டைத் தாண்டி வலது புறம் இருந்த டிரஸ்ஸிங் ரூமிற்குச் சென்றாள்.சென்ற முறை வந்த போது, அவன் மேல் தடுக்கி விழுந்ததும்,அவன் அணைப்பும் நினைவில் வந்தது.

ஒரு பெரும் மூச்செடுத்து,' மலைமேல் அமர்ந்தாலும், தனித் தீவில் கிடந்தாலும், ஊடலோ,கூடலோ உன் நினைவுகளை என் சகியாக மாற்றி, வாழ்ந்து போவேன் நான்' என மனதில் நினைத்தாள் ஜானகி.

சூட்டுகளைக் கையில் தாங்கி வருடியவள், அவன் நினைவில் டிரெஸ்ஸிங் அறையை அடைந்தாள். ஒரு ஓரம் சுவர் முழுவதும் கபோர்ட் நிறைந்திருந்து. அங்கு ஓர் ட்ரெஸ்ஸிங் கண்ணாடி அதோடு பதிக்கப்பட்டுச் சகல வசதிகளோடு இருந்தது. அங்கும் அவனில்லை, மறு புறம் குளியலறை கதவு

இருந்தது. அங்கிருந்து ஒரு சத்தமும் வரவில்லை. எனவே அவன் வரும் முன், இதை வைத்து விடலாம் என ஜூகுனு சொன்ன கபோர்டை திறந்-தாள். அதற்குப் பின் அவன் சொன்ன ஏதோ ஒன்று அவளுக்குப் புரிய-வில்லை, சரி சரி எனத் தலையை ஆட்டி விட்டு வந்து விட்டாள்.

இப்போது அவன் சொன்ன அடையாளத்தோடு கப்போர்டு கண்டு பிடித்து விட்டாள். அதனைத் திறந்து, இந்த ஹேங்கரை மாட்ட முயற்சி செய்தாள் மேலே எட்டி காலை உயர்த்தி நுனி காலில் நின்றாள்.

'இந்த நெடுமரம் அது உயரத்துக்குச் செஞ்சு வச்சிக்கு. இவன் பொண்-டாட்டி, ஒரு நாளும் ட்ரெஸ் செலக்ட் பண்ற வேலையே வச்சுக்க மாட்டாள்.' எனத் தமிழில் அர்ச்சனை செய்து கொண்டிருந்த நேரம்.அவளுக்கு அந்தக் கப்போர்ட் வெகு சுலபமாக எட்டியது அவள் உயர்ந்து, அதற்கான இடத்தில் சூட்டை மாட்டி வைத்து விட்டாள்.

இது என்ன மாயம் என நினைத்தவள் அப்போது தான் உணர்ந்தாள். தன் இடையை இரு வலிய கரங்கள் தூக்கிப் பிடித்திருப்பதை. அதற்கு அடுத்த அதிர்ச்சி அந்தக் கைக்குச் சொந்தக்காரனைப் பார்த்து, அவன் நின்ற விதத்தைப் பார்த்து ஜானகிக்கு மூச்சடைத்தது.

ரகுவீர் காலையில் தன் குட்டிப் பிசாசைப் பார்த்து கொஞ்சி சென்றவன், அன்றைய நாள் முழுவதும் உற்சாகமாக இருந்தான். கம்பெனி பிரச்சினையும் முடிந்து, அவர்கள் எடுத்த ஆர்டர் சாம்பில் சரி ஆகியிருந்தது. அதில் ஒவ்-வொரு இடத்திலும் ஜானகியின் பங்கு இருந்தது.

அதை நினைத்தபடி வழக்கத்தை விட முன்னதாக, ஜானகியைக் காணும் ஆவலில் வீடு வந்து சேர்ந்தான். குளித்துப் பின் அவளைப் புத்துணர்ச்சி-யுடன் காணலாம் எனக் குளியலறை புகுந்தவன், டப்பில் தண்ணீர் நிரப்பி அவள் நினைவுடன் ஆனந்தக் குளியலிலிருந்தான். அதனால் ஜானகி வந்த போது சத்தம் கேட்கவில்லை. தன் நினைவை விட்டு வெளியே வந்தவன், தன் ஜானுவைக் காணும் ஆவலில் இடுப்பில் துண்டைக் கட்டியபடி, ஸ்லை-டிங் டோரைத் திறந்து, ட்ரேஸ்ஸிங் ரூமிற்கு வந்தான்.

தன் கண்ணைத் தானே நம்பாமல் உற்றுப் பார்க்க, ஜானகி முழங்கால் அளவு ஸ்கர்ட், எட்டி நுனிக்காலில் நின்று கொண்டு அவளின் குட்டை மேல் சட்டை மேலே தூக்கி, அவளின் பளிங்கு இடை அவன் கண்ணுக்கு விருந்-தானது. அவன் தனது உடையை மேலே மாட்ட முயற்சி செய்தது, மனதில் பட அவனறியாமல் ஏதோ ஓர் உந்துதலில் தான் நின்ற நிலை மறந்து, அவள் இடையைத் தொட்டு உயர்த்தி விட்டான்.

அரையடி உயர்ந்து அந்தரத்திலிருந்தாள் ஜானகி. அந்தக் கைகளுக்குச் சொந்தக்காரனை திரும்பிப் பார்த்தாள். அண்ணலும் நோக்கினான் அவளும் நோக்கினாள் என்று இருவர் கண்களும் கலந்தது.

அவளை அப்படியே இறக்கினான் ரகுவீர்.அவள் முகத்தைப் பார்க்கும் ஆவலில் அவளைத் திருப்பினான்.பேலன்ஸ் தவறி அவன் கீழே கார்பெட்டில்

விழ, அவன் மேல், அவன் கை வளைவில் ஜானகி கிடந்தாள்.

ஜானகியின் கைகள் விழுந்து விடுவோமோ என அவன் வெற்றுத் தோள்களை அழுந்த பற்றி இருந்தன.மிகவும் நெருக்கத்தில் கிடந்தனர்.

கண்ணை மூடியிருந்த ஜானகி, மெல்ல விழிகளைத் திறந்தாள். தன் முகம் அவனது மார்பில் புதைந்து இருக்க,குளியல் சாம்பு மணம்,அவனது மணத்துடன் கலந்து ஜானகியை கிறங்கச் செய்தது.

அவளுக்கு அவனிடமிருந்து விலகவோ, அசையவோ தோணவில்லை. மிகவும் பாதுகாப்பான தன்னவனிடம் தஞ்சம் அடைந்த சுகம். மாயக் கண்ணன் கையில் ராதையாக, மதியம் தான் வரைந்த ஓவியத்தின் உயிர் தோற்றமாக ஜானகி அவனிடம் கட்டுண்டு கிடந்தாள்.

ரகுவீர், அவனின் நிலை அதனினும் மேம்பட்டதாக, தன் உடலின் அங்கமாகவே ஜான்வியை அணைத்திருந்தான். ரகுவீருக்கு ஜானகியை அணைத்து விழுந்து கிடந்ததில் துளியும், சங்கடமோ,வெட்கமோ கூட இல்லை. அவனின் தாலி கட்டிய மனைவியாக, உரிமையுள்ள சரிபாதி சதியாகவே அவளைப் பாவித்தான்.ஒருகளித்துப் படுத்து, தன் இடது கையில் கிடந்த அவள் முகத்தைக் கையில் ஏந்தி, "ஜானூ, மேரு ஜான்" என்றவன், மேலே பேச்சு வராமல், அவள் நெற்றியில் இதழ் பதித்தான்.அவள் இமை மூடி அனுபவித்த நேரம், அவளின் கண்களில் சூடான தன் இதழால் ஒற்றி, அவளைத் தன்னுள் பதித்துக் கொண்டான், மூடிக்கிடந்த இமைகளில் வெப்பத்தை உணர்த்தியது இதழ்கள்.

சற்றே கீழிறங்கி அவள் கன்னக்கதுப்புகளில் கவிதை எழுத, வார்த்தைகள் இல்லாத அந்த உதட்டுக் குவிப்பில், உணர்வு குவியலில் லயித்து இருந்தாள் ஜானகி. அவள் கைகளும் அதன் பிரதிபலிப்பை அவன் தோள்களில் காட்டத் தொடங்கி இருந்தது. அதன் அழுத்தத்தில், அவனும் உணர்வு மேலிட அவள் இதழை சிறைபிடித்து விட்டான்.

ஜானகி, எதையும் தடுக்கவில்லை. இது அவள் ஏற்கனவே எடுத்த முடிவு. எனவே அவன் கைகளில் குழைந்தாள். அவனின் ஒவ்வொரு செயலையும், தன்னுள்ளே பதித்துக் கொள்ளத் தயாரானாள்.

ரகுவீர், ஜானகியின் ஒத்துழைப்பில் மேலும் இதழ் ஒற்றலை வேகப்படுத்தி, அவள் இடையில் தன் கைகளால் வருட, அவன் காதல் எல்லை மீறுவதில், ஜானகியின் கண்களிலிருந்து கண்ணீர் தாரைகள் கொட்டியது. அவளின் கண்ணீரை உணர்ந்த நொடி ரகுவீரும் சுதாரித்தான்.

ஜானகியை ,விலக்கித் தான் எழுந்து அவளையும் எழுப்பி "சாரி,சாரி, சாரி ஜான்வி. இது ஆக்சிடெண்ட்டல். டோண்ட் மிஸ்டேக் மீ." என அவன் தன்னிலை விளக்கம் தந்தான். அவள் கண்களின் கண்ணீர் நின்றபாடு இல்லாமல், அவனுக்கு முதுகு காட்டி கண்ணீரைத் துடைத்து, தன்னைச் சமன்படுத்திக் கொள்ளப் படாதபாடு பட்டுக் கொண்டிருந்தாள்.

"ஜான்வி, தயவுசெய்து இங்க பாருமா, சாரி" என அவன் வார்த்தை-களைத் திருப்பி, திருப்பி அதையே சொல்ல, அங்கே ஜானகி அவனை, நிஜமாகவே தவறாகப் புரிந்து கொண்டாள்.

இவன் இத்தனை சாரி சொல்லியது, அவன் செயலில் வெட்கித்தானே. அவனுக்கு உறுதியான பெண் இருக்க என்னுடன் இழைந்ததில் இவனுக்குக் குற்ற உணர்வு. அதனால் மன்னிப்புக் கேட்கிறான் என நினைத்தாள். சிறிது நேரம் பேந்த விழித்து நின்றவள் அவனின் ஜானகி, என்ற உலுக்கலில் நிஜ உலகிற்கு வந்தாள்.

"சாரி, நான் இங்கே வந்திருக்கக் கூடாது. வேற பொண்ணோட ரிஸ்தா முடிவாகும் போது, உங்களை யாராவது என்னோட இப்படிப் பார்த்தால். ஓ காட், உங்கள் சாதி நடக்காது. இந்த முறை கட்டாயம் நடக்கவேண்டும். சாரி சாரி, இனிமே நாம தனியா மீட் பண்ணக் கூடாது. " எனத் தனக்குத் தானே சொன்னபடி அங்கிருந்து ஓடிவிட்டாள்.

ரகுவீருக்கு அவளின் வார்த்தைக்கு அர்த்தம் புரியவில்லை. அவன் டவலோடு இருந்ததால் பின் தொடர இயலாமல் ஜான்வி, என அழைத்தபடி நின்றான்.

ஐந்து நிமிடத்தில், உடை மாற்றி, கீழ் தளத்திற்கு வந்தவன், ஜானகியைத் தேட அவள் கோவிலுக்குச் சென்றதாகச் சொன்னார் ஷப்னம்.

கீழே வந்த ஜானகி, மனம் தள்ளாடிக் கொண்டிருந்த போது, பூனம், அமரேந்தருடன் மும்பா தேவிக் கோவிலுக்குச் செல்வதாகக் கூறினார்.

இரு நிமிடத்தில், சுடிதார் துப்பட்டா சகிதமாக வந்து அவர்களுடன் இணைந்தனர் ஜானகியும், அமிர்தாவும். கோவிலில், ஜானகி, அம்மனை வழிபடும் பாடல்களைப் பாடி தனது மனதைத் தேற்றிக் கொண்டாள்.

அம்மனை தரிசித்து வந்து, கடலோரம் அலைகளைப் பார்த்தவண்ணம் வெறித்து நோக்கி உட்கார்ந்து இருந்தாள்.

ஒரு பாபாஜி, மயில் பீலியுடன் வந்தவர். "ஆனேவாலே தின் பஹுத் கடின் ஹை பேடி. சம்பால்கர் ரஹோ.குல்கர் பாத கரோ, சப டீக் ஹோ ஜாயேகா"

(வரும் நாட்கள், மிகவும் கடினமானவை உனக்கு. ஜாக்கிரதையாக இரு. மனம் திறந்து பேசு. எல்லாம் சரியாகும்)என ஆசீர்வாதம் செய்து போனார்.

அலைகள்,ஒன்றோடு ஒன்று போட்டிப் போட்டுக் கொண்டு, ஒன்றை ஒன்று துரத்திக் கொண்டு வந்தன. இது தான் பெரிய அலை என நினைக்-கும் போது, மற்றொன்று அதனை விடப் பெரிதாக வந்து அதனை அமுக்-கியது.

ஜானகிக்கு, அவன் கைவளைவில் நெருக்கத்திலிருந்ததோ, அவனது இதழொற்றல்களோ பிரச்சினை இல்லை, அது அவளது வீரூஜீயின் உரிமை , அவன் தான் அவளது மாயக் கண்ணன் ஆயிற்றே. அவனின் யாரோ போன்ற மன்னிப்புக் கோரிக்கை தான் அவளை அவனிடம் இருந்து விலக்-

கியது.

நிஜமாகவே, காதல் மயக்கத்தில் அறிவு திரிந்து இருந்தது ஜானகிக்குத் தான். அவன் மன்னிப்புக் கேட்காமல் இருக்கும் பட்சத்தில் ஒரு பெண்ணாக அவள் கோபப்பட வேண்டும். இப்போது கொண்ட கோபம் லாஜிக் இல்லாத கோபம்.

அப்பப்பா, இந்த மனம் தான் எப்படிப் பட்டது, தனக்குச் சாதகமாக இல்லை எனில், சரியான செயலை தவறென்றும், தவற்றைச் சரி என்றும் அல்லவோ திரித்துக் காட்டுகிறது. அமிர்தாவுக்கு, நடுவில் நடந்தவை தெரியாது ஆதலால், ஜானகியின் காதலை வெளிப்படுத்தும், முறை எது என யோசித்துக் கொண்டிருந்தாள்.

அமரேந்தர், பூனம் நேரம் ஆகிவிட்டது என அழைத்துச் சென்றனர். ரகுவீர் ஜானகிக்குப் பல முறை அழைத்து விட்டான். இவள் எடுத்தால் தானே? பல குறுஞ்செய்திகளும் அனுப்பி விட்டான். அவள் தொலைப்பேசியை ஏற்றெடுத்தும் பார்த்தால் இல்லை.அவள் தன்னில் உழன்று கொண்டிருந்ததில் சுத்தமாக ராமை மறந்து போனாள். இதற்கான தண்டனையாக அவள் கொடுக்கப் போகும் விலை மிக அதிகம் என்பதை உணர்ந்தால் இல்லை.

அமரேன்,தன் தமக்கை மகளை , பிரபலமான ஹோட்டலுக்கு அழைத்துச் சென்று, அவளைப் பார்த்துப் பார்த்து உண்ண வைத்து,வெளியில் இரவுணவை முடித்தே வந்தனர்.

ரகுவீரைப் பொறுத்தவரை, ஜானகி தான் அவன் வருங்காலம், இதில் மாற்றமில்லை. எனவே அவன் வளர்ந்த விதத்தில், அவள் அவனது உரிமை தான். ஆனால் ஜானகி வளர்ந்த விதத்தில், தன்னைப் பற்றிய அவளது பார்வை தவறாகக் கூடாது என அவன்,மன்னிப்புக் கோரினான்.அவள் வரவை எண்ணிக் காத்திருந்தவன் முதல் நாள் முழிப்பும் சேர்ந்து அசத்த, தூங்கிப் போனான்.

அடுத்த நாள் உதய்பூர் செல்வது உறுதியாகி ரகுவீரைத் தவிர மற்ற எல்லாருக்கும் சீட்டு முன்பதிவு செய்தனர். ரகுவீர் வேலைப் பளுக் காரணமாக மும்பையில் தங்குவதாக ஏற்பாடு ஆனது. அன்றைய இரவு உதய்பூருக்குப் பயனமானது ராத்தோட் குடும்பம். அமிர்தா மட்டும் கடைசி நேரத்தில், பாலனின் தம்பி சிவகணேஸ் மும்பை வருவதாகச் சொல்லவும், அவனுக்காக மும்பையில் தங்கினாள்.

உதய்பூரில் பிரிந்த குடும்பம் ஒன்று கூடுமா, ராம் என்ன ஆனான். ரகுவீர் ஜானகி யாரென அறிவானா? பொறுத்திருந்து பார்ப்போம்.

முதல் பாகம் , இங்கு நிறைவடைகிறது. இதன் தொடர்ச்சி அடுத்த பாகத்தில் ..

வாசகர்கள் வசதிக்காக •••

ராஜஸ்தானி உறவு முறைகள்

அம்மா-மாஷா , அப்பா- பாபுஷா
தாத்தா- தாதாஷா , அப்பத்தா - தாதிஷா.
பெரியப்பா- தாவுஷா , பெரியம்மா- தாயிஷா
சித்தப்பா- சாசாஷா, சித்தி- சாச்சிஷா
அத்தை- புவாஷா , அத்ஹ்தி கணவர் -பூப்பாஷா
அம்மாவின் தங்கை- மாஸிஷா- கணவர்- சாச்சாஷா
அண்ணன் -பாயிஷா , அக்கா -தீதிஷா -கணவர் -ஜீஜுஷா

family tree.

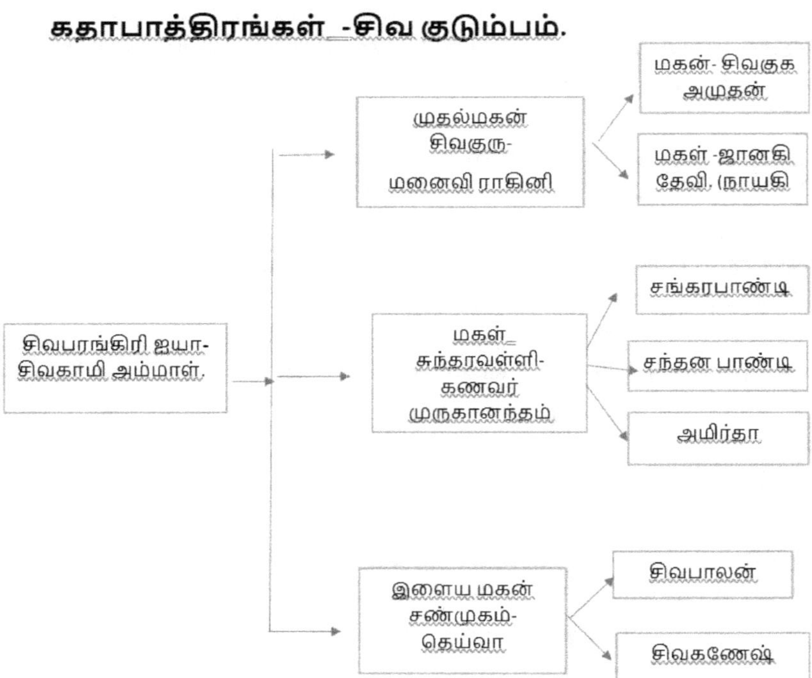

Enter Caption

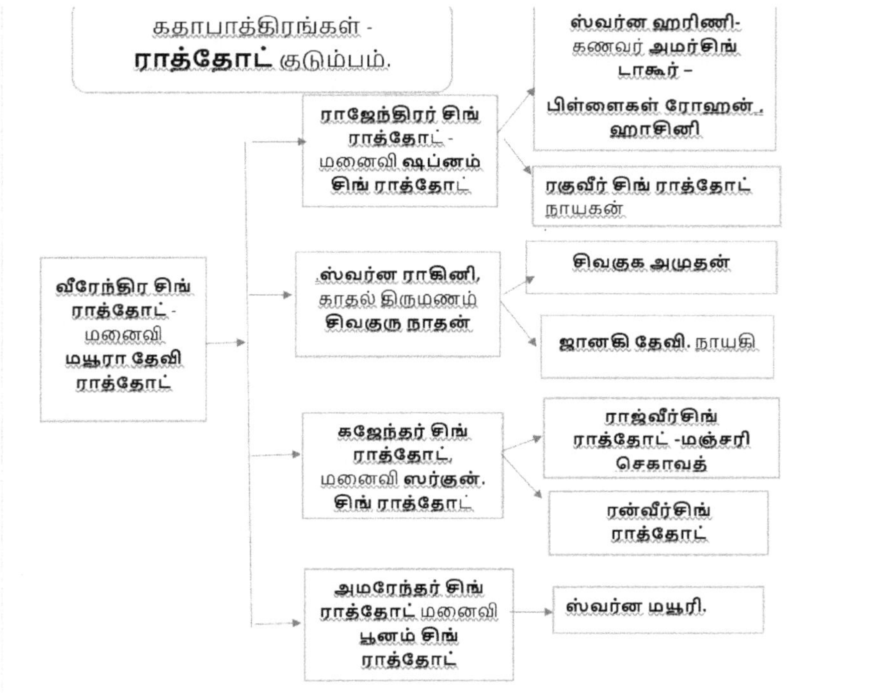

Enter Caption

www.ingramcontent.com/pod-product-compliance
Lightning Source LLC
LaVergne TN
LVHW050649051026
849532LV00002B/578